દીપ ત્રિવેદી

દીપ ત્રિવેદી એક પ્રસિદ્ધ લેખક, વક્તા અને સ્પિરિચ્યુઅલ સાયકો-ડાયનેમિક્સના અગ્રિમ પ્રણેતા છે, જેઓ એક વ્યાપક દ્રષ્ટિકોણથી ન માત્ર લખે છે, બલ્કે વિભિન્ન વિષયો પર વ્યાખ્યાનો અને વર્કશૉપ્સ પણ આયોજીત કરે છે. તેમની સહુથી મોટી વિશેષતા એ છે કે તેમને વાંચવા અને સાંભળવા-માત્રથી માણસમાં આમૂલ સકારાત્મક પરિવર્તન આવી જાય છે. તેઓ પોતાના કાર્યો દ્વારા, આજ સુધી હજારો લોકોને સુખ અને સફળતાના માર્ગ પર અગ્રસર કરી ચૂક્યા છે.

દીપ ત્રિવેદીએ પોતાના આ કાર્યો દ્વારા પ્રકૃતિ, તેના નિયમ, તેનું આચરણ, તેની સાયકોલૉજી અને તેના માનવી-જીવન પર પડનારા પ્રભાવને ખૂબ જ ઊંડાણપૂર્વક સમજાવ્યા છે. જીવનનું એવું કોઈપણ પાસું નથી જે તેમણે સ્પર્શ્યું ન હોય. તેઓ કહે છે કે સાયકોલૉજી વિશે ઓછું જ્ઞાન અને અલ્પ સમજણ હોવી, એ જ મનુષ્ય-જીવનના તમામ દુઃખો અને સફળતાઓનું મૂળ કારણ છે.

તેઓ બેસ્ટસેલર્સ 'હું મન છું' અને 'હું કૃષ્ણ ' સહિત અન્ય અનેક પુસ્તકો લખી ચૂક્યા છે. તેમણે ખેલું બેસ્ટસેલિંગ પુસ્તક 'હું મન છું' ઘણી રાષ્ટ્રીય તથા આંતરરાષ્ટ્રીય ભાષાઓમાં પ્રકાશિત થઈ ચૂક્યું છે. સમાજમાં તેમના અસીમિત યોગદાન માટે દીપ ત્રિવેદીને વર્ષ ૨૦૧૮નાં Times Power Men Award થી સન્માનિત કરવામાં આવ્યા છે.

મનુષ્યજીવનની અગાધ સાયકોલૉજી પરના તેમના પ્રભુત્વનો અંદાજો એ જ વાત પરથી લગાવી શકાય છે કે મનુષ્યજીવન પર સર્વાધિક વ્યાખ્યાનો અને 'ભગવદ્ગીતા' પર સર્વાધિક વ્યાખ્યાનો આપવાનો રેકૉર્ડ

પણ તેમના નામે નોંધાયેલો છે, જેમાં તેમણે ૫૮ દિવસોમાં ગીતા પર ૧૬૮ કલાક, ૨૮ મિનિટ અને ૫૦ સેકંડ લાંબી ચર્ચા-વિચારણા કરી છે. આનાથી વિશેષ અષ્ટાવક્ર ગીતા તથા તાઓ-તે-ચિંગ પર સર્વાધિક વ્યાખ્યાનો આપવાનો રેકૉર્ડ પણ તેમના નામે નોંધાયેલો છે. આ બધા રેકૉર્ડ્સ રાષ્ટ્રીય તથા આંતરરાષ્ટ્રીય રેકૉર્ડ્ પુસ્તકોમાં નોંધાયેલ છે. તદુપરાંત મનુષ્યના જીવન, સાયકોલૉજી, આત્મા, પ્રકૃતિનાં નિયમ, ભાગ્ય તથા અન્ય વિષયો પર સર્વાધિક (લગભગ ૧૨૦૩૮) ક્વોટેશન લખવાનો રેકૉર્ડ તેમના નામે નોંધાયેલો છે. ભગવદ્ગીતા પર તેમના સાયકોલૉજિકલ કાર્યો માટે ઑનરરી ડૉક્ટરેટની ડીગ્રીથી પણ તેમનું બહુમાન કરવામાં આવ્યું છે. તેમના દ્વારા આયોજીત ઈંટર-એક્ટિવ વર્કશૉપ્સે પણ લોકોના રોજીંદા જીવનની સમસ્યાઓ ઉકેલીને, તેમના જીવનમાં ક્રાંતિકારી ટ્રાંસફૉર્મેશન લાવ્યું છે. આ તમામ વ્યાખ્યાનો અને વર્કશૉપ્સ ભારતમાં લાઈવ ઑડિયન્સની સામે આપવામાં આવ્યા છે.

દીપ ત્રિવેદીની ખાસ વાત એ છે કે તેઓ જીવનના ગહનતમ પાસાઓને સ્પર્શે છે અને તેમને સરળતમ ભાષામાં લોકો સમક્ષ પ્રસ્તુત કરે છે, જેને કારણે કન્ફ્યૂઝનની ક્યાંય કોઈ ગુંજાઈશ જ નથી બચતી. તેઓ પોતાના પુસ્તક, વ્યાખ્યાનો અને વર્કશૉપ્સમાં જે અનોખી સ્પિરિચ્યુઅલ-સાયકોલૉજિકલ ભાષા તથા અભિવ્યક્તિનો ઉપયોગ કરે છે, તેનો વાચકો અને શ્રોતાઓ પર તાત્કાલિક પ્રભાવ પણ થવા લાગે છે અને આ જ વાત તેમને આ ક્ષેત્રના અગ્રિમ પ્રણેતા બનાવે છે.

દીપ ત્રિવેદી વિશે વધુ જાણવા માટે વિઝિટ કરો
www.deeptrivedi.com

દીપ ત્રિવેદી વિખ્યાત વક્તા

દીપ ત્રિવેદી સાયકો-સ્પિરિચ્યુઅલ કન્ટેંટ, અવાજ, ભાષા તથા અભિવ્યક્તિનું એવું મિશ્રણ પ્રસ્તુત કરે છે કે જેને લીધે તેમને જોનારા અને સાંભળનારાઓમાં તત્કાળ પરિવર્તન આવે છે. સેંકડો લોકો કેવળ તેમને સાંભળવા-માત્રથી પરિવર્તિત થઈ ચૂક્યા છે. આ જ કારણ છે કે તેમને સ્પિરિચ્યુઅલ સાયકો-ડાયનેમિક્સના અગ્રિમ પ્રણેતા પણ કહેવાય છે.

દીપ ત્રિવેદી જીવન-સંબંધિત પ્રત્યેક વિષય પર પ્રકાશ પાડે છે. તેમના દ્વારા આયોજીત ઈંટર-એક્ટિવ વર્કશૉપ્સે પણ લોકોના રોજીંદા જીવનની સમસ્યાઓ ઉકેલીને, તેમના જીવનમાં ક્રાંતિકારી ટ્રાંસફૉર્મેશન લાવ્યા છે. જીવનનું એવું કોઈ જ પાસું નથી જે તેમણે સ્પર્શ્યુ ન હોય. તેમણે અનેક વિષયો પર વક્તવ્ય આપ્યાં છે, જેમ કે ભગવદ્ગીતા, તાઓ-તે-ચિંગ, અષ્ટાવક્ર ગીતા, કુદરતનાં રહસ્ય, મનનાં રહસ્ય, આત્માનાં રહસ્ય, ભાગ્યનાં રહસ્ય, વગેરે, અનેઃ

- **પ્રકૃતિ કે નિયમ**
- **ટાઈમ એન્ડ સ્પેસ**
- **ધર્મ**
- **ડીએનએ-જીન્સ**
- **જીવન કી રાહ**
- **ડે-સ્લીપ**
- **મન ઔર બુદ્ધિ**
- **વ્યક્તિત્વ**
- **હીનતા**
- **ડર**
- **ગિલ્ટ**
- **ઈન્વોલ્વમેંટ**
- **પક્ષપાત**
- **અપેક્ષા**
- **સ્વીકાર્યશક્તિ**
- **નેચરલ ઈંટેલિજેંસ**
- **ટ્રાન્સફર્મેશન**
- **વિવાહ**
- **સ્વતંત્રતા**
- **ભવિષ્ય**
- **હિપોક્રેસી**
- **ક્રિએટિવિટી**
- **કોન્સન્ટ્રેશન**
- **સુખ ઔર સફલતા**
- **સમૃદ્ધિ**
- **અચ્છા-બુરા**
- **ભગવાન**
- **અહંકાર**
- **ક્રોધ**
- **સેલ્ફ-કૉન્ફિડેંસ**
- **પ્રેમ**
- **કન્ફ્યૂઝન**

હું સમય છું

સૃષ્ટિની નિર્ણાયક સત્તા

તમારાં ભવિષ્યની ચાવી

દીપ ત્રિવેદી

બેસ્ટસેલર્સ 'હું મન છું' અને 'હું કૃષ્ણ છું' ના લેખક દીપ ત્રિવેદી દ્વારા લિખિત

અંગ્રેજી, હિન્દી અને મરાઠીમાં પણ ઉપલબ્ધ છે

પ્રથમ સંસ્કરણ : 2019
મૂલ્ય : ₹ 295/-

ભારતમાં મુદ્રિત

સંકલ્પના, ચિત્રણ અને સાજ-સજ્જા :

www.aatmaninnovations.com

પ્રકાશક : આત્મન ઈનોવેશન્સ્ પ્રા. લિ.
પ્રકાશન સ્થળ : મુંબઈ

ISBN 978-93-84850-65-4

અનુક્રમણિકા

અનુક્રમણિકા

તમારા વિશ્વને વિકસાવવાની રીતો

સમય શું છે? જો મોટા ભાગનાં મનુષ્યોની વાત કરું, તો તેમને માટે સમય એ ઘડિયાળનાં કાંટાઓથી વિશેષ બીજું કંઈ જ નથી. સમયનો પૂરો ખેલ તેમને માટે જીવનની ખેંચતાણ અને દોડધામ સુધી સીમિત છે. અને બહુ થાય તો તેઓ સમયને ભૂતકાળ, ભવિષ્ય અને વર્તમાનનાં સ્વરૂપે ઓળખે છે.

પરંતુ હકીકતમાં સમય આનાથી અનેકગણો મોટો, વિશાળ અને મહત્વપૂર્ણ છે. સમયનાં બે-ચાર નહીં, હજારો-લાખો સ્વરૂપ છે. ખરું જોતાં, સમય એ કુદરતની અંતિમ નિર્ણાયક સત્તા છે. મનુષ્ય અને તેના જીવન પર જ નહીં, સમસ્ત બ્રહ્માંડ ઉપર તેનું આધિપત્ય છે. અહીંનું, માણસ સહિત બધું જ, ન કેવળ એક સમયને કારણે અસ્તિત્વમાં છે, બલ્કે એક તેનાં જ કારણે ચલાયમાન પણ છે.

અને આ વાતથી કોઈ પૂર્ણપણે અજાણ હોય, એવું પણ નથી. તેનાં અનેક સ્વરૂપોનાં આભાસ સહુને થતાં જ રહેતા હોય છે. સમયનાં અનેક સ્વરૂપોની ભિન્ન-ભિન્ન રીતે ઘણાં બધાં લોકો ચર્ચા પણ કરતા રહેતા હોય છે. જેમકે, વાતે-વાતે સૌ કોઈ કહે જ છે કે શું કરીએ, સમય ખરાબ ચાલી રહ્યો છે. લગ્ન તો કરવા છે, પણ હજી સમય નથી આવ્યો. આ કામ તો કરવું જ છે, બસ સમયની પ્રતીક્ષા કરી રહ્યો છું. કેમકે વાસ્તવમાં, સમય મનુષ્યજીવનની એકમાત્ર નિર્ણાયક સત્તા છે. આ સાચું જ છે કે ''માણસ નહીં, તેનો સમય બળવાન હોય છે.'' હવે આ બધી વાતો એવી છે જેનું પ્રાયઃ ઘણાં લોકો વખતો વખત

પુનરાવર્તન કરતા રહે છે. પરંતુ સત્ય એ પણ છે કે, તેમ છતાં બહુ ઓછા લોકો સમયનાં આ ગહન સ્વરૂપો વિશે કંઈ વિશેષ જાણે છે. અને એ બધા પરથી પડદો ઉઠાવવાનાં હેતુથી જ, મેં આ પુસ્તક લખ્યું છે.

હું માત્ર એટલું કહી રહ્યો છું કે સમય કુદરતની એ અંતિમ સત્તા છે, જેની છાપ ન કેવળ મનુષ્યની પ્રત્યેક ક્ષણ પર છે, બલ્કે બ્રહ્માંડનાં દરેક કણ ઉપર પણ છે. મનુષ્યજીવનનાં તમામ ઉતાર-ચડાવ તથા બ્રહ્માંડની પ્રત્યેક ક્રિયા-પ્રતિક્રિયા સમયને આધીન છે. જે મનુષ્ય સમયના જેટલા સ્વરૂપોને જેટલી વધુ ગહનતાપૂર્વક જાણે-સમજે છે, તેટલો જ તે સમય સાથે તાલ મિલાવીને ચાલી શકે છે. અને જે વ્યક્તિ જેટલી માત્રામાં સમયની ચાલ સાથે પોતાનો તાળ મેળાવી શકે છે, તેટલું જ તેનું જીવન સુખ અને સફળતાનાં માર્ગ ઉપર અગ્રસર થતું જાય છે. કેમકે મનુષ્યજીવન પણ સિવાય એંશી-સો વરસનાં સમયથી વધુ બીજું કશું નથી. તથા તેનું મન પણ સમય સિવાય બીજું કંઈ જ નથી.

એકંદરે, ચાહે મનુષ્યજીવન સરળ અને સમૃદ્ધ બનાવવું હોય કે પછી બ્રહ્માંડનાં રહસ્યોને સમજવા હોય, સમયનાં ગહન સ્વરૂપોને સમજ્યા વગર, આમાંનું કંઈપણ શક્ય નથી. અને આ પુસ્તકમાં, મેં સમયનાં અનેક મહત્વપૂર્ણ સ્વરૂપો તથા તેમના પ્રભાવોને વિસ્તારપૂર્વક સમજાવ્યા છે. ભાષા પણ એટલી સરળ રાખી છે કે સામાન્ય મનુષ્ય પણ સમય તથા તેનાં સ્વરૂપોની તમામ ગહનતાઓને સહેલાઈથી સમજી શકે. કદાચ સમય અને તેનાં સ્વરૂપો પર વિસ્તૃત ચર્ચા કરવાનો આ પ્રથમ અવસર છે. અને આ પુસ્તક લખતી વખતે, મેં આ વાતનું પણ વિશેષ ધ્યાન રાખ્યું છે.

મને આશા છે કે આ પુસ્તક ન કેવળ સમય વિશેની સમજ વધારવામાં સહાયક થશે, બલ્કે તેનાં વિભિન્ન સ્વરૂપોનાં પ્રભાવોને સમજાવવાની કસૌટીમાં પણ સફળ થશે. ...અને આ જ આશા સાથે, હું આ પુસ્તક તમને સમર્પિત કરું છું.

દીપ ત્રિવેદી

/deeptrivediblog | /deeptrivediblog | /deeptrivedivideos

પરિચય

હું 'સમય' છું. મારા વિશે તમે થોડુ-ઘણું જાણો પણ છો, અને આજના આ હાડમારી અને દોડધામભર્યાં જીવનમાં મારી મહત્તા વધી પણ ગઈ છે. આમ તો મનુષ્ય અસ્તિત્વમાં આવ્યો ત્યારથી જ દિવસ અને રાતના કારણે મને ઓળખ મળી, પરંતુ ઘડિયાળની શોધે તો મને મનુષ્યો માટે પોતાના હિસાબ પ્રમાણે વિભાજીત કરી દીધો. હવે તો મને સેકંડ, કલાક, દિવસ, મહિના, વર્ષ, સદી વગેરેના આધારે વિભાજીત કરી પોતાની દિનચર્યા માટે મારો સારી પેઠે ઉપયોગ પણ થવા લાગ્યો છે. અને કદાચ આજ રીતે તમે મને ઓળખો પણ છો. પણ એક ભેદ ખોલું, કે કેવળ આજ એક મારો પરિચય નથી. મારા તો કરોડો-કરોડ સ્વરૂપ છે. હકીકત તો એ છે કે આ જગત મારા કારણે જ અસ્તિત્વમાં આવ્યું છે, અને એટલે જ અહીંના રજે-રજ પર મારી છાપ છે. અહીંનું કણ-કણ મારાથી પ્રભાવિત પણ અને ચલાયમાન પણ છે. અને વળી બીજા બધાની વાત શું કરું? તમારા જીવનને પણ સહુથી વધુ પ્રભાવિત હું જ કરું છું. પરંતુ આશ્ચર્યની વાત તો એ કે આટલો મહત્વપૂર્ણ હોવા છતાં પણ ના તો મારી એટલી ચર્ચા છે, કે ના તો મારા વિશે કોઈ કંઇ વિશેષ જાણે પણ છે. અને મારા ઘડિયાળરૂપી જે સ્વરૂપને લીધે તમે મને જાણવાના ભ્રમમાં જીવી રહ્યા છો, તે તો મારા સ્વરૂપો અને કાર્યકલાપોનો એક અબજમો ભાગ પણ નથી.

તેથી, આજે કોણ જાણે કેમ મને મારા બધાં સ્વરૂપો અને તેમનાં પ્રભાવોની ચર્ચા કરવાનું મન થઈ રહ્યું છે. ત્યાં સુધી કે હું અસ્તિત્વમાં કેવી રીતે આવ્યો, તે સુદ્ધા તમને જણાવવા માટે મારું મન ઉત્સુક થઈ રહ્યું છે. અને શરૂઆત પણ હું તેનાથી જ કરું છું.

ચોક્કસપણે આ વાત અબજો વર્ષ પુરાણી છે અને શરૂઆતના તબક્કામાં આ તમને થોડું કૉમ્પ્લિકેટેડ પણ લાગી શકે છે. પરંતુ જેમ જેમ હું મારા વિશે જણાવતો જઈશ, તેમ તેમ વાત ચોક્કસપણે તમારા મનમાં સ્પષ્ટ થતી જશે. કેમ કે આખરે તમે પણ આ જટિલતાનો એક ભાગ જ છો.

ચાલો! અત્યારે તો આ વાત હું ત્યાંથી શરૂ કરું છું જ્યારે હું અસ્તિત્વમાં આવ્યો જ નહોતો, ત્યારે માત્ર એક 'અહેસાસ' અસ્તિત્વમાં હતો; અને તે પોતાના હોવા-માત્રથી સંતુષ્ટ હતો. અને કેમ કે તે કેવળ પોતાની હયાતિથી સંતુષ્ટ હતો, એટલે શક્તિથી ભરપૂર પણ હતો. આ વાત હંમેશને માટે યાદ રાખી લેજો કે જે પણ પોતાની હયાતિથી સંતુષ્ટ હશે, તે હંમેશા શક્તિથી ભરપૂર હશે. પછી આ વાત સૂર્યના સંદર્ભમાં કરવામાં આવે કે બુદ્ધ અને એડીસન જેવા વિદ્વાનોના વ્યક્તિત્વ વિશે. ખેર, અત્યારે તો અહેસાસ પર પાછો ફરું. અને ત્યાં... અચાનક આ અહેસાસની ઈચ્છા-શક્તિને લીધે તેની કૂખે મારો જન્મ થયો અને હું અસ્તિત્વમાં આવ્યો. અને કેમ કે મારો જન્મ જ ઈચ્છા-શક્તિના બળે થયો હતો, એટલે ઈચ્છા મારો પ્રથમ સ્વભાવ બનીને ઊપસી. અને પછી હું ક્ષણે-ક્ષણે જેમ જેમ અહેસાસની કૂખેથી અવતરતો ગયો, મારી ઈચ્છાનુસાર સમાનાંતર રૂપે ''સ્પેસ'' પણ ડેવલપ થતું ગયું.

અને ત્યારથી અહેસાસની કૂખમાંથી એક એક ક્ષણ કરીને મારા વિસ્તરવાની પ્રક્રિયા હજુ પણ ચાલી જ રહી છે અને એની સમાનાંતરે જ મારા દ્વારા સ્પેસના વિસ્તરવાની પ્રક્રિયા

પણ અવિરત ચાલી જ રહી છે. અને કેમ કે પ્રત્યેક નવા દિવસની સાથે મારું વિસ્તરણ થઈ રહ્યું છે, એટલે રોજે-રોજ આ બ્રહ્માંડ પણ વિસ્તરતું જ જાય છે. ...હવે તો વિજ્ઞાન પણ આ સત્ય જાણી જ ચૂક્યું છે કે બ્રહ્માંડનું રોજે-રોજ વિસ્તરણ થઈ રહ્યું છે. ખેર, આ સમગ્ર વૃતાંતમાં સહુથી મહત્વપૂર્ણ અને સમજવાલાયક વાત એ કે હું એટલે કે સમય, ઉર્ફે 'ટાઈમ', અને 'સ્પેસ' એક જ તાંતણે બંધાયેલા છીએ. અને મજાની વાત એ કે ભલેને અહીંનું રજે-રજ મારા અને સ્પેસના મિલનથી વ્યાપ્ત છે, પરંતુ અમને વ્યવહારની જરાય સ્વતંત્રતા નથી, કારણ કે અમારા અસ્તિત્વમાં આવતા જ, અહેસાસ અમને બંનેને નિયમના એક બંધનમાં બાંધતો જઈ રહ્યો છે. એટલે, હવે અમારા બંનેમાંથી કોઈપણ ન તો એ નિયમથી પર જઈને કાંઈ વ્યવહાર કરી શકે છે કે ન તો હવે અમે એકમેકથી અલગ થઈ શકીએ છીએ. એટલે કે સમય છે તો સ્પેસ છે, અને સ્પેસ છે તો સમય હોવાનો જ; પણ તેમ છતાં કાયમ અમારે બંનેએ અહેસાસે બાંધેલા નિયમોની હદમાં જ વર્તવાનું છે. અર્થાત્ જ્યાં એક તરફ અમારો વિસ્તાર તો થઈ રહ્યો છે, ત્યાંજ સાથોસાથ અમારા દરેક વિસ્તારને અહેસાસ પોતાના હિસાબથી નિયમબદ્ધ પણ કરતો જઈ રહ્યો છે.

સમયને લીધે જ સમાંતર રૂપથી સ્પેસનું નિર્માણ થયું છે

હવે, એ અહેસાસને ભલે તમે મન પડે એ નામથી બોલાવો, કોઈ ફરક નથી પડતો. તમે એને શક્તિ કે શૂન્યથી માંડીને ભગવાન સુધીનું નામ, તમારી રુચિ અને પ્રજ્ઞાનુસાર, આપી શકો છો. પરંતુ વાસ્તવમાં મારે કે સ્પેસને હવે એની સાથે કોઈ લેવા-દેવા નથી. આ વાત સારી રીતે સમજી લો કે હવે તો જે કંઈ પણ છે, બસ, તે નિયમો જ છે, જેના બંધનમાં તે અમને બાંધી ચૂક્યો છે. અને કેમ કે મારી ઈચ્છાનુસાર મારા કરોડો સ્વરૂપ છે, એટલે એ પ્રમાણે, સ્પેસના પણ કરોડો રૂપ છે. અને મજાની વાત તો એ છે કે અમારા બંનેના પ્રત્યેક મિલનનું દરેક કૉમ્બિનેશન પણ અહેસાસ દ્વારા આવા જ કરોડો નિયમોથી બંધાયેલું છે.

ખેર! હવે અહીં સર્વપ્રથમ ''હું'' એટલે આ સમય શું છે તથા આ સ્પેસ શું છે, તે સમજાવી દઉં. પણ આ સમજવા માટે

ટાઈમ અને સ્પેસ
બન્ને નિયમનાં એક દોરથી બંધાયેલા છે

પહેલા તમારે અમારા બન્ને વચ્ચેનાં થોડા મૂળભૂત તફાવત સમજવા જરૂરી છે. અને અમારા વચ્ચેનો સહુથી મોટો ફરક એ છે કે હું અદ્રશ્ય છું, જ્યારે સ્પેસ દ્રશ્યમાન છે. બીજી મોટી વાત એ કે હું સ્વચાલિત છું, જ્યારે આ સંપૂર્ણ સ્પેસ મારાથી ચલાયમાન છે. એટલે આજ વાતને સાફ શબ્દોમાં કહું તો જે કંઈ પણ તમને આંખોથી દેખાઈ રહ્યું છે તે સ્પેસ છે, પરંતુ તે સ્પેસની પાછળનું મૂળ કારણ પણ હું છું અને તેની ગતિ અને મતિનો નિર્ણાયક પણ હું જ છું. અહીં ધ્યાન દેવા જેવી વાત એ પણ છે કે આટલો સ્વતંત્ર અને શક્તિશાળી દેખાતો હોવા છતાંય હું નિયમોથી બંધાયેલો છું. અને મારી સાથોસાથ મારા અને સ્પેસનું પ્રત્યેક મિલન પણ નિયમથી બંધાયેલું છે, એ હું જણાવી ચૂક્યો છું.

ખેર! આ મેં બહુ જ સરળ શબ્દોમાં મારા અસ્તિત્વમાં આવવાની વાત કહી દીધી. અને મારી કહેલી વાતનું તારણ એ કે હું જ આ જગતનું આરંભ-બિંદુ છું. અને એ પણ જણાવી દઉં કે હું એકવાર નહીં પણ અનેકવાર આ આરંભ-બિંદુ બની ચૂક્યો છું. 'અહેસાસ' એ જ્યારે ચાહ્યું, બધું લીન કર્યું અને જ્યારે ઈચ્છ્યું, બધું અસ્તિત્વમાં આવ્યું. પણ જગતનો ઉદય અને પ્રલય, કે પછી અહેસાસ... એ મારો આજનો વિષય નથી... આજે તો હું માત્ર મારા વિશે જણાવવા ઈચ્છુક છું. એટલે આગળ હવે હું મારા જ વિભિન્ન સ્વરૂપો અને પ્રભાવોની ચર્ચા કરીશ. મને આશા છે કે મારા સ્વરૂપો, મારી શક્તિઓ અને મારા તમામ નિયમોને સમજીને તમે એવી અદ્‌ભૂત શક્તિથી ભરાઈ જશો કે જેનાથી તમે તમારું જીવન જેવું ચાહશો તેવું બનાવી શકશો. પરંતુ કેમ કે આ વિષય ઘણો ગહન છે, એટલે જ સર્વપ્રથમ મેં મારા જન્મ વિશે તમને સંક્ષિપ્તમાં જણાવ્યું. અને મારું નિવેદન છે કે તેને સારી પેઠે સમજી લેજો. આમ તો આગળ જેમ જેમ હું મારા વિશે વિસ્તારથી જણાવતો જઈશ, ચોક્કસપણે તમારા મનમાં મારા જન્મથી લઈને મારી શક્તિઓ અને મારા પ્રભાવો વિશે બધું સ્પષ્ટ થતું જ જશે. અને મારા અસ્તિત્વમાં આવવાની આ વાત, જે અત્યારે મેં તમને સંક્ષિપ્તમાં સમજાવી છે, તે તો અરીસાની જેમ સ્પષ્ટ થઈ જશે.

ચર્ચાની શરૂઆતમાં હું તમને મારા એક ખૂબ જ અનોખા સ્વરૂપ સાથે મેળાપ કરાવવા માંગુ છું. જોકે, એ પહેલા હું તમને મારા વિશે એ સ્પષ્ટ કરી દઉં કે હું સ્વભાવથી જ બહુ તોફાની અને ચંચળ છું, અને એ પણ જણાવી દઉં કે મારા આ શોખની પૂર્તિ માટે હું બેધારી તલવારની જેમ કામ કરું છું. ઉદાહરણ તરીકે કહું તો સ્પેસને અસ્તિત્વમાં પણ હું જ લાવું છું, અને એ અસ્તિત્વમાં આવે કે તરત જ તેનો નાશ કરવાની પ્રક્રિયા પણ હું જ આરંભી દઉં છું. અને સાચું કહું તો આજ મારું કાળ સ્વરૂપ છે... એટલે કે બધાને ભરખી જનારું. આજ પછી તમે ધ્યાન આપશો તો દુનિયાની દરેક વસ્તુ પર પડેલો મારો આ માર સ્પષ્ટ દેખાઈ આવશે. અરે, પરંતુ તમે આટલું જલ્દી સમજશો કેવી રીતે? હજુ તો મેં મારા કાળ-સ્વરૂપ વિશે જણાવવાનું શરૂ જ કર્યું છે. કંઈ વાંધો નહીં, આજે હું ફક્ત મારા કાળ-સ્વરૂપ પરથી જ નહીં, પરંતુ મારા તમામ અન્ય સ્વરૂપો તથા મારા વિશેના પ્રચલિત બધાં જ ભ્રમો ઉપરથી એક-એક કરીને પડદો ઉઠાવતો જઈશ, અને ઈચ્છીશ કે તમે મારા જુદા જુદા સ્વરૂપો અને મારી વિભિન્ન કાર્યપ્રણાલીઓને સમજો. આનાથી તમે ન માત્ર દુનિયાના રહસ્યોને સમજી શકશો, પરંતુ પોતાના જીવન પર થતા મારા પ્રહારોથી પોતાની રક્ષા પણ કરી શકશો. ...અને બહુ સારી રીતે સમજી જશો તો એનો ભરપૂર ફાયદો પણ ઊઠાવી શકશો.

ખેર! ફાયદો ઉઠાવવો તો એ વાત પર નિર્ભર કરશે કે તમે કેટલા વિવેકપૂર્વક મારી કહેલી વાતોને સમજો છો. એટલે, અત્યારે તો હું મારા કાળ સ્વરૂપ પર પાછો આવું છું. અને

ત્યાં હું એ કહી રહ્યો હતો કે જો તમે મને તમારી ઘડિયાળમાંથી ઉંચા આવીને શોધવાનો પ્રયત્ન કરશો તો દુનિયાની દરેક વસ્તુ પર મારા કાળ સ્વરૂપના પ્રહારનો પ્રભાવ સ્પષ્ટપણે જોઈ શકશો. અને આ વાત હું તમને તમારા વિશ્વની વસ્તુઓનો આધાર લઈને જ સમજાવું છું. જેથી તમારા માટે સમજવું સહેલું અને મારે સમજાવવું સરળ બને.

સમય એ કાળ છે કે જેના મારથી કોઈ અછૂતું નથી

એ તો તમે પણ જાણતા જ હશો કે જે વસ્તુ અસ્તિત્વમાં આવશે તે એક દિવસ નષ્ટ પણ થશે જ. કોઈ વસ્તુ હંમેશને માટે કાયમ નથી રહી શકતી. અને કેમ કે વસ્તુ મારા કારણે અસ્તિત્વમાં આવી હોય છે, એટલે તેના નાશ પામવાનું કારણ પણ હું જ બની શકું છું... અને ગર્વપૂર્વક બનું પણ છું. છતાં મારી પણ એક વિશેષતા છે, હું કોઈપણ વસ્તુને રાતોરાત નષ્ટ નથી કરતો. વીતતા સમયની સાથે તેના પર મારા પ્રહારો સતત થતા રહે છે, અને પછી એક દિવસ હું તેના અસ્તિત્વને સંપૂર્ણ રીતે ભૂંસી નાખું છું. જો તમે ધ્યાનપૂર્વક વસ્તુઓ પર થતા રહેતા મારા આ પ્રહારને જોઈ શકશો, તો તમે ધીમે-ધીમે કરતાં તે વસ્તુના નષ્ટ થવાના સમય વિશે પણ અંદાજો બાંધવામાં સક્ષમ્ થઈ જશો. અને આ તમારી કોઈ નાની-મોટી ઉપલબ્ધિ નહીં હોય. વિચારો, જો તમે કોઈ વસ્તુ પર પડી રહેલા સમયના પ્રહાર અને તેના નષ્ટ થવાના સમય વિશે સમજવાનું શરૂ કરી દો તો તમારી પ્રજ્ઞા રાતોરાત ક્યાંથી ક્યાં પહોંચી શકે છે?

ખેર, આ તો મારા પ્રહારને સમજવાનું મહત્વ મેં બતાવી દીધું. હવે હું મારા પ્રહાર તરફ તમારું ધ્યાન દોરું. તમે મારા પ્રહારનો હજારો વખત અનુભવ કર્યો હશે, પરંતુ તમે તે પ્રહારોને તે દ્રષ્ટિએ ક્યારેય જોયા જ નહીં હોય. એટલે, હું તમારાથી જ શરૂઆત કરું છું. તમે કોઈપણ મનુષ્યને જોઈને તેની ઉંમરનો કયાસ કાઢી જ લો છો. ક્યારેય વિચાર્યું કે આ ઉંમર તમે કેવી રીતે નક્કી કરી શકો છો? હું બતાવું. તમે તેના ચહેરા પર પડેલો મારો માર જોઈને તેની ઉંમરનો અંદાજો લગાવી લો છો. બે-ચાર વર્ષ આમ કે તેમ, પણ ઉંમરનો આ

અંદાજો લગભગ દરેક જણ લગાવી જ લે છે. તમે સમજી જ જાઓ છો કે તેનો અને મારો કેટલો સાથ રહ્યો છે. વીસ, ત્રીસ, ચાલીસ કે પચાસ વરસ. એટલે કે મારો પ્રહાર અદ્રશ્ય હોવાં છતાં પોતાના ચિહ્નો તો છોડી જ જાય છે, માત્ર તેને ઓળખવાવાળા જોઈએ.

આમ તો તમે માણસોને જ નહીં, ઘર અને ગાડી જોઈને પણ કહી જ દો છો કે આ ઘર કે ગાડી કેટલી જૂની છે. જો તમે તમારી આ નજરને થોડી વધુ ઝીણી કરશો, તો ધીરે-ધીરે કરીને તમે ના તો ફક્ત દરેક દ્રશ્યમાન વસ્તુ પર મારા મારનો પ્રભાવ જોઈ શકશો, બલ્કે તેના પર મારો કેટલો માર પડ્યો છે, તે સુદ્ધા સમજવામાં સક્ષમ્ થઈ જશો. પછી ભલેને તે કોઈ જૂનું પુસ્તક હોય કે કોઈના કોઈ જૂના વસ્ત્ર. થોડું ધારીને જોવાથી તમે સમજી જ જશો કે તે કેટલું જૂનું છે, અથવા તેની ઉંમર હવે કેટલી બાકી બચી છે. કેમ કે સમયના પ્રહારને જોઈ શકનારી દ્રષ્ટિ દરેક મનુષ્યમાં હોય છે, અને તે વિશે હું તમારું પ્રારંભિક ધ્યાન દોરી જ ચૂક્યો છું. તો હવે જરા તમારી એ આંખને સક્રિય કરીને દરેક વસ્તુ પર પડતા મારા માર અને તેની બચેલી ઉંમરનો અંદાજો લગાવવો શરૂ કરી દો. ચોક્કસપણે શરૂઆત ઘર,

સમય કાળ છે જે સર્વને રોજ-રોજ થોડો-થોડો કરીને ખાતો રહે છે

ગાડી, પુસ્તકો, અને કપડા વગેરેથી જ કરો. કેમ કે આ બધું સમજવું થોડું સરળ છે. જ્યારે આમાં પારંગત થઈ જાવ, ત્યાર પછી ધીમે-ધીમે કરતાં આ ક્ષેત્રે તમારી સીમાઓ વિસ્તારો. એ નક્કી જાણજો કે સમયના પ્રહારને ઓળખવાથી વધારે મહત્વપૂર્ણ કોઈ શિક્ષણ તમારા સંસારમાં ઉપલબ્ધ નથી.

ખેર, હવે જો હું મારા આ કાળ સ્વરૂપનાં વર્તુળની વધુ વિગતે ચર્ચા કરું તો તમે અવાર-નવાર વાંચ્યું જ હશે કે દસ-લાખ વર્ષ પહેલાના ડાયનાસોરના અસ્થિઓ મળ્યા. દસ-લાખ વર્ષ પહેલાનાં...જરા મારા વિસ્તારની કલ્પના તો કરો! અને પાછો અહીં પ્રશ્ન એ પણ છે કે એ ખબર કેવી રીતે પડી કે તે દસ-લાખ વર્ષ પહેલાના અસ્થિઓ છે? હાસ્તો વળી, તે ડાયનાસોરના અસ્થિઓ પર પડેલા મારા મારથી. આ તો ઠીક, પણ થોડો આ ડાયનાસોર પર પડેલા મારા મારની વ્યાપકતા સમજવાનો પણ પ્રયત્ન કરો. એ વિચારો કે આટલા વિશાળકાય ડાયનાસોરના અસ્તિત્વ સુદ્ધાને મેં ધૂળમાં મેળવી દીધું. તેથી, ગમે તે સંજોગોમાં દરેક વસ્તુને એકને એક દિવસ ખતમ કરી દેવાવાળી મારી વાત ક્યારેય ન ભૂલતા. જોકે આ બાબતે હવે તમે એ પણ સમજી જ ગયા હશો કે હું ન કેવળ તમને પણ ધીમે-ધીમે કરીને મારું જ છું, બલ્કે એક દિવસ તમારું પણ અસ્તિત્વ આ દુનિયામાંથી મીટાવીને જ જંપુ છું. અને મારી આ પ્રક્રિયામાં મેં કદી કોઈની સાથે કોઈ પક્ષપાત નથી કર્યો, તે પણ તમે જાણો જ છો. તમે ગમે તે વ્યક્તિને ભલે ગમે તેટલું મોટું સન્માન કેમ ન આપ્યું હોય, પણ મારા સ્વભાવ પ્રમાણે, મેં તેને મિટાવ્યો જ છે. અને આજે એ પણ જાણી લો કે બરાબર આવી જ રીતે મેં કોણ જાણે કેટલીયે વાર પૃથ્વી સહિત કેટલાંય ગ્રહો પરથી જીવનનું નામો-નિશાન મીટાવી દીધું છે.

એટલું જ નહીં, મારા આ વિધ્વંસ્કારી પ્રભાવથી મોટી મોટી વસાહતો અને નગર સુદ્ધાય બાકાત નથી. એકથી એક ચઢિયાતા ઐતિહાસિક મહેલ અને શહેરોને હું ભરખી ગયો. ...ફરી ક્યારેક જ્યારે તમને કોઈ ધરબાયેલાં નગર કે વસાહતના અવશેષો મળી આવે છે, તો પૂરાતત્વ વિજ્ઞાન પોતાના હિસાબથી કેટલી જૂની સભ્યતા હશે તેનો અંદાજ બાંધે છે. અને તેઓ મહદ્અંશે બતાવી પણ દે છે, કારણ કે તે વસાહત પર પડેલા મારા પ્રહાર બધું કહેતા જ હોય છે.

ચાલો, આ બધું તો સમજ્યા, આ તો મારો દેખીતો માર થયો, એટલે તમારા માટે સમજવું અને મારા માટે સમજાવવું... બંને સરળ થઈ ગયું. પરંતુ આગળ હું તમને મારા સૂક્ષ્મ માર વિશે જણાવું છું. તમે પણ કેટલીયે વાર અનુભવ્યું જ હશે, પણ તેમ છતાં ચોક્કસપણે એના પર તમે ક્યારેય ધ્યાન નહીં આપ્યું હોય. અને આ વિશે જો તમારા ઘરનું જ ઉદાહરણ આપું તો અત્યાર સુધીના જીવનમાં તમે નાની-મોટી હજારો વસ્તુઓ ખરીદી

હશે. પેન, રાઈટીંગ-પેડ, પુસ્તકો જેવી વસ્તુઓ તો વારે તહેવારે તમે ખરીદતાં જ રહો છો. એ વિચારો કે તમે ક્યારેય તેને ફેંકતા નથી, કોઈને આપતા પણ નથી, કોઈ તેની ઉઠાંતરી પણ કરતું નથી; તેમ છતાંય તે એક દિવસ ગાયબ થઈ જ જાય છે. પછી તમે કહો છો કે ખબર નથી આ બધાંને કોણ ખાઈ ગયું? જમીન ખાઈ ગઈ કે આકાશ ગળી ગયું? ના, તેઓ બંને તો શું ખાશે? તેઓ સુદ્ધાને હું હજારો વાર ખાઈ ચૂક્યો છું. કહેવાનો મતલબ એ કે આ નાની નાની અને રોજિંદી વસ્તુઓને ખતમ કરવાની પણ મારી પોતાની એક ઊંડી રમત છે.

આટલી જ ચર્ચા કેમ કરું? મારા મારથી તો સંસ્કૃતિઓ અને પરંપરાઓ પણ મુક્ત નથી. તેમને તો એવી રીતે ખાઈ જાઉં છું કે પૂછશો જ નહીં. તેમને તો એવી રીતે ભૂંસી નાખું છું કે દરેક યુગમાં તેઓ બદલાઈ જાય છે. પછી ભલેને તે સામાજીક રીત-રિવાજો હોય કે ધાર્મિક. અને હા, હું આમાંય પક્ષપાત નથી કરતો. તે રીત-રિવાજો, સારા હોય કે ખરાબ, હું બંનેને સમાન રીતે ખાઈ જાઉં છું. અને મારા ખાવાની પ્રક્રિયા પણ એવી કે તેમના લુપ્ત થઈ જવાના થોડા સમય સુધી તો તે બધી પરંપરાઓ પુસ્તકો અને વાર્તાઓમાં પણ દેખાય છે, પરંતુ પછી ધીરે-ધીરે કરીને તેમને હું ત્યાંથી પણ મીટાવી દઉં છું. કોણ જાણે કેટલીયે સંસ્કૃતિઓ અને પરંપરાઓ કેટલાય ગ્રહો પર પાંગરી અને વિકસી ચૂકી છે, પણ આજે તો તે બધાનો કોઈને ખ્યાલ સુદ્ધાય નથી રહ્યો.

તેવી જ રીતે મનુષ્યોની પ્રગતિને પણ મેં નથી બક્ષી. કોણ જાણે કેટલીયે વાર તેણે આકાશની ઊંચાઈઓ આંબી છે અને પછી ન જાણે કેટલીયે વાર તે પોતાની જ પ્રગતિની જાળમાં ફસાઈને લુપ્ત થયો છે. જોકે મનુષ્ય એ મનુષ્ય છે. તે પાછો ક-ખ-ગ થી શરૂ કરીને આકાશને આંબી જ જાય છે. જોકે ક્યારેક-ક્યારેક મારા પેલા મારના અંશો પણ મળી જાય છે. ખાસ કરીને કોઈ જૂના દસ્તાવેજ કે લિપિ-બદ્ધ-શિલાલેખ મળી જાય છે, જે માનવ વિકાસની અને તેના અંતની ચાડી ખાતા નજરે પડે છે.

જવા દો, આ તો બહુ લાંબી વાત થઈ. મારા મારની અસર તો એટલી ગહન અને ચોટદાર છે કે હું તમારી આંખ સામેથી મોટા-મોટા ખાનદાનોના અંશ સુદ્ધા મિટાવી દઉં છું અને તમને સમજાતું નથી કે તમારી આંખોની સામેથી તેઓ ગાયબ કેવી રીતે થઈ ગયા? આજ વાતને એક નાનકડા ઉદાહરણથી સમજાવું છું- ભારત પર મોગલોએ લગભગ ત્રણસો વર્ષ રાજ કર્યું. તેમાંથી કેટલાંક રાજાઓ અને તેમની વાતો તો ભારતીયોના મનમાં ઘર પણ કરી ગઈ છે. અને આમ છતાં તેમના અંતિમ શાસક બહાદુરશાહ ઝફર પછીના સો વર્ષથી પણ ઓછા સમયમાં તેમના આખા ખાનદાનનું નામો-નિશાન મટી ગયું. બસ્સો વર્ષ, એટલે માત્ર બે કે ત્રણ-ચાર પેઢીમાં બધું ગાયબ! ચાલો, રાજપાટ જતાં રહે તે વાત તો સમજમાં આવે છે, પરંતુ આગલાં બસ્સો વર્ષમાં આટલાં મોટા ખાનદાનનું નામો-નિશાન

ના રહે? ના સગા-વ્હાલાનું ઠેકાણું કે ના એમના પુત્રોનું? હવે એમ ન કહેતા કે આ બધું ઔરંગઝેબની ક્રૂરતાનું પરિણામ છે. ના, મેં આજ હાલ કૃષ્ણ જેવા વિશાળ કુટુંબના માલિકથી લઈને બુદ્ધ સુધીના પરિવારના પણ કર્યાં છે. હું પહેલા જ કહી ચૂક્યો છું કે મારી નામશેષ કરી નાખવાની પદ્ધતિમાં કોઈ પક્ષપાત નથી. સારું-નરસું, પાપ-પુણ્ય, ઉપયોગી કે અનુપયોગી સાથે મને કોઈ લેવા દેવા નથી. આ બધાં વિભાજનો તમારી બુદ્ધિની નિપજ છે, અને એની સાથે વિશ્વના ગૂઢ રહસ્યોનો કોઈ સંબંધ નથી. તે બધાં પોતાના જ નિયમોથી ચલાયમાન છે. ...બરાબર એવી જ રીતે જેવી રીતે હું મારા સ્વભાવ પ્રમાણે, નિયમ અંતર્ગત, પક્ષપાત વિના તમામ વસ્તુઓ મીટાવી દેવા બંધાયેલો છું.

દરેક વસ્તુ પર થયેલો સમયનો પ્રહાર ઓળખવો સૌથી મોટી બુદ્ધિમત્તા છે

...પરંતુ મારી આ પક્ષપાતરહિત સંહારતા પૂરી રીતે સમજવા માટે તમારે તમારી નજર થોડી તેજ કરવી પડશે. અને સાથો-સાથ તમારે તમારી ભાષા પણ બદલવી પડશે. તમે કહો છો ઘડપણ આવ્યું. ના, ઘડપણ નથી આવ્યું, પણ તમારો સમય સરતો જાય છે. તમે કહો છો તે મરી ગયા. ના, હું તેને ખાઈ ગયો. આ બ્રહ્માંડની એવી કોઈ વસ્તુ નથી જેને મેં મારી રોજે-રોજ મીટાવવાની પ્રક્રિયામાં સામેલ ન કરી હોય. સૂર્યનો પ્રકાશ હોય કે ચંદ્રની શીતળતા, આ બધું પણ હંમેશા મારા નિશાન ઉપર રહે જ છે. આજ કારણ છે કે તેમનો પ્રકાશ પણ રોજે-રોજ મંદ જ પડતો જાય છે. જે સૂર્ય સંપૂર્ણ જીવ સૃષ્ટીનાં જીવનનો સ્રોત છે, તેને પણ હું વારંવાર ઠંડો પાડી જ દઉં છું. અને એક દિવસ આ સૂર્યને પણ ઓલવી નાખું છું. કહેવાની જરૂર નથી કે એની સાથે તમારું અસ્તિત્વ પણ સમાપ્ત થઈ જ જાય છે. અને આ પ્રક્રિયા પણ હું અત્યાર સુધીમાં કેટલીયે વાર દોહરાવી ચૂક્યો છું.

એટલે, એકંદરે જો તમે તમારા જીવન તથા બ્રહ્માંડના બધાં જ રહસ્યોને સમજવા માંગતા હો, તો સહુથી પહેલા તમારે મારા આ કાળરૂપી સ્વરૂપને બરાબર ઓળખવું પડશે. આજ પછી નાનામાં નાની અને મોટામાં મોટી દરેક વસ્તુ પર મારા મારનો પ્રભાવ જોતા શીખી જાવ, પછી જો-જો તમે આ પ્રકૃતિની એક કેટલી મોટી રમતને સમજી જશો. અને જો તમને વસ્તુઓનો નાશ થવાની પ્રક્રિયા અને તેના સમય સંબંધે પણ ખબર પડવા માંડશે, તો પછી બચશે શું? કોણ છે તમારા સંસારમાં, જે તમારી સામે ઊભો રહી શકે?

બસ, અંતે ફરી એકવાર હું આ વાત સંપૂર્ણ દ્રઢતાપૂર્વક કહું છું કે હા, હું 'ધ ડિસ્ટ્રોયર' છું, અને મારા કેટલાય મહત્વપૂર્ણ સ્વરૂપોમાંથી મારું એક સ્વરૂપ આ પણ છે જ.

અને એનાથી પણ વધુ ભારપૂર્વક એ સમજાવી દઉં કે મારું આ સ્વરૂપ સારી રીતે સમજશો તો મારી કેટલીએ અકારણની થપાટોથી તમે બચવાનું પણ શીખી જશો. અને સાચું કહું તો સફળ જીવન એ છે શું? ...એ પણ બીજું કંઇ નહીં બસ, મારી કેટલીએ થપાટોથી બચ્યા હોવાનું પ્રમાણ છે. એટલે કે સફળ વ્યક્તિને ખબર હોય કે ન હોય, તે જાણે-અજાણે મારી થપાટોથી બચવાનું શીખી જ ગઈ હોય છે. આશા કરું છું કે આ એક સત્યોદ્‌ઘાટનથી તમને મારા આ સ્વરૂપને ઓળખવાની આવશ્યકતાનો અહેસાસ થઈ ગયો હશે. આગળ જતાં ઓળખવું કે ન ઓળખવું તે તમારી ઈચ્છા અને પ્રજ્ઞા પર આધાર રાખે છે. બાકી હું તો કહીશ, રોજ અડધો કલાક પોતાની ચોતરફ દ્રષ્ટિ ફેરવીને તેમના પર પડેલી સમયની માંગ જજ કરવામાં જરૂર વીતાવો.

હું મારા બીજા સ્વરૂપો અને પ્રભાવોની ચર્ચા કરતાં પહેલાં એક મહત્વનો ભેદ ખોલી દેવા માંગું છું. અને આ ક્રમમાં વર્તમાન અધ્યાયમાં હું જે સ્વરૂપની ચર્ચા કરવા જઈ રહ્યો છું એ મારા બધાં સ્વરૂપોમાં સૌથી વધુ મહત્વપૂર્ણ એટલા માટે પણ છે કેમ કે આ તમારા જીવન સાથે સીધું જોડાયેલું છે. માત્ર જોડાયેલું છે એટલું જ નહીં, પણ તમારા સમગ્ર જીવનનો દોરીસંચાર પણ મારા આજ સ્વરૂપના હાથમાં છે. જી હા, તમારા જીવનને જે સર્વાધિક પ્રભાવિત કરી રહ્યું છે તે 'મન' પણ હું જ છું. અને કેમ કે મન મારા કેટલાય સ્વરૂપોમાંથી એક છે, એટલે જ મારી જેમ, તે પણ અદ્રશ્ય છે અને એ જ કારણ છે કે મારી જ જેમ તે પણ તમારી સમજ અને વિજ્ઞાનની પહોંચ...બંનેથી હંમેશા પર જ રહ્યું છે. નિઃશંક આ જાણીને તમે થોડા ચોંકી ઉઠ્યા હશો કે મન પણ હું જ છું. જોકે આમાં ચોંકવા જેવું કશું જ નથી, ઉલ્ટુ તમને તો અફસોસ થવો જોઈએ કે તમે તમારા વિશે જ કેટલા અજાણ છો, કે આટલા વિશાળ અને આટલા સ્વરૂપ અને શક્તિઓના માલિક એવા 'મને' તમે ઘડિયાળ સુધી જ સીમિત રાખ્યો. ના તો મારું કાળ-સ્વરૂપ ઓળખી શક્યા કે ના તો મારા થકી થતા મારા પ્રહારની થપાટો દ્વારા મારી હાજરીનો તમે અંદાજોય લગાવી શક્યા. તેમ છતાં મજાની વાત એ છે કે પોતાની જાતને બુદ્ધિશાળી સમજો છો.

ચાલો, આ બધું જવા દો; તમારા કાળ-સ્વરૂપને તો હવે અમે જાણી લીધું. પરંતુ મન પણ તમે જ છો, એ વાત સમજમાં ન આવી. લ્યો, તો શું હું કંઇ હવામાં વાતો કરું

છું? ના-ના..., પણ મનમાં તો ભાવોની ચડતી-પડતી થયાં કરે છે. એમાં તમે ક્યાંથી આવી ગયા? બસ, અહીં જ તો થાપ ખાઈ ગયા તમે! એ ભાવોની ચડતી-પડતી નથી, મારા જ વિભિન્ન રૂપો છે. ...અને આ વાત હું અત્યારે જ તમને સમજાવીને સિદ્ધ કરી આપું છું.

આજ પછી એ બરાબર સમજી લો કે તમારા મસ્તિષ્કમાં ઊભા થતાં પ્રત્યેક ભાવ જેમ કે સુખ, દુઃખ, ચિંતા, આનંદ, હર્ષ, હતાશા બધું જ માત્ર સમય છે. તમે તેનો અનુભવ શા માટે અને કેવી રીતે કરો છો એ ચર્ચા હું પછી કરું છું, પહેલા તે સમય કેવી રીતે છે...તે સમજાવી દઉં છું. માની લો, તમને કોઈ દુઃખ ઘેરી વળે છે, ચાલો, એ તો તમે પકડી પાડ્યું. પણ એ વિચારો કે તે આવ્યું ક્યાંથી? એ પણ જવા દો, અત્યારે તો બસ, એ સમજી લો કે તે જન્મે છે મારા પોતાના કારણોથી. એક સાથે હજાર વસ્તુઓ સમજાવવા જઈશ તો તમે કન્ફ્યૂઝ થઈ જશો. કેમ કે એક તો આ વિષય કંઈક વધારે જ કૉમ્પ્લિકેટેડ છે અને ઉપરથી આજ સુધી પૂરી રીતે વણખેડ્યો પણ રહ્યો છે. એટલે હું ઈચ્છું કે ન ઈચ્છું પણ આ બધી વાતો મારે એક પછી એક જ સમજાવવી પડે તેવી છે. એટલે, તમારા સમગ્ર ભાવોને શા માટે અને કેવી રીતે જન્મ આપું છું, અને તેઓને કયા નિયમ મુજબ જન્મ આપું છું; એ બધું પણ હું આગળ-ઉપર જ બતાવીશ. ...પ્રથમ તો તમારું મન પણ હું જ છું, તે જરા સારી પેઠે સમજાવી દઉં.

હાં તો ચાલો, પેલું દુઃખ ઉત્પન્ન થયું, પરંતુ ત્યારબાદ થોડા સમય પછી તે ગાયબ પણ થઈ જાય છે. આ સમય થોડા કલાકો કે અમુક દિવસનો પણ હોઈ શકે છે, પરંતુ મૂળ વાત એ કે તે ગાયબ પણ થઈ જાય છે. બરાબર આવી જ રીતે ચિંતા, ક્રોધ, હતાશા, ભય, વ્યથા, ઉચાટ બધું જ તમે અનુભવતા રહો છો, પરંતુ એ બધું પણ થોડા સમય પછી અલોપ થઈ જ જાય છે. એટલે કે તમારા બધાં જ ભાવો આવ-જા કરે છે, માત્ર થોડા સમય માટે તમે તેમને મહેસૂસ કરો છો. તો બતાવો, તમારા બધાં જ ભાવો 'હું' થયો કે નહીં?

ખેર! હવે હું વધુ એક મજાની વાત કહું. એને સાંભળીને તમને તમારી જ નહીં, સંપૂર્ણ મનુષ્યતાની બુદ્ધિ પર દયા આવી જશે. કેમ કે હજારો વાર અને હજારો કારણોથી તમારા મનમાં આવ-જા કરતા આ ભાવોની ચર્ચા થઈ ચૂકી છે, જૂનામાં-જૂનો જમાનો તથા તેની વાતો અને ગ્રંથો પણ આનાથી મુક્ત નથી. તેઓએ પણ માનસપટ પર આવ-જા કરતાં આ ભાવોની ખૂબ ચર્ચા કરી છે. અને મજાની વાત તો એ છે કે દરેક જમાનાએ તમારી જ જેમ દુઃખ, ચિંતા, વ્યથા, હતાશા વગેરેને અલગ-અલગ ઓળખ્યા પણ છે અને તેને તે હિસાબથી સમજાવ્યા પણ છે... પરંતુ આજે હું આ રહસ્ય પરથી પડદો હટાવું છું કે આ બધાં ભાવો એક જ છે, બસ અણસમજણના કારણે આ ભાવો તમને અલગ-અલગ બતાવાયા છે. અને આ જ કારણ છે કે યુગ વીતી ગયા પરંતુ કોઈ વાત, કોઈ મંત્ર મનુષ્યનાં દુઃખ-દર્દ

દૂર નથી કરી શક્યા. કેમકે કોઈપણ દવાની અસર થાય તે માટે રોગનું યોગ્ય નિદાન કરવું જરૂરી છે. હું મનુષ્યનાં અને તેના મનનાં એ સત્ય પરથી પડદો ઉપાડી રહ્યો છું. જેને સમજવામાં પૂરો ઈતિહાસ ફેલાઈ રહ્યો છે. સમજાતું નથી કે બીજા તમને ખોટું સમજાવે ત્યાં સુધી તો ઠીક છે, પરંતુ તમે પોતે પોતાના વિશે આવી રીતે ભ્રમિત થઈ જાવ...તો તો વાત સાચે જ ખટકે એવી છે. જોકે હું અહીં દ્રઢતાપૂર્વક એ સ્પષ્ટ કરી દઉં કે જે મનુષ્ય પોતાનાં દુઃખ, ચિંતા, વ્યથા, હતાશા વગેરેને એક નથી જાણતો, તેણે કમ સે કમ બુદ્ધિશાળી હોવાનો દાવો તો ન જ કરવો જોઈએ. તમે બાહ્ય વસ્તુઓ બાબતે ભ્રમિત થઈ જાવ તો વાત માન્યામાં આવે છે, કેમ કે તે બહાર છે; પરંતુ તમે તમારા મનમાં સ્ફુરતાં ભાવો વિશે પણ આ હદે ભ્રમિત રહો, તો શું ધૂળ તમે આ માનવ-જન્મનો ફાયદો ઉઠાવી શકવાના? એટલે, આજ પછી એ બરાબર સમજી લેજો કે તમારા આ બધાં જ ભાવો 'હું' જ છું, ...એટલે કે તે બધા એક સમય જ છે, જે અજ્ઞાનવશ તમને ભિન્ન-ભિન્ન ભાસે છે. અને તેઓ અલગ-અલગ એટલા માટે દેખાઈ રહ્યા છે કેમ કે તેઓ બધા મારી ભિન્ન-ભિન્ન ગતિઓના પરિણામ છે, અને દુર્ભાગ્યવશ આ ગતિઓની ભિન્નતા જ તમને ભાવોની ભિન્નતાની જેમ દેખાઈ રહી છે.

બધાં ભાવોનાં ઉતાર-ચડાવ સમય જ છે

જુઓ મહારાજ, જરા ધીરે-ધીરે બતાવો! અમે તો અત્યારથી જ કન્ફ્યૂઝ થઈ ગયા. પહેલા તમે કહો છો કે મન તમે છો, પછી તમે કહો છો કે આ બધા ભાવો પણ તમે જ છો; ચાલો આ પણ માન્યું, પણ તો પછી આ તમારી ભિન્ન-ભિન્ન ગતિઓ ક્યાંથી આવી?

લો, તમે પણ કમાલ કરો છો. અરે ભાઈ, જો તમારા બધાં જ ભાવો આવ-જા કરે છે...તો પછી આ આવ-જા કરતાં ભાવોનો ખેલ મારા પટ ઉપર ખેલાય રહ્યો છે કે નહીં? એવું થોડું જ બને છે કે તમે કોઈ દુઃખને પકડી લીધું તો પછી આખું જીવન રોતારામ બનીને જ ફર્યા કરવાના? થોડા સમય પછી તમારો તેનાથી છુટકારો તો થઈ જ જાય છે, એટલે કે તે થોડા સમય પૂરતું જ રોકાય છે. અને પછી

સરી જતી પ્રત્યેક ક્ષણની સાથે તેની તીવ્રતા પણ ઓછી-વધતી થયાં જ કરે છે, એટલે કે તેને કમજોર પણ થવું પડે છે અને નષ્ટ પણ થવું પડે છે. આવામાં તમારે માટે તમારા સઘળા ભાવ થોડા સમયના મહેમાનથી વધારે શું થયા? અને મન ભાવો સિવાય બીજું કંઇ જ નથી. તો કહો, સીધે સીધી રીતે તમારું મન "હું" થયો કે નહીં?

ખેર, જ્યારે તમે એ સમજી ગયા કે મન હું છું, તો હવે મારી ભિન્ન-ભિન્ન ગતિઓ વિષે પણ સમજી લો તથા તે ભાવોમાં કેવી રીતે પરિવર્તિત થાય છે, તે પણ સમજી લો. તમે શું એમ સમજો છો કે તમે ચોવીસ કલાકનો એક દિવસ બનાવીને મને બાંધી દીધો? પણ તમે એ કેમ ભૂલી ગયા જે હું તમને પહેલાં જ કહી ચૂક્યો છું કે હું સ્વભાવથી જ ટીખળી અને ચંચળ છું... હું બંધાઈ શકું તેમ છું જ નહીં. તમારી ઘડિયાળ અનુસાર મારી ગતિના જે સ્વરૂપને તમે ઓળખો છો, તેના સિવાય પણ મારી હજારો ગતિ છે. અને આ વાત ધ્યાનમાં રાખજો કે જ્યારે મારી ગતિ ધીમી થઈ જાય છે, ત્યારે તમને એવો આભાસ થાય છે કે તમે દુઃખી કે ચિંતિત છો, પણ વાસ્તવમાં એવું છે નહીં. તેવી જ રીતે જ્યારે મારી ગતિ અત્યંત ઝડપી થઈ જાય છે ત્યારે તમે આનંદ, સુખ અને શાંતિ જેવી માનસિક અવસ્થાનો અનુભવ કરો છો. પરંતુ તે પણ હકીકતમાં મારી ઝડપી થયેલી ગતિ સિવાય બીજું કંઇ જ નથી.

મનુષ્યનું મન પણ સિવાય સમયથી વિશેષ કાંઇ નથી

માન્યું કે વાત થોડી કૉમ્પ્લિકેટેડ અને નવી છે. કંઇ વાંધો નહીં, હું આ વાતને થોડા વધુ વિસ્તારથી જણાવું છું. તમને અનેક વાર આના અનુભવો થયા હશે, પરંતુ તમે ક્યારેય તેના પર ધ્યાન નહીં આપ્યું હોય. પરંતુ આજ પછી ધ્યાન આપજો, બે-ચાર અનુભવોમાં જ તમે સમજી જશો. તમે જો-જો કે જ્યારે પણ તમે આનંદ કે મોજમાં હોવ છો ત્યારે શું થાય છે? ...નક્કી જ સમય ઝડપથી પસાર થાય છે, એટલે કે તમારી ઘડિયાળના સમયથી ઘણો ઝડપી. અને એથી ઊલ્ટું જ્યારે તમે કોઈ મુસીબતમાં હોવ છો કે ચિંતામાં ડૂબેલાં હોવ છો, ત્યારે શું થાય છે? ...ત્યારે એ જ ઘડિયાળનો સમય ઘણો લાંબો થઈ જાય છે.

અને અહીં હું તમને વર્તમાન યુગના ખૂબ જ ઈન્ટેલિજન્ટ વ્યક્તિ 'આલ્બર્ટ આઈન્સ્ટાઈન'ના વખાણ કરવા ચાહીશ, તેમણે સમયની આ રિલેટિવિટીને ન ફક્ત પિછાણી બલ્કે તેને સારી પેઠે સમજાવી પણ ખરી. કદાચ તમને પણ યાદ હશે કે તેમણે શું કહ્યું હતું. ન સાંભળ્યું હોય, કે યાદ ન આવતું હોય તો હું બતાવી દઉં છું. તેમણે કહ્યુ હતું કે ધારો કે તમારો હાથ સળગતી સગડી પર રાખ્યો હોય, તો શું થશે? હાથ બળવાનાં કારણે, તમને તમારો સમય કાઢવો મુશ્કેલ થઈ પડશે. અને એથી વિપરીત, જો તમે સોહામણી ઋતુમાં તમારા પ્રિયજન સાથે બેઠાં છો, તો કલાકો વીતી જશે પણ તમને સમયનું ભાન જ નહીં રહે. અને આઈન્સ્ટાઈનની જ ભાષામાં કહું "An hour sitting with a pretty girl on a park bench passes like a minute, but a minute sitting on a hot stove seems like an hour."

અને આવા તો તમને અસંખ્ય અનુભવ હશે. તમારા ઘરમાં કોઈ બીમાર હોય કે કોઈને હોસ્પિટલમાં દાખલ કર્યાં હોય, અને તેમની હાલત અતિ ગંભીર હોય, ત્યારે તે રાત તમારાથી કાઢી નથી કઢાતી. તમે વિચારો છો કે તમે ટેન્શનમાં છો. ના, હું કહું છું કે અચાનક મારી ઝડપ તમારી ઘડિયાળના કાંટાથી અનેક ગણી ધીમી પડી ગઈ છે. વળી આની બીજી બાજુનું ઉદાહરણ આપું તો ધારો કે તમારા ઘરમાં લગ્ન છે. રાતભર ખાણી-પીણી અને ગીત-નૃત્ય ચાલ્યાં કરે છે. તે આખી રાત ક્યાં વીતી જશે તમને ખબર પણ નહીં પડે. તમે કહેશો કે તે તો વીતવાની જ હતી, મોજ મસ્તીથી જો ભરેલી હતી. અરે, બંને રાતોના સમયમાં આટલો ફરક? જોકે તમારી ઘડિયાળના સમયને જ સાચો માનીએ તો બંનેમાં સમય તો બાર કલાકનો જ વીત્યો છે.

...એટલે સમજ્યા કે નહીં? ન સમજ્યા હો, તો એ સમજી લો કે પોતાની આજ અણસમજણનાં ચક્કરમાં તમે થાપ ખાઈ રહ્યા છો. એ સારી પેઠે સમજી લેજો કે તમારી આજ અણસમજ તમને નુકસાન પહોંચાડી રહી છે. આ બધા દુઃખ, ચિંતા, આનંદ, મોજ-મજા કે જે કંઈ પણ તમે જાણો છો, તે બધાં પરિણામ છે; તેમની પાછળનું વાસ્તવિક અને એકમાત્ર કારણ ફક્ત હું છું. મારી ગતિ મંદ કે તીવ્ર થવાથી જ તમે તમારા બધા ભાવોનો અનુભવ કરો છો. અને આ વાત હું પૂરી દ્રઢતાપૂર્વક કહું છું કે સુખ-દુઃખ કે શાંતિ-અશાંતિ જેવી કોઈ વસ્તુ છે જ નહીં. આ બધું તમારો ભ્રમ છે. તમારું મન 'સમય' એટલે કે હું છું. અને મારે ભાવો સાથે કંઈ લેવા-દેવા નથી. મારી ભાષા ગતિ અને માત્ર ગતિની જ છે. અને મને વિશ્વાસ છે કે આ વાત હવે બરાબર સ્થાપિત પણ થઈ ગઈ છે. આમ પણ, કારણ કે હું મારા પોતાના વિશે જણાવી રહ્યો છું, અને એ પણ વૈજ્ઞાનિક યુગમાં જણાવી રહ્યો છું; એટલે હું જાણું છું કે જે કહીશ તે સાથોસાથ સાબિત પણ કરતાં જવું પડશે. અને એટલે તો હું

વૈજ્ઞાનિક ભાષાનો જ પ્રયોગ કરી રહ્યો છું. અને મને વિશ્વાસ છે કે હું મારી કહેલી બંને વાતો સ્થાપિત કરી પણ ચૂક્યો છું. એક તો એ કે હું મન છું, કારણ કે તમારા મનમાં ઉત્પન્ન થતો પ્રત્યેક ભાવ વહેલો કે મોડો વિલિન થઈ જ જાય છે. અને બીજું એ કે માનસપટલ પર તમે ભાવોની જે ચડતી-પડતી અનુભવો છો, તે બધા પણ મારી ભિન્ન-ભિન્ન ગતિઓ સિવાય બીજું કશું જ નથી. કેવી સીધી સાદી તો વાત છે, એટલે આ વાતને હું અહીં જ સમાપ્ત કરું છું.

ચાલો, આ ચર્ચાને આગળ ધપાવતાં હું ફરી એકવાર એ સ્પષ્ટતાપૂર્વક કહેવા માંગુ છું કે તમારું મન જ તમારા જીવનનો માર્ગ નિર્ધારિત કરે છે. અને તમારું મન હું છું. અને કેમ કે મારી ભાષા ગતિની છે, એટલે એ પ્રમાણે સમજીએ તો તમારા અંતરમનમાંની મારી ગતિ જ તમારા જીવનની દિશા અને દશા, બંને નક્કી કરે છે. એટલે જ તો કહે છે, કે 'જેવી ગતિ તેવી મતિ'. એટલે કે જેવી ગતિએ હું ચાલીશ તેવું જ તમારું જીવન થઈ જશે. જો તમારા જીવનમાં મારી ગતિ તીવ્ર હશે તો તમારું જીવન આનંદ અને સફળતાના નવા-નવા શિખરો સર કરશે, અને જો તમારા જીવનમાં મારી ગતિ મંદ હશે તો તમારું આખું જીવન દુઃખ અને ચિંતાઓની એક અનંત હારમાળા બનીને રહી જશે.

પરંતુ યુગોથી મનુષ્ય આ વાસ્તવિકતાથી અજાણ રહ્યો છે. તે પોતાની અણસમજને લીધે મનને 'સમય'ના વિવિધ સ્વરૂપમાં ઓળખવાને બદલે ભાવોનું સંયોજન સમજતો આવ્યો છે. અને એટલા જ માટે દરેક પ્રકારના પ્રયત્નો કરવા છતાંય તે પોતાના દુઃખ-દર્દ ઓછા નથી કરી શક્યો. કરી પણ કેવી રીતે શકે...? મનુષ્ય તો દુઃખ, ચિંતા, બેચેની વગેરેને ભાવો સમજીને એનાથી છૂટવાના ઉપાયો શોધવામાં લાગેલો છે. અને મજા તો એ છે કે અણસમજુ લોકો ધર્મ અને સાયકોલોજીના નામ પર બધાંને આ ભાવોમાંથી છુટકારો મેળવવાના ઉપાયો પણ બતાવી જ રહ્યા છે. પરંતુ જરા વિચારો કે જે બીમારી તમને છે જ નહીં, તેની દવા લેવાથી પણ વળશે શું? જ્યારે તમારી બીમારી જ ભ્રમ હોય ત્યારે તો તમારે

તે ભ્રમ જ ભાંગવો રહ્યો. અને તમારો આ 'ભ્રમ' તો કદાચ મારી વાતોથી ભાંગી જ ગયો હશે. તમને અત્યાર સુધીમાં એટલું તો સમજાઈ જ ગયું હશે કે તમે જે દુ:ખ, ચિંતા, તકલીફ વગેરેને ભાવ સમજી રહ્યા છો, તે બધાં ભાવો વાસ્તવમાં સમય છે. અને જો સાચે જ આ વાત સમજાઈ ગઈ હોય તો તમે એ પણ સમજવાની કોશિશ કરો કે તમારી બીમારી મનમાં ઉત્પન્ન થનારા ભાવો નથી, પણ તમારી મૂળ તકલીફ મારી ગતિનું વારંવાર તમારા જીવનમાં મંદ પડી જવું એ છે.

હવે જો એક વાર ઉપરોક્ત વાત સંપૂર્ણ રીતે સમજમાં આવી જાય તો પછી સાચી દિશામાં ઈલાજ પણ શરૂ કરી શકાય છે. એટલે સૌ પ્રથમ તમારે એ સારી પેઠે અનુભવવું પડશે કે તમે જેને ભાવ સમજી રહ્યા છો, તે મારા ગતિ-પરિવર્તન સિવાય બીજું કશું જ નથી. અને જ્યારે તમારી બીમારી જ તમારા જીવનમાં, મારી એટલે કે સમયની ગતિનું મંદ પડી જવું છે, એવામાં તેનો ઈલાજ પણ સ્પષ્ટ છે; બસ, તમારે તમારા જીવનમાં સમયની ગતિ વધારવાની છે. અને આ વાતને આગળ વધારતા તેના ઉપાયો ઉપર ચર્ચા શરૂ કરું તે પૂર્વે હું તમને મારી ગતિની વિભિન્નતાઓ વિશે બીજા કેટલાંક ઉદાહરણો આપુ છું, જેથી તમને વાત સમજવામાં આસાની રહે.

તમે સપનાઓ તો જોતાં જ હશો. અને તે સપનાઓમાં તમે ઘણીવાર ધ્યાન પણ કર્યું જ હશે, જો ન કર્યું હોય તો હવે કરજો કે સપનાઓમાં મારી ગતિ સર્વથા ભિન્ન હોય છે. કેટલીએ વાર તો એવું બને છે કે તમે બપોરે પાંચ-દસ મિનિટની ઊંઘ ખેંચો છો, અને એટલામાં જ તમે નોકરીએ પણ લાગી જાવ છો, પછી નોકરી છોડી તમે વ્યવસાય પણ કરવા લાગો છો, અને એટલું તો કમાઈ લો છો કે તમારા પોતાના વ્યક્તિગત વિમાન સુદ્ધાય આવી જાય છે. ...આટલું બધું ફક્ત પાંચ મિનિટમાં? બિલકુલ, કારણ કે સપનામાં મારી ગતિ જ એટલી તેજ થઈ જાય છે કે આટલું બધું પાંચ મિનિટમાં શકય બની જાય છે. તો એ વિચારો કે જો તમારા જીવનમાં મારી ગતિ આટલી તીવ્ર થઈ જાય તો તમે સફળતા અને આનંદનું કયું એવું શિખર છે જેને સર ન કરી શકો? ખેર, આ ચર્ચા આગળ-ઉપર, સમય આવ્યે. અત્યારે તો તમને વધુ એક રહસ્યની વાત જણાવું છું. પૃથ્વી પર મારી ગતિ અલગ છે, તો અંતરિક્ષમાં બીજા ગ્રહો ઉપર મારી ગતિ બિલકુલ અલગ છે. અને હવે તો વિજ્ઞાને પણ એ માની લીધું છે કે અંતરિક્ષમાં સમયની ગતિ સર્વથા ભિન્ન હોય છે. ત્યાં દસ વર્ષ રોકાવાથી પણ મનુષ્યની ઉંમર પર બે-ત્રણ વર્ષ જેટલી જ અસર થાય છે.

અને અહીં એકવાર ફરી આઈન્સ્ટાઈનને સલામ કરવાનું મન થાય છે. સાચે જ તેઓ મારા વિશે બહુ આગળ નીકળી ગયા હતાં. ચોક્કસપણે આજ દિવસ સુધી મારા વિશે એટલું આગળ મનુષ્ય જાતિના ઈતિહાસમાં બીજું કોઈ નથી નીકળી શક્યું. તેમણે એક વાર

એક ઉદાહરણ ટાંકતા કહ્યું પણ હતું કે માની લો કે પંદર વર્ષની ઉંમરે તમે લગભગ પ્રકાશની ઝડપે જતાં એક સ્પેસ શટલમાં બેસીને પૃથ્વીથી દૂર નીકળી જાવ છો, અને તમે અવકાશ(સ્પેસ)માં તમારા પાંચ જન્મદિવસ મનાવો છો. એટલે બીજા શબ્દોમાં કહું તો તમારી સમજ મુજબ તમે લગભગ પાંચ વર્ષ ત્યાં વીતાવ્યાં છે. પરંતુ જ્યારે તમે પરત આવશો તો તમે આશ્ચર્યચકિત રહી જશો કે તમારા બધાં જ સહ-અધ્યાયી મિત્રો લગભગ પાંસઠ વર્ષના થઈ ગયા છે, અને તેમાંથી મોટાભાગનાં તો દાદા પણ બની ગયાં છે. અર્થાત્ જ્યાં તમે માત્ર પાંચ વર્ષ જીવવાનો અનુભવ કર્યો, ત્યાં તમારા સહ-અધ્યાયી મિત્રો તે જ સમય દરમિયાન પચાસ વર્ષ જીવી ગયા. જોયું તમે, એક ગ્રહથી બીજા ગ્રહ પર જવા માત્રથી મારી ગતિમાં કેટલી ભિન્નતા આવી જાય છે?

તમારા અંદર સમયની ગતિ ઝડપી તો જ જીવનમાં આનંદ અને સફળતા મેળવવી સંભવ છે

ખેર, જ્યારે હું પોતે જ તમને મારી ગતિની ભિન્નતાઓ વિશે બતાવી રહ્યો છું તો પછી આટલે દૂર શા માટે જવું? તમે લોકો તમારા જ જીવનમાં પરસ્પર ડોકિયું કરીને જોઈ લો. તમારી આસપાસ કેટલાય લોકો તમને ઉંમરને થાપ આપતાં દેખાઈ આવશે. અર્થાત્ ઉંમર તો તેમની પચાસ હશે, પરંતુ તેઓ પાંત્રીસ-છત્રીસના જ દેખાતા હશે. આમ કેમ? આ તેમના પસાર થયેલા જીવનમાં મારી ગતિનો સંદેશ છે. એટલે તેમણે જે જીવન વીતાવ્યું છે તેમાં સમય ઝડપથી પસાર થયો છે. ત્યારે દુ:ખી આત્માઓ શોધવા માટે તો દૂર જવાની જરૂર જ નથી. તેઓ સત્તર જાતના નિયમો પાળવા અને નિયમિત વ્યાયામ કરવા છતાં પણ જીવનમાં મારી ગતિ મંદ હોવાનો દંડ ભોગવી રહ્યા છે. તેઓ ચાળીસ વર્ષની ઉંમરે જ પચાસ-સાંઈઠના દેખાવા લાગે છે.

જો તમે સાચે જ મારી કહેલી વાતો સમજી ગયા હો, તો આજ પછી જીવનમાં દુ:ખ અને નિષ્ફળતાઓથી કેવી રીતે બચીએ, એ પૂછતાં જ નહીં. જીવનમાં આનંદ, શાંતિ અને સફળતા કેવી રીતે મેળવીએ, એ વિશે વિચારતાં જ નહીં. તમે માનવ-જાતિનો ઈતિહાસ તપાસજો, આ બધું તો મનુષ્ય યુગોથી વિચારતો અને ઈચ્છતો

આવ્યો છે. પરંતુ તેનું પરિણામ શું આવ્યું? કેટલાના દુઃખો દૂર થયાં? કેટલા સફળતાના શિખરે પહોંચ્યા? ગણ્યા-ગાંઠ્યા... કદાચ લાખોમાં એકાદ. અહીં એ સાબિત કરવા માટે આટલું પૂરતું છે કે આ માનસિકતા અને આ રીત, બંને ખોટા છે. ...જોકે આમાં કેટલીએ ધાર્મિક અને સામાજીક સંસ્થાઓનો સ્વાર્થ પણ છે જેથી તેઓ આટલી નિષ્ફળતાઓ છતાં, માત્ર પોતાની લાલચના કારણે તમને આવી તાલીમો પ્રત્યે આકર્ષિત કરતાં જ રહે છે. જોકે આમાં તેમનો પણ શું વાંક? જ્યારે તમે પોતે હજારો અનુભવો પછી પણ પોતાના દુઃખ-દર્દ ઓછાં કરવા માટે ફરી-ફરીને એ જ દુકાનો પર પહોંચી જાવ છો, તો પછી આવામાં તેઓ પોતાની ધીકતી દુકાનો શું કરવા બંધ કરે? એટલે તેમનાથી બચવાનું તમારે જ શીખવું પડશે.

એટલું જ નહીં, હવે તમારે તમારા પ્રશ્નો પૂછવાની પદ્ધતિમાં પણ પરિવર્તન લાવવું પડશે. હવે તમારે જવાબ એ સવાલનો શોધવો પડશે કે જીવનમાં સમયની ઝડપને કેવી રીતે વધારી શકાય? કેવી રીતે પોતાના દિવસોને ક્ષણોની જેમ પસાર કરી શકાય? કેમ કે જો અંતરમનથી તમારા દિવસો ક્ષણોની જેમ પસાર થતાં હશે, તો પરિણામસ્વરૂપ ચોક્કસપણે તમે આનંદ, શાંતિ અને સફળતાનો સ્વાદ ચાખી જ રહ્યા હશો. પરંતુ મારી ગતિની ચિંતા કર્યા વગર આનંદ અને સફળતા પ્રાપ્તિના હજારો ઉપાયો કેમ ન અજમાવો, કે પછી સફળતા મેળવવા માટે લાખ કોશિશ કેમ ન કરો; હું દાવા સાથે કહું છું કે તમારા હાથમાં કશું આવવાનું નથી. અંતે જીવન એ મુકામ પર પહોંચી જશે જ્યાં સમયની ઝડપ વધારવી તો દૂરની વાત, સમય જ પસાર નહીં થાય. ...અને જે કદાચ ત્યાં પહોંચી પણ ગયું છે.

એટલે આજ પછી એ સમજી લેજો કે બધા સારા-નરસા ભાવો, સમયની ગતિનાં પરિણામ સિવાય બીજું કશું જ નથી. હકીકતમાં તો આ બધી મારી ગતિની જ રમત છે. એટલે જીવનમાં આનંદ કે સફળતા મારી અવગણના કરીને સીધી મેળવી શકાય છે. ...કે પછી તેના પણ કોઈ મંત્રો હોઈ શકે છે? એવું વિચારતા જ નહીં. આ તમારા ભ્રમથી વધીને બીજું કશું જ નથી. અને આ ભ્રમ કંઇ તમે આજથી નહીં, યુગોથી પોષતા આવ્યાં છો. અને તેનું પરિણામ પણ તમારી સામે જ છે; દરેક શરીર ઘાયલ છે અને દરેક મન ઉદાસ છે. સફળતા તો છોડો, જીવવાના પણ ફાંફાં પડ્યા છે. જ્યારે આ બધાથી બચવા માટે સમાજ, સંસાર અને ધર્મમાં જેટલાં પણ ઉપાયો ઉપલબ્ધ હતાં, તે પણ તમે અજમાવી જ ચૂક્યા છો. અને તે બધા ઉપાયોથી મનુષ્યની સ્થિતિ બદથી બદતર જ થઈ છે, એ સત્ય પણ હું તમારી નજર સમક્ષ લાવી જ ચૂક્યો છું.

એટલે જેને હવે સાચે જ પોતાનું જીવન આનંદ અને સફળતાથી ભરવું હોય, એણે સૌ પ્રથમ તો જૂના ઉપાયો ફરી અજમાવવા બંધ કરી દેવા જોઈએ. એણે પોતાનો જૂનો ભ્રમ ભાંગીને હવે એ વિચારવું જોઈએ કે તે પોતાના જીવનમાં સમયની ઝડપ કેવી રીતે વધારે?

વિજ્ઞાન સમયને તેની પોતાની સંપૂર્ણતામાં ક્યારેય નથી સમજી શકતું

બસ, જે આ એક શોધમાં લાગી જશે તેના જીવનમાંથી જૂનો ભ્રમ આપમેળે જ ભાંગી જશે. કેમ કે સૌ પ્રથમ તો એ સમજી લો કે તમારા જીવનમાં દુઃખ અને નિષ્ફળતાઓ છે જ નહીં, માત્ર જીવનમાં સમયની ગતિ ધીમી થવાનું આ પરિણામ છે. અને આ સમજ્યા વગર આગળ કશું જ થવાનું નથી. એટલે બાકીના હજાર ઉપાયો છોડી સહુથી પહેલાં આ ભ્રમનો ઉપાય શોધો.

ચાલો, તમારો ભ્રમ ભાંગવા, આજ વાત તમને એક સામાન્ય ઉદાહરણથી સમજાવવાનો પ્રયત્ન કરું છું. એક ખેડૂત હતો. તેના ખેતરમાં સાંપ અને ઉંદર બંનેનો વાસ હતો. જોકે ખેડૂત આ વાતથી અજાણ હતો. આમ પણ ખેડૂત દિવસે ખેતી કરવા જતો, અને દિવસે તેઓ બંને બહાર નીકળતા નહોતા. પરંતુ એક દિવસ તેને કોઈ કારણવશ રાતે ખેતરેથી પસાર થવું પડ્યું. અને તે જ વખતે સાંપે એને ડંખ માર્યો. પણ મજાની વાત એ બની કે જેવું તેણે નીચે જોયું તો એને ઉંદર દોડતો દેખાયો. એને લાગ્યું કે ઉંદરે બચકું ભર્યું છે. એણે તે

વાતને ગંભીરતાથી ન લીધી. નસીબજોગે સાંપ પણ ઝેરીલો નહોતો, એટલે તેના ડંખની પણ ખેડૂત પર કંઈ ખાસ અસર ના થઈ.

ખેર, આ વાત તો ભૂલાઈ ગઈ. પરંતુ થોડા મહિના પછી તેને ફરી એકવાર રાતે ખેતરે જવું પડ્યું. આ વખતે તેને ઉંદરે બચકું ભર્યું. પરંતુ વક્રતા એ થઈ ગઈ કે આ વખતે નીચે જોતાં તેને સરકી જતો સાંપ દેખાયો. બસ, તે ચક્કર ખાઈને ત્યાંજ પડી ગયો. પછી તો દિવસો સુધી તેનો ઈલાજ ચાલ્યો, પરંતુ તે સાજો ના થયો તે ના જ થયો. કેવી રીતે થવાનો હતો? ઈલાજ સાંપના કરડવાનો થતો હતો, જ્યારે સાંપ તો કરડ્યો જ નહોતો. તે માત્ર એનો ભ્રમ હતો, અને ઠીક પણ ત્યારે જ થવાનો હતો જ્યારે તેનો આ ભ્રમ દૂર થાત.

તમારી બરાબર આ જ દશા છે. તમને હું અને મારી ગતિ કરડી રહ્યા છીએ, અને તમે સમજી રહ્યા છો કે ભાવોની ચડતી-પડતી તમને પરેશાન કરી રહી છે. અને તેને લઈને તમે તેના ઈલાજમાં લાગી ગયા છો. દુઃખ અને ચિંતાઓથી કેવી રીતે બચી શકાય, તેવું પૂછતાં ઠેર-ઠેર ભટકી રહ્યા છો. અને ત્યાં કંઈ જ જાણતા-સમજતા ન હોય, છતાં પણ ઉપાયો વેચવાવાળા અને શિખામણ આપવાવાળા ઊભા જ છે. કહેતા ભી દિવાના અને સુનતા ભી દિવાના જેવો ઘાટ છે. હવે આવામાં જીવનના દુઃખો દૂર થાય તો પણ કેવી રીતે? ...એટલે તમારી નાદાની અને તેમના લોભનો મેળ પડી ગયો છે. તમે શોષાઈ રહ્યા છો અને તેઓ પાંગરી રહ્યા છે. તો, જો હવે તમે સાચે જ જીવનમાંથી તકલીફોને વિદાય આપી, સફળતાનો સ્વાદ ચાખવા માંગતા હો. ...તો તમે તમારા જીવનની પ્રત્યેક ચડતી-પડતી વખતે મારી ગતિ પર ધ્યાન આપવાનું શરૂ કરી દો. અને જેવો મારી ગતિ મંદ થવાનો અહેસાસ થવા લાગે કે એ જ ક્ષણે તે મંદ પડેલી મારી ગતિને ફરીથી કેવી રીતે તીવ્ર બનાવી શકાય તેના ઉપાયો શોધવામાં લાગી જાવ. ...બસ, તમારું કામ થઈ જશે. ધીરે-ધીરે કરીને તમે દુઃખ અને ચિંતાઓથી મુક્તિ મેળવતા થઈ જશો.

અન્ય ગ્રહો પર સમયની ગતિ પૃથ્વીથી સંપૂર્ણપણે ભિન્ન છે

કદાચ મારી કહેલી વાત હજુ પણ કેટલાયના મગજમાં પૂરી રીતે નહીં ઊતરી હોય. ...તો મને પણ કંઈ ઉતાવળ નથી. જ્યાં સુધી

તમે વાતને પૂર્ણપણે નથી સમજી જતા, હું પણ આગળ નથી વધવાનો. અને હવે વાતને સમગ્ર રીતે તમારા મગજમાં ઊતારવા માટે હું મારી પહેલાની વાત ફરી એકવાર કહેવા માંગીશ. મેં શરૂઆતમાં જ તમને કહ્યું હતું કે હું અદ્રશ્ય છું, અને મારું અસ્તિત્વ પ્રકૃતિની ઉત્પત્તિ જેટલું જ જૂનું છે. એટલે વિજ્ઞાન ભલે હાલમાં જ મારા કેટલાંક રૂપો પકડવામાં સફળ થયું હોય, અને બની શકે કે તે આગળ ચાલીને મારા કેટલાંક અન્ય સ્વરૂપો વિશે પણ જાણી લે; પરંતુ અહીં દાવા સાથે હું એ કહેવા માંગુ છું કે મારું સમગ્ર અસ્તિત્વ તે ક્યારેય નહીં સમજી શકે. મારા બધાં ક્રિયા-કલાપોને વિજ્ઞાનની પ્રયોગશાળામાં કદી સાબિત કરી શકાય તેમ નથી. એ માટે તો કદાચ કોણ જાણે કેટલાય આઈન્સ્ટાઈનોએ એક સાથે ધરતી પર જનમ લેવો પડશે. એટલે, એ વાતને અત્યારે જવા દો. અત્યારે તો આ ચર્ચા એ સમજાવવા માટે છેડી છે કે વિજ્ઞાનની છોડો અને એ સમજો કે તમારા મગજમાં પણ એક પ્રયોગશાળા છે, અને તમે ત્યાં ખૂબ સરળતાથી મારી કહેલી બધી જ વાતોની સત્યતાનો અનુભવ કરી શકો છો. કારણ કે તમારા જીવનને સહુથી વધુ પ્રભાવિત કરવાવાળું મન છે, અને તે મારા સ્વરૂપ સિવાય બીજું કંઈ જ નથી. હા, મારું આ મનરૂપી સ્વરૂપ જરા ચંચળ, કૉમ્પ્લિકેટેડ, તોફાની અને ઉપદ્રવી છે, તેમ છતાં એ તમારી સમજથી પર તો નથી જ, કેમ કે આખરે એ પણ છે તો તમારા અસ્તિત્વનું જ એક અંગ. અને પાછી આ બધી વાતો પણ તમારા જ જીવનમાં બની રહી છે; એટલે સીધી રીતે કહું તો તમારી અંદર-બહાર ઘટિત થતી આ બધી ઘટનાઓ જ મારી કહેલી વાતોની પ્રયોગશાળા છે, અને તમારું મન પ્રયોગ કરી શકવાવાળો વૈજ્ઞાનિક. જરા એ બાજુ દ્રષ્ટિપાત કરશો તો મારી કહેલી બધી વાતો તમને 'સ્વયં-સિદ્ધ' દેખાઈ આવશે.

એટલે ટૂંકમાં તમને કહેવાનું એટલું કે જેમ-જેમ હું કહેતો જાઉં, તેમ-તેમ તમે તમારા અંતરમનમાં ડોકીયું કરતા જાવ. ત્યાં તમને મારી કહેલી વાતોના અનેકવાર અનુભવ થયા જ છે. આ અંદરની વાત છે, અંદર જ ઉતારજો અને અંદર જ પરખજો. થોડા પ્રયત્નથી મારા દ્વારા કહેવાયેલી બંને વાતો તમારા મગજમાં તરત જ સ્પષ્ટ થઈ જશે. ખેર, અત્યારસુધી તમે મારા કાળ-સ્વરૂપને ઓળખી જ લીધું હશે. સાથે-સાથે દુઃખ અને સુખના થોડા અનુભવોથી મારી ગતિની ભિન્નતાઓ પણ અત્યારસુધીમાં તમે સમજી જ ગયા હશો. એટલું જ કેમ, અત્યારસુધીમાં તો તમે એ પણ અનુભવ કરી જ ચૂક્યા હશો કે સાચે જ ચિંતા, પરેશાની, દુઃખ વગેરેનો અનુભવ કરતી વખતે તમારી અંદર સમયની ગતિ અત્યંત મંદ પડી જાય છે, આવો સમય ખૂટાડ્યે નથી ખૂટતો. જ્યારે આનંદ, મસ્તી અને સફળતાની ક્ષણોને જાણે કે પાંખો આવી જાય છે; આના પણ કેટલાય અનુભવો હવે તમે કરી જ ચૂક્યા હશો. આ સાથે જ તમને તમારા અંતરમાં આ બધી વાતોને પારખનારી એક પ્રયોગશાળા પણ દેખાઈ જ ગઈ હશે.

ખેર, આની આગળની કોઈપણ ચર્ચા કરતા પહેલાં હું ઇચ્છું છું કે તમે મારા મનરૂપી સ્વરૂપને વધુ સારી રીતે ઓળખી લો. કારણ કે વિષયનું કોઈપણ ઉંડાણ આ સત્યને સારી પેઠે મગજમાં ઉતાર્યા વગર સંભવ નહીં થઈ શકે. અને કેમ કે તમારું મન મારું જ સ્વરૂપ છે અને તમારા બધા ભાવો મારા ગતિ-પરિવર્તનને લીધે જ ઉત્પન્ન થઈ રહ્યા છે, એટલે આ વાત સમજવી તમારે માટે એટલી મુશ્કેલ ન થવી જોઈએ, ખાસ કરીને એ જોતાં કે તમારી અંદર સ્થિત પ્રયોગશાળા પણ તમારી પકડમાં આવી જ ગઈ છે. તો હવે થોડું એટલું સમજો કે આ ભાવોને નિયમોથી વિકસાવું પણ હું છું અને મારા કાળ-સ્વરૂપ થકી પરવશ થયેલા એ ભાવોને મંદ કરીને મારું પણ હું જ છું. તેના પછી પુનઃ મારી ગતિમાં પરિવર્તન આવે છે અને તમે બીજો ભાવ પકડી લો છો. ...પછી હું તેને પણ મંદ પાડીને મારી નાખું છું અને ફરી મારી ગતિ પરિવર્તિત થતાં જ તમે ત્રીજો ભાવ પકડી લો છો. આ રીતે મારા ગતિ-પરિવર્તનને કારણે તમે જીવનભર એક ભાવથી બીજા ભાવમાં ગોથાં ખાતાં રહો છો. અને આ બધી જ વાતો પર ધ્યાન તો તમે પણ લાખ્ખો વાર આપ્યું જ હશે કે જે ભાવ તમે વર્તમાનમાં ગ્રહણ કર્યા છે, તે કલાક, દિવસ કે મહિનાઓમાં વિલિન થઈ જ જાય છે. વળી તમે એ પણ અનુભવ કર્યો જ હશે કે પસાર થતી દરેક ક્ષણની સાથે તેની તીવ્રતા પણ ઓછી-વધતી થયાં જ કરે છે. અને એ સમજાવવાની હવે ક્યાંય કોઈ આવશ્યકતા નથી કે આ સમગ્ર પ્રભાવ મારા ગતિ-પરિવર્તનના કારણે જ છે.

હવે, તમે જરા એ સમજી લો કે તમારી મુખ્ય સમસ્યા શું છે કે જેના કારણે તમે હજારો આશાઓ લઈને દર બદર ભટકતા ફરો છો? એજ ને કે જીવનમાં દુઃખ અને ચિંતા વગેરે ન આવે. તો તે નહીં આવે, પરંતુ તે હેતુસર દર બદર ભટકવાથી શું થશે? આ આખી રમત તો મારા પડદા પર તમારી અંદર ચાલી રહી છે, તેથી ઉપાય પણ તમારે તમારી અંદર જ શોધવો રહ્યો. પરંતુ તમારી સમસ્યા એ છે કે જ્યારે તમે કોઈ ચિંતાથી ઘેરાવ છો ત્યારે તમે એ નથી સમજી શકતા કે તેને દૂર કેવી રીતે કરાય? માત્ર તેમાં ગરકાવ થઈ જાવ છો, એટલું જ નહીં પરંતુ તેના જ વિચારોમાં ખોવાયેલાં રહો છો. પરિણામ સ્વરૂપ મારી ગતિ અત્યંત ધીમી થઈ જાય છે. તે સમયે તમે થોડી સમજદારીથી કામ લો અને તેને ચિંતા માનવાનું છોડીને સમય માની લો. બસ, તરત જ તમે જોશો કે કમાલ થઈ જશે. તમે પહેલાના અનુભવો પરથી સમજી જશો, કેમ કે એ ચિંતા જે તમે સહી રહ્યા છો તે મારી, એટલે કે સમયની કૂખેથી જન્મી છે, એટલે તે આજે નહીં તો કાલે વિલિન થઈ જ જવાની છે. અને જ્યારે તે વિલિન થઈ જ જવાની છે તો તેને આટલી ગંભીરતાથી શા માટે લઈએ? બસ, આ સમજની સાથે જ તમારી અંદર મારી ગતિ તીવ્ર થઈ જશે, અને ગતિ તીવ્ર થતાં જ હું તે ચિંતાનો ઝડપથી નાશ કરી દઈશ. કેમ કે મારા કાળ-સ્વરૂપનું તો કામ જ આ છે.

કહેવાનો મતલબ કે તમારા મનમાં ઊભા થતાં ભાવોને એક બુદ્ધિમાન મનુષ્યની જેમ સમયના સ્વરૂપમાં જોવાનું શરૂ કરી દો. અને જ્યારે તે સમય છે, તો વીતી જ જશે. અને તે વીતી જ રહ્યો છે. એક ભાવ આવે છે, તો બીજો જાય છે. તેઓ વીતી નથી રહ્યા તો બીજું શું થઈ રહ્યું છે? એટલે હું અહીં મારા જ રહસ્ય પરથી પડદો ઉઠાવતાં, એટલું દાવા સાથે કહું છું કે જેવા તમે મનમાં ઊભા થતાં ભાવોને મારું સ્વરૂપ સમજી લેશો; તમારા જીવનમાં મારી ગતિ બદલાઈ જશે. અને મારી ગતિ તીવ્ર થઈ નથી કે તમારું જીવન બદલાયું નથી.

વિજ્ઞાનનો વિષય સ્પેસ છે સમય નહીં

અને વળી તમે એ કેમ નથી વિચારતાં કે તમારા જીવનમાં ઉત્પન્ન થતાં ભાવોને માત્ર ભાવ માની લેવાના ભ્રમને લીધે તમે નાહકના કેટલાં હેરાન થઈ રહ્યા છો? દુઃખ પડે છે તો એવા થઈ જાવ છો કે જાણે આજ પછી ક્યારેય હસશો જ નહીં, જાણે બધું જ લુંટાઈ ગયું હોય. વળી વધુમાં મજા એ કે તે દુઃખના ચક્કરમાં તમે તમારું સ્વાસ્થ્ય અને વ્યવસાય સુદ્ધાંય બગાડી નાખો છો. ...પછી એક દિવસ જ્યારે હું તમારા તે દુઃખને કમજોર કરીને ખાઈ જાઉં છું તો તે સમયે તમે બહુ પસ્તાવ છો. કેમ કે દુઃખ તો જતું રહ્યું હોય છે, પરંતુ હવે આ ચિંતા સતાવવા લાગે છે કે બગડેલું સ્વાસ્થ્ય શી રીતે પાછું મેળવવું? વ્યવસાયને કેવી રીતે ફરીથી પાટે ચડાવવો? આ બધું નર્યું ગાંડપણ નથી તો બીજું શું છે?

સીધા સટ તમારા દુઃખ અને ચિંતાઓને સમય માનીને તેમનાથી મુક્ત કેમ નથી થઈ જતાં? જ્યારે તે હું જ છું, તો પછી તેને મીટાવવાની જવાબદારી પણ મને જ કેમ નથી સોંપી દેતાં? શા માટે જ્યાં ત્યાં હાથ-પગ મારતા ફરો છો? શા માટે તેમાં પૂરે પૂરા ઈન્વોલ્વ(આસક્ત) થઈ જાવ છો? શા માટે એવી રીતે માથું પકડીને બેસી જાવ છો કે જાણે બધું જ લુંટાઈ ગયું હોય? દુઃખ આવતાં જ એમ કેમ નથી વિચારતાં કે ચાલો...અત્યારે ભલે હોય, પણ હંમેશા થોડું રહેવાનું છે? સમય બધાં જ ઘા રૂઝવી નાખે છે, આ પણ તેને જ રૂઝવવા દો. અને વળી એક સીધો ઉપાય બતાવું છું. તમે થયેલી

ચિંતાને ચિંતા ન માનતા સમયની ગતિ ધીમી હોવાનું માની લો. છે પણ એ સમયની ગતિ ધીમી પડવાનું જ પરિણામ. તેથી બસ, એ ચિંતા દૂર કરવાનો સટીક ઉપાય હાથમાં હોય તો ઠીક, નહિતર તરત સમયની ગતિ કઈ રીતે વધે, તેની ઉપર ધ્યાન કેન્દ્રિત કરો. પ્રિય મિત્ર, વસ્તુની સાથે થઈ જાવ. પોતાના શોખમાં ઓતપ્રોત થવાની કોશિશ કરો. આમ કરવાથી ધીમે-ધીમે કરતા સમયની ગતિ તીવ્ર થવા લાગશે. અને દરેક વધતી સમયની ગતિ સાથે તમારી પર સવાર થયેલી ચિંતા નબળી પડતી જશે. તમે ઈન્ટેલિજન્ટ છો અને વૈજ્ઞાનિક યુગમાં છો. આ દુઃખ અને ચિંતાઓથી મુક્તિ પામવાનો સટીક ઉપાય છે.

એટલે, કુલ મળીને કહેવાનો આશય એ કે હું તમારો મનરૂપી સમય છું, અને તમારા મનને મારું સ્વરૂપ સમજ્યા વગર તમારો ક્યારેય દુઃખમાંથી છુટકારો નથી થવાનો. કેમ કે તમારા જીવનમાં સુખ અને સફળતા માત્ર તમારી અંદર મારી ગતિ તીવ્ર કરવાથી જ પગરણ માંડી શકે તેમ છે. અને તમે તમારા મનને મારું સ્વરૂપ માન્યા વગર આ ગતિને ઝડપી નથી બનાવી શકતા. જો તમારા મનને તમે ભાવોનો ઝમેલો સમજશો તો ભાવોના ઈલાજમાં લાગી જશો. કંઈ હાથમાં નહીં આવે. ...પણ જેવું તમે મનને સમયના રૂપમાં ઓળખી લીધું તો પછી તમે તમારી અંદર મારી ગતિ વધારવા પર ધ્યાન આપશો. બસ, આ એકમાત્ર સમજથી તમારું કામ થઈ જશે. ધ્યાન રાખજો, તમારી અંદર જેવી મારી ગતિ હશે તેવી તમારી મતિ હશે. મારી ગતિ ઝડપી - જીવન સુખી. મારી ગતિ મંદ - જીવન બંધ. આશા છે કે આટલું લંબાણપૂર્વક સમજાવ્યાં પછી તમે તમારા મનને એક સમયની રીતે ઓળખી જ લીધું હશે.

અહીં મારી મુશ્કેલી એ છે કે મારા વિશે સંપૂર્ણ માનવજાત પહેલેથી અજાણ રહી છે. અને વાતની ગહનતા અને તેની ઉપયોગિતાને જોતાં હું ઇચ્છું છું કે એક-એક વિષય અલગ-અલગ કરીને તમને મારા સ્વરૂપો, મારી શક્તિઓ અને એમનાંથી સંકળાયેલા તમારા જીવન અંગેની કેટલીક વાતો સ્પષ્ટતાપૂર્વક સમજાવું. ...જેથી જ્યારે હું મારા સ્વભાવની વાસ્તવિક ગહનતાઓ વિશે તમને જણાવું તો તમારા માટે એ સમજવું આસાન થઈ જાય. એટલે હું જ્યારે જ્યારે અને જે કાંઈપણ સમજાવી રહ્યો છું તે બરાબર સમજી લેજો. કેમ કે તમારી સમજ જ તમારા જીવનમાં બધું બરાબર કરી શકે છે. ...એક તેને છોડીને તમે હજારો ઉપાય કરી લો કે લાખ આશરા શોધી લો, કશું નથી વળવાનું. અને આ સંદર્ભમાં સહુથી પહેલાં એ વિચારો કે તમે છો શું? વધારેમાં વધારે એક શરીર. હવે છો કે નહીં તે ચર્ચા હું પછી કરું છું, પરંતુ તમે તો પોતાને એક શરીર જ માનતા આવ્યાં છો. એટલે હું અત્યારે તો આ વાતને શરીરની રીતે જ આગળ વધારું છું.

...તો એ કહો કે આ શરીર કઈ કઈ વસ્તુઓનું બનેલું છે? હવે એક હું તો છું જ, જે તમારા મનના સ્વરૂપે બિરાજમાન છું. ...બીજું તમારું મગજ છે. અને આ બરાબર સમજી લેજો કે હું અને બુદ્ધિ બંને સર્વથા ભિન્ન-ભિન્ન વસ્તુઓ છીએ. બુદ્ધિનું કામ છે વિચારવું, વિશ્લેષણ કરવું, બહારથી પ્રભાવિત થઈને મનને પ્રભાવિત કરવું, મનના કામોમાં રોડા નાંખવા, વગેરે...વગેરે. સાથે જ તમારા શરીરની સંચાર-વ્યવસ્થાનું પ્રમુખ માધ્યમ પણ

તમારી બુદ્ધિ જ છે. તેવી જ રીતે એકથી એક ચઢિયાતી યોજનાઓ બનાવવી અને જીદ કરવી પણ તમારી બુદ્ધિના કાર્ય ક્ષેત્રમાં જ આવે છે. પણ અહીં એ બરાબર સમજી લો કે વસ્તુઓનું વિશ્લેષણ કરવું અને શરીરને નિયંત્રિત કરીને સારી રીતે ચલાવવું, આ બંનેને છોડી, તેની મોટા ભાગની ગતિવિધિઓનો તમારા જીવન પર દુષ્પ્રભાવ જ પડી રહ્યો છે. અહીં એ પણ જણાવી દઉં કે તમારી બુદ્ધિનો સ્વભાવ બળજબરી કરવાનો હોવાને લીધે જ્યાં એક તરફ તે બિનજરૂરી વિશ્લેષણ કરીને તમને ફસાવી મારે છે, તો બીજી બાજુ શરીરની સાથે બળજબરી કરીને પણ તે તમારા જીવનમાં કેટલાય માઠાં પરિણામો લાવતી જ રહે છે. એટલે બુદ્ધિના પ્રભાવમાં આવવાને બદલે તેની ગતિવિધિઓથી સચેત રહેવું અતિ-આવશ્યક છે. ...ત્યારે તમને એ પણ જણાવી દઉં કે બુદ્ધિની સર્વશ્રેષ્ઠ ક્ષમતા તેની મેમરી(યાદશક્તિ) છે, પરંતુ આ ક્ષમતાનો પણ યોગ્ય રીતે ઉપયોગ કરતા આવડે તો... નહિતર મોટાભાગના મનુષ્યોને તો તેમની સ્મૃતિ જ મારી નાખે છે. ભૂલવાલાયક વસ્તુઓ પણ યાદ કરી કરીને તેમની બુદ્ધિ તેમને હેરાન કરતી જ રહે છે. એટલે એકંદરે કહેવાનો આશય એ કે બુદ્ધિનો માત્ર જરૂર પૂરતો જ ઉપયોગ કરવાવાળાની જ જીવનમાં જીત છે.

ચાલો, બુદ્ધિ વિશે સમજી લીધું હોય તો હવે આગળ વધું. અને આગળ હવે આવે છે ડી.એન.એ. અને જીન્સ; આ તમારા શરીરની સંરચના અને સ્વાસ્થ્યને પ્રભાવિત કરે છે. પછી આવે છે તમારું બાકીનું શરીર. એટલે કે તમારા હાથ-પગ, લીવર-સ્ટમક (પેટ) બધું. એકંદરે આ બધું તમારા જીવનને પ્રભાવિત કરનારી મુખ્ય વસ્તુઓ થઈ. આના સિવાય પ્રકૃતિનો પણ તમારા ઉપર ભરપૂર પ્રભાવ પડે છે. ધારો કે, કાલે ઊઠીને સૂરજ ન ઊગે...કે પૃથ્વી ફરતી જ બંધ થઈ જાય, ...તો? તો તો બધાની સાથોસાથ, તમે પણ મરી જ જશો. તેવી જ રીતે, પ્રકૃતિની અન્ય વસ્તુઓ પણ જેમ કે ઠંડી-ગરમી વગેરે પણ તમારા શરીરને પ્રભાવિત કરે જ છે. અને હવે બચ્યો તમારો મનરૂપી સમય, એટલે કે 'હું'. તો મારા વિશે તો હું મારા વિભિન્ન સ્વરૂપોના સંદર્ભમાં જણાવીને એમની સાથે તમારો મેળાપ કરાવી જ રહ્યો છું. હા, તો જો ડી.એન.એ., જીન્સ, બ્રેઈન, તમારું શરીર અને પ્રકૃતિ સાથે મારા સંબંધની બાબતે જણાવું, તો તે સંબંધ સીધો અને સ્પષ્ટ છે. ઉપરોક્ત બધાં તમારા જીવનની સાથોસાથ મને પણ મહદ્ અંશે પ્રભાવિત કરે જ છે, અને બદલામાં હું પણ આ બધાંને ખાસ્સા પ્રમાણમાં પ્રભાવિત કરું જ છું. ...તો આ થોડી વાતો મેં તમારા જીવનને પ્રભાવિત કરવાવાળા અન્ય પરિબળો વિશે જણાવી. અને ધ્યાન રાખજો કે આ બધી વાતો તમને આગળ જતા, મને સમજવામાં બહુ મદદરૂપ સાબિત થવાની છે.

તમે જરા આ સમજો કે આમ તો કહેવા ખાતર બધા જ મનુષ્યો છે. બધાને બે હાથ, બે પગ છે. તો પછી એવું કેમ છે કે હજારોમાં એકાદ સુખી અને સફળ છે. કેમ બધા જ સુખી કે બધા જ દુઃખી નથી? યુગોથી આ સવાલનાં જવાબમાં માનવ ગૂંચવાયેલો છે. પ્રત્યેક યુગમાં આના અનેક નવા જવાબ આપવામાં આવ્યા છે. પરંતુ કોઈ સત્યની સમીપ નથી. પાપ-પુણ્ય, આસ્તિક-નાસ્તિક કે કર્મ અને ફળ આના જવાબ નથી. તેથી આ સઘળા ઉપાય સાર્થક નથી થઈ રહ્યા. કોઈ ઉપાય બધાને એકસાથે સુખી અને સફળ બનાવનારો નથી જણાતો. અને એટલે જ આના પરિણામ પણ નથી આવ્યા. દુઃખી હજારો વર્ષ પહેલાંનો મનુષ્ય પણ હતો અને દુઃખ આજનાં મનુષ્યનું પણ ભાગ્ય છે જ. તમારે માટે મારા બે ભિન્ન અસ્તિત્વ છે. એક છે યુનિવર્સલ ટાઈમ, જેને લીધે આ સમસ્ત વિશ્વ અસ્તિત્વમાં આવ્યું છે. તથા બીજું છે તમારો મનરૂપી સમય. અને રહસ્યની વાત એ કે તમારો મનરૂપી સમય પોતાના એક અલગ વિશ્વનું નિર્માણ કરે છે. અને આ જ વાતને સરળ ભાષામાં કહું તો તમારે માટે એક સાથે બે વિશ્વ સમાંતરરૂપે અસ્તિત્વમાં છે. એક તો આ સમસ્ત બ્રહ્માંડ જેને તમે વિશ્વના રૂપમાં જાણો છો, અને બીજું તમારું પોતાનું વિશ્વ જે તમે જાતે બનાવતા જઈ રહ્યા છો, અને બરાબર એ જ રીતે મારા બે ભિન્ન-ભિન્ન સ્વરૂપ પણ અસ્તિત્વમાં છે. એક યુનિવર્સલ ટાઈમ, અને બીજો તમારો મનરૂપી સમય એટલે કે તમારો વ્યક્તિગત ટાઈમ. સાચું કહું તો એ જ તમારું અસલી વિશ્વ છે. કારણ કે આ બ્રહ્માંડરૂપી વિશ્વ સાથે તમારે કંઈ લેવા-દેવા નથી,

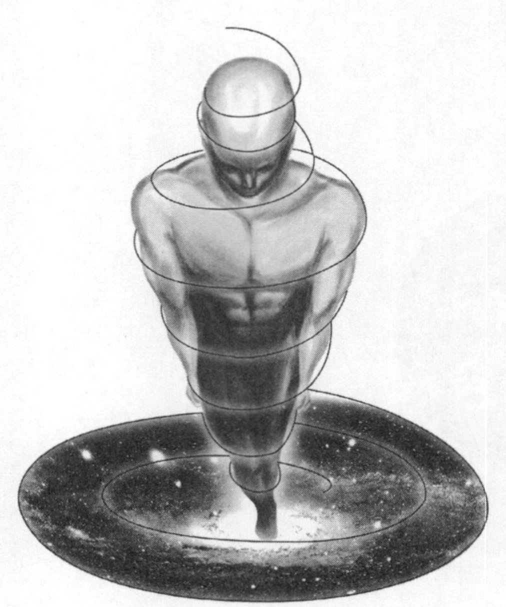

પોતાને પ્રાપ્ત પૂર્ણ સ્વતંત્રતાને કારણે
મનુષ્ય પોતાના જગતની દુર્દશા માટે બીજા કોઈને દોષ નથી દઈ શકતો

તમે જીવો અને મરો છો, બન્ને પોતાનાં જ વિશ્વમાં. અને જે રીતે આ બ્રહ્માંડ મારા યુનિવર્સલ સ્વરૂપનાં વિસ્તાર સાથે રોજેરોજ વૃદ્ધિ પામે છે, બરાબર એ જ રીતે તમારું પોતાનું વિશ્વ પણ મારા મનરૂપી સમય એટલે કે તમારા વ્યક્તિગત સમયનાં વિસ્તાર સાથે રોજેરોજ વધતું જઈ રહ્યું છે. અને મહત્વપૂર્ણ એ કે આ બન્ને વિશ્વ પોતપોતાની જગ્યાએ પૂર્ણ સ્વતંત્ર છે, કોઈને પણ એક-બીજાનાં વિશ્વમાં હસ્તક્ષેપ કરવાનો કોઈ અધિકાર નથી.

નિશ્ચિત જ વાત ચોંકાવનારી છે, પણ ગહન હકીકત આ જ છે. આ ભારે રહસ્યની વાત છે, સાથે જ ખૂબ ઊંડી વાત પણ છે. અને તમારી સૌથી મોટી હાર પણ અહીં જ થઈ રહી છે કે તમે બન્ને વિશ્વોને અલગ-અલગ નથી જાણતા, તથા એક વિશ્વનો બીજા પર પ્રભાવ શોધો છો. તમે પોતાના જગતમાં વ્યાપ્ત ઉથલ-પાથલ માટે વૈશ્વિક જગતમાં બ્રહ્મસ્વરૂપમાં આશરો શોધતાં આવ્યાં છો. જ્યારે હકીકતમાં મારા તે વિશાળ સ્વરૂપનો તમારા જગતમાં કોઈ અધિકાર નથી. તમારું જગત પણ મારા મનરૂપી સમયનું સ્વરૂપ છે, અને તમારા જગતની આજે જે કંઈ સ્થિતિ છે તે માટે જવાબદાર પણ માત્ર મારું આ મનરૂપી સમયનું સ્વરૂપ જ

છે ...એટલે તમારે તમારા જગતમાં કોઈપણ પરિવર્તન લાવવું છે તો તમારે પોતાના મનરૂપી સમયની સાથે પ્રયોગ કરવાના છે, મારા વિશ્વરૂપી સમયના સ્વરૂપ સાથે નહીં.

પ્રત્યેક મનુષ્યને પોતાના વિશ્વના નિર્માણની સંપૂર્ણ સ્વતંત્રતા ઉપલબ્ધ છે

અરે! જ્યારે તમારું તે વિશ્વના ભૂકંપ, ત્સુનામી કે હવા-પાણી પર કોઈ નિયંત્રણ નથી, તો પછી તે વિશ્વને તમારા વિશ્વમાં ચંચુપાત કરવાનો અધિકાર કેવી રીતે હોઈ શકે? હું અનેકોવાર કહી ચૂક્યો છું કે બધું જ નિયમ મુજબ ચાલી રહ્યું છે અને અહેસાસની કૂખેથી અવતરેલા નિયમો એકતરફી કે પક્ષપાતથી ભરેલાં ક્યારેય ન હોઈ શકે. જે અહેસાસને ઈશ્વરનો દરજ્જો આપીને બેઠા છો, તેના પર કમસે-કમ આટલો વિશ્વાસ તો રાખો. જો તેણે તમને બીજા વિશ્વમાં દખલગીરી કરવાનો અધિકાર નથી આપ્યો તો ચોક્કસપણે તેણે બીજા વિશ્વને પણ તમારા વ્યક્તિગત-વિશ્વમાં દખલગીરી કરવાનો કોઈ અધિકાર નહીં જ આપ્યો હોય.

ચાલો, આ તો બહુ દૂરની વાત થઈ. તમારામાંથી મોટાભાગનાને તો એ પણ નથી ખબર પડતી કે તેમનું પોતાનું પણ આગવું કોઈ વિશ્વ છે. અને આ જ કારણે, દરેક જણ પોતાના વિશ્વમાં મચેલી ઉથલ-પાથલથી ગભરાઈને બ્રહ્માંડરૂપી વિશાળ વિશ્વ તરફ નજર દોડાવતો થઈ જાય છે. પણ આ વાતને ગાંઠે બાંધી લો કે તે વિશ્વનો તમારા વિશ્વ સાથે કોઈ સંબંધ નથી. અહીં એ પણ સમજી લો કે જેટલાં મનુષ્યો તેટલાં જ તેમના મનરૂપી સમય છે, અને એટલાં જ તેમના ભિન્ન-ભિન્ન વિશ્વો પણ છે. ...જોકે હું તમારી સ્થિતિ સમજી શકું છું. અહીં મેં એક નહીં, અનેક ચોંકાવનારી વાતો કરી છે. એક તો તમારા માટે તમારું પોતાનું કોઈ વિશ્વ છે, આ જ ચોંકાવનારી વાત છે. ઉપરથી તમારા વિશ્વમાં બ્રહ્માંડરૂપી વિશ્વનો કોઈ હસ્તક્ષેપ નથી, આ તો હજી વધુ ચોંકાવનારી વાત છે. ચાલો, આ બંને વાતો તો હું આગળ-ઉપર તમને વિસ્તારથી સમજાવીશ જ, પણ અત્યારે તો એટલું સમજી લો કે આ બ્રહ્માંડરૂપી વિશ્વનો તમામ મનુષ્યોના વિશ્વો ઉપર માત્ર સામૂહિક પ્રભાવ પડે છે. ...જેમ કે કાલે ઊઠીને જે દિવસે સૂરજ નહીં ઊગે તે દિવસે તમામ મનુષ્યરૂપી વિશ્વોનો એકી-સાથે અંત આવી જશે. ...એટલે બ્રહ્માંડરૂપી વિશ્વનો સામૂહિક પ્રભાવ બધાંના વિશ્વો પર અવશ્ય પડે જ છે, પરંતુ તેનો મનુષ્યોના વ્યક્તિગત વિશ્વો પર અલગથી કોઈ પ્રભાવ નથી પડતો. અંતે ગ્રહોની ગતિ પર આધારિત તમારા જ્યોતિષો સાથે સંબંધિત તમામ આશરા ખોટા છે.

ખેર, હવે આગળ સૌ પ્રથમ હું આ બંને વિશ્વોનો વિસ્તાર કેવી રીતે થાય છે તેની ચર્ચા કરી લઉં. અને આ સંદર્ભે બંને વિશ્વોની તુલના કરું તો બંનેના વિસ્તારની પ્રક્રિયા એક

જેવી છે. બંને વિશ્વોનો વિસ્તાર મારી ઈચ્છાશક્તિના આધાર પર થયા કરે છે, અને તેમનો દરેક વિસ્તાર અસ્તિત્વમાં આવતાં જ તેના પર 'અહેસાસ'ની નિયમરૂપી મહોર લાગી જાય છે. અને પછી આગળ જતા બંને જગતના થયેલા દરેક વિસ્તારે તે નિયમવશ થઈને જ વિચરણ કરવું પડે છે...એટલે પછી તેમનો આગળનો વિકાસ અને વિનાશ, બંને તે નિયમોને આધીન થાય છે.

અહીં સુધી તો બધું બરાબર છે, પરંતુ હવે જે વાત હું તમને કહી રહ્યો છું તે ખૂબ જ મહત્વપૂર્ણ છે; અને તે એ કે વિશ્વરૂપી-જગત અને તમારા જગતમાં એક બહુ મોટો પાયાનો તફાવત છે. અને તે સંદર્ભમાં જો હું તમને વિશ્વરૂપી-જગતના માળખાની વાત કરું તો તેમાં મૂળભૂત રીતે 'હું' અને મારા કારણે ફેલાયેલું સ્પેસ મુખ્ય છે. અને જ્યાં સુધી પેલો 'અહેસાસ', જેને કારણે આપણે અસ્તિત્વમાં છીએ ની વાત છે, તો તે પણ એક ત્રાહિત શક્તિના રૂપમાં આ વિશ્વરૂપી જગતના સમય અને સ્થાનની નસે-નસમાં વ્યાપ્ત તો હોય છે, પરંતુ પોતાના પૂર્ણ પ્રભાવની સાથે નહીં. એટલે કે અહેસાસની હાજરી હોવાં છતાં આ જગતના સંપૂર્ણ અવકાશ(સ્પેસ)માં 'અહેસાસ'ની હાજરીની સાચી અનુભૂતિ ગાયબ હોય છે, અને આ જ કારણે તમે આને નિર્જીવ જગત કહો છો.

ખેર, ફરી આ નિર્જીવ સ્પેસમાં ચેતનાનો વિકાસ થઈને તેના કેટલાંક કણોમાં પ્રાણ ફૂંકાય છે. જેને શરૂઆતના તબક્કે તમે બેક્ટેરિયા કહી શકો છો. અને પછી તે પ્રાણવાન ચેતનાનો પોતાની ઈચ્છાશક્તિના આધારે ક્રમશઃ વૃક્ષ-વનસ્પતિ અને એથી આગળ જતાં કીડા-મકોડાથી માંડીને પ્રાણીઓ સુધીમાં વિકાસ થાય છે. અહીં સમજવાલાયક મહત્વપૂર્ણ વાત એ કે સમય અને સ્પેસની સાથે સાથે તેમનાં અહેસાસની ઉપસ્થિતિનો અહેસાસ પણ ધીમે ધીમે કરતાં દ્રઢ થતો જાય છે. એટલે કે તેઓ દરેક તબક્કે નિર્જીવ તત્વોથી બહેતર સ્થિતિમાં હોય છે. પરંતુ અહીં પણ ધ્યાન રાખવા યોગ્ય વાત એજ કે આમાં અહેસાસ પોતાની પૂર્ણતામાં તો આમનામાં પણ પ્રગટ નથી થતો. આ કારણે આ જગતને તમે વચ્ચેનું જગત કહી શકો છો.

હવે આવે છે તમારું જગત. અને જો તમારા જગતની વાત કરું તો ત્યાં પણ હું 'સમય'ના રૂપમાં હાજર છું અને મારાથી જ તમારા જગતનો વિસ્તાર પણ થઈ રહ્યો છે જેને તમે પોતાના જગતનું સ્પેસ સમજો. ...પરંતુ બાકી બધાં જગતો અને તમારા જગત વચ્ચેનો સાચો તફાવત એ છે કે તમારામાં અહેસાસ પોતાની સંપૂર્ણતામાં હાજર છે. અને આ જ કારણ છે કે તમે ભાવોની આટલી ભરતી અને ઓટ મહેસૂસ કરી શકો છો. આ વાત સમજવી તમારા માટે કોઈ મુશ્કેલ કામ નથી. વિશ્વરૂપી જગતની બધી જ વસ્તુઓ, જેમ કે પૃથ્વી, ચાંદ, તારાઓ, હવા, પાણી કે કંઈ પણ. ...બધામાં સમય અને સ્થાન તો છે, પરંતુ અહેસાસ

નજીવો છે. અને કેમ કે અહેસાસ નજીવો છે, એટલે તેઓ પૂરી રીતે માત્ર નિયમથી બંધાયેલાં છે. અને સાચા અર્થમાં, અહેસાસના નામે તેમની પાસે આ નિયમ જ છે. જો પૃથ્વી ફરી રહી છે તો ફરી જ રહી છે. સૂર્ય તપી રહ્યો છે તો તપી જ રહ્યો છે. અને હવા વહી રહી છે તો વહી જ રહી છે. તેમનામાં કોઈપણ બીજી પ્રવૃત્તિની કોઈ શકયતા જ નથી, બીજા કશાની ઈચ્છા પણ નહીં. કોઈ થાક નહીં અને કોઈ આનંદ પણ નહીં. અહેસાસના નામે માત્ર નિયમ. ...એટલે કે આ વિશ્વરૂપી જગતને કોઈ સ્વતંત્રતા નથી. જ્યારે બીજા જગત એટલે કે વૃક્ષ-વનસ્પતિ અને પ્રાણીઓના જગત વિશે વાત કરીએ તો તેઓ ચોક્કસપણે નિર્જીવ કરતાં વધુ સારી સ્થિતિમાં છે, કેમ કે અહેસાસ ભલે આંશિકપણે પણ કેમ ન હોય, તેમનામાં સક્રિય ચેતનાના સ્વરૂપમાં હાજર તો છે.

મનુષ્યનાં વિશ્વમાં કશું પણ તેની મરજી વગર આવી નથી શકતું

હશે, અત્યારે તો પાછો વિશ્વરૂપી જગત પર પાછો ફરું, તો કેમ કે આ સમગ્ર વિશ્વરૂપી જગત એક નિયમથી ચાલી રહ્યું છે, એટલે ત્યાંની દરેક વસ્તુ જાણી શકાય તેવી છે. અને આ જાણવું જ વિજ્ઞાન છે. આ દિશામાં અહીં એ બતાવવાની જરૂર નથી કે પોતાની પ્રજ્ઞા અને કટિબદ્ધતાના આધારે વિજ્ઞાન આજે ક્યાંથી ક્યાં પહોંચી ગયું છે. તે બદલાતી ઋતુઓથી માંડીને કયું ગ્રહણ ક્યારે થવાનું છે ત્યાં સુધીનું બધું જ ખૂબ સરળતાથી બતાવતું થઈ ગયું છે. સ્પેસ રોજે-રોજ વિસ્તરી રહ્યું છે તે પણ વિજ્ઞાન હવે જાણી જ ચૂક્યું છે. અને ગ્રહોનું અંતર તો એ હવે ઘણી સરળતાથી માપતું થઈ ગયું છે. કહેવાનો અર્થ એ કે કેમ કે વિશ્વરૂપી જગત માત્ર નિયમથી બંધાયેલું છે, એટલે એ વિશે જાણવું વિજ્ઞાન માટે ઘણું સરળ છે, અને માનવું પડશે કે તે વિશે વિજ્ઞાન ઘણું બધું જાણી પણ ચૂક્યું છે. અને વિજ્ઞાનની પ્રજ્ઞા અને કટિબદ્ધતા જોતાં, આગળ જતા પણ તે ઘણું બધું જાણી જ લેશે, તે સાફ દેખાઈ રહ્યું છે.

ચાલો છોડો, વિજ્ઞાનની પ્રજ્ઞા કે વિશ્વરૂપી જગત આજે મારા ચિંતનનો વિષય નથી. તો, એટલે હવે વાત સીધી જ તમારા મનરૂપી જગતની વાત કરી લઈએ. એટલે કે તમારા વ્યક્તિગત-વિશ્વની વાત

કરીએ. આમ પણ બધું કન્ફ્યૂઝન અહીં જ છે. તો અહીં પણ હું મનરૂપી સમય થકી જ તમારા જગતનો વિકાસ કરું છું, નિયમથી આ જગત પણ બંધાયેલું જ છે, પરંતુ ફરક એટલો કે તમારામાં અહેસાસ પોતાની પૂર્ણતામાં હાજર છે. તે ભલે કરતો કંઈ જ નથી, ભૂમિકા એક ઉદ્દિપકની જ નિભાવે છે, પરંતુ પોતાની પૂર્ણતામાં હાજર હોવાના કારણે તેનાથી મનુષ્યોમાં તમામ પ્રકારના અસંખ્ય ભાવોનાં અહેસાસ ઉત્પન્ન થતાં રહે છે. અને એ સમજાવવાની જરૂર નથી કે આ અહેસાસોના કારણે જ મનુષ્ય પૂર્ણતઃ સજીવ પણ છે, અને વિશ્વની સહુથી મૂલ્યવાન સંપદા પણ. અને અહીં જે સહુથી મહત્વપૂર્ણ વાત છે તે એ કે આ મનુષ્ય પોતાના જગતનો વિકાસ અને વિનાશ. ...બંને કરવા માટે સંપૂર્ણપણે સ્વતંત્ર હોય છે. અને તેના પોતાના વિશ્વ-નિર્માણની આ પરમ-સ્વતંત્રતા તેનું એક એવું ગૌરવ છે જે તેને તમામ બીજા વિશ્વોથી અલગ તારવે છે. પણ હા, અહીં પણ એ વાત ધ્યાન રાખવા લાયક છે કે આ મનુષ્ય સ્વતંત્ર હોવાં છતાં તે પોતાની સ્વતંત્રતાના ઉપયોગના પરિણામોથી તો નિયમાનુસાર બંધાયેલો જ છે.

જોકે અહીં સમજવા જેવી વાત એ કે મનુષ્યનું આ વિશિષ્ટ જ્ઞાન જો એક તરફ ગૌરવની વાત છે, તો બીજી બાજુ તેને પોતાની ઇચ્છાનુસાર પોતાનું જગત બનાવવાની મળેલી આ સર્વોચ્ચ સ્વતંત્રતા તેના માટે જવાબદારીનો વિષય પણ છે. અરે ભાઈ, જ્યારે તમે પૂર્ણ સ્વતંત્ર છો ત્યારે જવાબદારી પણ તમારી જ થઈને? અને, અહીં એ સ્પષ્ટ સમજી લો કે આ જવાબદારી ઉપાડ્યાં વિના તમારો કોઈ ઉદ્ધાર નથી. હવે પ્રશ્ન એ કે આ જવાબદારી ઉપાડવી કેવી રીતે? તો ચોક્કસપણે તે પણ એટલું આસાન નથી. કેમ કે અહેસાસ દ્વારા રચિત આ સંપૂર્ણ રચના એટલી વિશાળ અને કૉમ્પ્લિકેટેડ છે કે તેમાં મનુષ્યને સુખ-સફળતા અપાવતાં, તેને પોતાના સાચા મુકામે પહોંચાડવો માત્ર મારું કામ છે અને તે માત્ર મને જ આવડે છે. જોકે આના પર વિસ્તારથી ચર્ચા આગળ ઉપર. અત્યારે તો વર્તમાન સંદર્ભમાં એટલું સમજો કે મનુષ્યનું જીવન બે શક્તિઓ ચલાવે છે. એક હું અને બીજી તેની બુદ્ધિ. અને આજે મનુષ્ય પોતાની બુદ્ધિ અનુસાર ચાલીને મનફાવે તેમ કરી શકે છે, એ જ તેની સ્વતંત્રતા છે. પરંતુ અહીં જ આવીને તે ફસાઈ પણ જાય છે, કેમ કે એક આ જ કારણે અહીં દરેક મનુષ્યે પોતાનું એક અનોખું જગત બનાવી રાખ્યું છે. હકીકતમાં દરેક જણ પોતાને મળેલી સ્વતંત્રતાનો ભરપૂર ફાયદો ઊઠાવી રહ્યું છે, અને આ જ કારણે દરેકની ઇચ્છાઓ પણ અલગ-અલગ છે, અને દરેકના વિચારો પણ. આ જ કારણ છે કે જે વાત એકને સારી લાગે છે, તે જ બીજાને અપ્રિય લાગે છે. જે વસ્તુ એકને અમૃત જેવી લાગે છે, એજ બીજાને ઝેર જેવી ભાસે છે. એટલા માટે જ્યાં એક તરફ બધાં પરેશાન છે, ત્યાં બીજી બાજુ, હજુ સુધી એટલા માટે કોઈપણ વિચાર કે ગમે તેવા વૈજ્ઞાનિક ઉપકરણ દ્વારા એવી કોઈ ફિક્સ

દરેક મનુષ્યનું પોતાનું એક વિશ્વ હોય છે

ફોર્મ્યુલા નથી શોધી શકાઈ જે બધાંને માન્ય હોય અને બધાંના હિતમાં પણ હોય. એટલે કે જેનાથી બધાંને એકી સાથે સુખી અને સફળ બનાવી શકાય. પરંતુ પ્રશ્ન એ છે કે જ્યારે બધાં મનુષ્યોની બધી પ્રક્રિયા મૌલિક સ્તર પર એક સમાન છે તો તેમને સુખી અને સંપન્ન કરવાની ફોર્મ્યુલા કેવી રીતે અલગ-અલગ હોઈ શકે? અને તે છે પણ નહીં. પણ પરેશાની એ છે કે અહીં દરેક મનુષ્ય પોતાના વિશ્વનો વિસ્તાર પોત-પોતાની બુદ્ધિથી કરી રહ્યો છે, અને બુદ્ધિ બધાંની અલગ-અલગ હોય છે. આને એમ કહું તો પણ ચાલે કે આ જગતમાં જેટલાં મનુષ્યો તેટલાં જ પ્રકારની બુદ્ધિઓ છે. ત્યાં બીજી બાજુ મારી વાત કરું તો હું બધામાં સમાનરૂપથી અને સમાન શક્તિઓ સાથે મોજૂદ છું, અને હું કાર્ય પણ એક જ નિયમનાં અંતર્ગત કરું છું. અને મનુષ્યના વિશ્વો શણગારવાનાં તમામ સૂત્રોનો પણ હું એક જ જાણકાર છું; અને તે બધી ફોર્મ્યુલા ફિક્સ પણ છે અને બધાં પર સમાનપણે લાગુ પણ થાય છે.

મારી ઉપરોક્ત વાતને જો હું જરા વધુ સરળ ભાષામાં સમજાવતાં કહું તો મનુષ્યની પાસે બે મુખ્ય શક્તિઓ છે જે તેના જીવનને ચલાવી રહી છે. એક તેનું સમયરૂપી-મન

એટલે કે હું અને બીજી, તેની બુદ્ધિ. હું, જે રહસ્યોનો જાણકાર છું, અને બુદ્ધિ એ છે જે તમામ રહસ્યોથી અજાણ છે. હું જે બધામાં સમાન રીતે મોજૂદ છું અને બુદ્ધિ જે બધામાં ભિન્ન-ભિન્ન છે. અને કેમ કે મનુષ્ય સ્વતંત્ર છે કે તે બુદ્ધિથી ચાલે કે મનથી; બસ, આ જ સ્વતંત્રતાનો ફાયદો ઉઠાવતાં તે બુદ્ધિ લડાવી લડાવીને પોતાનું વિશ્વ વધારતો જાય છે. આ જ કારણે બધાંના વિશ્વો અને સુખ-દુ:ખ પણ અલગ-અલગ છે અને બધાં જીવનને સફળ બનાવવા માટે પણ અલગ-અલગ ફોર્મ્યુલા એપ્લાય કરી રહ્યા છે. જ્યારે હું સમજાવવા એ માંગુ છું કે જ્યારે બધાં મનુષ્યોમાં એક બુદ્ધિને છોડીને અન્ય કોઈ ફરક નથી, તો પછી તેમને સુખી અને સફળ બનાવવાની ફોર્મ્યુલાઓ કેવી રીતે અલગ-અલગ હોઈ શકે છે? બસ, આ વાત પર ધ્યાન કેન્દ્રિત કરી લો, તમે સત્વરે સુખ અને સફળતાના પાટે ચડી જશો.

એટલે, અત્યારે તો આ ચર્ચાને અહીંથી આગળ વધારતાં મનુષ્યની આટલી નિષ્ફળતાનું રહસ્ય જાણવાનો પ્રયત્ન કરીએ. લો, આ હું શું કહી ગયો? રહસ્ય જાણવાનો પ્રયત્ન તમે કરો, મને તો ખબર જ છે. ...અને હવે તમે પણ સાંભળી લો. તમારી સૌથી મોટી તકલીફ એ છે કે તમે પોતાનું વિશ્વ જાતે જ બનાવતાં જાવ છો, જેનો તમને કોઈ અંદાજો જ નથી. એટલે તમે તમારું વિશ્વ તમારા સ્વભાવાનુસાર બેભાન અવસ્થામાં બનાવતાં જઈ રહ્યા છો. જો એકવાર તમને આ વાતનું ભાન થઈ જાય તો તમે તમારા વિશ્વને યોગ્ય રીતે વિકસાવવાનો પ્રયત્ન પણ કરો. કદાચ જલ્દીથી જ પોતાના વિશ્વને સજાવવાની ઉપલબ્ધ ફિક્સ ફોર્મ્યુલાઓની શોધ પણ શરૂ કરો...અને ફોર્મ્યુલાઓ તો હજારોની સંખ્યામાં છે, એટલે એની અલગથી ચર્ચાનું કોઈ કારણ નથી. ઉપરથી તમે કન્ફ્યૂઝ થઈ જશો. એટલે હું સીધે સીધો તે ફોર્મ્યુલાઓને સમજવાની એક ફિક્સ ફોર્મ્યુલા આપી દઉં છું જેથી તમને એ સમજાઈ જશે કે કઈ ફોર્મ્યુલા જીવન વિકસાવનારી છે અને કઈ નથી. તો જીવન વિકાસની ફોર્મ્યુલાઓની સૌથી મોટી વિશેષતા એ છે કે તેઓ બધાનો સમાન રીતે ઉદ્ધાર કરવાવાળી હોય છે. એટલે આ વિશે એક વાત સમજદારીપૂર્વક, ખૂબ ગંભીરતાથી તમારી અંદર ઊતારી લેજો કે કોઈપણ એવી ફોર્મ્યુલા જે બધાંને સમાન રૂપે લાભકારી ન હોય, તે તમારા ઉદ્ધારની ફોર્મ્યુલા હોઈ જ ન શકે...અને હવે તમે જરા તમારા જીવનને વિકસાવવા માટે જે ફોર્મ્યુલા અપનાવી રહ્યા છો, તેના ઉપર વિચાર કરો! તે બધી એવી છે જે એકને ઠીક લાગે છે તો બીજાને નહીં. તેનાથી એક ઠીક થાય છે તો બીજો નહીં...એટલે ના તો માત્ર તમે ફોર્મ્યુલા ખોટી એપ્લાય કરી રહ્યા છો, બલ્કે તમારી વિશ્વ બનાવવાની રીતો પણ ખોટી છે.

સમજ્યા, જો ખરેખર પાણી ફિલ્ટર કરવાનું કોઈ મશીન હોય તો તે ગમે તેવું અને ગમે ત્યાંનું પાણી હોય, તેને ફિલ્ટર કરશે જ. એવું નહીં બને કે તે જાપાનમાં પાણી ફિલ્ટર કરશે અને આર્જેન્ટીનામાં નહીં. કે પછી તે સમુદ્રનું પાણી ફિલ્ટર કરશે અને નદીનું નહીં. તેવી

જ રીતે મનુષ્યના ઉદ્ધારની જો કોઈ ફોર્મ્યુલા પાક્કી છે, તો તે બધાં સમય... બધી જાત, ભાત, દેશ અને ધર્મના મનુષ્યોનો ઉદ્ધાર કરવામાં સક્ષમ હશે જ. ...નહિતર સમજી લેજો કે ફોર્મ્યુલા બતાવવાના નામ પર કોઈ તમને ફોસલાવી રહ્યું છે. કાં તો પછી તમે મશીનમાં પાણીને બદલે કંઈક બીજું જ નાખી રહ્યા છો.

હશે, અત્યારે તો ચોક્કસપણે આ બધી વાતો વાંચીને તમારા મનમાં એકીસાથે કેટલાય પ્રશ્નો થતાં હશે. અને તેમાં સહુથી પ્રમુખ એ કે ભલાં આપણને આપણું વિશ્વ બનાવવાનો એકાધિકાર કેવી રીતે પ્રાપ્ત છે? સવાલ એ પણ છે કે આપણે આપણું વિશ્વ ક્યારે અને કેવી રીતે બનાવીએ છીએ? તે વિશ્વ છે કેવું? હાં ભઈ હાં! એક-એક કરીને તમારા બધાં પ્રશ્નોના જવાબ આપું છું. બસ, અત્યારે તો વિશ્વ વિકસાવવાની ફોર્મ્યુલા વિશે જે જણાવ્યું તેના પર સારી રીતે મનન કરી લો. આગળની બધી વાતો સમજવા માટે આ સમજ તમને ખૂબ કામ લાગશે.

જેવું કે હું કહી ચૂક્યો છું, તમે પૂર્ણ સ્વતંત્ર છો અને તમારે જ તમારા જગતનું નિર્માણ કરવાનું હોય છે. અને હવે તમને એ સમજાવવાનો સમય આવી ગયો છે કે તમારા દ્વારા તમારા જગતનું નિર્માણ કેવી રીતે થાય છે. ચોક્કસપણે આ બધાં સત્યો સર્વાધિક ગહન અને કૉમ્પ્લિકેટેડ છે. એટલે મારે ખૂબ સાવધાનીથી અને ક્રમશઃ જ એક-પછી-એક વસ્તુઓ સમજાવતાં આગળ વધવું પડે છે. અને અહીં પણ આગળ વધતાં પહેલાં એ દ્રઢતાપૂર્વક સમજી લો કે તમારા દ્વારા પોતાના જગત-નિર્માણની પ્રક્રિયામાં કોઈ આડે નથી આવતું. તમારે તમારું જગત કેવું બનાવવું છે; એ નિર્ણય પણ તમારો હોય છે અને પોતાના એ ઉદ્દેશ્યને કેવી રીતે પ્રાપ્ત કરવું એ નિર્ણય પણ તમારે જ લેવાનો હોય છે. અહીં એ કહેવાની જરૂર નથી કે ભૂલ-ચૂક થવાથી માત્ર તમારે જ ભોગવવું પડે છે. જેને તમે સર્વશક્તિમાન ભગવાન માનો છો, તે પણ આ સમગ્ર પ્રક્રિયામાં રત્તીભાર દખલ નથી દઈ શકતો. ...એટલે કે બધું નિયમાનુસાર જ ઘટે છે.

આ વાતને એવી રીતે સમજો કે તમે શું કરવું અને શું ન કરવું એ વિશે સંપૂર્ણપણે સ્વતંત્ર છો. કેવી રીતે કરવું તે પણ તમારો પોતાનો નિર્ણય છે. પરંતુ એકવાર કંઇ કરી નાખ્યું તો પછી ઘટનાઓ પોતાના હિસાબથી નિયમપૂર્વક ઘટવાની શરૂ થઈ જાય છે. પછી એને ન તો તમે, ન તો કોઈ અન્ય પણ રોકી શકે છે. આને ઉદાહરણથી સમજાવું તો કોઈ તમને કહે કે તમે એક પગ ઉપર કરો, તો તમે આ ત્રણમાંથી એક ડાયમેન્શનનો ઉપયોગ કરવા માટે

સ્વતંત્ર છો. તમે ચાહો તો જમણો પગ હવામાં કરી શકો છો, ચાહો તો ડાબો પગ હવામાં કરી શકો છો, અને ઈચ્છો તો પગ હવામાં કરવાની ના પણ પાડી શકો છો. પરંતુ સમજો કે તમે જમણો પગ ઉપર કર્યો, પછી તમને કોઈ કહે કે હવે બીજો પગ ઉપર કરો તો તમે નહીં કરી શકો. છતાંય પ્રયત્ન કરશો, તો ભોંય પર ફસળાઈ પડશો. બસ, આવું જ તમારા જીવનની સાથે થાય છે. એકવાર તમે કંઈ કરી લીધું તો પછી તમે તેના પરિણામ હેતુ નિયમપૂર્વક બંધાઈ જાવ છો. પછી તમે તેનાથી બચવા માટે લાખ આશરા શોધો, હજાર મંતવ્યો લો, કે પૂજા-પાઠ જ કેમ ન કરો, કંઈ નથી થવાનું...તે પરિણામ તો તમારે ભોગવવું જ રહ્યું. એટલે ફરી એકવાર કહું છું કે તમને પ્રાપ્ત સ્વતંત્રતા એક જવાબદારી પણ છે, કેમ કે સ્વતંત્ર મનુષ્ય, ના તો બીજાને બ્લેમ કરી શકે છે અને ના તો કોઈ સહારો શોધી શકે છે.

ચાલો, આ સાવ-સીધી વાત તો તમે સમજી જ ગયા હશો. તો હવે આગળ એ બતાવું છું કે તમારા દ્વારા પોતાના જગતનું નિર્માણ કેવી રીતે થઈ રહ્યું છે? તે વાતને સમજાવતાં પહેલાં હું તમને કહીશ કે જરા ઈતિહાસ તપાસો. તેનાથી તમને હું જે ગહન વાત કહેવા જઈ રહ્યો છું, તે સમજવી આસાન થઈ જશે. તમે જાણો જ છો કે આજથી સવા છસ્સો વર્ષ પહેલાં અમેરિકા નહોતું શોધાયું; તો શું તે સમયે અમેરિકા જગતમાં નહોતું? અવશ્ય હતું, પરંતુ બાકીની દુનિયા માટે તે અસ્તિત્વમાં નહોતું. અને ના તો બાકીની દુનિયા અમેરિકા માટે અસ્તિત્વમાં હતી. કહેવાનો મતલબ એ કે બંને શોધાયા અને ચર્ચા ફેલાયાં પછી જ એક બીજા માટે અસ્તિત્વમાં આવ્યાં. ...બસ, આવું જ દરેક મામલામાં છે.

તો આશા રાખું છું કે ઉપરોક્ત વર્ણિત અમેરિકાના એક નાનકડાં ઉદાહરણથી તમે અસ્તિત્વમાં હોવા છતાં અસ્તિત્વમાં નહીં હોવાની વાતને સમજી ગયા હશો. એટલે હવે હું સીધે સીધી વાત કરું કે તમે તમારા જગતનું નિર્માણ કેવી રીતે કરો છો? આ માટે તમારે તમારા બાળપણમાં જવું પડશે. વિચારો, જ્યારે તમે જન્મ્યાં ત્યારે તમારું જગત શું હતું? ફક્ત હોવાનો અહેસાસ. ન તો તમને કંઈ ખબર હતી અને ન તમારે કંઈ જોઈતું હતું. તમને કોણે જન્મ આપ્યો, એ સુદ્ધા તમને ખબર નહોતી. તમારો જન્મ અમીર પરિવારમાં થયો છે કે ગરીબ...; તમે નહોતાં જાણતા. તમે કયા દેશમાં જન્મ્યાં છો તેની પણ તમને કોઈ સમજ નહોતી. પછી તમને ભૂખ લાગી, ભૂખ લાગી તો દુઃખાવો થયો અને તમે રડવા લાગ્યાં. રોવાથી માતાએ દૂધ પીવડાવ્યું, અને તમે રોવાનો દૂધ મળવા સાથે મેળ બેસાડી દીધો. ત્યારથી તમને કંઈ પણ વસ્તુ મેળવવા માટે રોવાની આદત પડી ગઈ. પછી તમે મોટા થયાં તો તમારું નામ રાખવામાં આવ્યું. આનાથી તમારું નામ અસ્તિત્વમાં આવ્યું. જ્યારે તમને માતા-પિતા કે દાદા-દાદી વિશે બતાવવામાં આવ્યું એટલે તેઓ તમારા જગતમાં આવ્યાં. મા-બાપે ઉપાડીને સ્કૂલમાં મૂકી દીધાં તો જીવનમાં અભ્યાસ આવી ગયો, મિત્રો આવી ગયા, કહેવાનું

તાત્પર્ય એ કે બાળપણમાં તમને જે કોઈ જે કંઇ પકડાવતું ગયું, તે-તે તમારા જગતમાં પ્રવેશતું ગયું. આનો અર્થ એ થયો કે કોઈ પકડાવત નહીં તો તે વસ્તુઓ તમારા જગતમાં આવત જ નહીં.

ચાલો, આને એવી રીતે વિચારો કે કોઈ બાળક જન્મતાવેંત જ પોતાના મા-બાપથી કોઈ ટાપૂ પર વિખૂટો પડી ગયો હોય, તો...? અને તે ટાપૂ પર કોઈ ન રહેતું હોય, તો..? ત્યારે મા-બાપ કે સ્કૂલ તો છોડો, તેના જગતમાં સિવાય પેલા ટાપૂ પરના ઝાડ-પાન અને પ્રાણીઓ સિવાય બીજું કશું જ નહીં આવે. ...એટલે કે બાળપણમાં તમારા જગતમાં વસ્તુઓ ઠાંસવામાં આવે છે. અને આનો સીધો અર્થ એ થયો કે બાલ્યાવસ્થા ખૂબ જ નાજુક અને મહત્વપૂર્ણ હોય છે, કેમ કે અહીંથી જ તમારા જગતની શરૂઆત થાય છે. પરંતુ દુર્ભાગ્યવશ, તમારા જગત-નિર્માણની શરૂઆત તમે પોતે નહીં, તમારા પરિવારજનો કરે છે. અને તેઓ પ્રાયઃ જે વસ્તુઓ તમારા વિશ્વમાં ઠાંસતા જાય છે, તે તમારા હિતની છે કે નહીં, એની પણ પરવા નથી કરતાં. ...જોકે મોટાભાગનાંને એટલી સમજ પણ નથી હોતી. અને આના જ લીધે હું કહું છું કે પરિવારવાળાઓએ બાળકોનાં મનમાં વસ્તુઓ ઠાંસતા પહેલાં ખૂબ સાવધાન રહેવું જોઈએ. જો તે ઉંમરે બાળકને સમજદારીપૂર્વક ધર્મ, જાત અને દેશ વગેરેના ભેદભાવોથી ઉગારી લેવામાં આવે તો તે બાળકનું જીવન કંઇક ઓર જ બની જાય. નહિતર મોટો થયા પછી ન જાણે આ બાળકની કેટલીએ ઊર્જા અને સમય તો આ બધાં ભેદભાવો જ ખાઈ જાય છે. અને સાથો સાથ વાત-વાતમાં તેને ભેદભાવ કરવાની આદત પડી જાય છે, તે અલગ. એટલે કેમ કે તે મનુષ્યરૂપે જન્મ્યો છે એટલે તેને મનુષ્ય જ રહેવા દઈએ; તો માતા-પિતાનું પોતાના બાળકો પર મોટું અહેસાન ગણાશે.

મનમાં પ્રવેશ કરતાં જ વસ્તુ સ્પેસમાં, અસ્તિત્વમાં આવી જાય છે

તેથી પચાસ વ્યર્થ વાતો અને શિક્ષણની જગ્યાએ, બાળકને થોડું મોટું થતા જ એ સમજાવવું જોઈએ કે તેણે પોતાના વિશ્વનું નિર્માણ કરવાનું છે. એ હવે જે કંઈ પણ કરશે, કહેશે, સાંભળશે તેનાથી તેના વિશ્વનું નિર્માણ થતું જશે. અને તેને આ સમજણની

સાથે પોતાના વિશ્વ-નિર્માણની સ્વતંત્રતા પણ આપવી જોઈએ. એને પોતાના ખુદના વિશ્વ નિર્માણ માટે જવાબદાર બનાવવો જોઈએ. અન્ય કોઈએ પણ, પછી ભલે તેઓ પરિવારજન હોય કે શિક્ષક કે પછી બીજું કોઈ, તેમણે વધારેમાં વધારે સુઝાવ આપવા જોઈએ. પરંતુ ફોર્સ કે જબરજસ્તી બિલકુલ નહીં. અંતિમ નિર્ણય બાળકનો પોતાનો રાખવો જોઈએ. બસ, બાળકને આ રીતે જવાબદાર બનાવવું જ સૌથી મોટું શિક્ષણ છે.

ખેર! પછી બાળકના જગતનો સ્કૂલમાં જઈને વધુ ઝડપથી વિકાસ થવો શરૂ થઈ જાય છે. જે જે વસ્તુઓ તેને ત્યાં ભણાવાય છે અને ત્યાં તે મિત્રોની સાથે જે કંઈ પણ વાતો કરે છે, તે બધી તેના જગતમાં આવતી જાય છે. જોકે અહીં આવીને બાળકોએ સ્વયં ચોકસાઈ રાખવાની જરૂર છે. કેમ કે ધ્યાન રહે, તમારી અંદર છુપાયેલ 'હું' એટલે તમારો 'મનરૂપી સમય' એક એવું કોમ્પ્યુટર છે કે તમે જે કોમ્પ્યુટરોને જાણો છો, તે બધાંથી પણ અબજો ગણું શક્તિશાળી છે. અને મજાની વાત એ કે આ મનરૂપી કોમ્પ્યુટરની હાર્ડ-ડિસ્ક પણ તમે જ છો અને તેના ડેટા ઓપરેટર પણ તમે જ છો. આટલું જ નહીં, તે કોમ્પ્યુટરના પ્રોગ્રામર પણ તમે પોતે જ છો. અને મારું કામ છે, જેમ જેમ મારા સમય-રૂપી કોમ્પ્યુટરમાં તમારા તરફથી એન્ટ્રી નખાતી જાય છે, તેમ તેમ હું તે નખાયેલી એન્ટ્રીના આધારે તમારા જગતનો વિસ્તાર કરતો જાઉં છું...અને બસ, એ જ તમારું જગત હોય છે. તેથી હવે એ તો તમે સમજી જ ગયા હશો કે વિશ્વરૂપી જગતના વિસ્તાર સાથે તમારે કંઈ લેવા-દેવા નથી... તે જગતમાં જે અને જેટલું હોય, જરૂરી નથી કે તમારા જગતમાં પણ હોય જ.

અહીં હું જે વાત કહી રહ્યો છું તે સમજવી તમારા માટે ખૂબ જરૂરી છે. અને સાચું કહું તો મનુષ્ય જીવનનો આખો ખેલ જ માત્ર આ સમજ પર ટકેલો છે. ...અને આ સમજવું જરાપણ અઘરું નથી. થોડુંક જ ધ્યાન આપવાથી તમને તમારી અંદર એક વિશાળ કોમ્પ્યુટર હોવાનો અહેસાસ થઈ જ જશે. પછી જલ્દીથી તમને એ અહેસાસ પણ થઈ જશે કે તેમાં એન્ટ્રી કર્યા વગર તમારા વિશ્વમાં કોઈ વસ્તુ નથી પ્રવેશી શકતી. અને એ પણ કે તેમાં એન્ટ્રી નાખવી કે ન નાખવી તેના પર તમારો પૂરો એકાધિકાર છે. તમે ચાહો તો એન્ટ્રી તમારા કોમ્પ્યુટરમાં નાખી શકો છો, અને ચાહો તો બીજાઓના હજારો પ્રયત્નો છતાં, તેમની એન્ટ્રીને પોતાના કોમ્પ્યુટરમાં આવતી રોકી શકો છો. અને આનો સીધો અર્થ એ જ થયો કે જે વસ્તુઓ તમે તમારા જગતમાં નથી ચાહતાં તેની એન્ટ્રી ન તો પોતે નાખો, ન તો બીજાઓને નાખવા દો; બસ, તે વસ્તુઓ તમારા જગતમાં આવશે જ નહીં. એટલે કે તમારા વિશ્વમાં શું થશે અને શું નહીં થાય તે તમારા જ હાથમાં છે. અને જ્યારે તે તમારા હાથમાં છે, તો જવાબદારી પણ તમારી જ થઈ. હા, બાળપણમાં જે એન્ટ્રી નખાઈ ગઈ તેમાં તમે કંઈ કરી શકતા નથી; તે પરિવારજનોને જ આભારી હોય છે. અને તે રીતે જોવા જઈએ તો

પરિવારજનોની જવાબદારી ઘણી વધી જાય છે. પછી એક કારણસર કે બીજા, બાળકોએ નિશાળે તો જવું જ રહ્યું. તો અહીં પણ બાળકોને એ તો શીખવો જ કે સ્કૂલે જતાં-જતાં તેમણે કઈ એન્ટ્રી નાખવી અને કઈ નહીં; કેમ કે બાળકોનાં જીવનનો સમગ્ર ખેલ તેમની આ જ સમજ પર ટકેલો છે. એકવાર કઈ એન્ટ્રી નાખવાથી તેમના વિશ્વ પર શું પ્રભાવ પડે છે એની સમજ આવી જાય, તો તેઓ તેમનું વિશ્વ જેવું ચાહે તેવું બનાવી શકે છે. અન્યથા તો પરિવારવાળાઓ હોય કે બીજું કોઈ, તેઓ પોતાની સમજથી તો બાળકોનાં વિશ્વને વિકસિત કરવાવાળી એન્ટ્રી જ પાડે છે. પરંતુ તેનું પરિણામ શું આવી રહ્યું છે, તે કોઈથી છાનું નથી.

એટલે, જો તમે સાચે જ તમારું જીવન વ્યવસ્થિત બનાવવા માંગો છો તો સૌથી પહેલાં તમે એ વાત સારી રીતે સમજી લો કે તમારું પોતાનું એક સંપૂર્ણ સ્વતંત્ર વિશ્વ છે, જેનું નિર્માણ તમે પોતે કરો છો. અને આ નિર્માણ તમે કેવી રીતે કરો છો તે સમજવા માટે વિચારો ફક્ત એટલું જ કે વિશ્વરૂપી જગતમાં અબજો ચાંદ-તારા છે, પરંતુ તમારા જગતમાં એટલાં જ છે જેટલા તમને આંખોથી દેખાય છે અથવા જેના વિશે તમે વાંચ્યું છે. પરંતુ તે તારાઓ કયા-કયા વાયુઓથી બનેલા છે, કે પછી ત્યાં બીજું શું-શું છે; એ તમે નથી જાણતા. એટલે આ બધી વાતો તમારા જગતમાં નથી. તમે જાણો જ છો કે બ્રહ્માંડના જેટલા તારા વિશે તમને ખબર છે તેના કરતાં હજારો-લાખો ગણા વધારે મોજૂદ છે, તેમ છતાં તેઓ તમારા વિશ્વનો હિસ્સો નથી. અહીં મારા કહેવાનો મૂળ આશય એ છે કે આકાશ હોય કે ધરતી, જ્ઞાન હોય કે કાવ્ય, જ્યાં પણ જે કંઈ પણ, ભલે ગમે તેટલું કેમ ન હોય, પરંતુ તેમાંથી કંઈ પણ પોતાની મેળે તમારા જગતમાં નથી આવતું. તમારા જગતમાં તો તે ત્યારે જ આવે છે જ્યારે તમે તમારા કોમ્પ્યુટરમાં એન્ટ્રી નાખી તેને તમારા જગતમાં લઈ આવો છો. અને તમારું આ એન્ટ્રી કરાવવાનું - આંખ, કાન કે મગજ ગમે ત્યાંથી હોઈ શકે છે.

બાકી આ સ્પષ્ટ સમજી લો કે તમારા વિશ્વમાં કોઈ વસ્તુ, વ્યક્તિ અથવા વિચાર તમારી એન્ટ્રી પાડ્યા વગર નથી આવી શકતી. સમગ્ર વૃન્દાવન મળીને પણ કૃષ્ણનાં કોમ્પ્યુટરમાં ઈન્દ્રપૂજાની એન્ટ્રી ન પાડી શક્યા. તમામ ફોર્સ ભેગા મળીને પણ ક્રાઈસ્ટનાં કોમ્પ્યુટરમાં યહૂદી હોવાની કે બુદ્ધનાં કોમ્પ્યુટરમાં હિન્દુ હોવાની એન્ટ્રી નહોતી નાખી શક્યા. ત્યાં સુધી કે કોઈ અવોઈડ કરે અથવા ઈનસલ્ટ કરે, તો પણ તેની એન્ટ્રી પાડવી કે ન પાડવી તેની સ્વતંત્રતા તમને ઉપલબ્ધ છે. તમે નહીં પાડો, તમને ક્રોધ નહીં આવે. તમને ન ખોટું લાગશે, ન ઉદાસી ઘેરી લેશે. તેથી, આ ડેટા એન્ટ્રી પાડવા ઉપર જે તમારો એકાધિકાર છે, તેને ઓળખો.

કદાચ હવે તમને 'અહેસાસ'ના આ કરિશ્માનો થોડો-થોડો અંદાજો આવી જ ગયો હશે. હવે તમને એ વાત સમજમાં આવી જ ગઈ હશે કે તમારું વિશ્વ તમે જાતે બનાવો છો.

મનરૂપી કોમ્પ્યુટરમાં જરૂરતથી વધુ ડેટા નાખવાથી તેની હાર્ડ-ડિસ્ક કરપ્ટ થઈ જાય છે

અને જો સાચે જ સમજમાં આવી ગયું હોય, તો વિચારો કે આટલું મોટું વિશ્વરૂપી જગત હોવા છતાં, તમને તમારું એક આગવું જગત બનાવવાની સ્વતંત્રતા કેમ મળી છે? ચાલો, આ તો એ અહેસાસની ક્રીડા અને તેની મહાનતા થઈ. અને તેની ચર્ચા પણ હું કરીશ જ, પણ વખત આવ્યે. અત્યારે તમારા સંદર્ભમાં તો એ કે તમારા માટે આ આપમેળે મળેલો એક અવસર છે. અને એવું બનવું જોઈએ કે તમે આ અવસરને વટાવી લઈને પોતાનું જગત ખૂબ જ યાદગાર અને પ્રેરણાદાયી બનાવો. પરંતુ દુર્ભાગ્યવશ એ થતું જ નથી. હજારોમાં એકાદ જ પોતાનું જગત ખૂબસૂરત બનાવી શકે છે. ...આવું કેમ? એના કેટલાય કારણો છે. પ્રથમ તો એ કે હજુ સુધી મનુષ્યને એ ખબર જ નથી કે તેનું પોતાનું જગત તે જાતે બનાવતો આવ્યો છે, નહિતર કદાચ આ જવાબદારી તે બરાબર નિભાવી પણ લેત. પરંતુ ચાલો, હવે આ સમસ્યા

તો ઉકેલાઈ. અને હવે જ્યારે તમને ખબર પડી જ ગઈ છે તો તમને તમારી જવાબદારીનો અહેસાસ પણ થઈ જ ગયો હશે. અને આશા રાખું છું કે જેને જેને આ અહેસાસ થઈ જશે તે સાચી દિશામાં પ્રયત્ન શરૂ પણ કરી દેશે.

હવે જો મનુષ્યના જગતનું આટલી હદે બગડી જવાનું બીજું કારણ કહું તો તે કંઈક વધારે જ ખતરનાક છે. અને તે એ કે એની પહેલા કે બાળક પોતાના કોમ્પ્યુટરમાં એન્ટ્રી કરવા જેટલું મોટું થઈ જાય, એ પહેલાં જ પરિવારવાળાઓ તેનામાં હજારો પ્રકારની એન્ટ્રી કરી ચૂક્યા હોય છે. અને મોટાભાગે કરવામાં આવેલી આ એન્ટ્રી તેને જગતની સાથે જોડવાને બદલે જુદો પાડનારી હોય છે. ધર્મ, જાતિ અને સમાજના નામે દુનિયાભરના ભેદભાવ તેનામાં ભરી દેવાય છે. એક આશ્ચર્યના ભાવ સાથે જન્મેલા બાળકના કોમ્પ્યુટરમાં ન જાણે કેવી કેવી એન્ટ્રી તેના પરિવારવાળાઓ દાખલ કરી દે છે. અને પછી થોડી ઉંમર વધતાં જ બાળકના મનમાં મહત્વાકાંક્ષાઓ અને મર્યાદાઓની બીજી હજારો એન્ટ્રી પણ કરી નખાય છે. બસ, બાળકનું સત્યાનાશ નીકળી જાય છે.

મસ્તીથી હસતા-રમતા મોટું થતું બાળક પોતાના પ્રેમ અને ક્રોધની ઊર્જાના બળે જીવનને વિકસાવનારા ગુણો જેવાં કે ધ્યાન, આત્મવિશ્વાસ, દ્રઢતા, ઉત્સાહ વગેરેને પોતાનામાં ખીલવવા શરૂ જ કરે છે કે તેના કોમ્પ્યુટરમાં ઉટપટાંગ ડેટા નાખીને પોતાના જ પરિવારજનો દ્વારા ન ફક્ત તેને વિકૃત કરવાનું શરૂ કરી દેવાય છે, બલ્કે તેના જગતમાં હજારો અનાવશ્યક વસ્તુઓ પણ ઘુસાડી દેવાય છે. નાના બાળકની નિર્દોષ મસ્તીઓ અને ક્યારેય ન ખૂટનારી ઊર્જા જે સંસારની સૌથી ખૂબસૂરત વસ્તુ હોય છે, તે તો આ એન્ટ્રીના ઘોડાપૂરમાં તણાઈને કોણ જાણે ક્યાં ખોવાઈ જાય છે? એટલે કે મનુષ્યની નાદાનીના કારણે બાળકની એ દુર્દશા થઈ જાય છે કે તે પોતાના કોમ્પ્યુટરમાં ડેટા નાખવા જેટલો મોટો થાય તે પહેલાં જ તેની કોરી હાર્ડ-ડિસ્ક ડેટા નાખી-નાખીને ભરી દેવાઈ હોય છે. તેનાથી પણ વધુ ખતરનાક સ્થિતિ તો એ કે તેને પણ ખોટો ડેટા નાખતા શીખવી દેવાયું હોય છે.

...નહિતર તો તમે બધાં જાણો છો અને કદાચ માનતા પણ હશો કે નાના ભૂલકાઓને રમતા જોવાથી મોટું સુખ દુનિયામાં બીજું કોઈ નથી હોતું. તેમને મોટા થતા જોવા એ સ્વયં કુદરતનો સૌથી મોટો ચમત્કાર જોવા જેવું છે. એક નાનું બાળક ઘરના આંગણામાં રમે છે તો આખુ ઘર મસ્તીથી ભરાઈ જાય છે. તેનું કાલુ-કાલુ બોલવું, ધૂળમાં રમવું, તેનું જીદ કરવું, તેનું પરેશાન કરવું, બધું જ મોહ પમાડે તેવું હોય છે. આવું કેમ થાય છે? કેમ કે બાળકમાં મારી ગતિ બહુ તીવ્ર હોય છે. તેનો સમય ઝડપથી પસાર થતો હોય છે. તમે પણ યાદ કરો કે તમે જન્મ્યાં પછી પાંચ-છ વર્ષના ક્યારે અને કેવી રીતે થઈ ગયાં? ...બસ, ફટાફટ થઈ ગયા. એટલે કે તે બધું તમને એક સ્વપ્ન જેવું લાગે છે. પણ પછી જ્યારે પરિવારવાળા

તમારા કોમ્પ્યુટરમાં ડેટા નાખતા થઈ જાય છે, તો સમય એ હદે ધીમો થઈ જાય છે કે તમારી બધી મસ્તીઓ છૂ-મંતર થઈ જાય છે.

અને પછી આગળ ઉપર સ્કૂલમાં જતાં જ તમારી હાલત ઓર ખરાબ કરી નખાય છે. ત્યાં તો દુનિયાભરનો ડેટા તમારા કોમ્પ્યુટરમાં ઠલવાતો જાય છે. તમે પણ ઘણાં ઉત્સાહથી બધા ડેટાને અંદર જવા દો છો. ...વિચારો છો જ્ઞાન વધી રહ્યું છે. પણ જ્ઞાન કેટલું અને શું વધી રહ્યું છે એ તો તમે જ જાણો, પરંતુ દુનિયાભરના ઠલવાયેલા આ ઉટપટાંગ ડેટાને લીધે તમારા મનરૂપી કોમ્પ્યુટરની હાર્ડ-ડિસ્ક અવશ્ય ભરાતી જાય છે. અને આ ભરાઈ રહેલી હાર્ડ-ડિસ્ક તમારા જીવનમાં મારી ગતિને ધીમી કરતી જાય છે. પછી તેના પરિણામસ્વરૂપ તમારામાંથી જીવનને વિકસાવનારા તમામ ગુણો જેવાં કે ધ્યાન, ઉત્સાહ કે આત્મવિશ્વાસ વગેરે નબળા પડવા શરૂ થઈ જાય છે. એટલું જ નહીં, આના ફળસ્વરૂપ તમે વિકૃત પણ થતા જાવ છો. તમારામાં ચિડિયાપણું, બોરડમ, ફ્રસ્ટ્રેશન વગેરે પણ પાંગરવા શરૂ થાય છે. અને પછી મોટા થતા થતામાં તો તમે તમારા કોમ્પ્યુટરમાં એટલો ડેટા નાખી દો છો કે તમારી હાર્ડ-ડિસ્ક જ કરપ્ટ થઈ જાય છે. તમે વિચારો છો કંઈ, અને બોલાય છે કંઈ. ઈચ્છો છો કંઈ, અને થાય છે કંઈ. મારી ગતિ તો આ વધેલા ડેટા અને વિસ્તાર પામેલા તમારા જગતના કારણે એટલી ધીમી થઈ જાય છે કે ધીમે ધીમે કરીને તમારે દિવસ વિતાવવો પણ મુશ્કેલ થઈ પડે છે. ...સાચે જ, તમે તમારા અને તમારા જગતની શું હાલત કરી કાઢો છો?

કુદરતના કોઈપણ અધિકારનું મનુષ્યની દુનિયામાં કોઈ ઈન્ટરફિયરન્સ નથી

શી ખબર, આ મનુષ્ય ક્યારે બાળકોને સાચી શિક્ષા આપતાં અને તેમના કોમ્પ્યુટરમાં સાચો ડેટા નાખતા શીખશે? કેમ કે સ્કૂલ-કૉલેજથી લઈને ઈન્ટરનેટ સુધી, અને જ્ઞાનના ગ્રંથોથી માંડીને ટી.વી. સુધી, અને ફિલ્મોથી લઈને ધર્મના નામે ફેલાવાતી તમામ વાતોમાં, મોટાભાગનો ડેટા તો મનુષ્યના કોમ્પ્યુટરની હાર્ડ-ડિસ્કને કરપ્ટ કરી નાખે તેવો જ નખાઈ રહ્યો છે. જોકે અહીં બીજાઓને દોષ દેવાય તેમ પણ નથી. કેમ કે કોઈ જબરદસ્તી તમારા સહકાર

વગર તો તમારા કોમ્પ્યુટરમાં ડેટા નાખી નથી રહ્યા. એ તો તમે જ ખોટી વાતોથી પ્રભાવિત થઈને બધાને ડેટા નાખવા દો છો. એટલું જ શા માટે, પોતે પણ ક્યાં સાચો ડેટા પોતાના કોમ્પ્યુટરમાં નાખી રહ્યા છો? અને એટલા માટે ન તો તમે બીજાઓને દોષ આપી શકો છો, અને ન તો હું અહીં બીજાઓ વિશે ચર્ચા પણ કરવાનો છું. જવાબદારી તમારી છે, એટલે તમારે જ કેવો ડેટા નાખવો, અને કયો ડેટા નાખવાથી શું થાય છે...તે સમજવું પડશે.

અને અહીં હું દરેક વાત વિસ્તારથી સમજાવવાની શરૂ કરું તે પહેલા તમે અત્યાર સુધીની મારી કહેલી વાતોનો સાર સમજી લો. કેમ કે એકવાર આખી વાત તમારા મગજમાં તાજી થઈ જાય, તો આગળની વાત સમજવી જરા આસાન થઈ જશે. અને સૌથી મોટી અને ગહન સચ્ચાઈ તો એ કે તમારું વિશ્વ બનાવવાની જવાબદારી પણ તમારી છે અને તે હેતુસર તમને પૂર્ણ સ્વતંત્રતા પણ મળેલી છે. એટલા માટે તમારું જીવન અને જગત જેવું પણ છે, તે માટે તમે ક્યારેય કોઈને પણ દોષ નથી આપી શકતા. તમારા જગતમાં વિશ્વની મોટામાં મોટી શક્તિ પણ ઈન્ટરફિઅર નથી કરી શકતી. અને સ્વાભાવિક રીતે આ ઈન્ટરફિઅરન્સની સત્તા ન હોવી બે-તરફી છે; તે ના તો તમારું કંઈ બગાડી શકે છે અને ના તો તે તમારું કોઈ કામ પાર પાડવામાં તમારી મદદ પણ કરી શકે છે. બધું કરવાનું પણ તમારે જ છે અને તમારા કર્યાનું પરિણામ પણ તમારે જ ભોગવવાનું છે.

બીજી વાત, તમારા જગતનો વિસ્તાર મારા મનરૂપી સમયના કોમ્પ્યુટરમાં ડેટા નાખવાને કારણે થઈ રહ્યો છે. પછી તે ડેટા ભલે તમે નાખો કે કોઈ બીજું, કોઈ ફરક નથી પડતો. એટલે મારામાં કોઈપણ ડેટા એન્ટર કરતા પહેલા એટલું સમજી લેજો કે તમે ડેટા નાખશો કે તરત જ હું તેને તમારા જગતમાં લઈ આવીશ. અને તમારા જગતમાં આવ્યાં પછી તમે કહેશો કે આ તો ઝેર છે, હટાવો આને...પણ એવું વિચારવા કે ઇચ્છવાથી તે હટી જવાનો નથી. તે ઝેર હોય કે વીંછી, તમને ડંખે કે મારે. ...તમારે સહેવું જ પડશે. એટલે સૌ પ્રથમ તો તમારે ડેટા કયો, કેટલો અને ક્યારે નાખવાનો છે તે વાતનું જ્ઞાન વધારવું પડશે.

આ બરાબર સમજી લો કે દુનિયામાં જેમના જીવન તમને આબાદ અને ખુશહાલ દેખાઈ રહ્યા છે, તે બધાં તે જ લોકો છે જેમણે જાણ્યે-અજાણ્યે પોતાના મનરૂપી કોમ્પ્યુટરમાં બરાબર યોગ્ય ડેટા નાખેલો છે. આ એ લોકો છે જેમણે પોતાના વિશ્વરૂપી બગીચામાં માત્ર ફૂલો જ ઉગાડ્યાં છે. અને બીજા શબ્દોમાં કહું તો આ એ લોકો છે જેઓ પોતાની દુનિયાને કાંટાઓથી બચાવવામાં સફળ થઈ ગયા છે. એટલે આશા રાખુ છું કે મારા જણાવ્યાં પછી તમે પણ આ કળા શીખી પોતાનું વિશ્વ આબાદ કરી લેશો.

અત્યાર સુધી મેં તમને એ સમજાવ્યું કે તમારા વિશ્વનું નિર્માણ તમારા મનરૂપી સમયના કોમ્પ્યુટર, એટલે કે મારામાં, ડેટા નાખવાથી થાય છે. અને જેવી રીતે તમને તમારી શારીરિક સંરચના અને સ્વાસ્થ્ય પોતાના માતા-પિતા કે દાદા-નાનાનાં પારિવારિક જીન્સ કે ડી.એન.એ. થકી વારસામાં મળે છે, બરાબર એવી જ રીતે તે જ લોકો દ્વારા તમારા કોમ્પ્યુટરમાં જાત જાતના ડેટા નખાવાને કારણે કહી શકાય કે તમારી ઈચ્છા-અનિચ્છાએ, કે પછી તમને જરૂરત હોય કે ન હોય, પરંતુ સંસ્કાર પણ થોડે ઘણે અંશે તમને જબરદસ્તીથી વારસામાં સોંપી જ દેવાય છે. બહુ ઓછા એવા પરિવારો હોય છે જેમને બાળકોના કોમ્પ્યુટરમાં યોગ્ય રીતે ડેટા નાખતા આવડે છે. ...જેમ કે એડીસન કે વિવેકાનંદની મા, જેમણે બન્નેના કોમ્પ્યુટરમાં બાળપણથી જ શ્રેષ્ઠ ડેટા નાખ્યો. તેવી જ રીતે જેટલા પણ મહામાનવો થયા છે, મોટાભાગે તેમના માતા-પિતા, પરિવારવાળા અથવા તો ટીચર વગેરેએ બાળપણથી જ તેમના કોમ્પ્યુટરમાં સારો ડેટા નાખ્યો જ હોય છે.

અને એડીસનની માતા 'નૅન્સી'ના જીવનના તો જેટલા વખાણ કરીએ તેટલાં ઓછાં છે, સાચે જ દુનિયાભરની માતાઓએ તેને પોતાનો 'આદર્શ' બનાવવી જોઈએ. તેવી જ રીતે હું તો કહું છું કે હેલન-કેલરની ટીચર 'એને'ને પણ વિશ્વભરના શિક્ષકોએ પોતાનો આદર્શ બનાવવી જોઈએ. જરા વિચાર તો કરો, તેણે જોવા-સાંભળવા અને બોલવાની ક્ષમતા ખોઈ ચૂકેલી બાળકીના કોમ્પ્યુટરમાં કેવો-કેવો ડેટા નાખ્યો કે હેલન-કેલર વિશ્વ-ઈતિહાસમાં

કર્મઠતાની દેવી બનીને ઊભરી. અને તેની સામે મોટાભાગના શિક્ષકોને જુઓ જેમને તમે તમારા હોનહાર બાળકો સોંપો છો, તો પણ તેઓ ન જાણે કેવો કેવો ડેટા નાખીને તેમને ધૂળ-ધાણી કરી નાખે છે.

ચાલો, આ બધું પણ જવા દો. તમે બીજાઓને ભરોસે તમારું વિશ્વ બનાવો જ શું કામ? 'નૅન્સી' જેવી મા કે 'ઍને' જેવી ટીચર નથી મળતી તો ન મળે. પણ તમે જાતે તમારા વિશ્વની જે દશા કરી નાખો છો, જરા તેનો તો વિચાર કરો. જરા તમે તમારા વિશ્વ-નિર્માણના ઉત્સાહની હકીકત તો સમજો. કેટલી ઉતાવળ રહેતી હોય છે તમને તમારું વિશ્વ વિકસાવવાની અને ફેલાવવાની, જરા એ તો જુઓ. તમારી પાસે તમારા દેશમાં ફરવાના પૈસા નથી હોતાં, છતાંય તમે સ્વિટ્ઝર્લેન્ડની સુંદરતાનો ડેટા તમારી અંદર ભરી લો છો. સમજાતું એ નથી કે જ્યારે તમે સ્વિટ્ઝર્લેન્ડ ફરવા જઈ જ નથી શકતાં તો પછી વ્યર્થ ડેટા નાખીને હાર્ડ-ડિસ્ક ભરવાનો શું મતલબ? ...નકામી મારી ઝડપ ધીમી કરી નાખો છો. પછી શું થાય છે? અકારણ તેનું પરિણામ સ્વિટ્ઝર્લેન્ડ ન જઈ શકવાના દુ:ખના રૂપમાં ભોગવવું પડે છે. અને આ જ તમારા વિશ્વ-નિર્માણની જાદુગરી છે. સ્વિટ્ઝર્લેન્ડ તમારા વિશ્વમાં ન હોવાં છતાંય ડેટા નાખતા જ હું તેને તમારા વિશ્વમાં લઈ આવું છું. કેમ કે આ જ મારી કાર્યપ્રણાલી છે. મને ખેંચ્યો નથી કે મેં સ્પેસ પેદા કરી નથી.

પોતાનું વિશ્વ ફેલાવવાને બદલે તેને સંકેલવા ઉપર ધ્યાન દેવું બુદ્ધિમાની છે

જરા મારી સ્પેસ-નિર્માણની તીવ્રતાનો તો ખયાલ કરો. તમે ક્યાંક સ્વિટ્ઝર્લેન્ડની સુંદરતા વિશે થોડું વાંચી કે સાંભળી લીધું, અને સાંભળીને સારું લાગ્યું તો ડેટા અંદર નાખી દીધો. ચાલો, તમારું કામ તો પતી ગયું, પરંતુ મારું કામ અહીંથી શરૂ થાય છે. હું સ્વિટ્ઝર્લેન્ડની સુંદરતાને તમારા કોમ્પ્યુટરમાં સ્પેસ આપી દઉં છું. એથી તે તમારા કોમ્પ્યુટરમાં સુરક્ષિત થઈ જાય છે. એટલું જ નહીં, આ કોમ્પ્યુટર સ્વચાલિત ડેટા ઉત્પન્ન પણ કરે છે. આ તમારા ડેસ્કટોપ કોમ્પ્યુટરની જેમ નથી કે જે ડેટા નાખ્યો માત્ર એ જ સ્ટોર કરશે. આ પ્રાણવાન કોમ્પ્યુટર છે. આ ફીડ કરેલા પ્રત્યેક ડેટાને વીતતા સમય સાથે મલ્ટીપ્લાય કરતા રહે છે. સ્વિટ્ઝર્લેન્ડની સુંદરતાનો ડેટા નાખતાં જ,

એ ત્યાં જવાના સપના દેખાડે છે. ન જઈ શકવાનું દુઃખ ઘેરી લે છે. જવાવાળાઓની ઈર્ષા થાય છે. પછી તેનાથી તમારો છુટકારો નહીં...એ સુંદરતા પડી-પડી તમને પરેશાન કરતી રહે છે. અને તે પણ એ હદે કે તમારી આંખો સામે જે પણ ઉપલબ્ધ સૌંદર્યો છે એ બધી તમને ગમવી બંધ થઈ જશે. હવે આ અકારણ નુકસાનનો સોદો થયો કે નહીં? આ રીતે વિશ્વ ફેલાવીને તમારે હાથ શું લાગ્યું? આ કોમ્પ્યુટરનો નિયમ છે ''નમાજ પઢવા જાત તો રોજા ગળે પડાવી દેત.'' તમે હિન્દુ છો નો એક ડેટા નાખત, તો એ પાછળ-પાછળ ઉપવાસથી માંડી પચાસો ભગવાન અને વિધિ-વિધાન બધું ગળે પાડી દેત.

બરાબર એવી જ રીતે કેટલાંક સ્ટૂડન્ટ્સ એવા હોય છે જેમની પાસે ઈન્ડિયામાં કૉલેજની ફી ભરવાના સાં-સાં હોય છે, અને તેઓ ઓસ્ટ્રેલિયામાં કઈ કઈ યુનિવર્સિટી સારી છે, એ વિશે જાણવા નીકળી પડે છે. પોતાનો સબજેક્ટ કોમર્સ છે અને વિજ્ઞાન સંબંધી યુનિવર્સિટીની માહિતી એકઠી કરવામાં લાગી જાય છે. નોકરીનું ઠેકાણું નથી હોતું અને ગાડીઓ વિશે જાણવાનો શોખ હોય છે. એટલે કુલ મળીને કહેવાનું તાત્પર્ય એ કે એક નહીં, હજાર જાતના અનાવશ્યક ડેટા તેઓ પોતાની હાર્ડ-ડિસ્કમાં નાખતાં જ રહે છે, અને આ બાજુ પોતાના સ્વભાવથી મજબૂર હું, બધાંને તેમના વિશ્વમાં લાવતો જ રહું છું.

આમ તો તમારી આ ડેટા નાખવાની આદત વસ્તુઓ સુધી જ સીમિત નથી હોતી. જેમ-જેમ તમે મોટા થતાં જાવ છો, પોતાના વિશ્વમાં એક પછી એક મનુષ્યને પણ લાવતાં જાવ છો. પરિવારવાળા તો સમજ્યા, આપોઆપ જ તમારા વિશ્વમાં ઘૂસી જાય છે; પરંતુ અન્ય મનુષ્યોનું વર્તુળ પણ તમે વધારતાં જ જાવ છો. અને મજા એ કે માત્ર વર્તુળ જ નથી વધારતાં, એમના અંગે કેટલીક અપેક્ષાઓનો ડેટા પણ તમારા કોમ્પ્યુટરમાં નાખતા જાવ છો. પણ એ નથી સમજતાં કે દરેક ઠલવાતા ડેટાની સાથે તમારા જીવનમાં મારી ગતિ ધીમી થઈ રહી છે. અને પછી મારી ધીમી થયેલી ગતિના પરિણામસ્વરૂપ જે જે મનુષ્યોને તમે તમારા વિશ્વમાં લાવ્યાં છો, તેમના સુખ-દુઃખ તમને હેરાન કરવાનું શરૂ કરી દે છે. અને એમની સાથે સંકળાયેલી અપેક્ષાઓ તો તમારું જીવવું જ મુશ્કેલ કરી નાખે છે...પછી તો અપેક્ષાઓ તૂટવાનું દુઃખ ધીમે ધીમે કરતાં તમારા જીવનમાં રોજનું થઈ પડે છે.

ચાલો, આ બધું પણ સમજમાં આવે છે, પરંતુ તમે હદ તો ત્યારે કરી નાખો છો જ્યારે તમારા કોમ્પ્યુટરનું કી-બોર્ડ જ ખુલ્લું મૂકી દો છો. જેથી જેને, જ્યારે અને જેવી મરજી પડે, ડેટા નાખી દે. પછી તો જેને મોકો મળે તે તમારા કોમ્પ્યુટરમાં ડેટા નાખવા માંડે છે. કોઈ તમારા કોમ્પ્યુટરમાં મહત્વાકાંક્ષાનો ડેટા નાખે છે, તો કોઈ તમને શું કરવું અને શું ન કરવું નો ડેટા પકડાવી જાય છે. અને કેટલાંક તો મોકો જોઈને જીવનને આગળ વિકસાવવા માટે માન્યતાઓની નવી નવી રીતો અપનાવવાનો ડેટા તમારી હાર્ડ-ડિસ્કમાં સુરક્ષિત કરી

આશાઓ અને અપેક્ષાઓના ડેટા
મનુષ્યનાં મનરૂપી કોમ્પ્યુટરને સૌથી વધુ કરપ્ટ કરે છે

જાય છે. ...કોઈ તમારા કર્તવ્યોની સૂચિ તમને પકડાવી જાય છે, તો કોઈ તમને પોતાની ખામીઓનું લિસ્ટ થમાવી જાય છે. કોઈ તમારી તુલના ન જાણે કોની કોની સાથે કરીને તમારામાં લઘુતા સ્થાપી જાય છે, તો કોઈ વસ્તુઓની તરફ તમારું આકર્ષણ જગાવીને તેમનું તમારા વિશ્વમાં પદાર્પણ કરાવી જાય છે.

સમજાતું એ નથી કે જ્યારે તમે તમારા મામૂલી 'ટેબલ-કોમ્પ્યુટર'માં કોઈ નકામો ડેટા નથી નાખતાં, જ્યારે તમે તમારા તે સાધારણ કોમ્પ્યુટરની હાર્ડ-ડિસ્કનો આટલો ખયાલ રાખો છો, તો પછી જે કોમ્પ્યુટર તમારા વિશ્વનું નિર્માણ કરી રહ્યું છે તેમાં આટલો નિરર્થક ડેટા કેમ નાખ્યા કરો છો? અને આ તો બિલકુલ મારી સમજથી પર છે કે જ્યારે તમે તમારા લેપટોપ કે પર્સનલ કોમ્પ્યુટરને કોઈને અડવા પણ નથી દેતાં, કોઈ વ્યર્થ ડેટા ન નખાય એ ડરથી પાસવર્ડ રાખે છે, તો તમે તમારું વિશ્વ બનાવવાવાળા કોમ્પ્યુટરમાં ગમે તેને ડેટા કેવી

રીતે નાખવા દો છો? શું તમારા વ્યવહારનો આ વિરોધાભાસ જ તમને તમારા જીવન વિશે બેદરકાર સાબિત નથી કરતો?

અને પાછા તમે તમારા વિશ્વને જુઓ તો ખરા, કશું જ તો નથી છોડ્યું તમે તેમાં. તમારા વિશ્વમાં ભગવાન અને ધર્મ છે, તેમાં ડિગ્રીઓ અને મહત્વાકાંક્ષાઓ છે, હજારો વિષયોની લાખો જાણકારીઓ છે, જેને પોતાના કહી શકાય તેવા પચાસો માણસોની ફોજ છે; તો સવાલ એ કે જીવન આટલું બર્બાદ કેવી રીતે થઈ ગયું? તે એટલા માટે કે જેને હીરા માની બેસીને તમે તમારા જગતમાં એન્ટ્રી આપી રાખી છે, તે બધાં પથ્થર સિવાય બીજું કંઇ નથી નીકળી રહ્યા. અણીના સમયે બધા દગો દઈ રહ્યા છે. સફળતાના હજારો ઉપાય તમે શોધી કાઢ્યાં છે, પણ અણીના સમયે તેમાંથી એક પણ કામ નથી આવી રહ્યો. ધાર્મિકથી લઈને સામાજિક સ્તર સુધી, અને વ્યાવસાયિકથી લઈને ભાવનાના સ્તર સુધી જીવન સફળ બનાવવા માટે કોઈએ કોઈ કસર બાકી નથી મૂકી; પરંતુ કડવી વાસ્તવિકતા એ છે કે પરિણામસ્વરૂપે કોઈના હાથમાં કંઇ નથી આવી રહ્યું.

મનુષ્યનાં પોતાના વિશ્વનું નિર્માણ, તેના મનરૂપી કોમ્પ્યુટરમાં ડેટા નાખવાથી થાય છે

આવું કેમ? તો એનો એક જ જવાબ છે કે તમે જે વસ્તુઓનો તમારા વિશ્વમાં જાણ્યે-અજાણ્યે સંગ્રહ કર્યો છે કે થવા દીધો છે, ...એવો કોઈ નિયમ નથી કે એનાથી જ તમારું જગત આબાદ થઈ શકે. ત્યાં બીજી હકીકત એ પણ છે કે વ્યર્થનો ડેટા નાખ-નાખ કરીને તમે તમારું વિશ્વ એટલું મોટું બનાવી લીધું છે કે હવે તે તમારા નિયંત્રણમાં જ નથી રહ્યું.

જોકે આશા રાખુ છું કે હવે તમે તમારા વિશ્વ-નિર્માણની પ્રક્રિયા સંપૂર્ણ રીતે સમજી ગયા હશો. તમારો ''મનરૂપી સમય'' કેટલું જાદુભર્યુ કોમ્પ્યુટર છે, એ પણ તમે સમજી જ ગયા હશો. હું કેવી રીતે ડેટા નાખતાં જ તે વસ્તુને તમારા વિશ્વની હકીકત બનાવી દઉં છું, તેની પણ તમને ખબર પડી જ ગઈ હશે. અને એ સમજાવવાની તો જરૂરત જ નથી કે ડેટા નાખતી વખતે વર્તેલી સજગતા જ તમારા વિશ્વને બચાવી શકે છે. કેમ કે આજે તમારા વિશ્વમાં જે કંઇ પણ છે તે તમારા જ નાખેલા ડેટાને કારણે અસ્તિત્વમાં આવ્યું છે. એટલે બીજું કંઇ નહીં તો આગળ ઉપર ડેટા નાખતી વખતે સાવધાની રાખશો, તેવી આશા તો હું તમારી પાસેથી રાખી જ શકું છું.

હવે પ્રશ્ન એ થાય છે કે જ્યારે મનુષ્ય પોતે જ પોતાના વિશ્વનું નિર્માણ કરે છે તો પછી કેમ મોટાભાગના મનુષ્યોના વિશ્વો આવાં બેહાલ થઈને પડ્યા છે? ભલા પોતાનું જીવન હાથે કરીને બગાડવાનું કોણ ચાહશે? કોઈ નહીં... તો પછી કેમ બધાંના જીવનની આવી દુર્દશા થઈ છે? જ્યારે મનુષ્યનું વિશ્વ-નિર્માણ તેની ઈચ્છાને આધીન છે, તો કોણ પોતાનું વિશ્વ બગાડવાની ઈચ્છાથી કાર્ય કરશે? પ્રશ્ન તો એકદમ યોગ્ય છે, પરંતુ તેનો ઉત્તર થોડો કૉમ્પ્લિકેટેડ છે. હકીકતમાં થઈ એ રહ્યું છે કે મનુષ્ય પોતાનું જગત સજાવવા તો માંગે જ છે, પરંતુ તે માટે જે પ્રયત્નો કરે છે તેના પરિણામો તેની વિચારણાંથી વિપરીત આવે છે. આવું એટલા માટે બને છે કે હું જેવો દેખાઉં છું... તેવો છું નહીં. મારા બધાં કાર્યો સામાન્ય મનુષ્યોની કલ્પનાથી વિપરીત છે. એટલા માટે જ્યાં સુધી તમે મારી આ અવળી-ગંગા વિશે નથી સમજી લેતાં, તમારા બધાં પ્રયત્નો ઉંધા જ પુરવાર થતા રહેશે. અને એ કહેવાની જરૂરત નથી કે ઉંધા પ્રયત્નોના પરિણામો પણ ઉલ્ટા જ આવશે.

આને એવું સમજો કે પાણી બનાવવાનું સૂત્ર H_2O છે. હવે આને ઉંધુ સમજીએ કે સીધું, પણ જો તમારે પાણી બનાવવું હોય તો બે હાઈડ્રોજનના અણુ અને એક ઑક્સિજનના અણુનું જ મિલન કરાવવું પડશે. એટલે જો તમારે પાણી બનાવવું હોય તો તે માટે પહેલા તમને પાણી બનાવવાની ફોર્મ્યુલા ખબર હોવી જરૂરી છે. અને ફોર્મ્યુલા ખબર પડી જાય પછી તે મુજબ કાર્ય કરવું પણ જરૂરી છે. તેવી જ રીતે જીવનમાં તમે જે ચાહો છો, મારા

મનરૂપી સમયમાં બધાંની ફિક્સ ફોર્મ્યુલા મોજૂદ છે. પરંતુ મુશ્કેલી ત્યાં આવી રહી છે કે તમે તમારી ચાહના વિશે તો ક્લીઅર છો, પરંતુ તેને પ્રાપ્ત કરવાની ફોર્મ્યુલા બાબતે ભ્રમિત છો. તમે વિચારો છો કે 'પાણી' નાઈટ્રોજન અને એમોનિયાને ભેગાં કરવાથી બની જશે, અને પાણી બનાવવાની ચાહમાં તમે નાઈટ્રોજન અને એમોનિયાને તો ભેળવતાં પણ રહો છો. મજાની વાત એ કે બધું જ કરી લીધા પછી જ્યારે તમે ઉંધે કાંધ પડો છો ત્યારે તમને ખબર પડે છે કે આ તો ઝેરીલો વાયુ બનાવવાની ફોર્મ્યુલા નીકળી. અર્થાત્ પાણી બનાવવાની લ્હાયમાં ફોર્મ્યુલાથી અજાણ હોવાને કારણે તમે ઝેરીલો ગેસ બનાવી નાખ્યો.

સમયની પૂરી કાર્યપ્રણાલી, બુદ્ધિની વિચારસરણીથી ઉલ્ટી છે

બસ, આ જ એક ચક્કર છે જે બધાંના જીવનને કચડી રહ્યું છે. તમે સફળતાની ચાહનામાં જે ફોર્મ્યુલાઓ અપનાવો છો તેનાથી જ તમને અસફળતા મળી રહી છે. તમે પહેલાં તો સુખની ઝંખના કરો છો, પછી પોતાની સમજના હિસાબથી તે સુખને પ્રાપ્ત કરવાની ફોર્મ્યુલા અપનાવો છો; પરંતુ અંતે તે ફોર્મ્યુલા દુઃખની નીકળી આવે છે. તમે તમારી સમજણથી દિવસ-રાત પરસ્પર સંબંધ મજબૂત બનાવવાની ફોર્મ્યુલાઓ અજમાવ્યાં કરો છો અને પરિણામે બધાથી તમારું અંતર વધતું જ જાય છે.

કહેવાનું તાત્પર્ય એ કે અપેક્ષાઓ તો તમે બરાબર જ કરો છો પણ તેને પૂરી કરવાની ફોર્મ્યુલાઓ ખોટી અજમાવો છો. એટલે કે તમે એ તો થોડું ઘણું સમજી રહ્યા છો કે તમારા વિશ્વનું નિર્માણ તમારી ઈચ્છાનુસાર થઈ રહ્યું છે. અને એટલે જ દરેક જણ અનેક મનગમતી ઈચ્છાઓ સેવતા જીવી પણ રહ્યા છે. પરંતુ કોઈ આ ઈચ્છાઓને સાકાર કરવાની ફોર્મ્યુલા વિશે કશું નથી જાણતું. આ કારણે તે પોતાના સપનાઓને પૂરા કરવા માટે જે કંઇ પણ પ્રયત્નો કરે છે, તેનાથી બધું ઉલ્ટું થઈ જાય છે.

હવે તમે કહી શકો છો કે સારું, તો પછી અમે સપનાઓ જ ઉંધા જોવાનું શરૂ કરી દઈએ. હવે સપનાઓ ઊંધા જોવા એટલું આસાન થોડું જ છે? કોણ અપેક્ષા કરશે કે મારું જીવન બર્બાદ થઈ

જાય? કોણ નિષ્ફળતાની શોધમાં ભટકશે? અને વળી માત્ર અપેક્ષા કરવાથી મામલો થાળે પડી જતો હોત તો કદાચ કોઈ કરી પણ લેત, પરંતુ તે દિશામાં પ્રયત્નો પણ પ્રામાણિકતાપૂર્વક કરવા પડે છે. અને આ સામાન્ય મનુષ્યો માટે આસાન નથી કે તે પોતાની બરબાદીના રસ્તા જાતે જ શોધતો રહે. ...એટલે સીધા ઉપાયો વિચારો. અને સીધો ઉપાય એ કે ઇચ્છાઓ ભલે સીધી કરો, પરંતુ તેને પૂરી કરવાની ફોર્મ્યુલા વિશે સારી રીતે સમજી લો...એટલે કે મારી અવળી-ગંગાને ઓળખી લો. અને જ્યારથી હું તમારી સમક્ષ ઉપસ્થિત થયો છું, આજ પ્રયાસ કરી રહ્યો છું કે તમે મને ઓળખી લો.

...નહિતર અત્યારે તો આ ફોર્મ્યુલાઓની સમજફેરને કારણે તમારા એવા હાલ થઈ ગયા છે કે જો તમને ઇચ્છાપૂર્તિનું વરદાન મળે તો પણ તમે તેનાથી તમારું નુકસાન જ કરી બેસો. એટલે કે તમે આ ખોટું ચાહવા અને કરવાની દોડમાં એટલા આગળ નીકળી ગયા છો કે તમને કંઇ પણ કેમ ન મળી જાય, અંતે તમે બર્બાદ થઈને જ રહેશો. ન સમજાયું? તો ચાલો, આ સાથે તમને આ વાતનું એક ઉદાહરણ પણ આપી દઉં. ...પ્રાચીન હિન્દુ પુરાણોમાં કલ્પવૃક્ષ નામના એક એવા વૃક્ષની કલ્પના કરવામાં આવી છે જેની નીચે બેઠેલો મનુષ્ય જે ઇચ્છા કરે તે તત્ક્ષણ પૂરી થઈ જાય છે. હવે જીવનમાં આનાથી વધુ તો તમે કશું નથી મેળવી શકવાના. પરંતુ હું અહીં એ સમજાવવા માંગુ છું કે તે મળી જાય તો પણ શું...?

...એક દિવસ એવું બન્યું કે એક વટેમાર્ગુ જંગલમાં ભૂલો પડ્યો. જંગલ એટલું ઘનઘોર અને સુમસામ હતું કે ચાર દિવસ વીતી જવા છતાં તેને બહાર નીકળવાનો કોઈ રસ્તો મળતો નહોતો. ચાલી ચાલીને તે ખાસ્સો થાકી પણ ગયો'તો, ઉપરથી ત્રણ-ચાર દિવસથી તેણે કંઇ ખાધું પણ નહોતું. ખાવાની શું વાત કરીએ, તેને આ ચાર દિવસોમાં પાણી પણ નહોતું મળ્યું. બસ, ઘોર નિરાશાની મનોદશામાં તે સાંજે પણ તેણે પાછલા દિવસની જેમ જ એક ઘટાટોપ ઝાડની નીચે આશરો લીધો. ભૂખ, તરસ અને થાકે ભેગા થઈને તેની એવી હાલત કરી નાખી હતી કે મરવાની અણીએ પહોંચી ગયો હતો. પણ અહીં જ સમયે કરવટ બદલી. તેણે જે ઝાડ નીચે આશરો લીધો હતો તે 'કલ્પવૃક્ષ' હતું. જોકે તેને એ વાતની જરાય કલ્પના નહોતી, ના તો તેણે કદી કલ્પવૃક્ષ વિશે ક્યારેય સાંભળ્યું પણ હતું. હવે તેને ખબર હોય કે ન હોય, પરંતુ અહીં કલ્પવૃક્ષે તો પોતાના સ્વભાવ મુજબ વર્તવાનું જ હતું.

પેલી બાજુ તે વાતથી અજાણ એ વટેમાર્ગુ થોડો સમય તો સૂવાની કોશિશ કરતો રહ્યો, પરંતુ ચાર દિવસના ભૂખ્યાં-તરસ્યાંને આટલી આસાનીથી ઊંઘ પણ ક્યાં આવવાની હતી? અચાનક તેણે વિચાર્યું, બીજું કંઇ નહીં તો પાણી જ મળી જાય તો પણ કેટલું સારું થઈ જાય? હવે એ તો બેઠો જ કલ્પવૃક્ષની નીચે હતો, જ્યાં ઇચ્છા માત્ર કરવાની વાર હતી. બસ, અહીં તેણે વિચાર્યું, અને ત્યાં તો બે સુંદર કન્યાઓ ચાંદીનો ગ્લાસ અને પાણીથી ભરેલો

એક જગ લઈને હાજર થઈ ગઈ. તરસ્યો તો હતો જ, ઘટક ઘટક કરતો બધું પાણી પી ગયો. પાણી પેટમાં ગયું તો ખાવાની ઈચ્છા જાગી. તે જ ક્ષણે ચાર પાંચ સેવિકાઓ છપ્પન જાતના પકવાન ભરેલો એક થાળ લઈને હાજર થઈ ગઈ. તે તો ભૂખનો માર્યો આખો થાળ ચટ કરી ગયો. હવે એકવાર પેટ ભરાઈ ગયું એટલે બુદ્ધિ પણ ઠેકાણે આવી ગઈ. અચાનક ગભરાઈ ગયો, આ શું...? ક્યાંક ભૂત-પ્રેત તો નથી? બસ, પછી શું, ભૂત-પ્રેત હાજર થઈ ગયા. અને બીકનો માર્યો તે ત્યાંજ મરી ગયો.

આ જ હાલ તમારા છે. પહેલા તો ઉટપટાંગ ઈચ્છાઓ કરો છો, પછી તેમને પૂરી કરવા માટે અનેક ઊંધા-સીધા ઉપાય ગોતી લાવો છો. અને પછી પરિણામે જે કંઈ મળે છે, તેનાથી જીવનભર મરતા મરતા જીવો છો. આ તો સારું છે કે તમને કલ્પવૃક્ષ મળતું નથી, નહિતર તમારી હાલત તો તમારા વર્તમાન હાલ કરતાં પણ વધુ ખરાબ થઈ જાય. આને મજાક ન સમજતાં, સાચેજ જો તમારી બધી જ ઈચ્છાઓ પૂરી થઈ જાય તો તમારું જીવન પૂરી રીતે ખેદાન-મેદાન થઈ જાય. એટલે એ ન સમજો કે તમારી વર્તમાન દશા તમે માત્ર ઈચ્છા-પૂર્તિની ફોર્મ્યુલાથી અજાણ છો એ છે, બલ્કે સત્ય તો એ છે કે દોષ તમારી ઈચ્છાઓમાં છે. તેથી, એકંદરે એટલું કહી દઉં છું કે પહેલા તો સંપૂર્ણ સજગતાથી ઈચ્છા કરજો, પછી તેની સાચી ફોર્મ્યુલા એપ્લાય કરજો. ...બસ, આ જ તમારા જીવનને, તમે જેવું ઈચ્છો છો, તેવું બનાવી શકે છે. ચોક્કસપણે આમાં સૌથી મોટી અડચણ મારા કૉમ્પ્લિકેટેડ સ્ટ્રકચરની છે. તો એ જ હું તમને અલગ-અલગ રીતોથી સમજાવવાના પ્રયાસોમાં લાગેલો છું, જેથી જલ્દીથી તમને તમારું વિશ્વ વિકસાવવાની એકથી એક ચઢિયાતી ફોર્મ્યુલાઓ બતાવી શકું. અને સાથે જ મારા વિશેના કેટલાંક ગહન રહસ્યો પરથી આવરણ પણ હટાવી શકું. પરંતુ તેમ છતાં તમારે જે શીખવાનું છે, તે તો શીખવું જ રહ્યું. તાળી તો બે હાથથી જ પડશે ને.

હવે આ જ ક્રમમાં તમારા માટે જગતની ત્રિગુણી-માયા (થ્રી ડાયમેન્શન થિયરી) સમજવી બહુ જરૂરી છે. આ વિશ્વરૂપી જગત હોય કે તમારું જગત, બધું જ આ ત્રિગુણી માયાથી ઓતપ્રોત છે. આમ પણ હું જગતની ઉત્પત્તિની પ્રક્રિયા સમજાવતી વખતે બતાવી જ ચૂક્યો છું કે અહેસાસની કૂખેથી હું, અને મારાથી આ સ્પેસ અસ્તિત્વમાં આવ્યું છે. એટલે કે આ આખું જગત બીજું કશું જ નહીં બલ્કે આ ત્રણેય શક્તિઓ એટલે કે અહેસાસ, સમય અને સ્પેસના વિભિન્ન સંયોજનોવાળું એક અનંત સ્વરૂપ છે...અને એજ કારણે, અહીંના અણુએ અણુમાં આ ત્રણેય શક્તિઓ સમાહિત છે. અને હવે તો વિજ્ઞાન પણ મોટાભાગની વસ્તુઓમાં આ ત્રણેય શક્તિઓને ઓળખી જ ચૂક્યું છે. જેમ કે અણુમાં ન્યુટ્રોન, પ્રોટોન અને ઈલેક્ટ્રોન. જેમ કે પોઝિટિવ, નેગેટિવ અને ન્યુટ્રલ. જેમ કે આલ્ફા, બીટા અને ગામા. જેમ કે સૉલિડ, લિક્વિડ અને ગેસ. જેમ કે ખીણ, પર્વત અને સપાટ જમીન. એટલે કે તમે વિશ્વરૂપી જગતના નાનામાં નાનાં કણથી માંડીને વિશાળકાય વસ્તુઓ સુધી જ્યાં પણ નિરીક્ષણ કરશો, દરેક વસ્તુને તમે ત્રણ પ્રકારના વિભાજનમાં પામશો. ...અથવા એમ કહું કે ત્રણ અલગ-અલગ શક્તિઓથી લિપ્ત જોશો.

ચાલો, આ તો મટિરિઅલ-જગતની વાત થઈ. તે વિશે મારે કંઈ વધુ વિસ્તારથી સમજાવવાની આવશ્યકતા નથી. મારો વિષય તો તમારા જગતને પ્રભાવિત કરી રહી ત્રિગુણી માયા જ છે. અને તે સંદર્ભે હું એ સ્પષ્ટ કરી દઉં કે જો તમે તમારું વિશ્વ નિર્માણ સારી

રીતે કરવા માંગતા હો તો તમારે તમારા જગતમાં ફેલાયેલી આ ત્રિગુણી માયાને ઓળખવી પડશે. અને ચોક્કસપણે તેનાથી રૂબરૂ તો મારે જ તમને કરાવવા પડશે. અને હવે હું તેની જ ચર્ચા પ્રારંભ કરું છું. અહીં તમારી સૌથી મોટી અડચણ સંભાવનાઓ અને તેના આધારે લેવાતા નિર્ણયોને લઈને જ છે. એટલે કે શું કરવું ના હજાર ઉપાય તમારી સામે મ્હો ફાડીને ઊભા હોય છે, અને તમને સમજ નથી પડતી કે તેમાંથી કયો ઉપાય તમારી ઈચ્છાનુસાર પરિણામ આપશે. તો તે સંદર્ભમાં અહીં હું તમને એ જણાવી દઉં કે પરિસ્થિતિ ચાહે ગમે તે કેમ ન હોય, સંભાવનાઓ દરેક સ્થિતિમાં ત્રણ જ હોય છે. કેમ કે તમારું જીવનરૂપી વિશ્વ પણ અહેસાસ, ટાઈમ અને સ્પેસના કારણે જ અસ્તિત્વમાં છે. એટલે તમારું આખું જગત પણ આ ત્રિગુણી-માયાથી જ ઓતપ્રોત છે. અને દરેક વખતે તમારે આ ત્રણ શક્તિઓથી ઊભરેલી ત્રણ ભિન્ન-ભિન્ન સંભાવનાઓમાંથી એકના પક્ષમાં દ્રઢતાપૂર્વક નિર્ણય કરવાનો હોય છે. અને આ સાચો નિર્ણય કરવાની સમજ જ તમારા જીવનને આગળ વધારી શકે છે.

ચાલો, આ તો તમે સમજી જ ગયા હશો. ના સમજ્યા હોવ, તો વધુ વિસ્તારથી સમજાવું છું. તમારું જીવન પાંગરે અને વિકસે છે કેવી રીતે? તો વિકસે છે ઈચ્છા કરવાથી અને પાંગરે છે કાર્ય કરવાથી. કાર્ય તમે કેવી રીતે કરો છો? તો જે તમારી ઈચ્છાઓ પૂરી કરી શકે તે ઉપાયો પર વિચાર કરીને. અને અહીં જ તમારે તમારા જગતમાં વ્યાપ્ત આ ત્રિગુણી-માયાને ઓળખવી જરૂરી બની જાય છે. અને આ જ એ જગ્યા છે જ્યાં વિજ્ઞાન ન આજે, ન કાલે અને ન તો ભવિષ્યમાં તમારું સહાયક બની શકશે. આ ઉચિત નિર્ણય કરવાની સમજ તમારે જ વિકસિત કરવી પડશે, અને તે જગતની ત્રિગુણી-માયાને બરાબર ઓળખ્યા વગર સંભવ નથી.

અને તમારા જગતની ત્રિગુણી-માયા વિશે એ સ્પષ્ટરૂપથી સમજી લો કે જો તમને સંભાવનાઓ ત્રણથી ઓછી દેખાઈ રહી છે તો પણ તમે પરિસ્થિતિને ખોટી આંકી રહ્યા છો, તથા જો તમને સંભાવનાઓ ત્રણથી વધારે દેખાઈ રહી છે તો તો તમે પરિસ્થિતિને સમજી જ નથી રહ્યા. સમજી જ લેજો કે કાં તો તમારા દ્વારા ડેટા ખોટા નાખવામાં આવ્યા છે, અથવા બીજા અનેક લોકો તમારા કોમ્પ્યુટર સાથે રમી રહ્યા છે. અને એ જ કારણે, તમારું વિશ્વ બરબાદ થઈ રહ્યું છે. તેથી, વિશ્વ સુધારવા ઈચ્છતા હો, તો મલ્ટીપલ-ઑપ્શન થી ત્રણ-ઑપ્શન જોવાના સ્તર પર પોતાના કોમ્પ્યુટરને લાવવું પડશે. ચોક્કસપણે, એ માટે વ્યર્થ ડેટા તમારે ડિલીટ કરવા પડશે. એટલે, પ્રથમ તો દરેક પરિસ્થિતિમાં આ ત્રિગુણી-માયાથી ઉત્પન્ન ત્રણે-ત્રણ સંભાવનાઓ જોવાવાળી દ્રષ્ટિ કેળવો. એકવાર તે કેળવાઈ જાય તો પછી તેમનામાંથી યોગ્ય ઉપાયની પસંદગી કરતાં શીખી જાવ. અને તે માટે સૌથી પહેલા એ સમજી લો કે તમારું જગત બીજું કંઇ નહીં, તમારી ચોમેર વ્યાપ્ત પરિસ્થિતિઓ છે. અને જો તમે

તમારા જીવનને સાચી દિશામાં લઈ જવા માંગો છો તો તમારે તમારી ચોતરફ ફેલાયેલી આ બનતી-બગડતી પરિસ્થિતિઓને પોતાના પક્ષમાં કરતાં શીખવું જ પડશે.

હવે આ મેં નવી વાત કહી દીધી. એટલે બની શકે છે કે આટલા-માત્રથી જ તમારી સમજમાં ન આવી હોય. તો એ બતાવો કે તમારું જીવન શું છે? એ તમારી ચોતરફ ઘટી રહેલી પરિસ્થિતિઓ જ તો છે. અને જો તે પરિસ્થિતિઓ તમારી અનુકૂળ હોય તો જીવન સફળ, અને જો તે પ્રતિકૂળ હોય તો બધું જ ખતમ. હવે અહીં સૌથી મોટો પ્રશ્ન એ કે દરેક પરિસ્થિતિને તમારા અનુકૂળ બનાવવા માટે તમારે કેટલાંક નિર્ણયો લેવા પડે છે. ઘણીવાર બગડેલી પરિસ્થિતિમાં નુકસાન ઓછું કેવી રીતે ભોગવવું પડે, તે વિશે પણ નિર્ણયો લેવાં પડે છે. અને સંક્ષિપ્તમાં કહું તો તમારા જીવનની દિશા તમારા દ્વારા લેવાયેલાં આ નિર્ણયો પર જ નિર્ભર હોય છે. અને આ આખી વાતમાં એ નક્કી છે કે શ્રેષ્ઠ નિર્ણય તમે આ બનતી-બગડતી પરિસ્થિતિઓની ત્રિગુણી-માયા સમજ્યા વગર નથી લઈ શકતા. એટલે હવે આશા રાખું છું કે તમને તમારું જીવન વિકસાવવા માટે આ ત્રિગુણી-માયાને સમજવાની આવશ્યકતા સમજમાં આવી ગઈ હશે.

ચાલો, આ ત્રિગુણી-માયાને જરા તમારા જીવનમાં ઉપલબ્ધ ઓપ્શન્સની ચર્ચા કરીને સમજાવવાની કોશિશ કરું છું...કદાચ વાત તમને બરાબર અને ઊંડાણપૂર્વક સમજમાં આવી જાય. કોઈ તમને પૂછે કે સાંજે ડિનર પર આવવું છે, તો તમારી પાસે શું ઓપ્શન્સ હોય છે? હા, ના કે વિચારીને કહીશ. તેવી જ રીતે ગતિના મામલામાં પણ તમારી પાસે ત્રણ ઓપ્શન્સ હોય છે, આગળ વધવું, પાછળ હટવું કે ત્યાંજ ઊભા રહેવું. તેવી જ રીતે સંબંધોના મામલામાં પણ તમારી પાસે ત્રણ ઓપ્શન્સ હોય છે, તેને વધુ મજબૂત કરવો, સમાપ્ત કરવો કે ટકાવી રાખવો. કહેવાનો મતલબ એ કે પરિસ્થિતિ ગમે તેવી હોય, તમારી પાસે સંભાવનાઓ ત્રણ જ હોય છે. અને તેમાંથી યોગ્ય સંભાવના પસંદ કરવી એ જીવનને આગળ વધારનારી સાબિત થાય છે.

પરંતુ તમારી તકલીફ એ છે કે તમે આ ત્રિગુણી માયાને સમજતાં જ નથી, જેથી તમે દરેક પરિસ્થિતિમાં સંભાવનાઓના હજાર દરવાજા ખોલવામાં લાગી જાવ છો. ધારો કે એક વ્યક્તિ છે, તેણે તમારું જીવન સુધારવા માટે કેટલીયે વાતો કીધી. હવે તે વ્યક્તિની કહેલી વાતોને લઈને તમારી પાસે ત્રણ જ ઓપ્શન્સ હોય છે, પ્રથમ તો જો તેની વાતો યોગ્ય જણાય છે તો તેનું અનુસરણ કરો, સમજમાં નથી આવતી તો તેની ઉપેક્ષા કરો, કે પછી તેની કહેલી વાતો યોગ્ય છે કે નહીં તે નક્કી કરવા માટે થોડા દિવસો મનન કરો. પરંતુ તમે આ ત્રણ સંભાવનાઓ સિવાયની પણ હજારો સંભાવનાઓ શોધી કાઢો છો. વાતો અનુકૂળ આવી જાય તો પૂજા કરવા મંડી પડો છો, અને જો ન અનુકૂળ આવે તો તેને શૈતાનની ઉપાધી આપી દો

છો. હવે કેમ કે આ બધી સંભાવનાઓ ત્રિ-આયામી સિદ્ધાંતમાં નથી આવતી, પરિણામસ્વરૂપ આ બધી વાતો તમારા જીવનને ભટકાવનારી સિદ્ધ થાય છે.

વધુ વિસ્તારથી સમજાવું તો... માની લો કે તમારે તમારી પત્ની સાથે રોજે-રોજ ઝઘડા થતા રહે છે, ત્યાં સુધી કે તમે હવે તેનાથી કંટાળી પણ ગયા છો. તો તે સ્થિતિમાં તમારી પાસે ઓપ્શન્સ કયા છે? કાં તો તમે તેને છુટાછેડા આપી દો, કાં બીજા થોડા દિવસો ખેંચી કાઢો અથવા તો મિત્રો કે ઘરવાળાઓ સાથે ચર્ચા કરીને કાયમી સમાધાનનો કોઈ રસ્તો કાઢો. ચોથું ઓપ્શન છે જ નહીં તમારી પાસે. એવી જ રીતે માનો કે તમારે ઈન્કમ ટેક્ષની કોઈ સમસ્યા ઊભી થઈ છે... ઓપ્શન શું છે? કાં તો ટેક્ષ ભરીને જાન છોડાવી લો, કાં તો સંબંધિત અધિકારીને સમજાવવાની કોશિશ કરો, કાં તો પછી કોઈ સારા ટેક્ષ કન્સલટન્ટની સલાહ લો. આ સમસ્યા કંઇ દેવળોમાં જવાથી તો ઉકેલાવાની નથી. પરંતુ તમે આજ નહીં, જીવનમાં આવનારી પ્રત્યેક સમસ્યાઓના બીજા હજાર ઓપ્શન્સ શોધી કાઢો છો. બોલો, તમારા જીવનમાંથી સમસ્યાઓ દૂર થાય, તો પણ કેવી રીતે?

> વિજ્ઞાને સ્પેસની દરેક વસ્તુનાં ત્રણેય ડાયમેન્શન્સ ઓળખવામાં ભારે પ્રગતિ કરી છે

એટલે સરવાળે આ વાતની ગાંઠ વાળી લો કે તમારું જગત હોય કે બ્રહ્માંડ, બન્ને ત્રિગુણી-માયાથી પ્રભાવિત છે. આ ત્રિગુણી-માયાને ઓળખીને ગમે તેવી પરિસ્થિતિ હોય, એની સાથે લડવા માટે તેની ત્રણેય વાસ્તવિક સંભાવનાઓ શોધવાનું શીખી લો. અને પછી તેમાંથી જે શ્રેષ્ઠ જણાય, તેના પર દ્રઢતાપૂર્વક અમલ કરો. પરંતુ એ ત્રણને છોડીને ચોથી, પાંચમી, છઠ્ઠી કે સાતમી સંભાવના ના શોધો. નહિતર જીવનમાં એટલા ભટકી જશો કે પાછા વળી જ નહીં શકો. એટલે આજથી જ દરેક પરિસ્થિતિમાં આ ત્રિગુણી-માયાને ઓળખવાનો અભ્યાસ શરૂ કરી દો. આગળ વધુ ઊંડાણમાં જાઉં તેની પહેલા આ વાત બરાબર સમજી પણ લો, અને ત્રણ-ત્રણ વાસ્તવિક સંભાવનાઓ શોધવી શીખી પણ લો. સમજ ન પડતી હોય તો શરૂ-શરૂમાં દરેક પરિસ્થિતિમાં તમને ઓપ્શન્સની જે પણ

સંભાવનાઓ દેખાતી હોય, તેને કાગળ પર લખવાની શરૂ કરી દો. ભલેને લિસ્ટ વીસ-ત્રીસ સુધી પહોંચી જાય, ચિંતા ના કરો. પછી જે ઓપ્શન્સ પરિસ્થિતિને સીધે-સીધાં પ્રભાવિત નથી કરતાં, તેને કાપી નાખો. તમે જો-જો છેવટે ત્રણ જ સંભાવનાઓ બાકી રહી જશે. બસ, થોડું મનન કરીને તેમાંથી જે શ્રેષ્ઠ જણાતી હોય, તેના પર દ્રઢતાપૂર્વક અમલ કરી નાખો. આ એક અભ્યાસથી તમારા જીવનની કેટલીએ સમસ્યાઓ આપો-આપ ઉકેલાઈ જશે.

ચાલો, આ જ વાત હું તમને એક ઉદાહરણથી સમજાવું છું. એક દિવસ એક વ્યક્તિ લીઓ ટૉલ્સટૉય પાસે આવ્યો. આવતાં જ તેણે ખૂબ જ નાટ્યાત્મક ઢંગે ટૉલ્સટૉયને કહ્યું કે તમારો એક ખાસ મિત્ર તમારા વિશે કંઈક કહી રહ્યો હતો. તેણે વિચાર્યું કે જિજ્ઞાસાવશ ટૉલ્સટૉય તરત જ કહેશે કે કહો તે શું કહેતા હતાં? પરંતુ આવું કહેત તો તેઓ ટૉલ્સટૉયની ઊંચાઈ પર કેવી રીતે પહોંચી શકત? એટલે ખૂબ જ શાંત ભાવથી તેમણે પેલા વ્યક્તિને કહ્યું- તમે જે વાત જણાવવા માંગો છો તે જો મારા કાર્યો હેતુ મારે જાણવી જરૂરી હોય તો કહો. અને જો તે વાત મને કોઈ સારો નવો માર્ગ ચિંધનારી હોય, તો તરત કહો. અને જો તેનાથી કોઈનું હિત થતું હોય, તો-તો જરા પણ મોડું ન કરો. પરંતુ ઉપરોક્ત ત્રણમાંથી એક પણ બાબત પેલી ''વાત'' સાથે મેળ ન ખાતી હોય, તો મને તે સાંભળવામાં કોઈ રસ નથી. ટૉલ્સટૉયએ બિલકુલ સાચું કહ્યું, કોઈપણ વાત જાણવાના આ જ ત્રણ કારણો હોઈ શકે છે. પરંતુ, તમે પંચાતથી માંડીને જિજ્ઞાસા જેવા હજારો કારણોથી વાત જાણવા ઉત્સુક થઈ જાવ છો. બસ, ત્રિગુણી-માયાના ઘેરામાંથી બહાર જવાના આવા જ પ્રયાસોનું નુકસાન તમારે રોજે રોજ ભોગવવું પડે છે.

ખેર! હવે જો તમે આ બધું સમજી ગયા હો, તો હવે હું આ ત્રિગુણી-માયાના વધુ ઊંડાણમાં જાઉં. અને એ સંદર્ભે સૌથી પહેલાં એ જણાવી દઉં કે આ ત્રિગુણી-માયા પણ ત્રણ સ્તર પર છે. પ્રથમ સ્તર પર એ છે જે પહેલાંથી જ અસ્તિત્વમાં છે, એટલે કે એમાં તમારે ફક્ત ''શ્રેષ્ઠ''ની પસંદગી કરતા જવાનું છે. આ વાતની શરૂઆત હું મારાથી જ કરું તો મને પોતાને જ ત્રણ ભાગોમાં વિભાજિત કરવામાં આવે છે. ભૂતકાળ, વર્તમાન અને ભવિષ્ય. પણ હકીકતમાં હું માત્ર વર્તમાન છું. એટલે હું મારા સંદર્ભમાં એ સ્પષ્ટ કરી દઉં કે જે પોતાના જીવનમાં માત્ર વર્તમાનની પસંદગી કરતો જશે, તે જીવનમાં આગળ વધતો જશે. તેવી જ રીતે ''હિત''ના સ્તરે કહું તો તે પણ ત્રણ ભાગોમાં વિભાજિત છે. પોતાનું હિત, બીજાનું હિત અને બધાનું હિત. અહીં પણ બધાનું હિત પસંદ કરવાવાળો જીવનમાં પ્રસન્નતાપૂર્વક વિચરણ કરતો જશે. તેવી જ રીતે જો ''શક્તિ''ની વાત કરું તો આ સંસાર ત્રણ પ્રકારની શક્તિઓથી ઓતપ્રોત છે. પહેલી છે સર્જન કરવાની શક્તિ, પછી આવે છે ટકાવી રાખવાની શક્તિ અને ત્રીજી છે વિધ્વંસની શક્તિ. સ્વાભાવિક રીતે જ અહીં પણ જે

પોતાની શક્તિનો સર્જનાત્મક ઉપયોગ કરશે તેનું જીવન ખીલતું જશે. બસ, આવી જ હજારો સ્થાપિત ત્રિગુણી-માયાઓ છે. જો સાચે જ તમે તમારું જીવન વિકસાવવા માંગતા હો, તો પહેલાથી સ્થાપિત આ તમામ ત્રિગુણી-માયાઓમાંથી તમારે તેના શ્રેષ્ઠ સ્વરૂપને અપનાવતા રહેવાનું છે. જીવનને વિકસાવવા માટે આ એકદમ સીધો સાદો અને સરળ ઉપાય છે.

બીજા સ્તર પર આવે છે તમારા કાર્યોથી સંબંધિત ત્રણેય ડાયમેન્શન્સ. એટલે કે કયા કાર્યો કરીએ અને કયા ન કરીએ? અને એ પણ કે તે ક્યારે કરવા અને ક્યારે ન કરવા? અને અહીં આવીને થોડું મુશ્કેલ થઈ જાય છે. કેમ કે આ સીધે સીધું તમારે શું કરવું એનાથી સંબંધિત છે. જોકે આના પણ ત્રણેય ડાયમેન્શન્સ સ્થાપિત જ છે, પરંતુ કાર્ય હજારો હોવાને કારણે તમારે તે બધાના ત્રણેય ડાયમેન્શન્સ જાણવા માટે પોતાની પ્રજ્ઞાનો સચોટ ઉપયોગ કરવાનો હોય છે. કેમ કે દરેક પરિસ્થિતિના ત્રણેય ડાયમેન્શન્સની કોઈ ચોપડી તો ઉપલબ્ધ છે નહીં... અને હોઈ શકે પણ નહીં. કેમ કે પરિસ્થિતિઓ ન ફક્ત અગણિત હોય છે, બલ્કે રોજ નવા નવા પ્રકારની ઉત્પન્ન પણ થતી રહે છે. એટલે અહીં તમારે એ કરવું પડશે કે કોઈપણ કાર્ય કરતાં પહેલાં તે કાર્યનાં ત્રણેય ડાયમેન્શન્સને ઓળખી લેવા પડશે. અને પછી તેમની મર્યાદામાં રહીને જ નિર્ણય કરવો પડશે કે આ કાર્ય કરવું કે નહીં? અને અહીં વિશેષરૂપથી એ ધ્યાન રાખજો કે જો તે કાર્ય સ્થાપિત ત્રણેયમાંથી એક પણ ડાયમેન્શનમાં બંધ નથી બેસતું, તો એ નક્કી સમજી લેજો કે તે કાર્ય તમારા જીવનને અંધકારમાં લઈ જનારું સિદ્ધ થશે. એટલે તે કાર્યમાં પડતા જ નહીં.

દરેક વસ્તુમાં છુપાયેલી તેની ત્રિગુણી માયાને ઓળખ્યા વિના મનુષ્યનો ઉદ્ધાર નથી

ચાલો, બની શકે છે કે આ વાત તમને થોડી કૉમ્પ્લિકેટેડ લાગે. એટલે હું કોઈપણ વસ્તુ જાણવાના ઉદાહરણથી તમને મારી વાત સમજાવવાની કોશિશ કરું છું. આમ પણ આજકાલ કારણ-અકારણ જાણવાનો ક્રેઝ બહુ ચાલ્યો છે. પરંતુ કંઈ પણ જાણવું હિતકર ત્યારે જ થઈ શકે છે જ્યારે તે જાણવાના ત્રણમાંથી એક ડાયમેન્શનમાં બંધ બેસતું હોય. કેમ કે કોઈપણ વસ્તુ જાણવાના પણ ત્રણેય ડાયમેન્શન્સ

પ્રગતિ કરવા માટે મનુષ્યને દરકે પરિસ્થિતિ અને પ્રત્યેક સમયનાં ત્રણેય ડાયમેન્શન્સનું જ્ઞાન હોવું જ જોઈએ

ફિક્સ્ડ જ છે. પહેલી વાત તો એ કે તમારે કોઈપણ વાત જાણવાની ચેષ્ટા ત્યારે જ કરવી જોઈએ જ્યારે તે જાણકારી પ્રાપ્ત કરવી તમારા માટે અત્યંત જરૂરી બની જાય. બીજી વાત કે જાણવાની ચેષ્ટા ત્યારે કરવી જોઈએ જ્યારે તમારું કોઈ કાર્ય તે જાણ્યા વગર અટકી પડતું હોય. અને ત્રીજી વાત કહું તો તે સ્વતઃ જ તમારી સામે આવી ગયું હોય, એટલે કે વગર ઈચ્છા કે પ્રયત્ને.

...થોડા વધુ વિસ્તારથી કહું તો એક વ્યક્તિ દસ હજાર રૂપીયાની નોકરી કરી રહ્યો છે, શું તેના માટે કોઈ રીતે એ જાણવું જરૂરી છે કે મર્સિડીસની બનાવટ શું છે, કે પછી મર્સિડીસ આજકાલ કેટલામાં મળે છે? ના...! અને છતાં પણ જો તે જાણકારી પ્રાપ્ત કરી રહ્યો છે તો ચોક્કસપણે તે પોતાનો સમય અને ઊર્જા બન્ને નષ્ટ કરી રહ્યો છે. હા, જેને ખરીદવી જ હોય તેના માટે આ જાણકારી પ્રાપ્ત કરવી અનિવાર્ય બની જ જાય છે. બીજું, જાણવું ત્યારે જરૂરી બની જાય છે જ્યારે માની લો કે તમે કોઈ આર્ટિકલ વાંચી રહ્યા છો કે પ્રયોગ કરી રહ્યા છો કે એકાઉન્ટ જોઈ રહ્યા છો અને બીલમાં કંઈક એવું આવી જાય છે જે માટે તમારે મર્સિડીસ વિશે જાણવું જરૂરી બની જાય છે. હવે ચોક્કસપણે જ્યારે ગાડી અટકી છે તો પછી મર્સિડીસ વિશે જાણકારી મેળવવી જ રહી. ...અને ત્રીજાનો અર્થ એ કે તમે ક્યાંય મિત્રોમાં કે પરિવારમાં બેઠા છો અને વાત-વાતમાં કોઈ મર્સિડીસની જાણકારી આપી રહ્યું છે. એવામાં મફતમાં મળતી આ જાણકારી લેવામાં કંઈ વાંધો પણ નથી. અને બીજા શબ્દોમાં કહું તો તે વખતે તમારી પાસે બીજું કોઈ ઓપ્શન પણ નથી.

બરાબર, આવું જ બધી વાતોના સંદર્ભમાં છે. કમાવવું, સંબંધ બનાવવો, ભણવું, ખાવું, વ્યાયામ કરવો, ઝઘડો કરવાથી માંડીને કંઈ પણ કેમ ન હોય, બધાંના ત્રણેય ડાયમેન્શન્સ સ્થાપિત જ હોય છે. તમે તેની આ મર્યાદા ઓળંગીને કંઈ પણ કરવા સ્વતંત્ર તો છો, પરંતુ તેનાથી તમારું જીવન માત્ર બરબાદ થશે, બીજું કંઈ નહીં... એટલે આ વાત સ્પષ્ટ રીતે સમજી લેજો કે તમને આઝાદી તો પૂરી છે, પરંતુ જો તમે જીવનને ઉન્નત કરવા માંગો છો તો તમારે ત્રિગુણી-માયાના સ્થાપિત ઘેરાવામાં જ ચાલવું પડશે. અને સાચું કહું તો આ જ મનુષ્ય-જીવનની ખૂબી છે. તે સફળ માત્ર મારી સાથે ચાલીને જ થઈ શકે છે, પરંતુ મારી વિપરીત જઈને તે પોતાને બરબાદ કરવા માટે પણ સ્વતંત્ર છે જ.

હશે, અત્યારે તો આ ત્રિગુણી-માયાના ત્રીજા સ્તરની ચર્ચા કરું. અને આમાં તે ક્રિટિકલ પરિસ્થિતિઓ સામેલ થાય છે જેમાં તમારે તાત્કાલિક કોઈ નિર્ણય લેવો આવશ્યક

બની જાય છે. જેમ કે માની લો તમારા વ્યવસાયમાં મંદી આવી ગઈ છે અને તે કંઈક વધારે જ લાંબી ચાલી. તો આગળ શું કરવું, એ નિર્ણય કરવાની ઘડી આવી જ ગઈ. અને કોઈપણ નિર્ણય કરતા પહેલા તમારે વર્તમાન પરિસ્થિતિના આધારે તેના ત્રણેય ડાયમેન્શન્સ ઓળખવાં જરૂરી બની જાય છે. અને તે સંદર્ભમાં તમારે એ સારી રીતે પોતાના મગજમાં બેસાડી દેવું પડશે કે તમારા જીવનમાં આવનારી તમામ સમસ્યાઓ પણ ત્રણ ડાયમેન્શન્સવાળી જ હોય છે. અને દાખલા તરીકે જો પાછો વર્તમાન સમસ્યા પર જ પરત ફરું તો વર્તમાન સમસ્યાનું પ્રથમ ડાયમેન્શન એ કે વ્યવસાય બંધ કરી દેવો. બીજું ડાયમેન્શન એ કે આગળ એંધાણ સારા વર્તાતા હોય તો હજુ થોડો વખત રાહ જોવી. અને ત્રીજું એ કે કોઈ નવો પાર્ટનર શોધી અથવા તો વ્યવસાયમાં નવિનતા લાવીને તેને સુધારી શકાતો હોય તો સુધારી લેવો. આના સિવાય ચોથું ઓપ્શન તે પરિસ્થિતિમાં હોઈ જ ન શકે. એટલે જો બચવું હોય તો કોઈપણ ચોથાનો વિચાર જ ન કરો. અને વાસ્તુ કે જ્યોતિષથી તેને ઠીક કરવાની કોશિશ તો ક્યારેય ન કરતા. તેમજ, કોઈ બીજાને સાચું-ખોટું કરીને પોતાનો વ્યવસાય પહેરાવી દેવાની કોશિશ પણ ન કરતા. બસ, ત્રણ પ્રિ-ડિફાઈન્ડ ડાયમેન્શન્સમાંથી એકને બુદ્ધિપૂર્વક અને દ્રઢતાપૂર્વક પસંદ કરી લો. ધ્યાન આપજો કે એવી એક નહીં અનેક પરિસ્થિતિઓ તમારા જીવનમાં આવતી જ રહે છે. અને જો તેમાંથી સાંગોપાંગ બહાર આવવા માંગો છો તો જ્યારે પણ અને ગમે તેવી સમસ્યામાં કેમ ન ઘેરાયેલ હોવ, સૌથી પહેલા તેના નિરાકરણના ત્રણ ઓપ્શન્સ ઓળખી લો, અને પછી તેમાંથી શ્રેષ્ઠનો દ્રઢતાપૂર્વક સ્વીકાર કરી લો. ...બસ, જે પણ શ્રેષ્ઠ થવાનું હશે, થઈ જશે.

એટલે, એકંદરે જગતની આ ત્રિગુણી-માયાને ઓળખો અને તેની હદમાં રહો. એક મનુષ્યને બાદ કરતાં, કોઈ પ્રાણી આ ત્રિગુણી-માયાના વર્તુળની બહાર જવાનો પ્રયત્ન નથી કરી રહ્યું, અને જુઓ, પરિણામે પૂરી પ્રકૃતિમાં ક્યાંય કોઈ ગરબડ નથી થઈ રહી. આમ જોકે બીજું કોઈ પોતાના માટે સ્થાપિત ત્રણ ડાયમેન્શન્સના વર્તુળની બહાર જવા માટે સ્વતંત્ર પણ નથી. પરંતુ મારી સલાહ એ છે કે તમને મળેલી આ સ્વતંત્રતાની સાથે સાથે તમે તમારા જીવનને વિકસાવવાની પોતાની જવાબદારીને પણ સમજો. અને તે માટે એ તમારા જીવનનાં હિતમાં છે કે તમે જગતની આ ત્રિગુણી-માયાના ઘેરાવામાં જ જીવો. ...નહિતર એ માનીને ચાલજો કે જીવન ખેદાન-મેદાન થઈ જશે...અને જે થઈ જ રહ્યું છે.

આમ તો અત્યાર સુધી ઘણી વાતો સ્પષ્ટ થઈ ગઈ છે. અને તેમાં સૌથી મહત્વપૂર્ણ એ જ કે તમારા દ્વારા તમારા સમયરૂપી કોમ્પ્યુટરમાં એન્ટર કરાયેલા ડેટા દ્વારા જ તમારા જગતનું નિર્માણ થઈ રહ્યું છે. ચોક્કસપણે કોઈ પોતાનું જગત બગાડવા નથી માંગતું, એટલે કોઈ જાણી-જોઈને તો ખરાબ ડેટા નાખતું નથી, પરંતુ બધાના જગતની હાલત જોતાં એ પણ નક્કી જ છે કે મનુષ્ય પોતાના કોમ્પ્યુટરમાં બધાં જ પ્રકારનો ખોટો ડેટા નાખી જ રાખ્યો છે. હવે તમે કહેશો કે શું વાત કરો છો, અમે તો એવો કોઈ ખાસ આડો-અવળો ડેટા નાખ્યો નથી કે અમારું વિશ્વ આ હદે અનિયંત્રિત થઈ જાય? કદાચ તમે તમારી સમજ પ્રમાણે બરાબર પણ કહેતાં હોવ, પરંતુ તમારા વિશ્વની હાલત જોઈને તમારે એ સ્વીકારવું જ પડશે કે તમારાથી ખોટો ડેટા તો એન્ટર થયો જ છે. અને આ સંદર્ભે તમારા માટે એ વિચારવું ખૂબ જ જરૂરી છે કે જો આવું નથી તો પછી એ બતાવો કે તમારા દ્વારા ખૂબ સમજી-વિચારીને બનાવાયેલું તમારું જ જગત તમારા જ નિયંત્રણમાં કેમ નથી રહ્યું?

ખેર! તમે આના પર વધુ દિમાગ ન દોડાવો. એનું કારણ હું જણાવું છું. એ વાત સાચી છે કે તમે તમારી સમજથી જે ડેટા નાખી રહ્યા છો તે તમારા જગતના ઉદ્ધાર માટે જ નાખી રહ્યા છો. પરંતુ વસ્તુતઃ તમારી સમજ તમને છળી રહી છે. અને સાચું કહું તો એ માટે જવાબદાર 'હું' જ છું. પરંતુ હું પણ શું કરું, હું પોતે જ નિયમોથી બંધાયેલો છું. એટલે હિતાવહ છે કે તમે પહેલા મારી કાર્યપ્રણાલીના નિયમો વિશે જાણી લો.

હું તમને કહી જ ચૂક્યો છું કે હું ખૂબ ઉપદ્રવી અને ચંચળ છું. અને આ વિશે તમને આગળ કંઇ કહું તે પહેલા તમે મહાન ન્યૂટનના ગતિના ત્રીજા નિયમને યાદ કરી લો. તેમણે પોતાનો ગતિનો ત્રીજો નિયમ આપતાં સ્પષ્ટ કહ્યું હતું કે ''દરેક ક્રિયાની સમાન તથા વિરુદ્ધ પ્રતિક્રિયા હોય છે.'' ...એટલે કે દરેક ક્રિયાની સમાનાંતર તેની વિપરીત દિશામાં પ્રતિક્રિયા થાય છે. માનવું જ પડશે કે આ યુગમાં એકથી-એક મહાન અને બુદ્ધિમાન લોકોએ જન્મ લીધો છે. એક જ સાથે આટલા મહાન લોકો... સાચે જ કમાલ થઈ ગઈ છે. હું માનું છું કે આના હજારમાં ભાગના પણ પહેલા કદી એકી સાથે નથી જન્મ્યાં. આમ પણ આ વાતનું સાક્ષી મારા સિવાય બીજું કોઈ હોઈ પણ નથી શકતું. આમ તો તમારું વર્તમાન જીવન-ધોરણ જોઈને તમને પણ એ વાતનો અંદાજો આવી જ રહ્યો હશે. કેમ કે સાચે જ વિજ્ઞાને તમારું જીવન-ધોરણ ક્યાંથી ક્યાં પહોંચાડી જ દીધું છે.

ચાલો છોડો! અત્યારે તો તમે જરા ક્રિયા અને પ્રતિક્રિયા, એટલે કે એક્શન-રિએક્શન વિશે થોડું સમજી લો. અને તે માટે તમારી ચોતરફ એક ઝીણી નજર ફેરવો. જુઓ કે સમગ્ર બ્રહ્માંડમાં જ્યાં પણ અને જ્યારે પણ કોઈ એક્શન થાય છે તો તેનું રિએક્શન પણ અવશ્ય થાય છે. ...પછી ભલે તે એક્શન કોઈપણ રૂપે હોય. અને સાચું કહું તો આ એક્શન અને રિએક્શનોના ચક્કરમાં જ બ્રહ્માંડમાં આટલા પરિવર્તનો આવતા રહે છે. ...બરાબર આ જ નિયમ તમે જે ધરતી પર જીવી રહ્યા છો, તેના પર પણ લાગુ પડે છે. અહીં પણ દરેક ક્રિયાની સમાનાંતરે પ્રતિક્રિયા થાય જ છે. પછી તે બે અણુઓનું પરસ્પર ટકરાવું હોય કે બે કેમિકલ્સનું મિલન હોય. વાત એક્શન સુધી સીમિત નથી રહેતી, તેનું રિએક્શન પણ થાય જ છે.

ચાલો, બ્રહ્માંડ અને ધરતીની વાત છોડો; એ તો તમે થોડું પણ ધ્યાન આપવાથી સમજી જ જશો. અત્યારે તો એ સમજો કે તમારા જગતમાં ન્યૂટનનો આ નિયમ ક્યાં અસરકર્તા છે? કેમ કે તમારું જગત પણ ચાલે છે તો ન્યૂટનના આ નિયમના આધાર પર જ. અને એ એટલા માટે કે હું પોતે સંપૂર્ણ રીતે ન્યૂટનની ગતિના આ નિયમના આધાર પર કાર્ય કરું છું. ...હવે એની પહેલા કે હું આ ચર્ચાને આગળ વધારું, તમે જરા આ એક્શન-રિએક્શનોને બરાબર સમજી લો. એક્શન એ છે જે તમે કોઈ ઇચ્છિત વસ્તુ મેળવવા માટે કરો છો, કાં તો કંઇક અલગ જ વિચારીને કરો છો. અહીં એ પણ સમજી લેજો કે જો તમારા દ્વારા કરાયેલ એક્શનનું કોઈ રિએક્શન ન થવાનું હોત, તો તમે કંઇ કરત જ નહીં. સમજ્યા? તમે જીવનમાં આગળ વધવા માંગો છો, એ તમારી એક્શન થઈ. પછી તમે તે માટે પ્રયત્નો કરો છો, એ તમારી એક્શનનો વિસ્તાર થયો. પરંતુ વિચારો, જો તમારા દ્વારા કરાયેલા આ બધા એક્શનોનું કોઈ રિએક્શન થવાનું જ ન હોય, એટલે કે પરિણામે તમે આગળ વધવાના જ ન હોવ...તો શું તમે કોઈ એક્શન કરશો? ક્યારેય નહીં... તમે કહેશો કે અમે ગાંડા

થયા છીએ કે પરિણામ આવવાનું જ ન હોય છતાંય એક્શન કરતાં રહીએ? આ જ વાતને થોડી સરળ ભાષામાં સમજાવું તો માની લો કે તમને ભૂખ લાગી છે, અને ચોક્કસપણે ભૂખ લાગવા પર તમે ખાવાનું એક્શન કરો છો...આવું કેમ? કેમ કે રિએક્શન રૂપે તમારી ભૂખ શાંત થઈ જાય છે. જો ભોજન કરવાથી પેટ ભરાવાનું જ ન હોય, તો શું તમે આટલું કષ્ટ કરત?

...અર્થાત્ આ રિએક્શનની લાલચ જ છે જે તમારી પાસે એક્શન કરાવે છે. હવે આ સમજી ગયા હોવ તો થોડું વિજ્ઞાન તરફ જોઈએ, તે પણ બધા એક્શન રિએક્શનની આશામાં જ કરે છે. અને બહારથી જોવામાં બન્નેના વિચારોમાં સમાનતા હોવા છતાં પણ વિજ્ઞાન સફળ છે, અને તમે નિષ્ફળ છો. વિજ્ઞાને દરેક ક્ષેત્રે ચમત્કાર કરી બતાવ્યો છે, જ્યારે તમારાથી તમારું નાનકડું જીવન પણ યોગ્ય રીતે નથી ચાલતું. આવું કેમ...? આવું એટલા માટે કેમ કે વિજ્ઞાન જે એક્શન્સ કરે છે તેના રિએક્શન્સ શું આવશે, તેવું વિચારીને કરી રહ્યું છે. એટલે તે ઈચ્છિત પરિણામ મેળવી રહ્યું છે. અર્થાત્ જો તેને પાણી બનાવવું હોય તો તે જાણે છે કે હાઇડ્રોજનના બે પરમાણુ અને ઑક્સિજનના એક પરમાણુને ભેગાં કરવાના એક્શનના પરિણામે રિએક્શનમાં પાણી બની જશે...બસ, આ જ કારણે તે સફળ છે.

હવે તમે એક્શન કરવાની તમારી રીત પર જરા નજર કરો. તમે પણ એક્શન તો રિએક્શનને જ ધ્યાનમાં રાખીને કરો છો, પરંતુ કયા એક્શનનું શું રિએક્શન હશે તે તમે નથી જાણતા. એટલા માટે તમે ઈચ્છો છો કંઈ અને પરિણામ કંઈક બીજું જ આવી જાય છે. તમે ઈચ્છો છો તો પાણી બનાવવા જ, પરંતુ એ માટે કોઈ એમોનિયા-નાઈટ્રોજન તો કોઈ હાઈડ્રોજન-નાઈટ્રોજન ભેળવી રહ્યું છે. પરિણામે પાણી નથી બની રહ્યું. કહેવાનો મતલબ તમે તમારા વિશ્વને સુખી અને સફળ બનાવવા માટે જે આધારોના સહારે એક્શન કરતા જાવ છો, તે ચોક્કસપણે તમારી ઈચ્છાઓ પૂરી કરવામાં સક્ષમ સાબિત નથી થઈ રહ્યા.

ચાલો, આ તો સમજી લીધું. પરંતુ એ બતાવો કે કયા એક્શનનું શું રિએક્શન આવશે, એ કેવી રીતે સમજવું? ...તો એ માટે તમારે તમારા દરેક એક્શન પર હું શું રિએક્શન આપું છું તે સમજવું પડશે. અને તે હું તમને પહેલા જ કહી ચૂક્યો છું કે મારા સ્તર ઉપર પણ તમારી દરેક ક્રિયાની તેની સમાનાંતરે પ્રતિક્રિયા થાય જ છે. એટલે કે ન્યૂટનની ગતિના નિયમથી હું પણ બંધાયેલો જ છું. ...પરંતુ હું સ્વભાવથી ઉપદ્રવી હોવાને કારણે તમે આ એક્શન-રિએક્શનોનો તાળો બેસાડી શકતા નથી. કેમ કે મારી બધી પ્રતિક્રિયાઓ વિપરીત દિશામાં થઈ રહી છે. અને તમારા માટે મારું આ વિપરીત દિશામાં પ્રતિક્રિયા આપવું વિશેષ રીતે સમજવા જેવું છે. કેમ કે મારું આ ઉલ્ટાપણું ન સમજી શકવું જ તમારા જીવનના બધા ઉપદ્રવોનું એક મોટું કારણ છે. માની લો કે તમે વર્ગમાં પ્રથમ આવવાની ઈચ્છાનો એક ડેટા મારા સ્તર પર એ સમજીને નાખ્યો કે હવે હું તમારી ઈચ્છા જાણી ગયો છું, અને આગળ

ભણવામાં તમને કો-ઓપરેટ કરીશ. અર્થાત્ તમારી ઇચ્છાને જોતાં, ભણતી વખતે હવે હું તમારું ધ્યાન બીજે ક્યાંય ડાયવર્ટ નહીં કરું. પરંતુ તમે નથી જાણતા કે મારા સ્તર પર કરવામાં આવેલી દરેક ક્રિયાની હું વિપરીત દિશામાં પ્રતિક્રિયા આપું છું. એટલે તમે જેવો વર્ગમાં પ્રથમ આવવાની ઇચ્છાનો ડેટા નાખ્યો નથી કે મેં તત્ક્ષણ તમે પ્રથમ આવશો કે નહીં એની ચિંતા તમને વળગાડીને પ્રતિક્રિયા આપી નથી.

અહીં સુધી તો ઠીક, પણ મારો મૂળ સ્વભાવ તો મારો જ રહેશે. એનું નટખટપણું તો જવાનું નથી. એટલે જ તો કહે છે કે મન બહુ ચંચળ છે. હું ચાહે યુનિવર્સમાં કાર્યરત હોઉં કે તમારા વિશ્વમાં. એટલે, અહીંથી તો તમારી મુસીબત શરૂ થાય છે. જરા યાદ કરો કે મેં મારી કાર્યપ્રણાલી વિશે તમને શું કહ્યું હતું? મેં કહ્યું હતું કે આ યૂનિવર્સ મારી ઈચ્છા-શક્તિથી જ નીકળ્યું છે અને વીતી રહેલા સમયની સાથે તેનો વિસ્તાર પણ થતો જ જાય છે. હું એ પણ કહી જ ચૂક્યો છું કે હું એકલો નથી વિસ્તરતો, સ્પેસ પણ મારી સમાનાંતરે જ વિસ્તરતું જાય છે. અને આ જ મારા અને સ્પેસના અસ્તિત્વમાં આવવાનો નિયમ છે. કે પછી એમ કહું કે આ જ એગ્રીમેન્ટ કરી અમે બન્ને અહેસાસની કૂખેથી અવતર્યા છીએ. આ તો ઠીક, પરંતુ તમારા માટે મહત્વપૂર્ણ એ કે બરાબર તેવી જ રીતે હું તમારી અંદર પણ કાર્યરત છું. અહીં પણ તમે તમારા મનરૂપી કોમ્પ્યુટરમાં ડેટા નાખ્યો નથી કે મેં તત્ક્ષણ રિએક્શન આપીને તમારા મનમાં પેલી સ્પેસ ક્રિએટ કરી નથી. પરંતુ મનના સ્તર પર તકલીફ એ છે કે હકીકતમાં તો તે સ્પેસ અસ્તિત્વમાં આવી નથી હોતી. તે તમારા મનરૂપી વિશ્વમાં હોવા છતાંય. એટલે કે તમે વર્ગમાં પ્રથમ આવવાની ઇચ્છાનો ડેટા નાખી તો દીધો, અને હું તેને તમારા અસ્તિત્વમાં લઈ પણ આવ્યો છું; પરંતુ તમે હકીકતમાં પ્રથમ આવી થોડા જ ગયા છો? કહેવાનો મતલબ કે વાત ડેટા નાખવાની એક્શન અને મારા સ્પેસમાં લાવવાની રિએક્શનથી થોડી હળવી થઈ ગઈ છે, પરંતુ મારા સ્વભાવથી તો વાત અહીંથી શરૂ જ થઈ છે.

સમયના પડદા ઉપર કરવામાં આવેલી પ્રત્યેક કૃતિની બરાબરી ઉપર વિરુદ્ધ દિશામાં પ્રતિક્રિયા થાય છે

કહેવાનું તાત્પર્ય એ કે મારા રિએક્શન માત્રથી આના પર પૂર્ણવિરામ ક્યાં મૂકાઈ જાય છે? તમારો નાખવામાં આવેલો ડેટા મારા દ્વારા રિએક્શન આપી દીધા બાદ પણ મારી અંદર પડ્યો જ રહે છે, અને સ્વભાવથી તોફાની એવો હું, પછી વીતતા સમયની સાથે આ સંદર્ભમાં મારી પ્રતિક્રિયાઓનો વિસ્તાર કરતો જાઉં છું. અને એના લીધે જ તમે મારા ચક્રવ્યૂહમાં ફસાઈ જાવ છો. પછી તો હું એવા એવા ખેલ બતાવું છું કે પૂછશો જ નહીં. તમે જરા ભણવામાં મન લગાવવાની કોશિશ કરી નથી કે મેં આટલું કરવા છતાં ફર્સ્ટ આવીશ કે નહીં, એ ચિંતા પકડાવી નથી. ગમે તેમ કરીને તમે તેનાથી છુટકારો મેળવી, ફરીથી ધ્યાન લગાવવાની કોશિશ કરી નથી કે મેં તમને ફર્સ્ટ આવવાના સપનાઓમાં રાચવા મજબૂર કર્યાં નથી. પછી તો તમે પ્રિન્સિપલ પાસેથી ટ્રોફી લેવાથી માંડી મિત્રોમાં રોફ જમાવવા સુધીના ખયાલોમાં ખોવાઈ જાવ છો. ત્યાંથી નીકળો તો હું પાછી એક ચિંતા પકડાવી દઉં છું, અત્યાર સુધી સત્તર જણાને કહી ચૂક્યો છું કે હું ફર્સ્ટ આવીશ, અને નહીં આવું તો? બધાની સામે આબરૂના કાંકરા થઈ જશે. એટલે કે તમારા દ્વારા નાખવામાં આવેલા એક ડેટાના બદલામાં હું સમયની સાથે એટલા રિએક્શન આપી દઉં છું કે કોઈપણ થાકી જાય. અને પછી તે રિએક્શનોના પણ એટલા જ અગણિત રિએક્શન આપું છું કે ગમે તેવો માણસ ગોથું ખાઈ જાય. એટલે હું એક નહીં, હજાર ઉપાય કરીશ... પણ તમને ભણવા તો નહીં જ દઉં. ફર્સ્ટ આવવું તો છોડો, એકવાર નકામો ડેટા મારી અંદર નાખતા જ હું તમને પહેલા કરતા પણ ઓછા માર્ક્સ અપાવીને જ જંપીશ...બસ, આ જ તમારી સાથે પોતાના મનરૂપી કોમ્પ્યુટરમાં વગર વિચાર્યે નાખેલા દરેક ડેટાનું અંતિમ પરિણામ આવી રહ્યું છે.

એટલે થોડું એનાથી વિપરીત પણ વિચારો. માની લો કે એક વિદ્યાર્થી છે, જેને ભણવામાં રસ છે. તેને ભણવામાં મજા પણ આવે છે. પરંતુ તેણે પોતાના મનરૂપી કોમ્પ્યુટરમાં ફર્સ્ટ આવવાનો કે સારા માર્ક્સથી પાસ થવાનો કોઈ ડેટા નથી નાખી રાખ્યો. હવે જ્યારે ડેટા નાખ્યો જ નથી તો તેનું કોઈ રિએક્શન પણ નહીં આવે. ...મને મોકો જ નહીં મળે. એટલે તે જ્યારે પણ ભણવા બેસશે, તેનું મન ભણવામાં લાગી જ જશે. પરિણામે તેણે ભલે ન ઈચ્છ્યું હોય, પરંતુ તે ફર્સ્ટ આવી જ શકે છે. અને આ એક ઉદાહરણમાંથી શીખીને કદાચ હવે તમે મારી સાથે અકારણ પ્રયોગ કરવાથી બચશો. હું કબૂલું પણ છું અને મારી કહેલી વાતોથી સાબિત પણ થઈ જ રહ્યું છે કે હું હકીકતમાં સ્વભાવે ખૂબ જ ઉપદ્રવી છું. મારા ઉપદ્રવની સ્થિતિ તો એ છે કે તમે વાંદરા વિશે વિચાર્યું નથી કે હું ઊછળતો વાંદરો તમારા અસ્તિત્વમાં લાવ્યો નથી.

ખેર! મારી ઉપદ્રવી કાર્યપ્રણાલી તો તમે સમજી લીધી. હવે તમારા માટે વિચારવા જેવી વાત એ છે કે નાખવામાં આવેલા સ્વાભાવિક અલ્પ ડેટાનો આ હાલ થઈ જાય છે,

તો તમારા દ્વારા નાખવામાં આવેલા મોટા-મોટા ડેટાના હું શા હાલ કરી નાખતો હોઈશ? માની લો કે તમે વર્ગમાં પ્રથમ આવવા માટે ચર્ચમાં જઈને કોઈ માનતા માનો છો, વિચારો છો કે આવું કરવાથી તમારો વિશ્વાસ ટકી રહેશે... અથવા બની શકે કે પાદરીના આશીર્વાદ જ કામ લાગી જાય? પરંતુ આ બધાં એક્શન તમે તમારા વિચારથી કરી રહ્યા છો. હું તો આ બધી વાતોથી સીધે-સીધું એવું સમજું છું કે ફર્સ્ટ આવવા માટે તમારી મહેનત કે કાબેલિયત પર્યાપ્ત નથી, ત્યારે જ તો તમે ચર્ચમાં આશરો લેવા પહોંચી ગયા. બસ, હું ચર્ચ જવાની ક્રિયાની પ્રતિક્રિયાના રૂપમાં તમારો વિશ્વાસ જ કમજોર કરી નાખું છું. અને એકવાર વિશ્વાસે સાથ છોડી દીધો પછી તમે શું ધૂળ ફર્સ્ટ આવવાના? અને પછી વીતતા સમયની સાથે તો હું મારા રિએક્શન્સ દેતાં રહેવાની આદતને કારણે તમારો જાત પરથી વિશ્વાસ એ હદે ઉઠાવી નાખું છું કે એ વર્ષે તમે ફેઈલ ન થઈ જાવ એટલું જ બસ છે. બીજું કશું નહીં તો એ તો નક્કી જ છે કે તે વર્ષે પરિણામ તમારી મહેનત અને ક્ષમતાથી તો અનેક ગણું ઓછું આવશે જ. એટલે એ વાત હંમેશા ધ્યાનમાં રાખજો કે હું તે લોકોની ભૂંડી હાલત કરું છું જે પોતાની યોગ્યતા કે સમજ સિવાય બીજા કોઈ પર ભરોસો કરવાનો ડેટા મારા કોમ્પ્યુટરમાં નાખે છે. કેમ કે મારા કોમ્પ્યુટરની કાર્યપ્રણાલી બિલકુલ સીધી અને સ્પષ્ટ છે, એમાં એક તમે છો જેનો હું સેવક છું, અને બીજા બધા મારા માટે પારકા છે. પછી ભલે તે તમારા પરિવારવાળા હોય કે તમારા મિત્રો, તમારો બોસ હોય કે ભગવાન... મને કંઈ ફરક નથી પડતો. તમે બીજા કોઈ પર ભરોસો કર્યો નથી કે મેં તમારા પોતાના પરથી તમારો વિશ્વાસ ઝુંટવી લીધો નથી. અને પછી આ ગુમાવેલા વિશ્વાસને લીધે જ તમે એક પછી એક નિષ્ફળતાનો સ્વાદ ચાખતા જાવ છો.

સમયનાં ઉપદ્રવોથી બચવાના જ્ઞાનથી વધારે મોટું શિક્ષણ સમસ્ત સંસારમાં નથી

અને તમને યાદ હશે કે આ જ બધી ગૂંચવણોથી બચાવવા માટે મેં તમને આ સંસારની ત્રિગુણી-માયા એટલે કે થ્રી ડાયમેન્શન્સની થિયરી વિશે બતાવ્યું હતું. અને એ મુજબ ચાલીએ તો સ્કૂલમાં કે કૉલેજમાં ભણવાના ત્રણ જ કારણો હોઈ શકે છે. પહેલું, તમને

ભણવામાં મજા આવતી હોય તો. બીજું, ભણવું તમારા જીવન માટે અત્યંત આવશ્યક હોય તો. અને ત્રીજું એ કે તેનાથી મહત્વપૂર્ણ તમે કંઈ ન કરી શકતા હોવ તો. ...એટલે કે તમારામાં કોઈપણ ક્ષેત્રની કોઈ કળા ન હોય તો. પરંતુ દબાણમાં, કે ડીગ્રી માટે, કે મજબૂરીવશ, કે સમાજમાં રોફ પાડવા, કે મસ્તી કરવા મળશે એ હેતુ કે એવા જ બીજા હજાર કારણોથી તમે ભણી રહ્યા છો, તો પછી તો આના નકારાત્મક પરિણામો જીવનમાં તમારે ભોગવવા જ પડશે. તમે મારા દ્વારા સાધારણ જીવન જીવવા મજબૂર કરી જ દેવાશો.

રિએક્શનોથી ડર લાગતો હોય, તો એક્શન કરવાથી બચો

ચાલો, કદાચ આ બધું તમે સમજી ગયા હશો, એટલે હવે આગળ હું મારા એક્શન-રિએક્શનના બીજા તરીકાઓ વિશે બતાવું... તમે તમારું એકાંત દૂર કરવા પોતાના વિશ્વમાં બીજાઓને પ્રવેશ આપતા જાવ છો અને તે પણ એ સમજ્યા વગર કે આનાથી તમારું શું થશે. પરંતુ તમે એ જાણતા જ નથી કે આ પ્રકૃતિના બનેલા નિયમની વિરુદ્ધ છે. અને સાચું કહું તો બધા મનુષ્યોના જીવનમાં ઊઠેલા તોફાનનું આ એક પ્રમુખ કારણ છે. ...હકીકતમાં અહીં તમારા માટે માત્ર તમારું વિશ્વ છે, અને તમારે માત્ર તમારા વિશ્વમાં જીવવાનું છે. તમારે સુખ ને સફળતાની સાથે તે વિશ્વમાં કેવી રીતે જીવવાનું છે તે નિર્ણય પણ તમારે કરવાનો છે અને તે માટે પ્રયત્ન પણ તમારે કરવાના છે. જો તમે મારા કેટલાય ઉપદ્રવોથી બચવા માંગતા હોવ, કે જીવનને સાચે જ આનંદદાયક બનાવવા ઈચ્છતા હોવ તો મગજમાં એ બરાબર બેસાડી લો કે તમારા વિશ્વ સાથે કોઈ બીજું વિશ્વ એકરૂપ થઈ શકવાનું નથી... એટલે કે અહીં ક્યારે પણ બે વિશ્વો એક સાથે નથી રહી શકતા. હા, એવા બે વ્યક્તિઓના વિશ્વો એક થઈ શકે છે જેઓ પોતાના વિશ્વોના સંપૂર્ણ માલિક હોય. પરંતુ અહીં પણ પ્રશ્ન એ કે જે પોતાના વિશ્વના સંપૂર્ણ માલિક હોય, તેમને બીજા વિશ્વના સહારાની જરૂરત જ શું?

આનો અર્થ એ ન કાઢતા કે એક મનુષ્યએ બીજા સાથે કોઈ સંબંધ રાખવો જ ન જોઈએ. ના, સંબંધ રાખવા જોઈએ અને રાખવા જ પડે છે, પણ કેટલા? ત્યાં સુધી જ્યાં સુધી તેઓ બન્ને

એકબીજાની જરૂરિયાત પૂરી કરતા હોય. બહુ-બહુ તો એકબીજાને સહયોગ કરીને આગળ વધારી શકે, ત્યાં સુધી. એથી પણ જરા આગળ વધીને વિચારો તો કેટલાંક કર્તવ્યો-કર્મ નિભાવવા સુધી. અન્યથા બાકી બધા મામલાઓમાં તમારું વિશ્વ અલગ અને બીજાઓનું વિશ્વ અલગ. પછી ભલેને તે માતા-પિતા હોય કે બાળકો. મિત્ર હોય કે બોસ. બધા સાથે ઉપર-ઉપરના સંબંધો સુધી બરાબર છે...અર્થાત્ તમે કોઈનું હિત કરો, કોઈની સાથે રહો, બધાની સાથે ગાઓ, નાચો, કૂદો, રમો, તેમના પ્રતિ તમારા કર્તવ્યો નિભાવો; તેમાં કંઈ વાંધો નથી. ...પરંતુ પોતાની બુદ્ધિના બહેકાવામાં આવીને એમાંથી કોઈને પણ પોતાના વિશ્વનો હિસ્સો ક્યારેય ન બનાવો. મારી આ ચેતવણી યાદ રાખજો કે નિયમ વિરુદ્ધની આ કોશિશ તમને રમણ-ભમણ કરી નાખશે. તમારી બુદ્ધિ તમને સમજાવી દેશે કે કોઈને તમારા વિશ્વમાં સમાવશો નહીં તો તમારા પ્રેમપૂર્ણ સ્વભાવ અને ભાવનાઓનું શું થશે? એવું કેવું સંકુચિત મન કે તમે કોઈને પોતાના દિલમાં વસાવી પણ નથી શકતા?

...હવે આમા સંકુચિતતા ક્યાંથી આવી ગઈ? જે નિયમ છે, તે નિયમ છે. બીજાનું પોતાનું વિશ્વ છે, અને તેણે જ તેનું તે વિશ્વ બનાવવાનું અને સંભાળવાનું છે. તેવી જ રીતે તમારું પોતાનું વિશ્વ છે, જેને બનાવવાનું અને સંભાળવાનું બન્ને તમારે છે. અને વળી આ પ્રેમ અને ભાવના વગેરે બધા બુદ્ધિએ ઉપજાવી કાઢેલા શબ્દો છે, મારા માટે તો આનો અર્થ માત્ર એટલો જ કે તમે તમારા સિવાય બીજાને તમારા વિશ્વમાં ઘુસાડવાની કોશિશ કરી રહ્યા છો. એટલે હું તો તમારા ડેટા નાખતા જ મારા સ્વભાવ મુજબ, ઉપદ્રવ મચાવી દઈશ. અને વળી કોઈપણ વ્યક્તિ બીજાને પોતાના વિશ્વમાં સમાવવાની કોશિશ જ કેમ કરી રહ્યો છે? આનો સ્પષ્ટ અર્થ એ છે કે તેને પોતાનું વિશ્વ અધૂરું લાગે છે, અને જેને તે બીજાને સામેલ કરીને પૂરું કરવાની કોશિશ કરી રહી છે. અને આજ પછી તમે ધ્યાન આપજો, જેનું વિશ્વ જેટલું અધૂરું - એટલો જ તે બીજાને પોતાના વિશ્વમાં સમાવવા માટે ઉત્સાહીત.

હવે પ્રશ્ન એ કે તમે તો બીજાઓને પોતાના બનાવતા તેને પોતાના વિશ્વમાં સામેલ કરવાનો ડેટા નાખી દો છો, અને આ બાજુ હું મસ્તીખોર, એ જાણવા છતાં કે આ હકીકતમાં શકય નથી; તેમ છતાંય તમારા એન્ટર કરાયેલ ડેટાને સહયોગ આપીને તે વ્યક્તિને તમારા વિશ્વમાં પ્રગટ કરી દઉં છું. પછી તો સમય વીતતાની સાથે એ એક ડેટાના સહારે તમારો તેની સાથેનો સંબંધ મજબૂત કરતો જાઉં છું. એટલું જ નહીં, પછી તો ધીમે-ધીમે કરતા તમારી પાસે તેના વિશ્વમાં હસ્તક્ષેપ કરવાનું પણ શરૂ કરાવી દઉં છું. પેલી બાજુ, બીજો પણ કંઈક આવા જ પ્રયાસ શરૂ કરી દે છે. આ જોઈને ઉત્સાહી થયેલ હું બન્નેને એક-બીજા પ્રત્યે અપેક્ષાઓના તાંતણે બાંધવાનું શરૂ કરી દઉં છું. અને હદ તો ત્યારે કરી નાખું છું જ્યારે જેને તમે તમારા વિશ્વમાં જગ્યા આપી હોય છે... તેના દુઃખો, તેની ચિંતા,

તેનું સ્વાસ્થ્ય બધાની અસર તમારા વિશ્વ પર દેખાડવી શરૂ કરી દઉં છું. બસ, આનાથી જ તમારું વિશ્વ ખેદાન-મેદાન થઈ જાય છે. અને મારી આ વાતનું પ્રમાણ જોઈતું હોય તો થોડું તમારા જ અનુભવોમાં ડોકીયું કરી લો. તમને તત્ક્ષણ અહેસાસ થઈ જશે કે જેને તમે તમારા વિશ્વમાં જગ્યા નથી આપી, તેના દુઃખ-દર્દથી હું તમને ક્યારેય વિચલિત નથી કરતો. તમારી પરેશાનીનું કારણ તે જ લોકો છે...જેમને તમે તમારા વિશ્વમાં જગ્યા આપેલી છે.

આ તો ઠીક, ચાલો સમજ્યા કે દરેક મનુષ્યનું પોતાનું વિશ્વ છે એટલે તેમને પોતાના વિશ્વમાં સમાવવાની કોશિશના માઠા પરિણામો ભોગવવા પડે છે. પરંતુ મારા ઉપદ્રવોની હદ તો એ કે જાણકારી અને વિચારોનો ડેટા નાખવાથી પણ હું આવા જ ગંભીર પરિણામો આપું છું. કેટલાય લોકો નવરા બેઠા, જરૂરત ન હોવા છતાં હાર્ટ-એટેક અને કેન્સર જેવી ગંભીર બીમારીઓ કેમ થાય છે કે કોને થાય છે એ વિશે વાંચતા રહે છે. તેઓ સમજે છે કે તેઓ તેમના સ્વાસ્થ્ય પરત્વે સજગતા દાખવી રહ્યા છે. પરંતુ મારા ઉપદ્રવોની ભાષા જ નિરાળી છે. તમારી બુદ્ધિ અને મારું કોઈ કોમ્યુનિકેશન નથી. મારી પોતાની ભાષા છે અને હું તે મુજબ જ વર્તું છું. અને તે પણ એવી રીતે કે તમારા દ્વારા માહિતી એકઠી કરવાને હું તમારી ઈચ્છાના રૂપે જોઉં છું. ...એવું સમજું છું કે કેન્સર કે બીજી બીમારીઓને તમે તમારા વિશ્વમાં સ્થાન આપવા માંગો છો. બસ, હું તમારી જ બુદ્ધિના સહારે કેન્સરનો રોગ ફેલાવનારી કોશિકાઓને સક્રિય કરવાની કોશિશમાં લાગી જાઉં છું. એજ કારણ છે કે પ્રાયઃ તમે જે વસ્તુથી બચવાના પ્રયાસ કરો છો, હું તે જ વસ્તુને તમારા વિશ્વની નજીક લાવતો જાઉં છું. કેમ કે તમારી બચવાની કોશિશ પણ મારા માટે તો એક ડેટા જ છે. મેં કહ્યુંને કે તમારી દરેક એક્શનની સમાનાંતરે હું ઊલ્ટી દિશામાં પ્રતિક્રિયા આપું છું. એટલું જ નહીં, વીતતા સમયની સાથે તે પ્રતિક્રિયાઓની પણ અનેકો પ્રતિક્રિયા આપવાથી બિલકુલ ચૂકતો નથી. મારી અંદર ડેટા નાખવાનો આ જ નિયમ છે, અને હું ક્યારેય એમાં ગફલત નથી કરતો. અને મને એ સ્વીકારવામાં જરા પણ ખચકાટ નથી કે મારા આ જ સ્વભાવને કારણે તમારા આ હાલ થયા છે.

પરંતુ, એમાં મને દોષ દેવો પણ ખોટો છે. આ મારો સ્વભાવ છે અને તમારે તેને ઓળખીને જ એક્શન લેવી જોઈએ. જો પોટેશિયમ સાઈનાઈડ ઝેર છે, તો છે. તમારે ના ફક્ત તેને ઓળખવાનું હોય છે કે આ ઝેર છે, બલ્કે પછી તેને ખાવાથી બચવાનું પણ હોય છે. બરાબર એવી જ રીતે, તમારે એ પણ સમજવું પડશે કે મારા તમામ રિએક્શન ઉલ્ટી દિશામાં આવે છે, અને હું જ તમારા જીવનને નિયંત્રિત કરું છું. ...એટલે તમારે ગમે તેમ કરીને તે રિએક્શનોને ઓળખવા પણ રહ્યા, અને તેમનાથી બચવું પણ રહ્યું. એટલે, સો વાતની એક વાત એ કે મારી કાર્યપ્રણાલીને ઓળખો. વગર વિચાર્યે અને જ્યાં સુધી ખૂબ જ

જરૂરી ન હોય ત્યાં સુધી મારી અંદર કોઈ ડેટા નાખશો જ નહીં. મારા ઉપદ્રવોને ઓળખો, મારી વિપરીત દિશામાં થનારી પ્રતિક્રિયાઓને જાણો, સમયની સાથે પ્રતિક્રિયાઓના થનારા વિસ્તારને સમજો...અને આ બધું ધ્યાનમાં રાખીને ઓછામાં ઓછું આજ પછી કોઈપણ ડેટા અકારણ તમારા મનરૂપી કોમ્પ્યુટરમાં ના નાખો. પોતાની હાર્ડ-ડિસ્કને કેપેસિટી કરતા ઘણી ઓછી ભરો, જેથી મારી તીવ્ર ગતિ તમારા વિશ્વમાં જળવાઈ રહે. કેમ કે મારી તીવ્ર ગતિ જ તમારા વિશ્વને પોષીને સમૃદ્ધ કરી શકે છે. હકીકતમાં તમારું વિશ્વ મારા માટે એક એક્સપ્રેસ-હાઈવે છે, ત્યાં ઝડપ ધીમી થઈ નથી કે એક્સિડન્ટ થયા નથી. એટલે તે બરાબર સમજી લો કે તમારા જીવનમાં રોજે-રોજ જે હજારો એક્સિડન્ટ થઈ રહ્યા છે, તે માત્ર મારી ગતિ મંદ પડવાને કારણે થઈ રહ્યા છે. અને મારી ગતિ મંદ થઈ રહી છે હાર્ડ-ડિસ્કમાં ઓવર કેપેસિટી ડેટા ભરી દેવાના કારણે. અને ઉપરથી હું મારા ઉપદ્રવોથી તે એન્ટર કરાયેલા ડેટાને હજાર ગણો કરી રહ્યો છું, એ જુદું. એટલે આશા છે કે અત્યાર સુધી તમે તમારા વિશ્વની જે હાલત છે તથા તે માટે મારા દ્વારા સમજાવાયેલ અત્યાર સુધીના બધાં કારણો અને નિયમોને ખૂબ જ સારી રીતે સમજી ગયા હશો.

મારા સ્વભાવ તથા મારી ઉંધી-ચત્તી કાર્યપ્રણાલીની આટલી વિગતવાર વિચારણા બાદ તમે ચોક્કસ કહેશો કે હવે અમે પોતાના વિશ્વની હાલત પણ સમજી ગયા અને તે હાલત કેમ છે, તે પણ સમજી ગયા. પરંતુ હવે તેને સુધારવી હોય તો શું? તો આ અધ્યાયમાં હું આ વિષે જ ચર્ચા કરવાનો છું. પરંતુ અહીં પણ તમારે મારી અવળી-પ્રતિક્રિયાઓને તો સમજવી જ રહી. તમે વિચારો છો કે તમારી સમસ્યા એ તમારી આદતો, તમારો ચિંતા કરવાનો સ્વભાવ, ફલાણા માણસની તબિયત કે જીવનમાંથી વિશ્વાસનું લુપ્ત થઈ જવું છે. ના, આ બધી તમારી સમસ્યાઓ બિલકુલ નથી. પરંતુ કેમ કે તમે સમસ્યાઓ ખોટી સમજી રહ્યા છો, એટલા માટે તમે ઉપાય પણ ખોટા અજમાવતા રહો છો. અને આ જ કારણ છે કે તમારા જીવનની સમસ્યાઓ ઘટવાને બદલે વધતી જ જઈ રહી છે.

આવું કેમ? કારણ કે તમે એ નથી સમજી રહ્યા કે તમારું જીવન પણ માત્ર હું, એટલે કે તમારું મન છું. તથા જીવનની સમસ્યા પણ હું જ છું. અને તમે જીવો છો પણ માત્ર મારે માટે છો. ચોંકો નહીં, તમારા જીવનનો એક જ ઉદ્દેશ્ય છે કે મનમાં સારા-નરસા સકારાત્મક ભાવોનો અનુભવ કરો. પણ એ માટે, તમે બહાર ભાગ-દોડ કરો છો. તમે સમજો છો કે આ સારા ભાવ, બહાર કંઈ પામવાથી ઉપલબ્ધ થઈ જશે. એ જ નહીં, તમે પોતાના તમામ નકારાત્મક ભાવો માટે પણ બાહ્ય ગરબડોને જ જવાબદાર માનો છો. પરંતુ હું સ્પષ્ટ કરી જ ચૂક્યો છું કે બહારની પરિસ્થિતિઓની તમારા વિશ્વ પર, એટલે કે તમારા મન પર કોઈ

પ્રભાવ નથી. વિપરીત પરિસ્થિતિઓમાં મસ્ત રહેનારા લોકો પણ સંસારમાં છે, અને બધું જ બરાબર હોવા છતાં પણ ઉદાસીમાં જીવનારા લોકોથી તો સંસાર સભર છે. એટલે તમારી આ વિચારસરણી જ તમારું સાયકોલૉજિકલ અજ્ઞાન છે કે સંબંધો, સ્વાસ્થ્ય કે કોઈ ફાયનાન્સિયલ કંડીશનની ઊંચ-નીચ તમારા જીવનની સમસ્યા છે. હકીકતમાં, મનુષ્યની મુશ્કેલી એ છે કે આ સત્ય તેની આંખોની સામે હોવા છતાંય એ જોઈ નથી શકતો. તમે તમારા જ જીવન પર દ્રષ્ટિપાત કેમ નથી કરી લેતા? તમારી પાસે આજે ઘર-ગાડી બધું જ હોવા છતાં, તમે પરેશાન છો. તો ત્યાંજ બાળપણમાં કંઈ ન હોવા છતાં, બે-ચાર ભાંગેલા-તૂટેલા રમકડાંથી તમે કેટલા મસ્ત હતા. કેમ, કારણ કે બહારની પરિસ્થિતિઓનો વાસ્તવમાં તમારા અંતરનાં ભાવો પર પ્રભાવ નહોતો પડી રહ્યો. તમારા તમામ આંતરિક ભાવો, જેમને ખાતર અને જેનામાં તમે જીવી રહ્યા છો, એ બધા મારી ગતિના પરિણામ છે. કેમકે તમારા જીવનમાં આજે મારી ગતિ ધીમી છે, એટલે પ્રત્યેક બહારની પરિસ્થિતિ તમને પરેશાન કરી રહી છે. બાળપણમાં કેમકે તમારી અંદર મારી ગતિ તેજ હતી, એટલે તમે હરહાલમાં પ્રસન્ન હતા. તેથી, કૃપા કરીને, મેં જે તમને કહ્યું એ સત્ય તમે સમજી જ લો. બહારનાં સમગ્ર દ્રશ્યમાન જગતની તમારી અંદર કોઈ અસર નથી થઈ રહી. તમારા પર સમસ્ત અસર કેવળ મારી ગતિની જ થઈ રહી છે.

ચાલો, આ સમજી ગયા હો, તો એ પણ સમજી જ લો કે મારી ગતિ ખોટા ડેટા નાખવાથી અને અત્યાધિક ડેટા નાખવાને કારણે ધીમી પડી છે. અને માત્ર એક એ જ કારણે, તમે બહાર કંઈપણ બનવા છતાં, અંદર નકારાત્મક ભાવોમાં જીવવા મજબૂર છો. અને આ જ તમારા જીવનની એકમાત્ર સમસ્યા છે. તમે ડેટા નાંખી-નાંખીને પોતાના મનની હાર્ડ-ડિસ્કને એટલી ભારી કરી રહ્યા છો કે હવે તેમાં કોઈ ગતિ જ નથી બચી.

ચાલો, આના વિશે તમને એક બહુ સરસ કિસ્સો સંભળાવું છું. તમે જાતે જ જોઈ લો કે બુદ્ધિના કરેલાં પ્રયાસો ક્યાં સુધી સફળ થાય છે? એક માણસ હતો, તે નિયમિત દારૂ પીધા કરતો હતો. અને આ જ તેનો એક માત્ર શોખ હતો. આમ જોકે તે પોતાની લિમિટમાં જ પીતો હતો, દારૂ પીધા પછી ક્યારેય બહેકયો હોય એવું પણ કોઈ ઉદાહરણ નહોતું. પરંતુ તેમ છતાં તેની પત્નીને તેનું આ દારૂ પીવું પસંદ નહોતું આવતું. તે ગમે તેમ કરીને તેની આ લત છોડાવવા માંગતી હતી. તેણે કેટલીએ વાર સમજાવવાના પ્રયાસો પણ કર્યાં, દારૂથી થવાવાળી બીમારીઓ પણ બતાવી; પરંતુ તે તેના પતિની લત ન છોડાવી શકી.

એક દિવસ કોઈએ તેને તેના પતિને સાઈકિયાટ્રિસ્ટ પાસે લઈ જવાની સલાહ આપી. વાત તેને ગળે ઊતરી ગઈ. પરંતુ તેના પતિને સાઈકિયાટ્રિસ્ટ પાસે લઈ જવો પણ કપરા ચઢાણ ચઢવા જેવું હતું. ચોખ્ખે-ચોખ્ખું કહેવાથી તો તેના આવવાનો કોઈ પ્રશ્ન જ નહોતો ઊઠતો. પરંતુ પત્ની પણ એમ કંઈ માની જાય એવી નહોતી. તેણે સાઈકિયાટ્રિસ્ટ સાથે

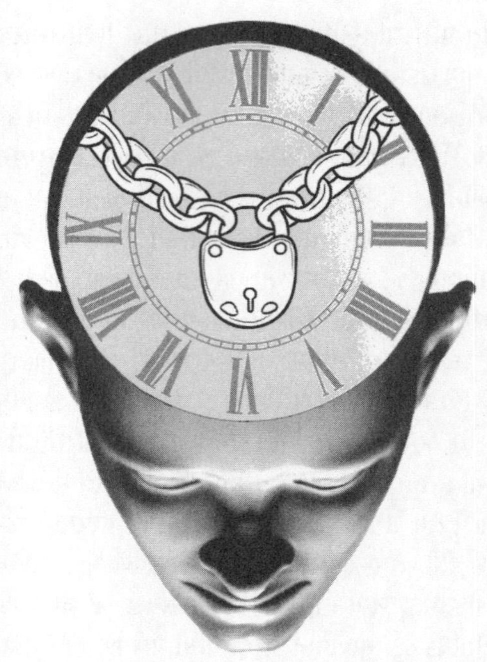

બુદ્ધિપૂર્વક સમયની ધારાને રોકવાના પ્રયાસ જીવન પાયમાલ કરી દેશે

બધુ સેટીંગ કરી લીધું. પત્નીએ સાઈકિયાટ્રિસ્ટને તેના પતિની આદત અને તેને લાવવાનો મકસદ, બન્ને વિશે વિસ્તારપૂર્વક પહેલાથી જ સમજાવી દીધું. અને તેને એ પણ સમજાવી દીધું કે તે એના પતિને પોતાને બતાવવાનું બહાનું કરીને લાવશે. આગળ વાત કેવી રીતે વધારવી અને તેની લત કેવી રીતે છોડાવવી તે તમે જાણો.

ઠીક છે, કહેતા સાઈકિયાટ્રિસ્ટે ચેલેન્જ કબૂલ કરી. યોજનાનુસાર, પત્ની તેના પતિને સાઈકિયાટ્રિસ્ટને ત્યાં લઈ ગઈ. થોડીવાર સુધી તો પત્નીની બીમારીનું નાટક ચાલતું રહ્યું. પછી અચાનક તે સાઈકિયાટ્રિસ્ટે દારૂની ચર્ચા છેડી. અને ચર્ચા છેડી તે પણ એવી કે ગમે તેવા દારૂડીયાને સુદ્ધા દારૂ છોડવાની તમન્ના જાગૃત થઈ જાય. પરંતુ આ માણસ બહુ પાક્કો હતો. તેની ઈચ્છા થોડી નબળી જરૂર પડી હતી, પરંતુ છોડવાની કોઈ વાત જ નહીં. પેલી બાજુ સાઈકિયાટ્રિસ્ટ પણ કંઈ માની જાય તેવો નહોતો. તેણે ચર્ચાનો વિસ્તાર હજુ વધારીને આખરે કેમેય કરીને તેને દારૂ છોડવા પર રાજી કરી જ લીધો. બીજી બાજુ પત્ની પણ થોડી

કાચી હતી? તેણે તત્કાળ પતિ પાસેથી દારૂ છોડવાનું પાક્કું વચન પણ લઈ લીધું. બિચારો પ્રભાવમાં આવી જ ગયો હતો, તેણે વચન આપી પણ દીધું.

બસ, ત્યાંથી પત્ની ઘેર જતી રહી અને પેલો માણસ સીધો પોતાની દુકાને પહોંચી ગયો. અહીં સુધી તો બધું બરાબર ચાલ્યું, પરંતુ રાત્રે ઘેર પાછા ફરતી વખતે તે દ્વિધામાં મુકાઈ ગયો. રોજનો નિયમ હતો, રસ્તામાં જ આવવાવાળી એક રેસ્ટોરેન્ટમાં બે-ત્રણ પેગ લગાવીને જ તે ઘરે જતો હતો. હવે વચન તો સવારે પ્રભાવમાં આવીને આપી દીધું હતું, પરંતુ બુદ્ધિનું આપેલું વચન મને થોડું જ પ્રભાવિત કરી શકે છે? બસ, તેને દુકાનેથી નીકળતા જ દારૂની તલપે જકડી લીધો. પરંતુ સવારે આપેલું વચન આડું આવતુ હતું. ઘણો દુઃખી પણ થયો કે હું ક્યાં સાઈકિયાટ્રિસ્ટ અને પત્નીના ચક્કરમાં આવી ગયો? ...જોકે તેણે મન મક્કમ કર્યું. હજુ સવારે જ તો વચન આપ્યું છે, કંઇ આમ થોડું જ તોડી દેવાય? આખરે સંકલ્પ-શક્તિ જેવું પણ કંઈ હોય ને? બસ, આ બધું વિચારીને પોતાનું મન મજબૂત કરતા તે ચુપચાપ ઘરની તરફ ચાલ્યો જતો હતો. અહીં સુધી તો ઠીક, પરંતુ જેવી પેલી રેસ્ટોરેન્ટ આવી કે મન પાછું કમજોર પડી ગયું. પરંતુ ના, એટલે ના. ...બસ, ગમે તેમ કરીને મન અને બુદ્ધિની વચ્ચે ડામાડોળ થવા છતાં તેણે રેસ્ટોરેન્ટમાં ઘૂસ્યા વગર ઘરનો રસ્તો પકડી જ રાખ્યો. ...પરંતુ દસ-બાર ડગલાં ચાલ્યા પછી પાછો રોકાયો. અને પછી ન જાણે શું વિચારીને પોતાની પીઠ થાબડતા બોલ્યો- વાહ! તૂ રેસ્ટોરેન્ટની સામેથી નીકળ્યોય ખરો, પરંતુ વચન માટે થઈને દારૂ પીધા વગર તેની સામેથી નીકળી ગયો. ચાલ, તારી આ કટિબદ્ધતાની ખુશીમાં હું તને બે પેગ પિવડાવું છું. અને આખરે તે દિવસે પણ તે બે પેગ પીને જ ઘરે ગયો.

કહેવાનો મતલબ કે બુદ્ધિના વિચારવા, સમજવા કે નક્કી કરવાનો મારા મનરૂપી કોમ્પ્યુટર પર કોઈ પ્રભાવ નથી થવાનો. ચાલશે તો મારું જ. ...આ બધું તો સમજ્યા, તો પછી તમારાથી છૂટકારો કેવી રીતે મહારાજ? હા-હા, બસ, હવે એજ તો બતાવું છું. પરંતુ એક વાત બરાબર સમજી લેજો કે મારાથી મુક્તિ ફક્ત હું જ અપાવી શકું છું, અને તે પણ નિયમાનુસાર જ. મારી કાર્યપ્રણાલી ફિક્સ્ડ છે, તે ક્યારેય નથી બદલાવાની. તમે બહારથી ભલે ગમે તેટલા ઉપાયો કરી લો, કંઇ કામ નથી આવવાના. સમસ્યા તમને મારા મનરૂપી કોમ્પ્યુટરના સ્વરૂપથી છે, તો ઉપાય પણ તમારે તેની કાર્યપ્રણાલીના નિયમોને સમજીને તેની જ સાથે અજમાવવા પડશે. આ જ તમારી સમજદારી પણ છે અને આ જ તમારું કર્તવ્ય પણ. અને સ્પષ્ટ કહું તો આ તમારી મજબૂરી પણ છે.

તો, ઉપાય માટે પ્રથમ ડગલું તો બહુ સ્પષ્ટ છે કે પોતાના મનમાં ડેટા ખૂબ સમજી-વિચારીને નાખો. મારા મનરૂપી સ્વરૂપથી તેની ભાષા સમજ્યા વગર વાતચીત કરશો જ નહીં. જોકે તમારી તકલીફ એ છે કે પ્રારંભિક ડેટા તો તમારા પરિવારવાળા તથા સ્કૂલ

વગેરેમાં ટીચર અને મિત્રો નાખી જ દે છે. અને આટલી નાની ઉંમરમાં તમે પોતાને તે એન્ટર કરાયેલ ડેટાથી બચાવી પણ કેવી રીતે શકો? એટલે તે મુસીબત તો રહી જ. પરંતુ અહીં પણ બે પ્રકારના બાળકો હોય જ છે, એક આજ્ઞાકારી એટલે સારા અને બીજા દ્રઢ વ્યક્તિત્વવાળા. ચોક્કસપણે આજ્ઞાકારીના કોમ્પ્યુટરમાં વધુ ડેટા ઠાંસી દેવાય છે, જ્યારે પોતાની જ મસ્તીમાં જીવતું બાળક વધારે કોઈનું સાંભળતું નથી, એટલે ખૂબ ઓછો ડેટા તેની અંદર જાય છે. એટલે કે આવું બાળક મહદ્ અંશે બચી જાય છે.

આમ તો તમને પણ આવી વાતોનો થોડો-ઘણો અનુભવ હશે જ. તમે પણ ધ્યાન આપી જોયું જ હશે કે પ્રાયઃ આજ્ઞાકારી બાળક પરિવારવાળાઓને ખૂબ જ પ્રિય હોય છે. તેના વખાણ પણ ખૂબ થાય છે, અને તેનાથી આશાઓ પણ ઘણી બાંધવામાં આવે છે. જ્યારે મસ્તીમાં જીવવાવાળા બાળકની બધા એક-બીજાને ફરિયાદો કરતા ફરે છે. તેનું ભવિષ્ય જ બધાને અંધકારમય દેખાવા લાગે છે. પરંતુ મોટા થતાં-થતાં તો બધું ઊંધુ થઈ જાય છે. પેલું આજ્ઞાકારી બાળક જીવનની દોડમાં ક્યાં ખોવાઈ જાય છે, ખબર જ નથી પડતી. જ્યારે બીજું, કે જેના ભવિષ્યને લઈને બધા ચિંતિત રહેતા હતાં, તે ન ફક્ત સફળતાના શિખરો સર કરે છે, બલ્કે સારી રીતે આખા પરિવારનું ભરણ-પોષણ કરવાવાળો પણ સાબિત થાય છે. પછી બધા કહે છે, કમાલ થઈ ગઈ. બાળપણમાં કેવો હતો અને મોટો થતાં જ કેટલો બદલાઈ ગયો.

એને તો બદલાવાનું જ હતું. તેણે તો સફળતાના શિખરો સર કરવાના જ હતાં. તેના કોમ્પ્યુટરે તમારો ડેટા અંદર સ્વીકાર્યો જ નહોતો. એટલે કે તમે નકામા કારણો શોધવા ને બદલે આ નિયમ બરાબર સમજી લો કે અનાવશ્યક ડેટાથી ભરેલી હાર્ડ-ડિસ્ક જ તમારા જીવનને નિખારવામાં અડચણ રૂપ છે. કેમ કે તે તમારા જીવનમાં મારી ગતિ મંદ કરી નાખે છે. ...તો આ બધી વાતો તમે પણ સમજી લેજો, અને જો તમે માતા-પિતા બની ચૂક્યા છો તો કૃપા કરીને પોતાના બાળકો કે કોઈના પણ બાળકોના કોમ્પ્યુટરમાં ડેટા નાખતા પહેલા જરા વિચારી પણ લેજો. સમજણ ન પડે તો ડેટા નાખતા જ નહીં. કંઈ બાળકો સાથે તમારી કોઈ દુશ્મનાવટ તો છે નહીં...

તો હવે ચર્ચા આગળ વધારીએ. આગળની વાત બે સ્તર પર છે. એક તો મનુષ્યએ પોતે પોતાના કોમ્પ્યુટરમાં વ્યર્થનો ડેટા નાખતા રહેવાની આદતથી બચવાનું છે, અને બીજું કે તેણે બહારથી ડેટા નાખનારાઓથી બચતા રહેવાનું પણ શીખવાનું છે. બહાર તો ડેટા નાખનારાઓની ન માત્ર ભીડ લાગેલી છે બલ્કે ડેટા નાખનારાઓની દુકાનો પણ સારી રીતે શણગારેલી પડી છે. પરંતુ તમારે તે બધાથી ચેતવું પડશે. અને જ્યાં સુધી તમારે કેવી રીતે ડેટા નાખવો તેની ચર્ચા કરું તો, સૌ પ્રથમ તો જે જીવનમાં અતિઆવશ્યક ન હોય, કે જ્યાં

સુધી માથે ન આવી પડે, કોઈ વસ્તુ જાણવા કે સમજવાની કોશિશ જ ન કરો. બીજું, બની શકે ત્યાં સુધી, તમારું બધુ જાણવું અને સમજવું પોતાની રુચિના ક્ષેત્રો સુધી જ સીમિત રાખો. જેમ કે તમને સંગીતમાં રુચિ હોય તો સંગીતના વિષયમાં જાણવા કે સમજવામાં કોઈ કસર ન રાખશો, આનાથી ન કેવળ તમે તે ક્ષેત્રમાં પ્રગતિ કરતા જશો, બલ્કે તમારી અંદર વધારે ડેટા પણ નહીં ઘૂસે. કેમ કે જે વિષય તમને રૂચિકર લાગે છે, જે વાંચતી કે શીખતી વખતે તમને આનંદ આપે છે, તેનાથી વધુ પડતો ડેટા એન્ટર નથી થઈ શકતો. પછી તે વિષય એક હોય કે સો હોય, કોઈ ફરક નથી પડતો. કેટલાય લોકો જીવનના અનેક રંગોમાં ઉસ્તાદ હોય જ છે. તેથી, અત્યારે તો એ સમજીએ કે રુચિના વિષયો સાથે સંબંધિત ડેટા નાખવાથી તે વિષયમાં તમારું નિરંતર રૂપાંતરણ થતું જાય છે.

મનુષ્યને કોઈ મજબૂરી નથી, મજબૂર તેણે પોતાને બનાવી દીધો છે

હવે તમે કહેશો કે આ 'રૂપાંતરણ' નવો જ શબ્દ લઈ આવ્યાં, મહારાજ! ...આ હોય છે શું, જે ડેટા નખાવા છતાં તેના દુષ્પરિણામો આપણે નથી ભોગવવા પડતા? ઠીક છે, પહેલા આ રૂપાંતરણ શબ્દ જ સમજી લઈએ. તો એ બતાવો કે ડેટા અંદર જાય છે કઈ વસ્તુઓનો? જવાબ સીધો અને સ્પષ્ટ છે કે જે અસ્તિત્વમાં નથી. માની લો કે તમારે સંગીત શીખવું છે. અને માની લો કે સંગીતમાં તમારી પ્રતિભા અને રુચિ બન્ને છે. તો પછી શું થશે? ચોક્કસપણે જ તમે શીખતા જશો. અને જ્યારે સંગીત શીખતા જ જશો તો તેનો ડેટા અંદર બનશે જ કેવી રીતે? હા, પછી તમે મોટા એવોર્ડ મેળવવા કે મહાન સંગીતજ્ઞ બનવાનો ડેટા અંદર નાખી શકો છો. અને આવું કરશો તો પછી ઉપદ્રવો જરૂરથી ઊભા થશે. કહેવાનો મતલબ કે જે વસ્તુ સીધે સીધી પતી જતી હોય, તેનો ડેટા ઉત્પન્ન નથી થતો. અર્થાત્ જે વાત શીખવા, જાણવા કે કરવાની સાથે જ સમાપ્ત થઈ જાય છે, તેને રૂપાંતરણ કહે છે. બરાબર એવી જ રીતે જે કાર્ય કરવાની સાથે જ પતી જાય છે તેને પણ રૂપાંતરણની શ્રેણીમાં જ મૂકવામાં આવે છે. જો આ રૂપાંતરણને હજુ સરળ ભાષામાં સમજાવું તો માની લો કે તમે તમારી અંદર ટેનીસ રમવાની ઈચ્છાનો ડેટા નાખ્યો, અને એકશનમાં

ટેનીસ રમી પણ લીધું, તો બતાવો કે તમારી અંદર કયો ડેટા એન્ટર થશે કે જેનું હું રિએક્શન આપી શકું? હા, પછી તમે હાર-જીત વગેરેના વિશે વિચારીને નકામો ડેટા પોતાની અંદર નાખીને પોતાના માટે મુસીબત ઊભી કરી શકો છો.

તેવી જ રીતે તમને કોઈ જમીન ગમી, અને તરત જ તમે સોદો પણ કરી નાખ્યો. એટલું જ નહીં; હાથો-હાથ પેમેન્ટ કરીને રજિસ્ટ્રેશન પણ કરાવી લીધું...તો બતાવો કયો ડેટા અંદર જશે? પરંતુ જમીન પસંદ પડવા છતાં સોદો ન કરી શક્યા અથવા પાસે પૈસા નથી, તો શું થશે? ચોક્કસપણે હજારો જાતના ડેટા અંદર જતા રહેશે. કહેવાનો આશય એ કે મારા ઉપદ્રવોથી બચવા માંગો છો તો જો એકવાર કોઈ કાર્ય શરૂ કરો, તો પછી તેને અંજામ સુધી પહોંચાડીને જ જંપવાની આદત પાડી દો. કોઈ કારણથી અંજામ સુધી પહોંચાડવામાં કોઈ અવરોધ દેખાતો હોય, તો કાર્ય આરંભ જ ન કરો. નહિતર પ્રોસેસમાં ઉત્પન્ન થયેલ ડેટાઓના કારણે ભૂંડી રીતે ફસાઈ જશો.

ચાલો, હવે તમે આ રૂપાંતરણવાળી વાત તો સમજી ગયા હશો. એટલે હવે હું તમને આ નકામા ડેટાથી બચવાનો બીજો ઉપાય બતાવું છું. અને તે એ કે કોઈપણ વસ્તુ જાણતી કે સમજતી વખતે ધ્યાન માત્ર સાર પર કેન્દ્રિત રાખો. માની લો કે તમે કોઈ મહાન વ્યક્તિનું જીવનચરિત્ર વાંચી રહ્યા છો...તો તમે તેમની જન્મ તારીખ, જન્મ સ્થળ કે સગા-સંબંધીઓના નામ કે બીજી આવી જ કોઈ વસ્તુઓ પર ધ્યાન ન આપો, કેમ કે તેનાથી તમારા વિશ્વનો કોઈ સંબંધ નથી. તમારી શિક્ષણ-પ્રણાલીની આ જ ખામી છે. તે આવી જ બધી વાતોને વધુ મહત્વ આપે છે. હવે બુદ્ધિશાળી મનુષ્યને તો તરત જ ખબર પડી જાય છે કે આ વાતોને યાદ રાખવાથી કે તેના ઉપર ધ્યાન આપવાથી તેની અંદર સમયની ગતિ તત્ક્ષણ મંદ પડી જાય છે. આમ તો બધાને આનો અંદાજ આવી જ જવો જોઈએ, કેમ કે આવી વસ્તુઓ વાંચવા કે યાદ રાખવામાં કંટાળાનો અનુભવ બધાને થાય છે. અને આ બોરડમ તમારી અંદરની ગતિ ધીમી પડ્યાની સૂચના સિવાય શું હોય છે? પરંતુ ડીગ્રીની લાલચમાં કે નામ-ઠામ કમાવવાના ચક્કરમાં કે પછી મજબૂરીમાં, સામાન્ય માણસ આવું બોરડમવાળું શિક્ષણ પણ સહન કરતો જાય છે. પરંતુ બુદ્ધિશાળી આ બોરડમ સહન નથી કરી શકતા. અને તમે પણ જોયું હશે કે મોટાભાગે આવા બુદ્ધિશાળીઓ પરીક્ષામાં સારા માર્ક્સ નથી લાવી શકતા. આને લીધે પરિવારવાળાઓ અને ટીચર આશ્ચર્યચકિત રહી જાય છે. તેમને સમજાતું નથી કે આ આટલો તેજસ્વી હોવા છતાં સારા માર્કસ્ કેમ નથી લાવી શકતો? પરંતુ તેઓ એ નથી સમજી શકતા કે હકીકતમાં તે સમજદારીપૂર્વક પોતાના કોમ્પ્યુટરમાં બળજબરીનો ડેટા નાખવાથી બચી રહ્યો છે. અને પછી આગળ જતા જીવનમાં આના સુખદ પરિણામો પણ આવે છે. સ્કૂલ સુધી તો સમજ્યા, પરંતુ પછીથી વાસ્તવિક જીવનની દોડમાં તે બહુ

બીજું કોઈ તમારા મનરૂપી કોમ્પ્યુટરમાં કોઈ ડેટા ન ઠૂંસી જાય તેનું તમારે ખાસ ધ્યાન રાખવાનું છે

આગળ નીકળી જાય છે. તમે પણ નોંધ્યું હશે કે સ્કૂલના લાસ્ટ-પાટલીવાળા જીવનમાં પ્રાયઃ ફર્સ્ટ-બેંચર સિદ્ધ થાય છે. અને સ્કૂલમાં સારા માર્કસ્થી પાસ થવાવાળા માત્ર નોકરી શોધતા રહી જાય છે. તેઓ ડેટા નાખવાના એવા તો બંધાણી થઈ જાય છે કે પોતાની ધીમી પડેલી સમયની ગતિના કારણે તેમનાથી જીવનમાં આગળ ઉપર કંઇ પરિણામકારી થતું જ નથી.

એટલે કહેવાનું તાત્પર્ય એ કે તમે કોઈનું જીવનચરિત્ર વાંચી રહ્યા છો તો તેના વ્યક્તિત્વની ખૂબીઓ અને તેના દ્વારા થયેલ કાર્યોના સાર પર જ ધ્યાન આપજો. હું તો કહું છું કે આટલું પણ શા માટે કરવું? તેમનામાં જે સારું છે તેને જીવનમાં ઉતારી જ લેવું; વાત ત્યાંજ ખતમ થઈ જશે. કેમ કે જ્યારે રૂપાંતરણ જ થઈ ગયું, તો ડેટા અંદર જશે જ નહીં. પછી તમારે સાર યાદ રાખવાની પણ શું જરૂર? એકવાર ભણવા-સમજવાની આ કળા શીખી લો, પછી કોઈ ચિંતા નહીં. ચાહો તેટલું જ્ઞાન ભેગું કરી લો, વધુ ડેટા કોમ્પ્યુટરમાં ઘૂસસે જ નહીં. હાર્ડ-ડિસ્ક ભરાશે જ નહીં. ...કેમ કે પછી તમે ભણી-ગણીને ડેટા ભેગો

નથી કરી રહ્યા, પણ ચારે બાજુ માત્ર સારું-સારું શોધી રહ્યા છો. અને જે-જે સારું લાગે છે તેને અપનાવી પણ રહ્યા છો, અને તે મુજબ પોતાને બદલતા પણ જઈ રહ્યા છો. વિચારો, હવે આ પ્રક્રિયામાં વધારે ડેટા નાખવાની નોબત આવે તો પણ કેવી રીતે? સાથે જ એ પણ કલ્પના કરો કે આ પ્રક્રિયા દ્વારા જ્ઞાન મેળવવાથી તમારું વ્યક્તિત્વ કેવું નિખરશે.

અને ત્રીજી વાત કહું તો મનની હાર્ડ-ડિસ્ક કરપ્ટ થવાથી બચાવવાનો એક બીજો ઉપાય એ પણ છે કે લોકોની વાતોને, લોકોના દ્રષ્ટિકોણને અને વગર કારણે વાત વાતમાં જાણકારી વહેંચવાવાળાઓને નજરઅંદાજ કરતા શીખી જાવ. હવે મનુષ્ય જીવન છે તો ભીડમાં તો રહેવું જ પડે છે. અને દિવસેને-દિવસે ભીડ કંઈક વધારે જ બુદ્ધિશાળી થતી જાય છે. અંદરો અંદર બેસીને નિર્દોષ મજાક-મસ્તી કરવી કે ઠઠ્ઠા-મશ્કરી કરવી તો જાણે બધા ભૂલી જ ગયા છે. બસ, નકામી જાણકારીની ડંફાસ મારી મારીને એકબીજાને પ્રભાવિત કરવામાં રચ્યા-પચ્યા રહે છે. માન્યું કે તમે તમારા કાનોને બંધ નથી કરી શકતા, પરંતુ તે વાતોને નજરઅંદાજ કરીને પોતાની હાર્ડ-ડિસ્કમાં તેમને સેવ થવાથી તો બચાવી જ શકો છો. અને જો તમે તમારું જીવન નિખારવા માંગો છો તો આ કળા તો તમારે શીખવી જ પડશે. કેમ કે આજકાલ મનુષ્યની વધતી મુસીબતોનું મૂળ ઘણું-ખરું વ્યર્થની ગંભીર ચર્ચાઓ અને અકારણની ગોસીપ કે માહિતી એકઠી કરવી એ પણ છે જ.

હવે કંઈ લેવા-દેવા ન હોય તો પણ હાર્ટ-એટેક કેવી રીતે આવે છે, અને કેવા-કેવા સંજોગોમાં આવે છે, એની ચર્ચા માંડી બેસે છે. એ સમજતા જ નથી કે આવો કોઈ આડોઅવળો ડેટા તમારી અંદર ટાઈમમાં ઘૂસ્યો નથી કે તમારા ટાઈમે સ્પેસમાં એનાથી તમારું અંતર ઘટાડ્યું નથી. આજ પછી ધ્યાન આપજો કે જેઓ સ્વાસ્થ્ય સંબંધી વધુ પડતી જાણકારી રાખે છે અને તે પ્રાપ્ત જાણકારીઓ મુજબ પૂરેપૂરી સાવધાની પણ રાખે છે, તેઓ જ વધારે માંદા રહે છે. કહેવાનું તાત્પર્ય એ છે કે સાવધાની રાખવી પોતાની જગ્યાએ છે, પરંતુ ગંભીર બનીને જો હાર્ડ-ડિસ્કમાં ડેટા નાખશો તો તે નખાયેલો ડેટા પોતાની કમાલ દેખાડશે જ. એટલે બિન-જરૂરી વાતોને નજરઅંદાજ કરીને જ તમે તમારી મનરૂપી હાર્ડ-ડિસ્ક સુરક્ષિત રાખી શકો છો.

...ત્યારે આ બધા સંદર્ભોમાં એક બીજી વાત ધ્યાનમાં રાખજો કે દુનિયામાં બે જાતના જ્ઞાન ઉપલબ્ધ છે. એક છે સાયકોલોજિકલ જ્ઞાન અને બીજું છે એજ્યુકેશનલ જ્ઞાન. હજારમાંથી નવસો નવ્વાણું પ્રકારના જ્ઞાન એજ્યુકેશનલ જ્ઞાન છે. ...જે જાણકારીઓ તો હજાર આપે છે, પરંતુ એક પણ રસ્તો નથી સૂઝાડતા. તેમનાથી, વગર મતલબના બેઠા-બેઠા તમારી હાર્ડ-ડિસ્કમાં નકામો ડેટા ઘૂસતો જાય છે. બીજી બાજુ સાયકોલોજિકલ જ્ઞાનની વાત કરું તો એક તો તેનાથી અકારણનો ડેટા ઉત્પન્ન જ નથી થતો, ઉપરથી તેની બીજી

વિશેષતા એ પણ હોય છે કે તે તમારી હાર્ડ-ડિસ્કના અસ્ત-વ્યસ્ત થઈ ગયેલા પ્રોગ્રામીંગને ઠીક કરવા સુદ્ધાની ક્ષમતા રાખે છે. આ જ વાત અલગ રીતે દોહરાવું તો સાયકોલોજિકલ વાતો તમે ગમે તેટલી વાંચશો કે સાંભળશો, તેનાથી તમારી હાર્ડ-ડિસ્કમાં ડેટા તો નથી જ જવાનો, સાથે જ તે વાતો તમારા જૂના નખાયેલા નકામા ડેટાને ડિલીટ કરવામાં પણ તમારી સહાયતા કરશે.

પરંતુ દુર્ભાગ્યવશ, વિજ્ઞાનની આટલી પ્રગતિ છતાંય સાયકોલોજીના ક્ષેત્રમાં મનુષ્ય પછાત જ રહી ગયો છે. ન તો ધર્મશાસ્ત્રો પણ શ્રેષ્ઠ સાયકોલોજી ઉપલબ્ધ કરાવી શક્યા છે, ના તો સાયકોલોજીના અભ્યાસની ચોપડીઓ સુદ્ધા મનની ગહનતા પર ચોટ કરીને તેને દુરુસ્ત કરવાવાળી સાબિત થઈ રહી છે. અત્યારે હું મારા વિશે આટલું જણાવી રહ્યો છું, પરંતુ આનાથી તમે ઈચ્છો તો પણ પોતાની હાર્ડ-ડિસ્કમાં કોઈ વિશેષ ડેટા નહીં નાખી શકો. જે વાત સમજમાં આવશે તેને અમલમાં મૂકવાનો પ્રયાસ કરશો અને જે સમજમાં નહીં આવે તેનું મનન કરશો, વાર્તા પૂરી. પરંતુ કેમ કે તમારાં સ્કૂલ-કૉલેજના સમગ્ર શિક્ષણનો આધાર સાયકોલોજી ન હોઈ એજ્યુકેશન છે, એટલા માટે તે તમારી હાર્ડ-ડિસ્કને ઓવર-લોડ કરતું જાય છે. આ જ કારણ છે કે પોતાની રુચિના ક્ષેત્રને છોડી સામાન્ય અભ્યાસ કરવાવાળા જીવનમાં ક્યારેય કંઈ વધારે નથી મેળવી શકતા. તમે તમારો પાંચ હજાર વર્ષોનો ઈતિહાસ ઊઠાવીને જોશો તો જણાશે કે બધા ક્ષેત્રોના સર્વોચ્ચ શિખર પર ખાલી હાર્ડ-ડિસ્કવાળા લોકો જ બિરાજમાન છે.

પોતાના ક્ષેત્રમાં અડગ રહેવાથી, તમારા મનરૂપી કોમ્પ્યુટરની હાર્ડડિસ્ક ક્યારેય કરપ્ટ નહીં થાય

એટલે એકંદરે કહેવાનું તાત્પર્ય એ કે જ્યાં સુધી અતિ-આવશ્યક ન હોય, એજ્યુકેશનલ નોલેજથી બચજો. ...અને બીજી બાજુ સારી સાયકોલોજીને ખૂબ વાંચજો. સારી સાયકોલોજીનો અર્થ જ એ છે કે જે તમારા જીવનમાં મારી ગતિને વધારી દે, જ્યારે એજ્યુકેશનલ નોલેજ એ છે જે તમારી અંદર, સમયની ગતિને મંદ કરી દે. એજ્યુકેશનલ નોલેજ તો એ જ ક્ષેત્રમાં કામનું છે જે ક્ષેત્રમાં તમારે આગળ વધવું હોય. બાકીનું એજ્યુકેશનલ નોલેજ પછી ભલે તે

આવશ્યકોની શોધ કરવાને બદલે
બિનઆવશ્યકોથી પોતાને બચાવવું વધુ જરૂરી છે

ગમે તે રૂપે કે નામે અપાતું હોય, પરંતુ સત્ય એ જ છે કે તેનાથી મોટો મનુષ્યનો બીજો કોઈ શત્રુ નથી. જો તમને સ્પેસમાં રસ છે અને એસ્ટ્રોનોમીમાં આગળ પણ વધવું હોય, તો તમારે તેનાથી સંબંધિત તમામ વાતો ભણવી અને સમજવી જ પડશે. પરંતુ એ સ્થિતિમાં અન્ય વિષયોનું નિરર્થક જ્ઞાન એકઠું કરવું તમારા માટે માત્ર ઝેર સાબિત થશે. હા, એ વાત અલગ છે કે તમારી પ્રજ્ઞા જ એ હદે નિખરી જાય કે તમે એક નહીં, સત્તર વસ્તુઓ સમજવાની ક્ષમતા મેળવી લો, ત્યારે તો કંઈ વાંધો નથી.

ચાલો છોડો! આ તો સો-બસોમાંથી એકાદ વિશેની વાત થઈ. અત્યારે તો તમને આ બધી મુસીબતોથી બચવાનો એક બીજો અચૂક પ્રાથમિક ઉપાય બતાવું તો સૌથી પહેલા તમારે દ્રઢતાપૂર્વક પોતાના કોમ્પ્યુટરના સંચાલક પોતે જ બનવું પડશે. અર્થાત્ જે વાત તમને તમારા મનરૂપી કોમ્પ્યુટરમાં નાખવી યોગ્ય ન જણાતી હોય, તે કોઈપણ ભોગે બીજા કોઈ દ્વારા ન નખાવી જોઈએ. જે વાત તમને તમારી સમજથી તમારા જીવન માટે યોગ્ય નથી જણાતી, તે કોઈએ પણ કેમ ન કહી હોય, અંદર જવી જ ન જોઈએ. જો ગેલિલિયોએ

બાઈબલની વાત અંદર જવા દીધી હોત, તો તે ક્યારેય શોધી ન શકત કે પૃથ્વી, સૂર્યની પ્રદક્ષિણા કરે છે. એટલે જો તમારે સાચે જ જીવન સફળ બનાવવું હોય, તો દુનિયાભરની શંકાથી ભરેલી વાતો અને જ્ઞાનને હરહાલમાં નજરઅંદાજ કરતા શીખવું જ પડશે. અને આ માટે તમારે એક વાત તો તમારા મગજમાં બરાબર બેસાડી જ દેવી પડશે કે માહિતી, જ્ઞાન, સલાહ કે સૂચન કંઈ પણ મફતમાં નથી મળતું, આ બધું મેળવવાની કિંમત તમારે તમારી હાર્ડ-ડિસ્ક કરપ્ટ કરીને ચૂકવવી પડે છે. અને કદાચ આનાથી મોંઘો સોદો મનુષ્ય જીવનમાં બીજો કોઈ ન હોઈ શકે. તેથી તમે તમારા એક કોમ્પ્યુટરનાં જે હજારો કી-બોર્ડ બજારમાં ફેલાવી રાખ્યા છે, તેમને સમેટવા પડશે. એક કોમ્પ્યુટરનું એક જ કી-બોર્ડ હોય છે, અને તે માલિકનાં કંટ્રોલમાં હોય છે.

ચાલો, આ બધી વાતો તો એ વિશે થઈ કે તમારે આગળ જતા કેવી રીતે પોતાની હાર્ડ-ડિસ્કને ભરાવાથી બચાવવાની છે. પરંતુ મૂળ પ્રશ્ન એ કે જે જૂની ભરેલી પડી છે તેનું કંઈ ન થઈ શકે? કેમ ન થઈ શકે, જો સાચે જ તમને તમારું વિશ્વ બચાવવાની અને બનાવવાની આટલી ઈચ્છા થઈ જ ગઈ છે તો તેના પણ ઉપાય બતાવીશ. પરંતુ આ તે જ સમજી શકશે જે પહેલા એ સારી રીતે સમજી ચૂક્યો હોય કે પોતાના વિશ્વનું નિર્માણ પણ તેણે પોતે જ કરવાનું હોય છે, અને તેને વિકસાવવાની જવાબદારી પણ તેની પોતાની જ હોય છે. જેને આ વિશ્વાસ થઈ ગયો હોય કે બીજા કોઈને એના વિશ્વમાં દખલગીરી કરવાનો રત્તીભાર પણ અધિકાર નથી, તે જ આ સફર પર આગળ વધી શકે છે. અને સાથે જ એણે એ પણ મગજમાં બરાબર ઠસાવી દેવું પડશે કે તેના વિશ્વનો અંજામ મારી ગતિ જ નક્કી કરે છે. મારી ગતિ તીવ્ર તો તેનું વિશ્વ બહેતર, મારી ગતિ મંદ તો તેનું વિશ્વ રમણ-ભમણ. એટલે તેણે પોતાના મનરૂપી સમયની ગતિ તીવ્ર કરવાની ચિંતા કરવી જ પડશે. અને જ્યાં સુધી જુના, ભૂતકાળની ગર્તામાં છૂપાયેલા ડેટાને ડિલીટ કરવાના ઉપાયોની વાત છે, તો તે માટે તમારે પહેલા મારા બીજા કેટલાંય રહસ્યો સમજવા પડશે. એટલે, પહેલા વારાફરતી તે સમજાવીશ. પછી યોગ્ય સમય આવ્યે, જૂનો ડેટા કેવી રીતે ડિલીટ કરવો, તે પણ બતાવીશ.

ટાઈમ અને સ્પેસના સિદ્ધાંતને આધારે અને એ જ સંદર્ભમાં, હું હવે સૌથી પહેલાં, જીવનનાં રહસ્યની ચર્ચા કરું છું. હવે આ તો હું પહેલા પણ કહી ચૂક્યો છું કે 'અહેસાસ' જેને તમે આત્મા, પરમાત્મા, ભગવાન, ઊર્જા, થર્ડ-ફોર્સ અથવા જે ગમે તે નામ આપી દો, એના સંકલ્પથી સમય એટલે કે મારો જન્મ થયો છે. અને મારી ઈચ્છાઓથી આ બધા જ સ્પેસોનું નિર્માણ થતું રહ્યું છે. અને આ જ કારણ છે કે જેમ જેમ પ્રતિ ક્ષણ હું વધતો જાઉં છું...તેમ તેમ આ સ્પેસ પણ વિસ્તરતું જ જાય છે. આ સમગ્ર પ્રક્રિયામાં અહેસાસ માત્ર એટલું નક્કી કરી રહ્યો છે કે અમારા અસ્તિત્વમાં આવતાં જ અમે નિયમોના બંધને બંધાતા જઈએ. અને આ કારણે તે તમામ ઝંઝટો અને કર્મોથી દૂર રહીને માત્ર આ આખો તમાશો જોવાવાળો થઈ ગયો છે. અને તે પણ એ હદે કે કાલે ઊઠીને તે ચાહે તો પણ આ ખેલમાં હવે કોઈ દખલગીરી નથી કરી શકતું. એટલે હવે તો આગળ બ્રહ્માંડનો વિસ્તાર પણ એ જ નિયમના આધારે થવાનો છે, અને તેનો વિનાશ પણ એ જ નિયમના આધારે થવાનો છે; જેના તાંતણે આપણે બંધાયેલા છીએ. અહીં પોતાને બુદ્ધિમાન કહેવાવાળા મનુષ્ય માટે વિચારવા જેવી વાત એ કે "તે કોમ્પ્યુટર" કેટલું વિશાળ અને સિસ્ટેમેટિક હશે, જે આટલા નિયમોને પોતાનામાં સમાવે છે. શું તમે ક્યારેય તે ઈન્ટેલિજન્સની કલ્પના કરી શકો છો? અને તેની સામે સામાન્ય મનુષ્યની ઈન્ટેલિજન્સ વિશે તો બતાવવાની જરૂર જ નથી. કેટલાંક ગણ્યા-ગાંઠ્યાને બાજુએ મૂકીએ તો બાકી બધાંનું તો પૂછવું જ શું?

જોકે એવું પણ નથી કે આ ફરક માત્ર મનુષ્ય અને કુદરતની ઈન્ટેલિજન્સ સુધી જ મર્યાદિત છે, ના... આ ફરક બન્નેની વિશાળતામાં પણ છે. ક્યાં બ્રહ્માંડની વિશાળતા જેને આટલી પ્રગતિ પછી પણ વિજ્ઞાન થોડું-ઘણું જ સમજી શકયું છે, અને ક્યાં તમારું આ છ ફૂટીયું શરીર? ક્યાં આ બ્રહ્માંડનો અબજો અબજ વર્ષોનો ઈતિહાસ, ને ક્યાં તમારું આ સાઈઠ વર્ષનું જીવન? પરંતુ આ તમામ તફાવતો છતાં બન્નેમાં એક સમાનતા પણ છે, અને તે છે બન્નેમાં સ્પેસનું સમયના કારણે ઉત્પન્ન થવું. એટલું જ નહીં, બન્નેનું સમય અને સ્પેસના એક નિયમના અદ્રશ્ય તાંતણેથી બંધાઈ જવું પણ સમાન જ છે. અને આ વાત હંમેશા યાદ રાખજો; કેમ કે તમારી બધી જ સમસ્યાઓનું સમાધાન ટાઈમ અને સ્પેસના આ ગણિતને સમજવા પર જ ટકેલું છે.

જગતનો અને મનુષ્યનાં મનનો વિસ્તાર એક જ નિયમથી થાય છે

જોકે અહીં હું એક વધુ વાત સ્પષ્ટ કરી દઉં કે બ્રહ્માંડ સાથે મનુષ્યની તુલના કરવા પાછળનો મારો ઉદ્દેશ્ય બ્રહ્માંડના વિશાળ ચાંદ-તારા સામે મનુષ્યને વામણો બતાવવાનો જરાય નથી. આમ પણ વાસ્તવમાં તો મનુષ્ય બ્રહ્માંડથી કેટલોય વધારે મહત્વપૂર્ણ છે જ. તો હકીકતમાં તો આ ચર્ચા છેડીને હું તમારું ધ્યાન તમે જે તમારી બુદ્ધિમત્તા પર ગુરૂર કરતા ફરો છો. ...તે તરફ દોડાવવા માંગુ છું, જેથી તમને અહેસાસ થઈ જાય કે તમારી વર્તમાન સ્થિતિમાં હજુ તમે એટલા બુદ્ધિશાળી નથી કે મેં બતાવેલી વાતોનું રહસ્ય સમજી શકો. એકવાર આ અહેસાસ થઈ જાય તો ચોક્કસપણે તમે તમારી બુદ્ધિમત્તા નિખારવાની દિશામાં ડગ માંડી શકો છો. અને એકવાર આ પ્રક્રિયા આરંભ કરી દીધી તો તમે ખૂબ સરળતાથી આંખ સામે દેખાતા સત્યો અને રહસ્યોને વધુ સારી રીતે સમજવાનું પ્રારંભ કરશો. અને આ તમારા જીવનને વિકસાવવા માટે અતિ-આવશ્યક પણ છે અને તમારું કર્તવ્ય પણ છે. કેમ કે બ્રહ્માંડ આટલું વિશાળ હોવા છતાં, અને તેમાં બધું જ હોવા છતાં પણ એક તમે જ છો જેનામાં અહેસાસ પોતાની પૂર્ણતાથી પ્રગટ હોય. અને આ દ્રષ્ટિએ સાચું કહું તો આ સમગ્ર બ્રહ્માંડમાં સૌથી મૂલ્યવાન પણ તમે જ છો. કેમ કે વિશાળતા

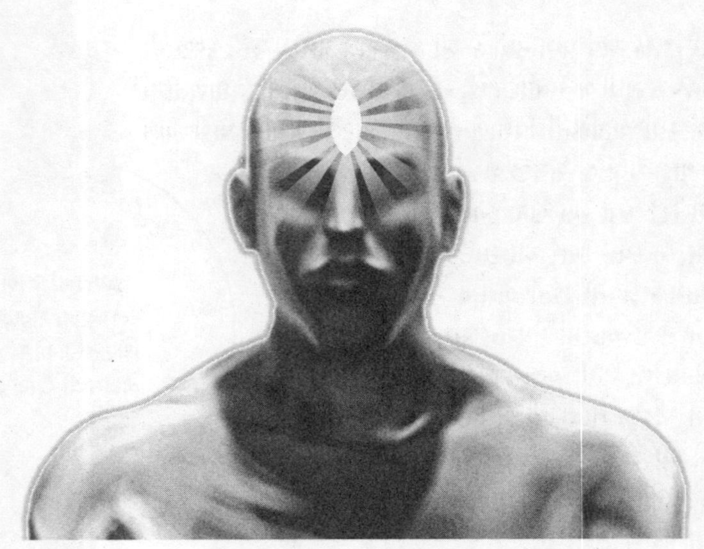

જગતના રહસ્યોને જાણવા માટે
Third Force ના અસ્તિત્વને જાણવું બહુ જરૂરી છે

શું કરશે જો અહેસાસ જ ના હોય? કરોડો વર્ષોનો સમય હોય તો પણ શું? જો કરવા, સમજવા કે અનુભવવા માટે કંઈ ન હોય. એટલે મહેરબાની કરીને તમે તમારા જીવનનું અને તમારા હોવાનું મૂલ્ય સમજો. બતાવવામાં આવતા આ તમામ રહસ્યોનો ફાયદો ઊઠાવીને પોતાનું વિશ્વ શાનદાર અને યાદગાર બનાવો. જોકે તમે તમારા જીવનનું મહત્વ ત્યારે જ સમજી શકો છો જ્યારે હું તેના રહસ્યો પરથી પડદો ઉઠાવું.

...તો લો તે પણ ઉઠાવી લઉં છું. અહીં સૌથી મોટી ગેરસમજ તમારું એ માનવું છે કે તમારું આ જીવન સાઈઠ કે એંશી વર્ષનું છે. અને બહું થયું તો સો વર્ષનું. અને તમારો આ ભ્રમ જ બધા ઉપદ્રવો અને કન્ફ્યૂઝનોનું મૂળ છે. હવે તમારું આ જીવનરૂપી વિશ્વ પણ છે તો આ વ્યાપક વિશ્વનો એક અંશ...તો પછી તેના બધા નિયમો તમારા જીવન પર પણ લાગુ પડે જ છે. ફરક માત્ર એટલો જ છે કે તમે આ બ્રહ્માંડના અસ્તિત્વમાં આવ્યાના અબજો વર્ષ પછી અસ્તિત્વમાં આવ્યાં છો, અને ચોક્કસપણે તમારું આ આગમન પણ એક નિયમ અંતર્ગત જ થયું છે. અને એ નિયમની ચર્ચા કરું તો ચેતનાનો ક્રમશઃ વિકાસ થયો છે, બરાબર એવી જ રીતે કે જેવી રીતે આ બ્રહ્માંડનો વિસ્તાર ક્રમશઃ થયો છે. એટલે કે

અણુમાંથી ઝાડપાન અને પછી પ્રાણીઓ સુધી બન્યા પછી મનુષ્ય ચેતના અસ્તિત્વમાં આવી છે. બીજી મહત્વપૂર્ણ વાત એ કે પ્રકૃતિમાં બે નિયમ અસ્તિત્વમાં છે. એક વ્યક્તિગત નિયમ જે દર સજીવ-નિર્જીવ પર પોતપોતાની રીતે લાગુ પડે છે. પાણી પર H_2O લાગુ પડે છે, બધા પર નહીં. અને ગુલાબની સુગંધ અને તેનું સ્વરૂપ તેનું જ છે. જ્યારે બીજા છે સામૂહિક નિયમ, જે પ્રકૃતિનાં નાનામાં નાના કણથી માંડી મનુષ્ય પર પણ લાગુ પડે છે. તેથી મનુષ્ય ચેતના વિશે પણ એ સ્પષ્ટ સમજી લો કે એ લાખ સ્વતંત્ર ભલે હોય, સંસારની સૌથી ઉચ્ચ ચેતના ભલે હોય, પરંતુ છતાંય તે ચલાયમાન તો વિશ્વના નિયમોથી જ છે.

સમયનાં પરમ નિયમની સામે માણસની બુદ્ધિની કોઈ વિસાત નથી

અને આ વિશ્વનાં નિયમને ધ્યાનથી જોશો તો તમને જણાશે કે અહીં ન તો કોઈ અણુ પેદા કરી શકાય છે અને ના તો કોઈ અણુ નષ્ટ પણ કરી શકાય છે. એકવાર મારા દ્વારા કોઈ સ્પેસ અસ્તિત્વમાં આવી ગઈ તો પછી તે નષ્ટ નથી કરી શકાતી. ...પછી તો બધાનો વિનાશ સામુહિક રીતે એટલે કે એકીસાથે જ થશે. અર્થાત્ તમારી પ્રલયની કલ્પના એકદમ સાચી છે. હશે, અત્યારે તો આ ચર્ચાને આગળ વધારું તો...અહીં વધુમાં વધુ બધાનાં સ્વરૂપોનું રૂપાંતરણ સંભવ છે. જેવી રીતે પાણીનું વરાળમાં અને વરાળનું પાછું પાણીમાં. કે પછી એમ કહું કે પાણીનું બરફમાં અને બરફનું પાણીમાં. અને આજ વાત તમારા જીવન વિશે પણ સત્ય છે. અને જો તે પણ છે તો તેને પણ નષ્ટ નથી કરી શકાતું. બસ, મૃત્યુ પછી તેનું પણ નિયમ પ્રમાણે, બીજા સ્વરૂપમાં રૂપાંતરણ થઈ રહ્યું છે. તેને તમે તમારો પુનર્જન્મ પણ કહી શકો છો. અને અહીં આવીને જ સંપૂર્ણ મનુષ્ય જાતિ પોતાના અસ્તિત્વમાં આવતાની સાથે જ ભ્રમિત થઈને પડી છે. કેમ કે જો જીવન સાઈઠ વર્ષનું છે તો તેને જોવાનો તેનો દ્રષ્ટિકોણ જ બદલાઈ જાય છે. ત્યારે તો જીવનમાં ભાગા ભાગી મચી જવી સ્વાભાવિક પણ છે. અને મનુષ્ય સદાયથી આ ભાગા ભાગીનો શિકાર થતો પણ રહ્યો છે. પરંતુ જો જીવન વાસ્તવમાં અનંત છે, તો ચોક્કસપણે તેને જોવાનો દ્રષ્ટિકોણ સદંતર જુદો બની જાય છે. પછી ઉતાવળની કોઈ વાત નથી, ખેંચતાણનો પણ સવાલ નથી.

પરંતુ અહીં પણ એક સમસ્યા છે. હકીકતમાં અહીં કોમ્પ્લિકેશન એ છે કે તમે જેને તમારું હોવાનું માની રહ્યા છો, તેનો કોઈ પુનર્જન્મ નથી. કેમ કે તમે તમારું નામ, જાત, ધર્મ, સંબંધીઓ, ડીગ્રીઓ, તમારું ઘર અને દુકાનના સરવાળાને તમારું હોવાનું માની રહ્યા છો. તમે તેને જ તમારું વિશ્વ સમજી રહ્યા છો. પરંતુ વાસ્તવમાં એ તમારું વિશ્વ છે જ નહીં. આ બધું

તમારી બુદ્ધિએ સમજેલું વિશ્વ છે, અને તમારી બુદ્ધિ આજ જન્મની છે. તે તમારા શરીરનું જ એક અંગ છે. અને સત્ય તો એ છે કે તમારું શરીર પણ તમારો કાયમી સાથી નથી. મૃત્યુની સાથે જ તમારું શરીર અને તમારી બુદ્ધિ બન્ને હંમેશને માટે તમારાથી વિખૂટા પડી જ જાય છે.

...હકીકતમાં તમે અદ્રશ્યની ભાષા સમજતા જ નથી. આ બધી વાતો જેને તમે તમારું વિશ્વ હોવું સમજી રહ્યા છો, તો તે પણ એટલા માટે કે આ બધું દ્રશ્યમાન છે. પરંતુ ખરી હકીકત એ છે કે તમે "સમયનું એક સ્વરૂપ છો" જે તમારામાં તમારા મનરૂપી કોમ્પ્યુટરના રૂપમાં સ્થિત છે. અને આ જે જે વસ્તુઓને કે જે કોઈપણ ને તમે તમારા વિશ્વનો હિસ્સો માની રહ્યા છો, તે હકીકતમાં મનનાં કોમ્પ્યુટરમાં બનવાવાળી ઘટનાઓનું પરિણામ-માત્ર છે. સાચું કહું તો આ બધાને પોતાનું માનવું એ જ તમારો સૌથી મોટો ભ્રમ છે. હું માનું છું કે આ વાત થોડી કૉમ્પ્લિકેટેડ છે, પરંતુ સમજવી તો પડશે જ.

તો ચાલો, આને હું બીજી રીતે સમજાવું છું. માની લો કે જેના પોતાના મનરૂપી કોમ્પ્યુટરમાં લગ્ન કરવાની ઇચ્છા નથી, શું તેના વિશ્વમાં જબરજસ્તી કર્યા વગર પત્ની આવી શકે છે? શું જેને ભણવાની ઇચ્છા નથી, તેના વિશ્વમાં ડીગ્રીઓ આવી શકે છે? ના...! એટલે પહેલો જન્મ ટાઈમમાં થાય છે, ડેટાના રૂપમાં. જે વસ્તુનો અંતરમાં ડેટા નથી, એ બહાર તમારા વિશ્વમાં નથી આવી શકતી. અને એ જ રીતે જો કોઈ કારણસર અંતરમાં કોઈ વ્યક્તિ કે વસ્તુની ઇચ્છાનો ડેટા ડિલીટ થઈ જાય, તો પછી તે તમારા વિશ્વમાં નથી રહી શકતી. વળી જો ઇચ્છા પૂરી થઈ જાય, તો તેનો ડેટા આપમેળે જ ડિલીટ થઈ જાય છે. ગાડી લેવાની ઈચ્છા હોય અને ગાડી આવી જાય, તો ગાડી લેવાનો ડેટા ડિલીટ થઈ જાય છે. ટૂંકમાં આ સ્પષ્ટ સમજી લો કે તમારા વિશ્વમાં બહાર જે કંઈપણ છે, એ બધું તમારી ઇચ્છાને કારણે અસ્તિત્વમાં આવ્યું છે. પછી એ ઇચ્છા વસ્તુની હોય, વ્યક્તિની કે વિચારોની. એ જ કારણે તમે અંદર ડેટા નાંખતા જ રહો છો. પછી એ ડેટા વિચારો કે માન્યતાઓનો જ કેમ ન હોય. અને આગળ જતાં એ જ બધા ડેટાનાં આધારે તમે પોતાનું વિશ્વ બનાવો છો. અને જ્યારે ઇચ્છાઓ પૂરી થતી દેખાતી નથી અથવા તેઓ તમને તમારી યોગ્યતાથી મોટી નજર આવે છે; અથવા કહું કે અંદર નાંખેલા ડેટા અનુસાર, તમારું વિશ્વ ગતિ નથી પકડતું; તો તમે સંબંધો, દેશ, સમાજ, ધર્મ, જાત-પાત વગેરેનાં આશરા શોધવા લાગો છો. ખેર, જે ઇચ્છાઓ પૂરી થઈ જાય છે, એ પણ હકીકતમાં તમારા મનરૂપી કોમ્પ્યુટરનાં હિસ્સા નથી હોતી, તેથી તેમનો ને તમારો સાથ આ જન્મ પુરતો જ બની શકે છે. અને એટલે વિશ્વાસ રાખજો કે તમારી ઇચ્છાઓનો સંપૂર્ણ બાહ્ય વિસ્તાર, તમારા મૃત્યુ સાથે જ તમારાથી વિખૂટો પડી જાય છે, અને તમે ફરીથી એક નવા સ્વરૂપ સાથે પ્રગટ થઈ જાઓ છો. અને આ નવું સ્વરૂપ ધારણ કરતાં જ, જે બાહ્ય જગતને તમે પોતાનું વિશ્વ સમજો છો, એ બધું તમારાથી

વિખૂટું પડી જાય છે. ત્યાં સુધી કે તમારું નામ, જાતિ, ધર્મ, દેશ, સગા-વ્હાલાં બધા બદલાય જાય છે. તમે જે સંપત્તિ છોડીને જઈ રહ્યા હોવ છો તે પણ કોઈ બીજાની થઈ જાય છે.

હવે તમે થોડીવાર તમારી દશા તો જુઓ, કે આ જન્મમાં તમે બ્રિટેનમાં પેદા થયા છો અને ખ્રિસ્તી ધર્મ અપનાવીને બેઠા છો. વેળા-કવેળા તમે હિન્દુ કે મુસ્લિમ ધર્મને તુચ્છ પણ કહ્યો હશે; પછીનો જન્મ અરબસ્તાનમાં લઈ લીધો તો મુસ્લિમ ધર્મ અપનાવ્યો અને ત્યારે તમે ખ્રિસ્તી ધર્મ પર ખૂબ ઝેર ઓક્યું. ત્યાર પછીના જન્મમાં તમે ભારતમાં જન્મ લીધો તો પછીના જન્મમાં પાકિસ્તાનમાં. આ જન્મમાં જ્યાં તમે પાકિસ્તાનની ખોદણી કરી, ત્યાંજ આગલા જન્મમાં કદાચ તમે ભારતની ખોદણી કરતા ફરી રહ્યા હશો. એટલે જુઓ એ કે તમે તમારા બહુમૂલ્ય જીવનની કેટલીએ ઉર્જા અને સમય આ બકવાસોમાં વેડફી નાંખ્યા. બોલો, છે ને આ હાસ્યાસ્પદ? છે કે નહીં? અને તેનાથી પણ હાસ્યાસ્પદ એ છે કે તમારી આજ મૂર્ખતાઓને કારણે નેતાઓ અને ધર્મગુરૂઓની દુકાનો ધમધમી રહી છે.

ચેતનાનો વિકાસ થયો છે અને તે વિકાસ હજી પણ ગતિશીલ છે

તેવી જ રીતે તમે જે પ્રેમિકાને કહ્યું હતું કે તમે તેના વગર જીવવાની કલ્પના પણ નથી કરી શકતા, પછી તેનાથી હંમેશ માટે જુદા પડીને તમે હજારો જન્મો વીતાવી નાંખો છો. દરેક જન્મમાં નવી પ્રેમિકાઓ પકડો છો અને તેમની સાથે પણ એ જ બકવાસ દોહરાવો છો. આ જન્મમાં આટલાં દુઃખ ઉઠાવીને કમાવેલું બધું જ ધન છોડીને જવું પડે છે, છતાંય આગલા જન્મમાં આજ દુઃખદાયક કહાની ફરી દોહરાવો છો. કહેવાનો અર્થ એ જ કે જેવા તમે પોતાને સાંઈઠ વર્ષની જગ્યાએ આટલા વિશાળ અસ્તિત્વના ટાઈમ કે સ્પેસનું એક અંગ માની લેશો કે તત્ક્ષણ તમારો દ્રષ્ટિકોણ બદલાઈ જશે. પછી તમે આ વિખૂટા પડવા અને બદલાવાવાળી વસ્તુઓના ચક્કરમાં નહીં પડો.

...અન્યથા તમે તમારી બુદ્ધિના વશમાં આવીને પોતાને એક જન્મના માની બેસો છો. અને પછી આ આધાર પર તમે તમારા

કોમ્પ્યુટરમાં આડો-અવળો ડેટા નાંખીને તમારી હાર્ડ-ડીસ્ક ભરતા જાઓ છો. અને આ કામ તમે મૃત્યુ પર્યંત ચાલુ રાખો છો. આ બાજુ એના આધારે જ હું તમારું વિશ્વ બનાવતો જાઉં છું. અર્થાત્ આ સમયે જેને તમે તમારું વિશ્વ સમજી રહ્યા છો, તે તો ફક્ત તમારી વિચારસરણી અને સમજનું પરિણામ છે. ...અને ચોક્કસપણે એ વાસ્તવિકતાથી માઈલો દૂર છે. તમારી સખત મહેનતથી બનાવેલું તમારું આ વિશ્વ તો તમારા શરીરની સમાપ્તિની સાથે જ તમારા માટે નષ્ટ થઈ જાય છે. પરંતુ દુર્ભાગ્યવશ, તમને શિક્ષણ પણ આ નષ્ટપ્રાય જગતનું જ અપાય છે અને તમારી ચારે બાજુ બધું વિશ્લેષણ પણ આ નાશવંત વિશ્વનું જ થાય છે. પરિણામે, તમામ પ્રયત્નો છતાંય તમારા હાથમાં કશું જ નથી આવતું. તમારું ''જાણેલું-કરેલું'' બધું જ શૂન્ય થઈ જાય છે અને ''તમે'' આગળના જન્મ માટે પ્રસ્થાન કરો છો.

...કદાચ તમે અહીંયા થોડા કન્ફ્યૂઝ થઈ જાઓ. તમે કદાચ વિચારો કે આ બે તમે એટલે કોણ? કોણ છે જેનું વિશ્વ છૂટી રહ્યું છે તે અને કોણ છે એ જે આગળના જન્મ માટે પ્રસ્થાન કરી રહ્યું છે?

પ્રશ્ન એકદમ ઉચિત છે. ...હકીકતમાં તમે, બે 'તમે'માં જીવી રહ્યા છો. એક તમે એ જે પોતાને સાઈંઠ-એંશી વર્ષનો સમજીને ન માત્ર પોતાનું વિશ્વ બનાવી રહ્યો છે, બલ્કે તેને જ પોતાનું હોવું પણ માની રહ્યો છે. અને સાચું કહું તો મોટા ભાગના લોકો લગભગ બધો જ સમય તે જ 'તમે'માં જીવી રહ્યા હોય છે. બીજો છે તમારો વાસ્તવિક તમે, એટલે કે હું, અર્થાત્ તમારું મનરૂપી કોમ્પ્યુટર. અહીં તમારું પહેલું જે ''તમે'' છે તે તમારા મૃત્યુની સાથે જ નાશ પામે છે. અને તેની સાથે જ લૂપ્ત થઈ જાય છે તમારું એ વિશ્વ જેને બચાવવામાં તમે જીવનભર લાગ્યા રહો છો... પરંતુ હકીકતમાં જે તમારું હોવું છે... એટલે કે હું, તમારા હાર્ડ-ડિસ્કવાળા શરીરને મૃત્યુના સમયે એ જે કોઈપણ હાલતમાં હોય છે, તેને પોતાની સાથે લઈ જાઉં છું; અને પછી તે જ હાર્ડ-ડિસ્કની સાથે કોઈ બીજા દેશ, શરીર અને નામની સાથે આગમન કરું છું.

અને આ જે અહીં હાર્ડ-ડિસ્ક સિવાયના ''તમે''ની વાત કરી રહ્યો છું, તે તમારો અહેસાસ છે; અને આગળનો જન્મ તે અહેસાસની સાથે ગયેલી તમારી હાર્ડ-ડિસ્કનો હોય છે. ...એટલે કે બરાબર સમજો તો તમારા ત્રણ ''તમે'' હોય છે. એક 'તમે' એટલે કે અહેસાસ, જે વગર કોઈ પક્ષપાતે બધું જ થતું જોઈ રહ્યો હોય છે. બીજો 'તમે' છે, તમારી હાર્ડ-ડિસ્ક જેને તમે હકીકતમાં પોતાનું કહી શકો છો. કારણ કે એ જ તમારા આગળનાં જન્મનો પાયો નાંખે છે. અને તમારું ત્રીજો 'તમે' એ છે જે ભ્રમવશ વિખૂટા પડવાવાળા એવા બાહ્ય જગતને બનાવવામાં લાગ્યો છે, જે મૃત્યુ થતાવેંત જ તમારાથી કાયમ માટે વિખૂટો પડી જવાનો હોય છે.

ખેર! અત્યારે તો તમારે એ સમજવું જરૂરી છે કે જેને તમે તમારું હોવું માની રહ્યા છો તે તમારું હોવું નથી. ...અને જેને તમે તમારું મૃત્યુ માની રહ્યા છો, તે તમારું મૃત્યુ પણ નથી. અને એવી જ રીતે જેને તમે તમારું વિશ્વ માની રહ્યા છો, તે તમારું વિશ્વ પણ નથી. તમે તો ફરી પાછા એક નવા શરીરની સાથે એક નવો દેશ અને એક નવા પરિવારમાં પોતાના એ જ હાર્ડ-ડિસ્ક રૂપી સમયની સાથે પ્રકટ થઈ જવાના છો. હવે આ જ એક વાક્યમાં મેં તમને ત્રણેય ''તમે'' સમજાવી દીધા. હજીએ ન સમજાય તો આ વાક્યને વારંવાર વાંચો અને ત્રણે તમેને અલગ-અલગ ઓળખી લેજો. ...આજ તમારા... ''તમે''ની ત્રિગુણી-માયા છે.

ખેર! અત્યારે તો આગળ એ સમજીએ કે તમારા મૃત્યુની સાથે તે ''સર્વોચ્ચ-અહેસાસ'' જેનાથી તમારો સમય અને બ્રહ્માંડનો સમય બંને જન્મ્યાં છે, તેના સર્વોચ્ચ-નિયમથી તમારું કોમ્પ્યુટર નવેસરથી રી-સેટ થઈ જાય છે. થાય છે એવું કે મૃત્યુના સમયે તમારી હાર્ડ-ડિસ્કની જે પણ પરિસ્થિતિ હોય છે તેના જ આધારે તમને તમારો તમામ ડેટા ડિલીટ થયા પછી માત્ર મારી ગતિ ઉપલબ્ધ થઈ જાય છે. ...એટલે કે જો તમે તમારી હાર્ડ-ડિસ્કને વધારે કરપ્ટ કરીને મર્યાં છો, તો તમે તમારા આગલા જન્મની સાથે જ તમારા મનરૂપી કોમ્પ્યુટરમાં મારી ગતિ અત્યંત-ધીમી પામશો. અને જો તમે તમારી હાર્ડ-ડિસ્ક ઓછી-કરપ્ટ કરીને મરો છો તો તમારી અંદર સમયની ગતિ તે મુજબ તીવ્ર પામશો.

મનુષ્યનો સૌથી મોટો ભ્રમ જ પોતાના અસ્તિત્વને એક જન્મનું માનવું એ છે

...અને અહીં ફરીથી તમને એક નવો મોકો છે. પાછલા જન્મમાં જે થયું તે થયું, પરંતુ અહેસાસના સર્વોચ્ચ-નિયમથી પ્રાપ્ત રી-સેટીંગ દ્વારા તમને ફરી નવેસરથી અવસર ઉપલબ્ધ થઈ જાય છે. એટલે કે તમે સમયની ચાહે ગમે તેવી ગતિ લઈને જન્મ્યાં હો, તમે ઈચ્છો તો સમજદારીપૂર્વક તેની ગતિ નવા જન્મમાં વધારતા જઈ શકો છો, અને ચાહો તો જે ગતિમાં જન્મ્યાં છો... તેને તેનાથી વધુ ધીમી કરી શકો છો. એટલું જ નહીં, તમે ચાહો તો તમારો આ ખેલ અનંત સમય સુધી ચાલુ રાખી શકો છો. પરંતુ કષ્ટ ઉઠાવીને અનંત

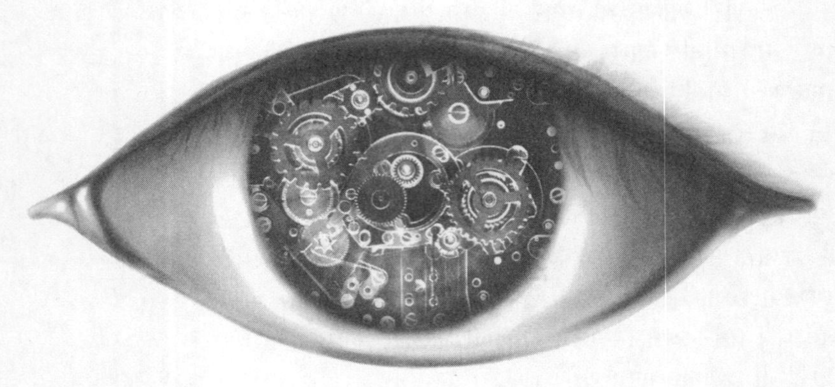

મનુષ્યની અંદરની સમયની ગતિ જ તેનું ભવિષ્ય નિશ્ચિત કરે છે

સુધી જીવવાનો ફાયદો શું? આ રહસ્ય જાણ્યા પછી તમારા માટે બહેતર એજ છે કે તમે મારા સમયરૂપી મનનાં કોમ્પ્યુટરને જ તમારું હોવું માનો, આનાથી દરેક જન્મમાં તમે જે આટલા કષ્ટ ઉઠાવીને નાશવંત વિશ્વ બનાવ્યા કરો છો, ઓછામાં-ઓછું તેનાથી તમારો તત્કાળ છૂટકારો થઈ જશે. અને ઉપરથી આ કારણે તમારામાં સમયની ગતિ દર જન્મે વધતી જ જશે, એ નફામાં. ...પછી તો તમારે પાછળ ફરીને જોવાનો કોઈ પ્રશ્ન જ નથી ઊભો થતો. દર જન્મે તમે આનંદ અને પ્રગતિના નવા શિખરો સર કરતા જશો. ...અને આ જ પ્રક્રિયામાં એક દિવસ તમે મનુષ્ય જીવનનું અંતિમ ધ્યેય પણ પામી લેશો.

હવે તમે કહેશો કે આ અંતિમ ધ્યેયવાળી વાત શું કહી? સમય આવ્યે એ પણ બતાવીશ. અત્યારે તો તમે પહેલા એ બતાવો કે તમે જેને જીવન કહી રહ્યા છો કે સમજી રહ્યા છો, તે શું છે? નથી ખબર તો બતાવી દઉં, તે જન્મ અને મૃત્યુની વચ્ચેનો સમય છે. તેવી જ રીતે હું જેને સર્વોચ્ચ જીવન કહી રહ્યો છું, તે તમારું અહેસાસથી અલગ થવું અને અહેસાસમાં પાછું લીન થઈ જવું એની વચ્ચેનો સમય છે. અને આ સમય હજારો-લાખો જન્મ લીધા પછી પણ ખતમ થઈ શકે છે, અને સમજદારીપૂર્વક વર્તો તો બે-ચાર જન્મોમાં પણ આ યાત્રા સમાપ્ત થઈ શકે છે. હું જાણું છું કે આ વાત તમારા માટે એકદમ નવી પણ છે અને તમે જીવનની જે કલ્પના કરી રાખી છે તેનાથી ઘણી ગહન પણ છે. અને મહત્વપૂર્ણ તો

એટલી છે કે હું તમને એ ખૂબ ધ્યાનપૂર્વક, ખૂબ સરળ ભાષામાં, પૂરા વિસ્તારથી સમજાવીશ જ. અને જ્યાં સુધી સારી રીતે ન સમજી લો, હું તમારો પીછો નહીં છોડું.

પ્રશ્ન એ છે કે બેઠા-બેઠા અહેસાસે મારું અને સ્પેસનું સર્જન કેમ કર્યું? કેમ મને આટલા સ્વરૂપ અને સ્પેસને આટલા રૂપ પ્રાપ્ત કરવાની સ્વતંત્રતા આપી? કેમ બધાને પોત-પોતાના નિયમોના વિભિન્ન તાંતણે બાંધ્યા? ...તો આ બધાનો એક જવાબ એજ છે કે તે પોતાની સર્જન-શક્તિનો, પોતાની ઈચ્છા-શક્તિના બળે, સ્વયં અનુભવ કરવા માંગતો હતો. અને પોતાના આ ઉદ્દેશ્યની પૂર્તિ માટે એણે મારા દ્વારા સંસારના પ્રત્યેક અણુને ગતિશીલ બનાવ્યા, જેથી નિરંતર તેની ચેતનાનો વિકાસ થતો રહે. અને એક દિવસ આ ચેતનાનો એટલો વિકાસ થાય કે તે મનુષ્યનું સ્વરૂપ ધારણ કરી લે. ...અને એ કરી લેવામાં આવ્યું. મનુષ્યનો અર્થ થાય છે, નિયમોમાં બંધાયેલો એટલે કે પરતંત્ર, પરંતુ પોતાના અલગ વિશ્વવાળો...અર્થાત્ બીજી રીતે પૂર્ણપણે સ્વતંત્ર પણ.

અહીં મનુષ્ય-જીવનની આ બંને "સ્વતંત્રતા" અને "પરતંત્રતા" વાળી વિરોધાભાસી વાત પણ બરાબર સમજી લેજો. ...જો તમારે તમારું જીવન વિકસાવવું છે તો તે નિયમાનુસાર ચાલવાથી જ વિકસી શકશે. એટલે જો તમારે જીવન વિકસાવવું છે તો નિયમોને આધિન રહેવું જ પડશે. પરંતુ બીજી બાજુ તમને એ સ્વતંત્રતા પણ છે કે તમે નિયમ બાજુ પર મૂકીને પોતાની મરજી મુજબ પણ ચાલી જ શકો છો. પરંતુ એ ધ્યાન રાખજો કે આ સ્વતંત્રતાનો દુરૂપયોગ કરવાના કારણે જ તમારું જીવન બરબાદ થયેલું પડ્યું છે. અને એટલા માટે જ હું તમને બધા જ નિયમો બતાવી રહ્યો છું જેથી તમે તે મુજબ ચાલીને પોતાનું જીવન સુધારી શકો.

ખેર! અત્યારે આ વાતનો મતલબ એ છે કે મનુષ્યને પોતાનું જીવન બગાડવાની મળેલી આ સ્વતંત્રતાને કારણે તેનું જીવન એક ખાસ્સો-મોટો તમાશો બનીને રહી ગયું છે. તમાશો એ કે, જોઈએ મનુષ્ય નિયમાનુસાર ચાલીને આ જન્મમાં પોતાનું જીવન બનાવે છે કે નિયમોની અવગણના કરીને પોતાનું જીવન બગાડે છે? અને તેનાથી પણ મોટો તમાશો એ કે, જોઈએ આ તમાશો કોણ-કેટલા સમય સુધી કરે છે? ...પણ આ જોશે કોણ? તમારો અહેસાસ...? જી હાં, બસ, આ ખેલ જોવા માટે જ ટાઈમ અને સ્પેસથી દૂર બેઠેલો આ અહેસાસ પોતાની પૂર્ણતા સાથે મનુષ્યમાં સ્થિત થઈ ગયો છે. અને સાચું કહું તો આનો મનુષ્યને એક સીધો ફાયદો પણ મળ્યો છે. તેનામાં આ અહેસાસ પોતાની પૂર્ણતામાં ઉપસ્થિત થવાના કારણે જ મનુષ્યને સ્વતંત્રતા, સર્જનશક્તિ, ભાવાવેગ... બધું જ પોતાની પૂર્ણતામાં ઉપલબ્ધ છે. જોકે આ અહેસાસ મનુષ્યમાં માત્ર દ્રષ્ટા બનીને જ ઉપસ્થિત હોય છે, તેનું કાર્ય માત્ર મનુષ્ય દ્વારા કરવામાં આવતા તમાશાઓને જોવું અને તેની હાર્ડ-ડિસ્કને

મનુષ્યનું જીવન સમયનાં સ્ક્રીન પર ચાલી રહેલા એક ખેલથી વધુ કશું જ નથી

આ જન્મથી ઉઠાવીને આગલા જન્મ સુધી પહોંચાડવાનું જ છે, ...પરંતુ તેમ છતાં એ તો માનવું જ પડશે કે તેની ઉપસ્થિતિના કારણે મનુષ્યને મળેલી સ્વતંત્રતા, તેની ચેતનાનો વિકાસ, તેના ભાવોની દ્રઢતા, તેને પ્રાપ્ત સર્જન-શક્તિ, વગેરે..વગેરે બધું-મળીને દરેક નવો મનુષ્ય-જન્મ એક નવો જ મનમોહક તમાશો બનીને રહી ગયો છે.

લો, એટલે હવે અમારું જીવન માત્ર એક તમાશો બનીને રહી ગયું છે? તો શું હવે અમારું માત્ર આજ કામ રહી ગયું છે કે અમે જન્મ-દર-જન્મ પોતાની હાર્ડ-ડિસ્ક ભરતા અને ખાલી કરતા રહીએ? શું આનો કોઈ અંત નથી? બિલકુલ છે, જે વસ્તુ સમયની અંદર પેદા થઈ છે. ...એટલે કે મારા થકી અસ્તિત્વમાં આવી છે, તેને નષ્ટ તો થવાનું જ છે. કહેવાનું તાત્પર્ય કે તમારું પણ એક દિવસ નવો જન્મ લેવાનો બંધ થશે જ, પરંતુ નિયમ મુજબ. પરંતુ એ નિયમ જાણતા પહેલા અત્યારે તો તમે એ બરાબર સમજી લો કે તમે અસ્તિત્વમાં કેમ છો? તે એટલા માટે કે પોતાની ઈચ્છા-શક્તિના બળે તમે અણુથી મનુષ્ય સુધીની સફર તય કરી છે. અને હવે તમે આ જન્મ-દર-જન્મ કેમ ભટકી રહ્યા છો? કેમ કે પોતાના મનરૂપી કોમ્પ્યુટરમાં તમે ડેટા નાંખેલો છે, અને તે આધાર પર મેં તમને બધી વસ્તુઓનું સ્પેસ પ્રદાન કરેલું છે.

અહીં સુધી તો ઠીક, પરંતુ તમારી સમજથી એ જ તમારું વિશ્વ છે. ...અને મહદ્અંશે છે પણ. પરંતુ હવે જરા એ વિચારો કે જો તમારા કોમ્પ્યુટરનો બધો જ ડેટા તમે ડિલીટ કરી દો તો શું થશે? ...ખબર નથી. અરે, તમારું વિશ્વ ખતમ નહીં થઈ જાય? કોમ્પ્યુટરમાં ડેટા નથી, તો સમય નથી. અને જ્યારે સમય જ નથી તો કોઈ સ્પેસ પણ નથી. અને જ્યારે કોઈ સ્પેસ નથી, તો વિશ્વ કેવું? ...પછી બાકી રહી જશે માત્ર અહેસાસ, અને ખાલી હાર્ડ-ડિસ્કવાળો અહેસાસ બીજી વાર તમને જન્મ દઈ જ ન શકે. ...પછી તો તમારો આ અહેસાસ હંમેશને માટે પેલા પરમ-અહેસાસમાં લીન થઈ જશે. હકીકતમાં આ જ તમારા જીવનનો ખેલ છે અને આ જ તમારા

જીવનનું ધ્યેય પણ. જો તમે આટલું સમજી ગયા હો તો આ સમગ્ર ખેલ, તેના નિયમ, તેની સમસ્યાઓ અને તેમના નિદાનના ઉપાયો વિશે તમને આગળ ઉપર વધુ વિસ્તારથી બતાવીશ. કેમ કે હવે આગળ વિચારવું એ પડશે કે હાર્ડ-ડિસ્ક ખાલી કરવાના ઉપાયો શું છે, અને તેના ફાયદા શું છે? તો...તો થોડી ધીરજ રાખો અને પહેલા જન્મ-પુનર્જન્મની પ્રક્રિયા પોતાના મગજમાં ઉતારી લો.

કેમ કે હું જાણું છું કે હું આ જે કંઇ પણ તમને સમજાવી રહ્યો છું, તે કદાચ એકવારમાં તમારી સમજમાં ન પણ આવે. આમ તો જોકે વાત ખૂબ જ સીધી અને વૈજ્ઞાનિક રીતે સમજાવી છે. ...તેમ છતાંય. એટલે, એકવાર ફરી સરળ શબ્દોમાં સમજાવવાનો પ્રયત્ન કરું છું. કેમ કે આગળની યાત્રા પર જતાં પહેલા તમારે તમારા જન્મ-પુનર્જન્મની આ પ્રક્રિયાને સમજવી ખૂબ જરૂરી છે.

જુઓ, અહેસાસ પોતાની ઇચ્છા-શક્તિના બળે મને અસ્તિત્વમાં લાવ્યો છે. હું પોતાને પ્રાપ્ત ઇચ્છા-શક્તિના બળે સમાનાંતર રૂપથી સ્પેસને અસ્તિત્વમાં લાવ્યો છું. મારી ક્ષણે-ક્ષણનું અહેસાસમાંથી નીકળવું અને સમાનાંતર રૂપે હર-પળે સ્પેસનો વિસ્તાર થવો હજુ પણ ચાલુ છે. અને એટલા માટે દરેક વધતા સમયની સાથે આ બ્રહ્માંડ વિસ્તરતું જ જઈ રહ્યું છે.

બીજી બાજુ બ્રહ્માંડનાં કણેકણમાં પણ ચેતનાનો વિકાસ ચાલુ જ છે. અને હવે તો ચેતનાના આ વિકાસે મનુષ્યનું સ્વરૂપ ધારણ કર્યે પણ યુગો વીતી ગયા છે. અને કેમ કે ઉત્પન્ન તમામ કણોમાં પણ ચેતનાનો વિકાસ ચાલુ જ છે, એટલા માટે મનુષ્યોથી માંડીને પ્રાણીઓ સુધીની જનસંખ્યાનો વિસ્તાર રોજે-રોજ ચાલુ છે.

આ તો ઠીક, પણ આ વિકાસની યાત્રાએ એક તમાશાનું સ્વરૂપ ધરી લીધું છે. તમારી બુદ્ધિના વિકાસે તમારા મનરૂપી કોમ્પ્યુટરમાં સેંકડો ડેટા નાંખી દીધા છે. અને આ બાજુ પોતાના સ્વભાવથી વશીભૂત થઈને મેં તે ડેટાઓને આધારે તમને સ્પેસ પ્રદાન કરી દીધી છે. આનાથી તમારા જન્મ-દર-જન્મના ફેરા ચાલુ થઈ ગયા છે. હવે જ્યાં સુધી તમે તમારી હાર્ડ-ડિસ્કને સંપૂર્ણ રીતે ખાલી નથી કરી નાંખતા, ત્યાં સુધી તમારો છૂટકારો નથી...કેમ કે ત્યાંસુધી તમને સ્પેસ મળતી જ રહેશે, અને તમે નવા-નવા જન્મ લેતા જ રહેશો. અને ચોક્કસપણે આ ડેટા ડિલીટ કરવો એટલો સરળ નથી, પરંતુ ત્યાર સુધી તમારો છુટકારો પણ નથી. હા, એકવાર ડેટા શૂન્ય થઈ ગયો પછી બાકી વધશે માત્ર હાર્ડ-ડિસ્ક વિનાનો અહેસાસ. અને એવામાં તમારો આ અહેસાસ ચોક્કસપણે 'પરમ-અહેસાસ'માં હંમેશને માટે લીન થઈ જશે. અહીં સૌથી મહત્વપૂર્ણ એ છે કે આ માત્ર એક રમત છે અને વધુ સારું એ છે કે તમે પણ આને એક રમત તરીકે જ સમજો અને લો. પરંતુ જીવનના આ

ખેલમાં જીતવું તો જરૂરી જ છે. અને જીવનના આ ખેલમાં કેવી રીતે જીતી શકાય; તેના તમામ ઉપાયો પર હું આગળ વિસ્તારથી ચર્ચા જરૂર કરીશ. કેમ કે આ બીજા ખેલની જેમ નથી. ચોક્કસપણે આમાં અત્યારસુધી હારતા આવવાના બહુ માઠા પરિણામો તમારે ભોગવવા પડી રહ્યા છે.

...પરંતુ આ ખેલમાં વિજયી થવાના રસ્તા અને ઉપાય એ જ સમજી શકે છે, જે પહેલા પોતાના ત્રણે 'તમે'ને બરાબર ઓળખી ગયો હોય. એટલે, આગળની કોઈપણ ચર્ચા છેડતા પહેલા હું તમને ફરી એકવાર તમારા ત્રણે 'તમે'ને નવેસરથી ખૂબ સરળ ભાષામાં સમજાવું છું. તમારું પહેલું 'તમે' છે બુદ્ધિ દ્વારા ઉત્પન્ન કરેલ તમારું આ જન્મનું વિશ્વ. બીજું 'તમે' છે 'હું' એટલે કે તમારો જન્મ-જન્માંતરનો સમય. અને કહેવું જરૂરી નથી કે તમારો આ 'તમે' મારા સ્વરૂપમાં એક હાર્ડ-ડિસ્ક છે. અને તમારું ત્રીજું 'તમે' છે એ સર્વોચ્ચ-અહેસાસનો અંશ જેના દ્વારા તમે તમારા સહિત આ આખા સંસારનો ખેલ જોઈ રહ્યા છો.

...અહીં એ સમજી લો કે તમે તમારા પહેલા 'તમે' થી છુટકારો મેળવી લેશો તો તમારી અંદર મારી ગતિમાં વૃદ્ધિ શરૂ થઈ જશે. પછી બીજા 'તમે' થી છુટકારો મેળવવો શરૂ કરશો તો સુખી અને સફળ થતા જશો. અને જે દિવસે બીજા 'તમે' થી સંપૂર્ણપણે છુટકારો મેળવી લેશો તે દિવસે તમે ત્રીજા 'તમે'માં સ્થિત થઈ જશો. જેમ કે બુદ્ધ, કૃષ્ણ, ક્રાઈસ્ટ, સોક્રેટીસ, કબીર, લાઓત્સે વગેરે સ્થિત થઈ ચૂક્યા છે. ...પછી કોઈ પુનર્જન્મ નથી. ...અને બરાબર સમજી લો કે આજ મનુષ્ય જીવનનું એકમાત્ર ધ્યેય છે. ...અને આશા રાખું છું કે તમે પણ બહુ જલ્દી પોતાને આ સૂચિમાં સામેલ કરવાના મુકામ સુધી પહોંચી જશો.

હવે જો તમારે જીવનની આ રમતમાં સતત વિજયી બનવું હોય, તો તમારે સૌથી પહેલા મારો અને સ્પેસનો સંબંધ બરાબર સમજી લેવો જરૂરી છે. કેમ કે વિષયને પોતાની ઊંચાઇ પર પહોંચાડતા પહેલા તમારા માટે મારી અને મારી કાર્યપ્રણાલી વિશે બીજું ઘણું બધું જાણી લેવું બહેતર છે. જેમ કે મેં બતાવ્યું હતું કે હું જ તમારું મન છું. અને જો તમે વાસ્તવમાં આને સમયની જેમ સમજી શકશો તો ચોક્કસપણે એનાથી તમારે માટે સમસ્યાઓના મૂળ સુધી પહોંચવું પણ સરળ થઈ જશે, અને એના જ સહારે તમારે માટે તમારી વર્તમાનમાં પ્રવર્તમાન સમસ્યાઓમાંથી મુક્તિ મેળવવી પણ આસાન થઈ જશે.

આને કંઈક આવી રીતે પણ સમજીએ કે તમારી મૂળ સમસ્યા શું છે? જ્યાં સુધી હું સમજી રહ્યો છું, મારા વિચાર પ્રમાણે તમારી મૂળ સમસ્યા એ છે કે જીવનમાં તમારું ઇચ્છેલું કશું જ થઈ નથી રહ્યું. તમારા ન ચાહવા છતાં પણ દુઃખ, ચિંતા, ક્રોધ, પરેશાની, હતાશા, ડર તમને વારે-વારે ઘેરી જ લે છે. અને હું વારંવાર કહી ચૂક્યો છું કે આ બધું તમારા જીવનમાં થઈ રહ્યું છે એક માત્ર મારી ગતિ ધીમી પડવાના કારણે. જો મારી ગતિ તીવ્ર થઈ જશે તો તમારું ધાર્યું થવા લાગશે. તમે તત્કાલ આનંદ, મસ્તી અને ચેનથી જીવતા, સફળતાના શિખરો સર કરવા શરૂ કરી દેશો. અને કદાચ આજ ઇચ્છાથી તમે જીવી પણ રહ્યા હો, એટલે બની શકે તો આ વાત સારી પેઠે ગાંઠે બાંધી લો કે તમારું મન 'સમય' છે. અને આ ભાવોના જે ઉતાર-ચડાવ તમે ભોગવી રહ્યા છો, તે માત્ર મારા ગતિ-પરિવર્તનનું પરિણામ છે.

પેલી બાજુ બ્રહ્માંડના સમય અને સ્પેસનો સંબંધ તો હું તમને સમજાવી જ ચૂક્યો છું. સાથે જ મેં એ પણ બતાવ્યું છે કે આ બધી સ્પેસ મારી પેદા કરેલી છે, અને તેનો નાશ પણ હું જ કરું છું. અને કેમ કે મારી આ પ્રક્રિયા સતત ચાલુ રહે છે...એટલા માટે અહીંની તમામ સ્પેસ પર તમે મારી થપાટોનો પ્રભાવ જુઓ જ છો. એટલે કે બ્રહ્માંડનું અણુ માત્ર પણ સમયના મારથી પર નથી. અને આ બધું હું તમને મારા કાળ સ્વરૂપ (ધ ડિસ્ટ્રોયર) વિશે બતાવતી વખતે વિસ્તારથી સમજાવી જ ચૂક્યો છું. અત્યારે તો સંક્ષિપ્તમાં હું તે બધી વાતો તમને યાદ દેવડાવી રહ્યો છું જેથી વર્તમાન ચર્ચા સમજવામાં તમને સરળતા રહે.

ખેર, પાછી જૂની વાતો પણ ક્યાં સુધી? એટલે આ બધી વાતો છોડી, હવે હું સીધો તમારા વિશ્વમાં સમય અને સ્થાનનો શું સંબંધ છે, તેની ચર્ચાનો આરંભ કરું છું. અને આ સંદર્ભમાં એ તો કહેવાની જરૂર જ નથી કે તમારા માટે સમય તમારું મન એટલે કે હું છું, અને સ્પેસ એ છે જે મારી અંદર નખાયેલ ડેટાના અનુરૂપ હું નિર્મિત કરી રહ્યો છું. હું તો એક જ છું, પરંતુ સ્પેસ કેમ કે નંખાયેલ દરેક ડેટાના આધારે નિર્મિત થયેલું છે, એટલા માટે સંખ્યામાં હજારો-લાખો હોય છે.

હશે, અત્યારે તો હું તમને તમારી સ્પેસના વિસ્તાર સંબંધિત કંઈક બતાવું, અને સાથે જ તમારા વ્યક્તિગત સ્પેસ સાથેનો મારો સંબંધ સમજાવું. શરૂઆત તમારી વ્યક્તિગત સ્પેસના વિસ્તારથી કરું, તો તમારી વ્યક્તિગત સ્પેસનો વિસ્તાર બુદ્ધિ એ પકડાવેલા વિચારો, જાણકારી, ઈચ્છાઓ, તુલનાઓ, સિદ્ધાંતો વગેરેના કારણે થાય છે. જેવા આ જાતના ડેટા મારી અંદર નંખાય છે કે હું તત્કાલ તે બધાને સ્પેસ પ્રદાન કરીને તમારા વિશ્વનો હિસ્સો બનાવી દઉં છું. ...એટલે કે જેમ-જેમ તમે તમારા મનરૂપી કોમ્પ્યુટર એટલે કે મારામાં આ જાતનો ડેટા નાંખતા જાવ છો, મારા દ્વારા આ બધું તમારા વિશ્વનો ભાગ બનતું જાય છે. ત્યાં સુધી તો ઠીક, પરંતુ પછી આગળ તમારું બનાવેલું આજ વિશ્વ તમારી અંદર મારી ગતિને પ્રભાવિત કરતું રહે છે. અને અહીં આવીને જ તમને ગેરસમજ થઈ જાય છે. મારી ગતિના પ્રભાવથી ઉત્પન્ન થનારા વિભિન્ન અનુભવોને તમે 'ભાવ' સમજી બેસો છો. અને કેમ કે આ ભાવ પ્રકટ છે, જ્યારે સમયની ગતિ સમજવી દરેક માટે આસાન નથી, એટલા માટે તમામ સાયકોલોજી પણ માત્ર ભાવોની જ વાત કરે છે. અને આ જ કારણ છે કે જ્યારે પણ સાયકોલોજીની વાત થઈ, મનને ભાવો સાથે જોડવામાં આવ્યું. પરંતુ, તમારા માટે આ જાણવું અને અનુભવવું બહુ જરૂરી છે કે તમારા બધા ભાવ સમય સિવાય બીજું કશું જ નથી. અને જો ઈશારામાં સમજો તો આ જ મારા અને તમારા વ્યક્તિગત-સ્પેસનો સંબંધ છે.

પરંતુ શું કરું? તમને તમારા મનને ભાવો સાથે જોડવાની જૂની આદત છે. અને હું ઈચ્છું છું કે ગમે તેમ કરીને "તે ભાવ નહીં, સમય છે" આ વાતનો તમને પાક્કો અહેસાસ

કરાવી દઉં. કેમ કે એક આજ અહેસાસ છે જે તમારા જીવનની દિશા બદલી શકે છે. જોકે ચોક્કસપણે એમાં સમય લાગશે, પણ મને પૂરો વિશ્વાસ છે કે મારા નિરંતર પ્રયાસો જરૂરથી રંગ લાવશે. બહુ જલ્દી તમને એ અહેસાસ થઈ જ જશે કે આ બધા વિભિન્ન ભાવ નહીં, બલ્કે સમય...એટલે કે 'હું' છું.

અને 'હું' સમય એક હોવા છતાંય મારા કેટલાય સ્વરૂપ છે જ. અને તેમાંથી ઘણાં વિશે મેં વિસ્તારથી જણાવ્યું પણ છે. ચોક્કસપણે મારી જેમ સ્પેસના પણ અનેક સ્વરૂપો છે. પરંતુ તે વિશે તમે જાણો જ છો, કેમ કે બધી સ્પેસ દ્રશ્યમાન છે. અને તમે એ જ આધાર પર બધાને ઘર, ચાંદ, જાનવર, મનુષ્ય વગેરે નામ પણ આપ્યા છે. પરંતુ, અહીં પણ સમજવા લાયક મહત્વપૂર્ણ વાત એ કે સ્પેસના આટલા અલગ-અલગ સ્વરૂપો હોવા છતાં, તે પણ મારી જ માફક છે તો એક જ. કેમ કે આ બધી જ સ્પેસ ન માત્ર એક મારા દ્વારા જ ઉત્પન્ન છે; પરંતુ કોઈ પક્ષપાત વગર હું તમામ સ્પેસોને મીટાવી પણ દઉં છું. અને જ્યારે બધું ખતમ થવાનું જ છે તો બતાવો, તેમાં ફરક શું થયો?

સિદ્ધાંત, દ્રઢતા અને જીદ મનુષ્યનાં કોમ્પ્યુટરને સૌથી વધારે કરપ્ટ કરી દે છે

જોકે આમ ન તો સમય છે ન સંજોગ, છતાંય આ સંદર્ભે એક ઉદાત્ત વાત કહેવાનું મન થાય છે. ...માન્યું કે મારા હજારો સ્વરૂપ છે, અને મારી હજારો જાતની ગતિઓ પણ છે, અને તે ગતિઓના આધારે જ તમે ભિન્ન-ભિન્ન ભાવોનો અનુભવ પણ કરો છો. સુખ-દુઃખ, આનંદ કે ટેન્શનને અલગ-અલગ ઓળખો પણ છો. પરંતુ થોડું ગહનતાથી એ વિચારો કે જો તમારા બધા ભાવ એક સમય છે, અને સમયની સાથે વિલિન થઈ જ જવાના છે, તો પછી સુખ અને દુઃખમાં ફરક શું રહ્યો? બરાબર એવી જ રીતે જો સમસ્ત સ્પેસને નષ્ટ થવાનું જ છે, અને સમગ્ર સ્પેસ ભાવહીન જ છે, તો તેમાં પણ અંદરો-અંદર ફરક શું થયો? તમારા શરીર અને ચાંદના શરીરમાં ભેદભાવ શું થયો? બંનેને પોત-પોતાના સમયે નષ્ટ થવાનું જ છે. ...અને જો તમે મારા બતાવેલા આ રહસ્યના આધારે પોતાની અંદર એટલી ગહનતા પામી લેશો કે જેના લીધે સુખ-દુઃખ કે ચાંદ અને

તમારા શરીરમાં કોઈ ભેદ નહીં રહી જાય; તો ચોક્કસપણે જાણજો કે તમે આ સમગ્ર વિશ્વના માલિક થઈ જશો.

ખેર! છોડો. અત્યારે તો નીચલા સ્તર પર એટલે કે તમારા જીવનની સમસ્યાઓ ઉપર પાછો આવું છું. અને તે સંદર્ભમાં મારી કહેલી વાતોને વધુ સરળ કરવા માટે હું કેટલાંક ઉદાહરણોનો સહારો લઉં છું, જેથી તમને મૂળ ચર્ચા એટલે કે મારો અને સ્પેસનો સંબંધ સમજવામાં આસાની થઈ જાય. ...તમે જે સંબંધો બનાવો છો, શું તમે ક્યારેય ધ્યાન આપ્યું છે કે તે સંબંધો પર તમારા સમયની ગતિનો ક્યારે-ક્યારે અને શું-શું પ્રભાવ પડે છે? હું બતાવું છું, જ્યારે તેમાંથી કોઈ તમારી અપેક્ષાને અનુરૂપ વર્તે છે તો તમારી અંદર મારી ગતિ તીવ્ર થઈ જાય છે. કેમ કે તમને તેનો તમારી ઈચ્છાનુસાર વ્યવહાર કરવો સારો લાગે છે. અને તેનાંથી જે અનુભવ ઉત્પન્ન થાય છે તેને જ તમે સુખ સમજો છો. અને એથી વિપરીત, જ્યારે કોઈ તમારી અપેક્ષાની વિરુદ્ધ વ્યવહાર કરે છે તો તમારી અંદર મારી ગતિ ધીમી થઈ જાય છે. કેમ કે તેનાથી તમને તમારી શાંતિ હણાઈ જવાનો અનુભવ થાય છે. જરા ધ્યાનથી સમજશો તો આવું જ મારું અને સ્પેસના સંબંધનું પણ છે અને આ જ તમારાં સુખ અને શાંતિની પરિભાષા પણ છે. અને હું વચન આપુ છું કે થોડું જ ધ્યાન આપવાથી તમારે માટે એ સમજવું બિલકુલ મુશ્કેલ નહીં હોય કે સમય અને સ્પેસના મિલનના અનુભવોના આધાર પર બનાવેલી તમારી તમામ પરિભાષાઓનો સીધો સંબંધ માત્ર મારી ગતિ સાથે છે.

બરાબર એવી જ રીતે, પરિસ્થિતિઓ વિશે કહું તો; મનવાંચ્છીત કંઈક બની જાય તો મારી ગતિ તીવ્ર થઈ જવાને લીધે તમે પ્રફુલ્લિત થઈ જાઓ છો, જ્યારે કંઈક વિપરીત ઘટી જાય તો મારી ગતિ ધીમી પડી જવાના કારણે તમે હેરાન થઈ જાઓ છો. અને આવા એક-બે નહીં, મારા દ્વારા ઉત્પન્ન કરેલી તમામ સ્પેસ સાથે મારો સંબંધ છે. એટલે કે સ્પેસ તમારા મન મુજબની હોય તો મારી ગતિ તીવ્ર અને સ્પેસ વિપરીત થઈ જાય તો મારી ગતિ મંદ. પરંતુ, નાસમજીને લીધે તમે આને સુખ-દુઃખના રૂપમાં લો છો. અને અહીં આવીને જ તમે થાપ ખાઈ જાઓ છો.

ચાલો, કોઈ વાત નહીં. તમે ભાવની ભાષા સમજો છો તો હું ભાવના માધ્યમથી જ આ વાત તમને સમજાવવાની કોશિશ કરું છું. તમને એક-એક કરીને તમારા ભાવોની પરિભાષા સમજાવું છું. શરૂઆત તમને પરેશાન કરવાવાળા અથવા એમ કહું કે નકારાત્મક ભાવોથી કરું છું.

ચિંતાઃ

તમે ચિંતા કોને કહો છો? માની લો કે તમે તમારા કોમ્પ્યુટરમાં બાળકના ઉજ્જવળ ભવિષ્યની

અપેક્ષાનો ડેટા નાખી રાખ્યો છે અને સ્પેસમાં બાળક કંઈક એવી હરકત કરી રહ્યું છે જેનાથી તમને તેનું ભવિષ્ય ડામાડોળ નજરે ચઢી રહ્યું છે. બસ, સમય અને સ્પેસના મિલનથી જે આ વિરોધાભાસ ઉત્પન્ન થઈ રહ્યો છે તેને તમે ચિંતા કહો છો. બરાબર એવી જ રીતે તમે તમારા ભવિષ્યને લઈને કંઈક પ્લાનીંગનો ડેટા પોતાના કોમ્પ્યુટરમાં નાખ્યો છે અને અચાનક કંઈક એવું ઘટી જાય છે કે તમને તમારી બધી જ યોજનાઓ ધ્વસ્ત થતી નજરે ચઢે છે. તો તમારા સમય એટલે કે મારા અને સ્પેસ એટલે કે તે પરિસ્થિતિઓની વિપરીત દિશામાં ઊભા રહેવાના કારણે જે અનુભવ ઉત્પન્ન થાય છે, તેને પણ તમે ચિંતાના રૂપે જ ઓળખો છો.

મનુષ્ય ભાવોના ઉતાર-ચડાવ પોતાની અંદરના સમયના ગતિ-પરિવર્તનને કારણે જીરવે છે

દુઃખઃ

ચિંતાની જ તર્જ પર તમારા બધાં દુઃખ પણ સમય અને સ્પેસના આવી રીતના ભિન્ન ભિન્ન પ્રકારના મિલનથી ઉત્પન્ન થનારા અનુભવોનું નામ છે. માની લો કે તમે તમારા કોમ્પ્યુટરમાં કોઈ એવો ડેટા નાંખી રાખ્યો છે કે ફલાણી ફલાણી વ્યક્તિ તમને બરાબર સમજે છે કે તેણે તમને સમજવા જોઈએ; પરંતુ જ્યારે સ્પેસમાં તે વ્યક્તિ ખોદણી કરે છે તો તેનાથી ઉત્પન્ન અનુભવને તમે દુઃખ કહો છો. તેવી જ રીતે તમે જે ઘડપણમાં બાળકો તમારી સેવા કરશે એવો કોઈ ડેટા કોમ્પ્યુટરમાં નાંખી રાખ્યો હોય, અને સ્પેસમાં મોટા થઈને તે તમારી અવહેલના શરૂ કરી દે, તો સમય અને સ્પેસના આ અંતરથી ઉત્પન્ન અનુભવને પણ તમે દુઃખના રૂપમાં જ જાણો છો.

નિરાશાઃ

નિરાશા તમે કોને કહો છો? માનો તમે કંઈક કરી બતાવવાનો ડેટા પોતાના મનરૂપી કોમ્પ્યુટરમાં નાંખી રાખ્યો છે અને હજાર પ્રયત્નો છતાં જ્યારે સ્પેસમાં તમે તે નથી કરી શકતા, તો આ અંતરને લીધે ઉત્પન્ન અનુભવને તમે નિરાશા કહો છો.

ફ્રસ્ટ્રેશનઃ

તેવી જ રીતે ફ્રસ્ટ્રેશન ત્યારે જન્મે છે જ્યારે તમે તમારી જાતથી કંઈક આશા રાખીને બેઠા હોવ છો, પરંતુ, છતાંય સ્પેસમાં તમે તેવું કરી શકવામાં અસફળ થઈ જાઓ છો. અને કેમ કે

આ પ્રક્રિયામાં તમારો જ ટાઈમ, તમારા જ સ્પેસ સાથે સંઘર્ષમાં ઉતરીને તમારી આશાઓ ઉપર ખરો નથી ઉતરતો, એટલે આ જાતના અનુભવથી ઉત્પન્ન ભાવોને તમે હતાશા સમજો છો. એટલે એકંદરે સમજીએ તો સ્વયંથી તૂટેલી આશાઓને તમે હતાશાના રૂપમાં ઓળખો છો.

ટેન્શન:

આ હંમેશા ટાઈમમાં જુદી જુદી રીતે જોવી પડતી પ્રતિક્ષાઓમાંથી ઉત્પન્ન થાય છે. જેમ કે તમે પરીક્ષા તો આપી દીધી, પણ હવે તમે પાસ થશો કે નહીં, તે પરિણામોએ નક્કી કરવાનું છે. અને પરિણામ આવવામાં હજુ સમય છે. એટલે તમારી પાસે એ માટે રાહ જોયા સિવાય બીજો કોઈ રસ્તો નથી. અર્થાત્ કહેવાનો મતલબ એ કે ટાઈમમાં થવાની આશા કે સંશય તથા સ્પેસમાં કરવા પડતા ઈન્તજારમાંથી જે અનુભવ ઉત્પન્ન થાય છે, તેને તમે ટેન્શન કહો છો. ...પછી ભલે તે લોહીનો રીપોર્ટ આવવાનો ઈન્તજાર હોય કે કોઈ નજીકના સગાનું ઓપરેશન થવાનો ઈન્તજાર હોય. પછી ભલે તે ટેન્ડર પાસ થયું કે નહીં તેનો ઈન્તજાર હોય કે કોઈ પાર્ટીના પેમેન્ટ આવવાનો ઈન્તજાર હોય. ...દરેક ઈન્તજારથી જે અનુભવ ઉત્પન્ન થાય છે, તેને તમે ટેન્શન કહો છો.

એકંદરે આખી વાતનો સાર કહું તો તમારી બુદ્ધિ દ્વારા મારામાં ડેટા નંખાતાવેંત હું સ્પેસ પેદા કરી દઉં છું અને પછી તે સ્પેસ સાથે મારો સંબંધ પણ તરત જ સ્થાપિત થઈ જાય છે. અને પછી તે બંનેનું મિલન મારી ગતિને પ્રભાવિત કરતું રહે છે; અને તેનાથી જે અનુભવ ઉત્પન્ન થાય છે તેને જ તમે ભિન્ન ભિન્ન ભાવોના રૂપમાં ઓળખો છો. પરંતુ હકીકતમાં તમારા આ બધા ભાવ મારી ગતિ ધીમી પડી જવાના કારણે પેદા થાય છે. અને અહીં એ સમજાવવાની કોઈ આવશ્યકતા નથી કે જ્યારે જ્યારે મારું અને સ્પેસનું મિલન તમારા મન મુજબ નથી થતું, ત્યારે-ત્યારે મારી ગતિ ધીમી પડી જાય છે.

આને તમારી સરળ ભાષામાં સમજાવું તો જ્યારે પણ તમારા મનમાં કંઈક બીજું હોય અને બહાર કંઈક બીજું ઘટી રહ્યું હોય, ત્યારે મારી ગતિ ધીમી પડી જાય છે. એટલે જ્યારે પણ મારું અને સ્પેસનું મિલન નથી થઈ શકતું ત્યારે નકારાત્મક ભાવ જેમ કે દુઃખ, ચિંતા, વ્યથા, હતાશા, ટેન્શન વગેરે તમને ઘેરી લે છે. આજ મારો અને સ્પેસનો અતૂટ સંબંધ છે જેને તમારે તમારું વિશ્વ સુધારવા માટે ઝીણવટપૂર્વક સમજવો જરૂરી છે.

ચાલો, આ વાત સમજાઈ ગઈ હોય તો હવે મારા અને સ્પેસના મિલનથી શું થાય છે તે સમજાવું છું. ચોક્કસપણે આવું થવાથી અર્થાત્ મારા અને સ્પેસની વચ્ચે સહચર્ય સ્થાપિત થઈ જતાં, તમારી અંદર મારી ગતિ તીવ્ર બની જાય છે. અને આ મિલનથી તમને

જે ભિન્ન ભિન્ન અનુભવ થાય છે, તેને જ તમે કેટલાય સકારાત્મક ભાવોના રૂપમાં ઓળખો છો. તો ચાલો, હવે હું આવાજ કેટલાંક સકારાત્મક ભાવો સાથે તમારો પરિચય કરાવું છું.

ખુશીઃ

આનો અનુભવ તમને ત્યારે થાય છે જ્યારે તમે તમારો સમય એટલે કે મનરૂપી કોમ્પ્યુટરમાં કોઈ આશા સેવીને બેઠા હો, પરંતુ તમને સ્પેસમાં એવું ઘટવાનો કોઈ ખાસ ભરોસો નથી હોતો અને ક્યારેક જ્યારે અચાનક સ્પેસમાં ઈચ્છેલું એવું કંઈક ઘટી જાય છે ત્યારે સમય અને સ્પેસના આ અચાનક મિલનથી તમને જે અનુભવ થાય છે તેને તમે ખુશી કહો છો. અને મારી વાત કહું તો આ પ્રકારના મિલન-માત્રથી મારી ગતિ તત્ક્ષણ હજાર ઘણી વધી જાય છે. એટલે કે તમે જેને ખુશી સમજી રહ્યા છો તે સિવાય મારી ગતિ વધવાના કારણે થયેલા અનુભવથી વધીને બીજું કશું જ નથી.

મનુષ્ય પોતાનો ટાઈમ બદલી દે, આજુબાજુની સ્પેસ પોત-મેળે બદલાઈ જશે

આનંદઃ

આ થોડો વિસ્તૃત વિષય છે. આ અલગ અલગ સમય પર અલગ અલગ રૂપોમાં પ્રકટ થાય છે. તેને તમારી સ્થાયી ઈચ્છા સાથે કંઈજ લેવા દેવા નથી. એને કંઈક આવી રીતે સમજો કે તમારા મનરૂપી કોમ્પ્યુટરમાં અત્યારે મેચ જોવાની ઈચ્છા જાગૃત થઈ અને જો સ્પેસમાં સાચે જ તમને મેચ જોવા મળી જાય છે તો આ મિલનથી ઉત્પન્ન અનુભવને તમે આનંદના રૂપમાં ઓળખો છો. તેવી જ રીતે કંઈક ખાવાની ઈચ્છા થાય અને તે ખાવાનું મળી જાય, કે કોઈને

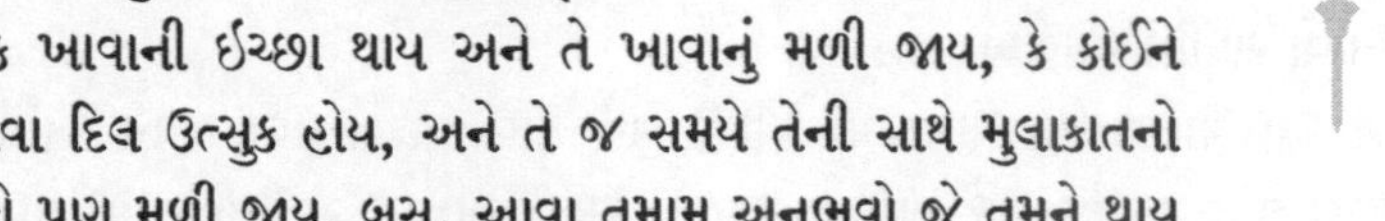

મળવા દિલ ઉત્સુક હોય, અને તે જ સમયે તેની સાથે મુલાકાતનો મોકો પણ મળી જાય. બસ, આવા તમામ અનુભવો જે તમને થાય છે તેને જ તમે આનંદ કહો છો.

આરામઃ

આ પોતાની જ રીતનો એક અનોખો અનુભવ છે. આ અનુભવ ત્યારે

થાય છે જ્યારે મનથી તમે પોતાના દૈનિક કાર્યોથી થાકી ગયા હોવ છો, અને આ રુટિનથી દૂર ક્યાંક તમને તમારી મરજી મુજબ પોતાની સ્પેસ બનાવવાનો અવસર મળે છે. ભલે તમે દેશ વિદેશ ફરવા જાઓ કે પછી બે ત્રણ દિવસના વેકેશન પર જાઓ, કે પછી રવિવાર હોય ને તેથી પોતાના રુટિનથી છુટકારો કેમ ન મેળવ્યો હોય, તમને આરામ મળ્યાનો અનુભવ થાય જ છે. અને મનમાં અનુભવાતા આ બધા પ્રકારના આરામના અનુભવનું મૂળ માત્ર તમારું સમયના સ્પેસમાં રૂટિનથી છૂટકારો મેળવવું હોય છે. ચોક્કસપણે રુટિનથી છૂટકારો મેળવતા જ મારી ગતિ તીવ્ર થઈ જાય છે.

મસ્તીઃ

આ ખૂબ જ વ્હાલો અનુભવ છે. આ ત્યારે થાય છે જ્યારે કોઈ પોતાની વધેલી ઉંમરથી ઘણી નાની ઉંમરમાં કરવામાં આવતી હરકતો દિલ ખોલીને સ્પેસમાં કરી શકે છે. એક રીતે કહું તો મનમાં છુપાયેલ બાળપણને જ્યારે સ્પેસમાં દિલ ખોલીને પ્રકટ કરવાનો અવસર મળે છે, અને પ્રાપ્ત થયેલા આ અવસરમાંથી જે અનુભવ ઉત્પન્ન થાય છે, તેને જ તમે મસ્તીના સ્વરૂપે ઓળખો છો. આ ડેટા વગરની, અકારણ કરવામાં આવતી નિર્દોષ છેડછાડ છે. તેવી જ રીતે, ઔપચારિક જીવનથી હટીને સ્વચ્છંદ બનીને થોડો સમય વીતાવવો, એ પણ મસ્તી છે.

એટલે, હું નથી માનતો કે આજના વૈજ્ઞાનિક યુગના મનુષ્યને મારા દરેક સારા-ખરાબ ભાવો કે અનુભવો તેને કેવી રીતે થાય છે તે બતાવવું પડશે. ચોક્કસપણે તમારા માટે એટલું જાણવું પૂરતું છે કે મારો અને તમારા વિશ્વની સ્પેસનો એક ગાઢ સંબંધ છે. અને આપણો આ જ સંબંધ તમારા વિશ્વને પૂરી રીતે પ્રભાવિત કરે છે. જ્યારે પણ મારું અને સ્પેસનું મિલન થાય છે, તમારી અંદર મારી ગતિ તીવ્ર થઈ જાય છે; અને જ્યારે પણ અમે બંને વિપરીત અવસ્થામાં ઊભા હોઈએ છીએ, મારી ગતિ મંદ પડી જાય છે. અને મારી ગતિ તીવ્ર થવાથી જે અનુભવ તમને થાય છે, એને જ તમે અનેક સકારાત્મક ભાવોની રીતે ઓળખો છો. ...જ્યારે મારી ગતિ મંદ પડવાથી જે અનુભવ થાય છે, તે બધાને તમે નકારાત્મક ભાવો ગણીને ઓળખો છો.

જો આ વાત તમને સમજમાં આવી ગઈ હોય તો તત્ક્ષણ તમને અધિકાંશ સાયકોલૉજિકલ વાતો વ્યર્થ નજર આવવા લાગશે. કેમ કે અત્યાર સુધીની સાયકોલોજીએ તમને એ જ શીખવાડ્યું છે કે તે રસ્તાઓને શોધો જ્યાંથી દુઃખ દર્દ ઓછું થઈ જાય, કે તે રસ્તા પર ચાલો જ્યાંથી તમારા સુખ-શાંતિ વધે. જ્યારે કે હું કહી રહ્યો છું કે આનો કોઈ ઉપાય નથી, કેમ કે આ બધું તમારી અંદરની મારી ગતિ પર આધારીત છે. મારી ગતિ તીવ્ર તો સકારાત્મક અનુભવ, મારી ગતિ મંદ તો નકારાત્મક અનુભવ. ચાલો આ પણ સમજાતું

ન હોય, તો આને આ રીતે સમજીએ કે સમય અને સ્પેસનું મિલન થતું રહે તો તમારું વિશ્વ સલામત અને જો બંને વારંવાર વિરુદ્ધ દિશામાં ઊભા થતા હોય તો તમારું વિશ્વ અસ્તવ્યસ્ત. મારું માનવું છે કે હવે આ વાત યોગ્ય રીતે તમારી સમજમાં ઊતરી ગઈ હશે.

ખેર! જો તમે મારા અને સ્પેસના મિલનનું મહત્વ સમજી ગયા હો, તો હવે આગળ હું તમને મારા અને સ્પેસના કેટલાંક બીજા સંબંધોના સંદર્ભમાં પણ બતાવી દઉં. કદાચ તેનાથી તમારા મનમાં ઉમટતા ભાવોને ''ભાવ''ના સ્થાને ''સમય'' સમજવામાં સરળતા થઈ જાય. માની લો, તમારે પાંચ કિલોમીટર પ્રતિ કલાકની ઝડપે અઢી કિલોમીટર ચાલવાનું છે. હવે તમે તમારી નજર કિલોમીટર એટલે કે સ્પેસ પર રાખશો તો પણ તમને ચાલવામાં અડધો કલાક લાગશે, અને જો તમે કિલોમીટર ભૂલીને પોતાની નજર મારા પર રાખશો તો પણ મારા બીજા સ્વરૂપ ઘડિયાળમાં અડધો કલાક વીત્યા પછી તમે અઢી કિલોમીટર ચાલી ચૂક્યા હશો. તેવી જ રીતે જો તમારે ત્રણસો કિલોમીટરની મુસાફરી ગાડીથી કરવાની છે અને તમારે તમારી ગાડીની ઝડપ સાઇંઠ કિલોમીટર પ્રતિ કલાકની રાખવાની છે, તો ચાહે તમે નજર સ્પેસ એટલે કે ત્રણસો કિલોમીટર પર રાખો કે સમય એટલે કે પાંચ કલાક પર રાખો, પરિણામસ્વરૂપમાં તો તમે ઘડિયાળના પાંચ કલાકમાં ત્રણસો કિલોમીટરની મુસાફરી કરી ચૂક્યા હશો.

એટલે સમજ્યા કે નહીં? સમય અને સ્પેસનો એટલો ગહન સંબંધ છે કે નજર ચાહે સમય પર રાખો કે સ્પેસ પર, એક સાથે બીજું પણ પોતાના નિયમથી ઉપલબ્ધ થઈ જ જાય છે. અર્થાત્ તમારે બંને પર ધ્યાન રાખીને બે ગણી ઉર્જા વાપરવાની જરૂર નથી. અને આનો ગહન અર્થ સમજાવું તો, બંને એક-બીજાના પૂરક છે. એક પણ એકલું અસ્તિત્વમાં રહી જ નથી શકતું. એટલે તમે ચાહે સમયમાં કંઈક મેળવવાનો પ્રયાસ કરો કે સ્પેસમાં, નિયમ મુજબ બીજું પણ ઉપલબ્ધ થઈ જ જશે. અને બીજાની આ સ્વાભાવિક ઉપલબ્ધતાને તમારા જાણવા કે ન જાણવા, તમારા સમજવા કે ન સમજવા અને તમારા ચાહવા કે ન ચાહવા સાથે કોઈ સંબંધ નથી. તમે બંનેમાંથી કોઈ એકની સાથે અડપલું કર્યું નથી કે બીજામાં પણ બદલાવ આવ્યો નથી. એ ન બની શકે કે તમે એક કલાક ગાડી તો ચલાવો પણ ચાહો કે તમારી બહારની સ્પેસ ન બદલાય! એ તો બદલાશે જ... હા, ગાડી એક ક્ષણ માટે પણ નહીં ચાલે તો સ્પેસ એક ઇંચ પણ નહીં બદલાય.

તેવી જ રીતે જો તમે સમયમાં કમાવવાના સપનાં લઈને જીવી રહ્યા છો તો એને પૂરા કરવા માટે તમારે સ્પેસમાં પ્રયાસ કરવા જ પડશે. અને બરાબર એવી જ રીતે જો તમારે સ્પેસમાં કમાવવાના પ્રયત્ન કરવા હોય તો મનરૂપી સમયમાં તમારે તે માટે સમય કાઢવો જ પડશે. બરાબર એવી જ રીતે જો તમે ગ્રેજ્યુએટ થવા માંગો છો તો મનનાં પંદર વર્ષ ઉપલબ્ધ

કરાવવા જ પડશે. એટલે સમયમાં ચાહશો તો સ્પેસ મળશે, અને સ્પેસમાં ચાહશો તો તેને પ્રાપ્ત કરવા માટે સમય આપવો જ પડશે.

જોકે થોડી ઘણી સમજદારી વાપરો તો સમય અને સ્પેસનો આ સંબંધ ખૂબ જ કામનો છે. તેનો ઉપયોગ કરીને તમે તમારું વિશ્વ સારી રીતે વિકસાવી શકો છો. પરંતુ અહીં હું ફરી એક વાર તમારી માફી માંગુ છું કે આ પણ હું જ બતાવીશ... પરંતુ તમને થોડી બીજી વાતો સમજાવ્યા પછી. શું કરું, વિષય જ એટલો ગહન અને રહસ્યપૂર્ણ છે કે મારે ખૂબ ધ્યાનથી સ્ટેપ-બાય-સ્ટેપ આગળ વધવું પડી રહ્યું છે, અને હું ઈચ્છું છું કે દરેક મનુષ્ય આને સમજે, એટલે આ ઉદ્દેશ્યને ધ્યાનમાં રાખીને મારે ખૂબ સંભાળી-સંભાળીને આગળ વધવું પડે છે. સાથે જ ખૂબ જ સરળ ભાષાનો પણ ઉપયોગ કરવો પડે છે. સાચું કહું તો આજે પોતાના વિશે સમજાવતા-સમજાવતા પહેલી વાર મને અહેસાસ થઈ રહ્યો છે કે હું કૉમ્પ્લિકેટેડ અને વિશાળ જ નહીં, બલ્કે લાખો સ્વરૂપોવાળો એક તોફાની કલાકાર પણ છું. અને તેનો પુરાવો એ છે કે મારે પોતે પોતાના વિશે બતાવતી વખતે આટલી સાવધાની રાખવી પડે છે. પરંતુ કંઈ વાંધો નહીં, અત્યારે તો આ ચર્ચાની આગળની કડીના રૂપમાં હું તમને એક્શન-રિએક્શનોથી બનતી-બગડતી તમારી મનોદશા વિશે બતાવીશ.

જોકે આ વિશે હું થોડું-ઘણું પહેલા પણ સમજાવી જ ચૂક્યો છું. યાદ ન આવતું હોય તો ફરીથી યાદ અપાવી દઉં કે જેવા તમે તમારા મનરૂપી કોમ્પ્યુટરમાં કોઈ ડેટા નાખો છો કે તત્ક્ષણ મારા તરફથી તેની પ્રતિક્રિયા થાય છે. અને પ્રતિક્રિયા બરાબર ન્યૂટનના ગતિના નિયમના આધાર પર જ થાય છે, એટલે કે સમાનાંતર અને વિપરીત દિશામાં. અને આ તમારા નાખેલા ડેટાના આધાર પર મારા તરફથી જે પ્રતિક્રિયાઓ આવે છે, તે ચાહો કે ન ચાહો, તમારે વેઠવી જ પડે છે. પાછો તેનો તમારી પાસે કોઈ ઉપાય પણ નથી. આ વાતને બરાબર સમજાવવા માટે સૌપ્રથમ હું આ ક્રિયાઓ અને પ્રતિક્રિયાઓના કેટલાંક ઉદાહરણો આપું છું. આનાથી પ્રથમ ફાયદો તો તમને એ થશે કે જો તે પ્રતિક્રિયાઓથી તમે બચવા માંગતા હશો તો તમે ક્રિયા સ્વરૂપે તમારા કોમ્પ્યુટરમાં તે પ્રકારનો ડેટા નાખવાનું જ બંધ કરી દેશો.

તમારી ક્રિયા	સમયની પ્રતિક્રિયા
(૧) જે બીમારીઓ કે પરિસ્થિતિઓથી બચવા માટે તમે જેટલી જાણકારી એકઠી કરો છો કે સાવધાનીપૂર્વક વર્તો છો.	...હું તેને તેમના તરફનો તમારો મોહ સમજીને તેમને તમારી નજીક લાવી દઉં છું.

(૨) તમે બીજા કોઈના ભરોસે કોઈ કાર્ય કર્યું, પછી ભલેને તે ભગવાન જ કેમ ન હોય.	...કે હાથોહાથ તમારો તમારા પરથી વિશ્વાસ હું ઓછો કરી દઈશ.
(૩) જો બીજાઓને ભરોસે...પછી ભલેને તે બોસ હોય કે વસ્તુ, તમારી રહેવાની આદત થઈ ગઈ.	...તો મેં તમારો "તમારા" પરથી ભરોસો પૂરી રીતે તોડ્યો જ સમજો. અને એકવાર તમારો પોતાના પરથી ભરોસો તૂટ્યો, તો પછી આગળ જતા તમારા માટે આપબળે કંઈ પણ કરવું મુશ્કેલ થઈ જશે.
(૪) જો તમે પચાસો ઈચ્છાઓ પાળીને જીવી રહ્યા છો તો.	...હું તમારી ઊર્જા તે પચાસો ઈચ્છાઓમાં હાથોહાથ વિભાજિત કરી દઉં છું. પરિણામ-સ્વરૂપ, એક ઈચ્છા પૂરી કરવાની ક્ષમતા પણ તમારામાં નથી બચતી. અને આનાથી જીવનભર કેટલાય દુઃખો, ચિંતા, ક્રોધ, ટેન્શન બધા તમારા પર આવતા-જતા રહે છે; એ તો તમને ખબર જ છે.
(૫) તમે જેવા કોઈ વ્યક્તિ કે વિચાર પ્રત્યે પોતાનું પાક્કું મંતવ્ય બનાવી લો છો.	...કે શીઘ્ર હું તે વ્યક્તિ કે વિચારને સમજવાની ક્ષમતા તમારી પાસેથી છીનવી લઉં છું.
(૬) જો તમે કોઈ ઈચ્છા કરીને બેઠા છો.	...તો ઈચ્છા પૂરી ન થતી જોઈને મારા તરફથી તમને ચિંતા મોકલી દેવાય છે.
(૭) જો તમે કોઈનાથી અપેક્ષા રાખીને બેઠા છો.	...તો અપેક્ષા પૂરી ન થતા જ હું તમને દુઃખ મોકલી આપું છું.
(૮) જો તમે સમ્માનની ઈચ્છા રાખીને જીવી રહ્યા હોવ છો તો.	...કોઈના અપમાન કરતા જ હું તમને ઉદાસ કરી દઉં છું.
(૯) જો તમે સારા દેખાવાની ચાહત લઈને જીવી રહ્યા હોવ છો તો.	...કોઈના ખરાબ કહેતા જ હું તમને દુઃખી કરી દઉં છું.
(૧૦) જો તમે વસ્તુઓ તમારા હિસાબથી ઘટે તેવી ચાહત લઈને બેઠા છો તો.	...ઘટનાઓ વિપરીત દિશા પકડતા જ હું તમને ક્રોધિત કરી દઉં છું.

(૧૧) તમે જેવા કોઈને પોતાના બનાવો છો.	...કે હું સત્વરે તમને તેની હજારો ચિંતાઓમાં ઉલ્જાવીને રાખી દઉં છું.
(૧૨) જેવા તમે કોઈનાથી પ્રભાવિત થાઓ છો.	...કે તરત તમારું સ્વાભાવિક વ્યક્તિત્વ હું ડામાડોળ કરી નાખું છું.
(૧૩) જેવી તમને કોઈ વસ્તુ કે વ્યક્તિ ખૂબ ગમવા લાગે છે.	...કે જલ્દીથી હું તમને તેના ખોવાના ભયથી ભરી દઉં છું.
(૧૪) જેટલી તીવ્રતાથી તમે કોઈ વસ્તુની ઈચ્છા કરો છો.	...એટલી જ તીવ્રતાથી હું તે વિશે તમારી બેચેની વધારી દઉં છું.

ચાલો, આ તો તે ક્રિયા પ્રક્રિયાઓ થઈ જેને સમજવી કદાચ તમારા માટે આસાન પણ છે અને જેની હું આ પૂર્વે ચર્ચા પણ કરી ચૂક્યો છું. પરંતુ મારું કાર્ય અહીં જ સમાપ્ત થોડું થઈ જાય છે? પ્રતિક્રિયા આપી દેવા છતાં તમારો નાંખેલો ડેટા મારી હાર્ડ-ડિસ્કમાં સ્ટોર્ડ રહે છે, કેમ કે મારા પ્રતિક્રિયા દેવા છતાં નંખાયેલા ડેટાથી સંબંધિત તમારી ઈચ્છા સમાપ્ત થોડી જ થઈ જાય છે? એટલે કે મૂળ ડેટા તો છતાં પણ અંદર ને અંદર પડ્યો જ રહે છે. અને પોતાના સ્વભાવથી લાચાર હું દરેક વીતી રહેલી ક્ષણની સાથે તેનો વિસ્તાર કરતો રહું છું. અને આવા એક નહીં, હજાર ડેટા તમે નાંખી બેઠા છો. અને પાછું નાંખેલા બધા ડેટાના આધાર પર તમારી એક સ્થાયી મનોસ્થિતિ બની જાય છે. પછી તો તમારાથી પોતાની મનોસ્થિતિના આધારે ક્રિયાઓ પણ આપોઆપ થતી જ રહે છે, અને નિયમથી તેની પ્રતિક્રિયાઓ પણ તમે આપોઆપ વેઠતા જ રહો છો. અહીં સમજવાલાયક વાત એ કે શરૂઆતમાં તો તમે ડેટા નાંખી નાંખીને હાર્ડ-ડિસ્કને ભરી દો છો, પછી તે જ્યારે એક લિમિટથી ઉપર ભરાઈ જાય છે, તો કરપ્ટ થઈ જાય છે. અને મારા પ્રતિક્ષણ વિસ્તારના નિયમથી તમારી તે કરપ્ટ હાર્ડ-ડિસ્ક પણ સમયની સાથોસાથ ડેટાને મલ્ટીપ્લાય કરતી જ રહે છે. પરિણામસ્વરૂપ, કરોડો એવા ડેટા તમારા મનરૂપી કોમ્પ્યુટરમાં ઘુમરાતા રહે છે જે પછી ન તમને દિવસે ચેનથી જીવવા દે છે, અને ન તો રાત્રે શાંતિથી ઊંઘવા દે છે. બીજું તો ઠીક, તે કરોડો ડેટાને કારણે તમારી એક સ્થાયી અને કાયમી કન્ફ્યૂઝ્ડ મનોસ્થિતિ બની જાય છે જેના પરિણામસ્વરૂપ તમે નવો ડેટા નાંખવાની સ્થિતિમાં પણ નથી રહેતા. અને જ્યારે નવો ડેટા નથી, તો કોઈ ઉત્સાહ નથી. ...એટલે ઈચ્છવા છતાંય જીવનને કોઈ નવી દિશા નથી આપી શકતા. અને બસ, તેના ફળસ્વરૂપ, તમારે તમારા જીવનને એક હતાશાના રૂપમાં સ્વીકારવું પડે છે. એટલે ફરી તમે રુટીનની ચક્કીમાં પીસાઈને મોતની રાહ જોયા કરો છો. સ્પષ્ટ શબ્દોમાં કહું

તો પછી તમારું આગળનું સમગ્ર જીવન તમારી બની ચૂકેલી મનોસ્થિતિથી ઉમટેલા ડેટાની પ્રતિક્રિયાઓ ખમવા-સહેવામાં જ નીકળી જાય છે. આ કરપ્ટ હાર્ડ-ડિસ્ક અને તમારી બની ચૂકેલી મનોસ્થિતિને સાયકોલોજીની ભાષામાં કહું તો આ તમારા અન-કોન્શિયસ અને સબ-કોન્શિયસ માઈન્ડ બની જાય છે. અને મારી ભાષામાં કહું તો આ મારી ગતિ અત્યંત ધીમી પડી જવાની બેહોશી તમારા પર છવાઈ જાય છે.

...પછી તમે શું કરી રહ્યા છો, શા માટે કરી રહ્યા છો કે શું ઈચ્છી રહ્યા છો... કંઈ પણ તમારી સમજમાં નથી આવતું. બસ, તમે પ્રતિક્રિયાઓના પ્રહાર સહન કરતા રહી જાવ છો. મોટા ભાગનો સમય તો અનિચ્છાએ પણ તમારાથી કાંઈકને કાંઈક એવું થતું રહે છે કે જે તમને હેરાન કરી નાખે છે. અને આ બધાનું સૌથી મોટું દુષ્પરિણામ તો એ કે હવે હું, એટલે કે સમય, તમારા નિયંત્રણમાં નથી રહેતો. અને એના પરિણામસ્વરૂપ તમે કંઈક વધારે જ બુદ્ધિ ચલાવવા લાગી જાઓ છો. અને બુદ્ધિ પણ શું... બે જ કામ કરવામાં લાગી જાય છે. એક તો અંદરથી જે આવી રહ્યું છે તે રોકવામાં લાગી જાય છે, અને બીજું, અંદર જે ચાલી રહ્યું છે તેનાથી વિપરીત બહાર પ્રદર્શિત કરવામાં લાગી જાય છે. દુઃખની વાત એ કે યુવાન થતા થતા જ કેટલાયના એ હાલ થઈ જાય છે. મનુષ્યની મન-બુદ્ધિની આ હાલતને જ સાયકોલોજીની ભાષામાં માનસિક રીતે રોગી કહેવાય છે. પરંતુ દુર્ભાગ્યથી આવો મનુષ્ય પોતાને વધારે પડતો બુદ્ધિશાળી માનવા લાગે છે, અને આ કારણે, ના તો તેને માનસિક ઈલાજની જરૂરત મહેસૂસ થાય છે કે ના તે ઠીક થઈ શકે છે. અને તેનું અંતિમ પરિણામ તો તમારી આંખો સામે જ છે; એટલી પરેશાનીઓ અને ચિંતાઓ તમારા સંસારમાં છે કે દુઃખ અને કષ્ટ કોઈનો પીછો છોડી જ નથી રહ્યા.

હવે છોડો, જેના જે હાલ છે તેના તે જાણે. અહીં તો જે મારા આ રહસ્યો સમજી લેશે તેમના માટે ખુશખબર છે. હકીકતમાં એવા મનુષ્યોને સમજવા ખૂબ આસાન થઈ જાય છે. તેમની મનોસ્થિતિના આધારે તેઓ ક્યારે અને કેવો વહેવાર કરશે, તેનો અંદાજ ખૂબ સરળતાથી લગાવી શકાય છે. ફાયદો ઉઠાવવાવાળા આવા મનુષ્યોનો ફાયદો ઉઠાવી પણ લે છે, અને તમે ચાહો તો તમે પણ ઉઠાવી શકો છો, કેમ કે જેમની મનોસ્થિતિ ઓટોમેશન પર ચાલી ગઈ તેઓ પૂરી રીતે પ્રેડિક્ટેબલ થઈ ગયા. અને પ્રેડિક્ટેબલથી ક્યારેય કોઈ ખતરો નથી હોતો, તે તો ઉપયોગની વસ્તુ થઈ જાય છે. જેમ કે સૂરજ, ચાંદ, હવા, પાણી, મરચું, ખાંડ, વાઘ, હરણ આ બધાં પ્રેડિક્ટેબલ છે અને તમે તેનો ભરપૂર ફાયદો ઉઠાવો જ છો.

...ના સમજ્યા? હમણાં સમજાવું છું. તમને ખબર પડી ગઈ છે કે સૂરજ ગરમી આપે છે. એટલે તમારા માટે સૂરજ પ્રેડિક્ટેબલ થઈ ગયો છે. અને જે પ્રેડિક્ટેબલ થઈ ગયું છે તેનો ઉપયોગ પણ થઈ શકે છે અને તેનાથી બચી પણ શકાય છે. જેમ કે તમે ઠંડીમાં તડકો

ખાવા માટે કે વિટામિન-ડી લેવા માટે તો સૂરજની શરણે ચાલ્યા જાવ છો, પરંતુ સામે તેનો તાપ સહન ન થવાથી તમે ઘર અને ઑફિસોમાં ઘૂસીને પણ બેસી જ જાવ છો. તેવી જ રીતે તમને ખબર છે કે મરચું તીખું હોય છે, એટલે કે તે સ્વાદથી પ્રેડિક્ટેબલ થઈ ગયું. હવે શું? જો તમારે તીખું ખાવું હોય તો જ તમે તેનો ઉપયોગ કરો છો. આટલું જ કેમ, જેટલું તીખું ખાવું હોય તેટલી માત્રામાં તમે તેનો ઉપયોગ કરો છો.

બરાબર આવી જ રીતે તમે જાણો છો કે વાઘ તમને ફાડીને ખાઈ શકે છે, અને કેમ કે તમે મરવા નથી માંગતા એટલે છૂટા વાઘની પાસે નથી જતાં. અને તમે જાણો છો કે ગાય દુધ આપે છે તો તમે ગાયનું દૂધ દોહી લો છો. કહેવાનો મતલબ એ કે જેને પણ ઓળખી લેવામાં આવ્યું, કે જે પણ પ્રેડિક્ટેબલ થઈ ગયું, તમે ના માત્ર તેનાથી બચવાના, પરંતુ તેનો ઉપયોગ કરવાના રસ્તા પણ શોધી જ લો છો.

તમામ પ્રેડિક્ટેબલ માણસોનો બધા લોકો ભરપૂર ઉપયોગ કરી રહ્યા છે

પરંતુ કેમ કે દરેક મનુષ્ય અલગ-અલગ છે અને દરેકનું વિશ્વ અલગ-અલગ છે; એટલા માટે મનુષ્યો વિશે તમે ભ્રમિત રહો છો. પરંતુ જેવી કોઈની હાર્ડ-ડિસ્ક પૂરી રીતે કરપ્ટ થઈ જાય છે કે તે પ્રેડિક્ટેબલ બની જાય છે. અને પછી આ પ્રેડિક્ટેબલ મનુષ્યોનો ઉપયોગ કરી શકાય છે. અને તમને ન ખબર હોય તો બતાવી દઉં કે તેમનો ખુલ્લી રીતે ઉપયોગ થઈ પણ રહ્યો છે. જ્યાં એક બાજુ ધર્મગુરૂ એકથી એક ચમત્કારી ભગવાન અને વિધિઓની શોધ કરી લોકોનાં ભયને પંપાળતા રહે છે, તો ત્યાં નેતાઓ નવા નવા સપનાંઓ વેચીને તમારા પર શાસન કરી જ રહ્યા છે. બીજી બાજુ, વ્યવસાયી પણ તમારા ભય અને લોભને પંપાળીને તમામ કચરો વેચી જ રહ્યા છે. ત્યાં સુધી કે તે તો શ્યામપણાને પણ સીડી બનાવીને તમને ફેઅરનેસ ક્રીમ પણ વિના સંકોચે વેચી રહ્યા છે. સાચે જ આ પ્રેડિક્ટેબલ માણસોનો હર કોઈ મન ફાવે તેમ ફાયદો ઉઠાવી રહ્યું છે. અને કેમ કે મોટા ભાગના પ્રેડિક્ટેબલ જ છે, એટલે માણસની પરિસ્થિતિ સુધરવાનું નામ નથી લઈ રહી.

સ્થાયી મનઃસ્થિતિવાળો મનુષ્ય પ્રેડિક્ટેબલ થઈ જાય છે

ચાલો, આજ વાત થોડા વિસ્તારથી સમજાવવા માટે હું મનુષ્યની બની ચૂકેલી મનોસ્થિતિ તથા તેનાથી પોતાનામાં થનારી પ્રતિક્રિયા વિશે ઉદાહરણો સાથે થોડી વાતો સમજાવું છું. એના બે સીધા ફાયદા તમને છે. એક તો તેની પ્રતિક્રિયાઓ પર ધ્યાન આપીને તમે તેની વાસ્તવિક મનોસ્થિતિ એટલે કે તેની અંદર શું ચાલી રહ્યું છે તે સમજી શકો છો, અને બીજું, પ્રતિક્રિયાઓના આધારે ક્રિયા કરી તેનો જ્યારે અને જેવો ચાહો ઉપયોગ પણ કરી શકો છો. જોકે હું પોતાની ઈન્ટેલિજન્સના બળે કોઈપણ મનુષ્યના કોઈપણ પ્રકારના ઉપયોગના પક્ષમાં નથી, અને એટલા માટે જ ચેતવી દઉં કે ઉપયોગ કરવાવાળાઓએ પણ નિયમથી તેની પ્રતિક્રિયાઓ ભોગવવી જ પડે છે. અને તે માટે વધુ દૂર પણ ન જતા, તમારો ઉપયોગ કરી રહેલા નેતા અને ધર્મગુરૂઓની અંદરની હાલત જોઈ લેજો. એટલે અત્યારે તો તમે સ્થાપિત મનોસ્થિતિની સ્થાપિત પ્રતિક્રિયા સમજી લો, જે હું માત્ર આ વિષયમાં તમારું જ્ઞાન વધારવા માટે સમજાવી રહ્યો છું. બાકી આગળની ચિંતા હું શું કરવા કરું? તમે તેનો કેવો ઉપયોગ કરવો એ માટે સ્વતંત્ર છો, અને હું તમારા ઉપયોગના તરીકાના આધારે તમારી સાથે કઈ ભાષામાં વાત કરવી તે માટે સક્ષમ છું.

ખેર, તમારે ક્યાં એમનું શોષણ કરવું છે? પરંતુ હા, તમારે તેમને જાણવા તો છે. તમારે તેમનાથી સાવધાન તો રહેવાનું છે. એટલે હવે હું તમને મનુષ્યની પર્સનલ-પ્રેડિક્ટેબિલિટી વિશે બતાવું છું. હું તમને એ બતાવી દઉં કે કયા મનુષ્યની કઈ મનોસ્થિતિ હોવાથી, તે બહાર કઈ પ્રતિક્રિયા આપે છે. અર્થાત્ તમે મનુષ્ય દ્વારા બહાર અપાનારી પ્રતિક્રિયાઓના આધારે તેની અંદરની મનોસ્થિતિનો અંદાજ કેવી રીતે લગાવી શકો છો? કેમ કે આવો માણસ હંમેશા પોતાની અંદરનો બધો જ કચરો છુપાવવામાં વ્યસ્ત રહે છે.

મનુષ્યની સ્થાયી મનઃસ્થિતિ	તે કારણે સતત થવાવાળી તેની પ્રતિક્રિયાઓ
(૧) તેની અંદર જે વાતની કમી હોય છે.	તે બહાર વારે-વારે તેનું જ પ્રદર્શન કરતો રહે છે.
(૨) તેને મનની અંદર જે પણ વાત ખટકી રહી હોય છે.	તેના તરફ વેળા-કવેળા તે આશ્વસ્તતા બતાવતો રહે છે.

(૩) અંદરથી જે ડરેલો હોય છે.	તે બહાદુરીની વાતો ખૂબ કરતો રહે છે. તમારે સમજવું હોય તો એ સમજી લેજો કે તેને થોડો ડરાવીને કામ કઢાવી શકાય છે.
(૪) જે કોઈનાથી દબાઈને જીવવાનું દુઃખ સહન કરીને જીવી રહ્યો હોય છે.	તે કમજોર સામે આવતા જ તેને દબાવવા માટે ઉત્સુક થઈ જાય છે.
(૫) જે અંતરમાં હજારો ગહન ચિંતાઓ રાખીને જીવી રહ્યા હોય છે.	તે બહાર, તમે પૂછો-ન-પૂછો, બધું ફર્સ્ટક્લાસ ચાલી રહ્યું છે એમ કહેતો જ રહે છે.
(૬) જે એક ઉંમર પછી આગળ કંઈ ન કરી શકવાનું દુઃખ લઈને જીવી રહ્યો હોય છે.	તે વેળા-કવેળા પોતાના જૂના પરાક્રમો સંભળાવતો જ રહે છે.

કહેવાનો મતલબ કે મનુષ્યની અંદર જે ચાલી રહ્યું છે કે તેની મનોસ્થિતિ જે-જે પકડીને બેઠી છે, તે હાર્ડ-ડિસ્ક કરપ્ટ થતાં જ તેને બહાર લાવવું શરૂ કરી દે છે. અને આ બધું ઓટોમેટિક થાય છે, એટલે કે તેનું તેના પર કોઈ નિયંત્રણ નથી રહેતું. આવો મનુષ્ય ક્યારેક તમારા તરફ અકારણ વિશેષ પ્રેમ દર્શાવવા આવે તો સાવધાન થઈ જવું જોઈએ. સમજી લેજો કે તે પીઠમાં છરો ભોંકવાનો જ છે. એટલે એકંદરે હવે તમને આ વિષયમાં બહુ વધારે સમજાવવાની જરૂર નથી. મારા વિશે વાંચતા-વાંચતા અને મારી સંપૂર્ણ કાર્યપ્રણાલીને જાણીને તમે એટલું તો સમજવા લાગ્યા જ હશો કે હવે હું તમને ઈશારાઓમાં સમજાવીને આગળ વધી શકું. અત્યારે તો અહીં આ બધું બતાવવાનો સાર જ એ છે કે લોકોની મનોસ્થિતિ ઓળખવાનું જ્ઞાન પ્રાપ્ત કરીને તમે આજુબાજુના મનુષ્યોથી પોતાના વિશ્વ પર તોળાઈ રહેલા ખતરાને પહેલાથી જાણી શકો.

...તો હવે આ વાત અહીં જ સમાપ્ત કરતા તમને એક બીજી અનોખી વાત બતાવું છું. તમારું ધ્યાન તમારી એક એવી ટેવ તરફ આકર્ષિત કરું છું જે સાચે જ ખૂબ ખતરનાક છે. અને તેની શરૂઆત કોઈપણ વસ્તુની પસંદગી કરવાથી થાય છે. વાત-વાતમાં અને અકારણ પસંદગી કરતા રહેવાની તમારી આદત ઘણી જૂની છે. જોકે તમે ડેટા નાખતી વખતે આ વિશે ધ્યાન નથી આપતા, પરંતુ આનાથી તમારું વિશ્વ ધીમે-ધીમે બે વિરોધાભાસી વાતોથી ઘેરાતુ જાય છે. અને આ બધી વિરોધાભાસી શક્તિઓ એક દિવસ તમારા પર એ હદે હાવી થઈ જાય છે કે તમારું વિશ્વ જ અસ્ત-વ્યસ્ત અને અધૂરું કરી નાખે છે. અને આ સંદર્ભે કહું તો આ તમારી પસંદગી કરવાની ટેવ કંઈક વધારે જ ગંભીર છે. ચાલો, આ વાતને પણ

કેટલાંક ઉદાહરણોથી સમજાવું છું. હવે તો બસ, કોઈ વાત પર તમારું થોડું જ ધ્યાન આકર્ષિત કરવાની વાર છે, પછી તે વાતોની તમારા રોજિંદા જીવન પર શું અસર થાય છે, તે તમે જાતે જ સમજી જશો. કેટલાંક ઉદાહરણો પછી તમારા માટે એ સમજવું મુશ્કેલ નહીં હોય કે તમારી પસંદગી કરવાની પ્રતિક્રિયાઓના ફળસ્વરૂપે તમારા શા હાલ થઈ જાય છે.

આમ તો આ બધી ખૂબ સરળ વાતો છે, પરંતુ તમારી કન્ડીશનીંગ એવી થઈ ચૂકી છે કે તમે આટલી સીધી વાત પર પણ ધ્યાન નથી આપી શકતા. હું પૂછું છું- તમે પસંદગી કરો છો જ શા માટે? સાચું કહું તો તમારું આ 'પસંદગી' કરતા રહેવું હંમેશાથી મારી સમજથી પર રહ્યું છે. તમે એ કેમ નથી સમજતા કે મારા સ્તર પર એટલે કે તમારા મનરૂપી કોમ્પ્યુટરમાં એક ક્રિયા ક્યારેય નથી થતી. તમે કોઈ વસ્તુની પસંદગી કરો છો તો તેની વિપરીત પ્રતિક્રિયા હું આપી જ દઉં છું. ચાલો, તમને આ જ વાત એક ચાર્ટ દ્વારા સમજાવું છું. ...કદાચ તમે તમારી પસંદગી કરતા રહેવાની આદતોના ગંભીર પરિણામ સમજી શકો.

તમારું પસંદગી કરવું	મારા દ્વારા સ્વચાલિત રૂપે બીજી પસંદગી પણ થઈ જ જવાની
(૧) જેવા તમે એક ધર્મને પોતાનો માનવાની પસંદગી કરો છો.	હું તરત જ બાકીના ધર્મો તમારા નથી; તેની પસંદગી તમારી પાસે કરાવી જ દઉં છું.
(૨) જેવા તમે દસ-પંદર વ્યક્તિઓ સારા છે, એવી પસંદગી કરો છો.	બાકીના બરાબર નથી, આ વાત હું તમારા મનમાં ઠસાવી જ દઉં છું.
(૩) જેવા તમે કોઈ ભોજન ખૂબ રૂચિકર હોવાની પસંદગી કરો છો.	બાકીના ભોજનમાં ખણ-ખોતર કાઢતા હું તમને શીખવાડી જ દઉં છું.
(૪) જેવા તમે કોઈની નજીક આવો છો.	તે જ પ્રમાણમાં હું બીજાઓથી તમને દૂર કરી જ દઉં છું.
(૫) જેવા તમે એક ઢબથી જીવવાના બંધાણી બની જાવ છો.	બીજી ઢબેથી જીવવાનો અવસર આવતા જ હું તમને ખૂબ દુઃખી કરું છું.
(૬) જેવા તમે એક વિચારને સારો માનો છો.	હાથોહાથ તેનાથી વિપરીત હોય એવા બધા જ વિચારો ખરાબ છે, તે હું તમને સમજાવી જ દઉં છું.
(૭) જેવા તમે તમારા ઓરડા પ્રત્યે મોહથી ભરાઈ જાવ છો.	બીજી કોઈ જગ્યાએ તમને ઊંઘ ન આવે, તેની પૂરી વ્યવસ્થા હું કરી જ દઉં છું.

મને નથી લાગતું કે હવે તમને પસંદગી કરવાની પ્રતિક્રિયાઓ વિશે હજી વધારે ઉદાહરણો આપવાની જરૂરત હોય. ચોક્કસપણે હવે તમે પસંદગી કરવાની પોતાની ટેવનું મારા તરફથી શું પરિણામ આવે છે, તે સમજી જ ગયા હશો. આ પસંદગી કરતા રહેવાની ટેવોને લીધે તમે શું અને કેટલું બધું ગુમાવો છો, એ પણ તમારી સમજમાં આવી જ ગયું હશે. સાથે જ ક્રિયા અને તેની પ્રતિક્રિયાઓ વિશે પણ બધું જ તમે સમજી જ ગયા હશો. તો હવે આગળ વધીએ છીએ.

અત્યારસુધી હું તમને અલગ અલગ રીતે મારી કાર્ય પદ્ધતિઓ તથા મારા સ્વરૂપો વિશે ઘણું બતાવી ચૂક્યો છું. હવે હું તમને એક બીજા ગહન રહસ્ય વિશે સમજાવું છું. શું તમે એક પળ થોભીને ક્યારેય એ વિચાર્યું છે કે મનુષ્ય જીવનનો ઉદ્દેશ્ય શું હોઈ શકે છે? ...કદાચ ક્યારેય નહીં. શું તમે ક્યારેય તમારા આવવાના હેતુને જાણવાની કોશિશ કરી છે? આનો પણ પ્રશ્ન જ નથી ઉઠતો. તમે તો બસ, શું મેળવવું અને શું બનવું એની યાદી બનાવતા ચાલ્યા જાવ છો, પછી કાર્યની પ્રતિક્રિયા સ્વરૂપે તેમાંથી કંઈક મેળવી લો છો, બીજું કંઇ નથી મેળવી શકતા. પરંતુ તમે ક્યારેય એ તો નથી જ બની શકતા જે બનવા માંગો છો, અથવા તો તમારે બનવું હોય છે.

સમજમાં નથી આવતું કે આટલા બુદ્ધિશાળી હોવા છતાં પોતાના આ મનુષ્ય જીવનનાં કે પોતાના જીવનનાં ઉદ્દેશ્ય વિશે ક્યારેય કેમ નથી વિચાર્યું? શું ક્યારેય તમે આ રીતે વિચાર્યું કે આટલા વિશાળ ''ટાઈમ અને સ્પેસ''નાં જગતમાં માત્ર તમને જ સ્વતંત્રતા કેમ? માત્ર તમને ભાવોની અવરજવરની તથા વિચારવા-સમજવાની ક્ષમતા કેમ? અને કેમ કે એવું છે, એટલે એનું કારણ પણ કંઈક ગહન હોવું જ જોઈએ. સૌથી વધુ વિચારવા જેવી વાત તો એ કે આટલી વિશિષ્ટતાઓ છતાં તમારી પાસે સમય કેટલો...? એંશી વર્ષ! અને તેમાં પણ વીસ વર્ષ સૂવામાં અને પાંચ ખાવા-પીવામાં અને બીમારીઓમાં વીતી જાય. અને બાકી બચેલો સમય પણ ખરો કમાલનોઃ દસેક વર્ષ શાળામાં, થોડા મંદિર-મસ્જીદ અને

પૂજા-પાઠમાં, પછી નોકરી, બાળકો અને ઘડપણ. પણ શું ક્યારેય તમને આટલી વિશિષ્ટતાઓ મળી હોવા છતાં આ રીતે ઘંટીના પડમાં પિસાઈને મરી જવું ખૂંચતું નથી? શું તમને આટલા ટૂંકા સમય માટે આવવું ક્યારેય ખટકયું નથી?

સમયનું પરિણામકારક સ્વરૂપ માત્ર વર્તમાન છે

હવે તમને ખટકયું હોય કે નહીં, પરંતુ મને આટલી વિશિષ્ટતાઓ સાથે જન્મ્યા હોવા છતાંય તમારા આવા હાલ થવાનું બહુ ખટકી રહ્યું છે. એટલે હું તમને તમારા જીવનનો ઉદ્દેશ્ય બતાવું છું. ...અને સાચું તો એ છે કે એક તમને અસ્તિત્વમાં લાવવા માટે અહેસાસ દ્વારા સમગ્ર ''સૃષ્ટિ-નિર્માણ''નો આ ખેલ રચાયો છે. અને આ વિષય પર આગળ વધું, તે પહેલા હું આ સૃષ્ટિનાં અસ્તિત્વમાં આવવાની પ્રક્રિયા ફરી એક વાર સંક્ષિપ્તમાં બતાવી દઉં છું. કેમ કે આ વિષય જ એટલો ગહન છે કે મને બીજી વાર બતાવવામાં કોઈ વાંધો નથી.

આ વાતને એવી રીતે સમજો કે જ્યારે કશું જ ન હતું ત્યારે માત્ર અહેસાસ હતો. કંઈ ન હતું નો મતલબ પણ સમજી લો, ન સમય હતો ન સ્પેસ હતું. ...એટલે શૂન્ય જ હતું. માત્ર એક હોવાપણાનો અહેસાસ હતો. ...અર્થાત્ હા, હું છું... બસ. પરંતુ તે હોવાનો પણ શું મતલબ? એટલે તે અહેસાસે એ ખેલ રચ્યો, અને તે સમય, એટલે કે મને અસ્તિત્વમાં લાવ્યા. આ દ્રષ્ટિએ તમે મને અહેસાસનો પ્રથમ અંશ કહી શકો છો. અને આજ કારણે માત્ર મારી ઉપસ્થિતિમાં અહેસાસ થાય છે. હું નથી તો અહેસાસના આ વિભિન્ન સ્વરૂપ પણ નથી. અને તમારા મૃત્યુ પછીના અહેસાસહીન શરીરને તમે મારી આ વાતના પુરાવા તરીકે લઈ જ શકો છો. મૃત્યુ એટલે મારું તમારાથી જુદા થવું. આ તમારા બધા અંગ, બધું એનું એજ, છતાંય કશું જ નહીં. ...આ વાતને બરાબર યાદ રાખી લેજો, આગળની વાતો સમજવામાં આ બહુ કામ આવશે.

એટલે, અત્યારે તો પાછો સૃષ્ટિની રચના પર આવું છું. અને ત્યાં મારા અસ્તિત્વમાં આવતા જ મેં મારા સમાનાંતરે જ સ્પેસનું નિર્માણ કર્યું. અને તે સાથે જ અહેસાસે પોતાની પરમ ઉર્જા

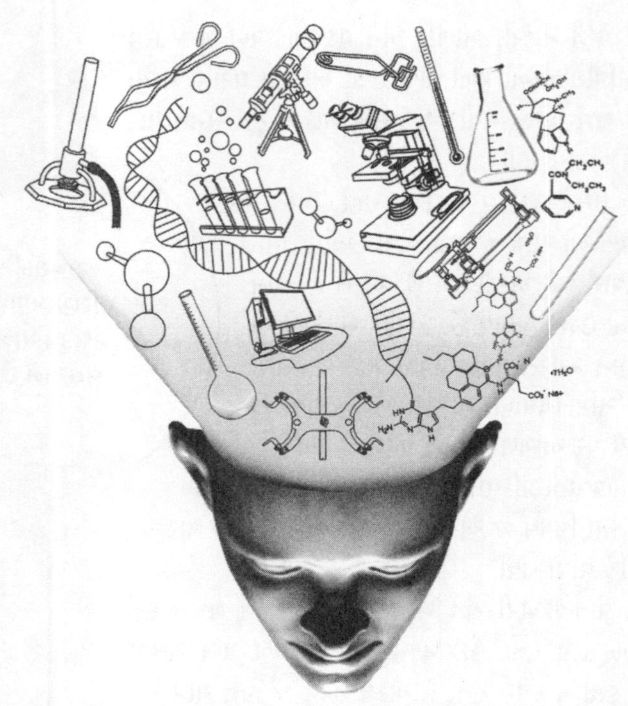

મનુષ્યનું મન જ સમયના સર્વ સ્વરૂપોને ઓળખવાની એકમાત્ર લેબોરેટરી છે

અને દ્રઢ ઈચ્છાશક્તિના બળે અમને વિશાળ નિયમોની એક જાળમાં બાંધી દીધા. અહીં દ્રઢ ઈચ્છાશક્તિનો મતલબ પણ સમજી લેજો કે તેની પછી અહેસાસે પોતાના હાથમાં કંઈ જ નથી રાખ્યું. અમને તે નિયમના ભરોસે પૂર્ણ સ્વતંત્રતાથી છોડી દીધા. અને તે જોવાવાળાની હેસિયતથી કણ કણમાં સમાઈ ગયો. એટલે ન તો કોઈ પળ કે ન તો કોઈ કણ તેની ઉપસ્થિતિથી મુક્ત છે. હા, એ વાત અલગ છે કે તેની ઉપસ્થિતિ નોન-ઈન્ટરફિયરીંગ છે. હવે તો બસ, અમારી પાસે તેની ''અપાર-ઉર્જા'' નિયમ મુજબ પોતાનો વિસ્તાર કરવા માટે ઉપલબ્ધ છે.

અને એ ઉર્જાની વાત કરું તો તે એક ક્ષણ પછી મારો અને સ્પેસનો વિસ્તાર સતત ચાલ્યા કરે છે, પરંતુ તેની ઉર્જા છે કે ખૂટતી જ નથી. તમારી ઘડિયાળ ના સમયની ભાષામાં વાત કરું તો ટ્રીલિયન અને ટ્રીલિયન તથા ટ્રીલિયન વર્ષોથી પણ વધારે જૂની આ વાત છે.

અને ત્યારથી મારા વડે સતત આ સ્પેસનો વિસ્તાર થઈ રહ્યો છે. અને સ્પેસના વિસ્તારની પણ શું વાત કરું...? વિજ્ઞાનની આટલી પ્રગતિ છતાંય જે અંતિમ તારો તેને જ્ઞાત છે, જાણો છો તે કેટલો દૂર છે? તે તારાનાં પ્રકાશને લાઇટની સ્પીડ એટલે કે 1,86,000 Miles પ્રતિ સેકન્ડની ઝડપે નીકળ્યે લાખો વર્ષ થઈ ગયા, પરંતુ તેનો પ્રકાશ હજી સુધી પૃથ્વી પર નથી પહોંચી શક્યો. અને આ વિસ્તાર વાસ્તવિક સ્પેસનો તો અંશ પણ નથી. હવે તો આ સૃષ્ટિને અસ્તિત્વમાં આવ્યે એટલો સમય વીતી ચૂક્યો છે કે સ્પેસની વિશાળતાનો કોઈ અંદાજો તમે લગાવી જ નથી શકતા. અને પછી અંદાજો એ લગાવો કે આ સ્પેસ રોજ રોજ વિસ્તરી રહ્યું છે, તો આ ક્યાં વિસ્તરી રહ્યું હશે? અને એ પણ વિચારો કે તે જગ્યા કઈ હશે, જ્યાં અત્યારે સ્પેસ જ નહીં હોય?

ના વિચારો, ગાંડા થઈ જશો. તમે તમારી વર્તમાન મનોદશામાં તે શૂન્યનો કોઈ અંદાજ જ નહીં લગાવી શકો... જ્યાંથી અમે, એટલે કે સમય અને સ્પેસ, નીકળતા પણ જઈ રહ્યા છીએ. અને વિસ્તરતા પણ જઈ રહ્યા છીએ. એટલે, અત્યારે તો આ સર્જનની પ્રક્રિયાને આગળ વધારું તો અમારા વિસ્તારના પ્રથમ ક્ષણમાં જ અહેસાસે અમારા બંનેનાં બંધનને ત્રિગુણી માયાના બંધનથી બાંધી દીધું. અને આનાથી અમારામાં જીવ આવી ગયા. અને એ બંધાયેલા ત્રણ ગુણોની ચર્ચા કરું તો (૧) વિકાસની ક્ષમતા (૨) નષ્ટ થવાનો વિરોધ (૩) અને બધાની બહેતરી માટે સદાય પ્રયત્નશીલ રહેવાની ઈચ્છા, એટલે કે પરસ્પર સહયોગની ભાવના. ...આ ત્રણેય ગુણ પણ બરાબર યાદ રાખી લેજો, આગળ સમજતી વખતે આ પણ ખૂબ જ કામ આવશે, કેમ કે પ્રકૃતિનું કણે-કણ આ ત્રણ ગુણોથી ચલાયમાન છે.

એટલે, અત્યારે તો ફરીથી સૃષ્ટિના નિર્માણ પર પાછો આવી જાઉં છું. તો ત્યારપછીથી અહીંનું કણે-કણ અને મારી ક્ષણેક્ષણ આ ત્રિગુણી માયાથી ઓતપ્રોત છે. વિજ્ઞાન પણ હવે આને સારી રીતે અનુભવી ચૂક્યું છે. હું પણ તમને આ બરાબર સમજાવી ચૂક્યો છું. અત્યારે યાદ માત્ર એટલું અપાવું છું કે સ્પેસના થ્રી ડાયમેન્શનની વાત કરું તો જેવી રીતે ન્યુટ્રોન, પ્રોટોન અને ઈલેક્ટ્રોનથી અણુ બન્યો છે, તેવી જ રીતે... નેગેટિવ, પોઝિટિવ અને ન્યુટ્રલની શક્તિઓ બધામાં સમાયેલી છે. અને બરાબર આ જ આધારે આલ્ફા, બીટા અને ગામાના રૂપમાં પણ બધા વિભાજિત થયા છે. અને સાધારણ ભાષામાં વાત કરું તો ધરતી, સમુદ્ર અને આકાશ. અને મારી વાત કરું તો ભૂતકાળ, વર્તમાન અને ભવિષ્ય. અને તેનાથી પણ આગળ મારી એટલે કે તમારાં મન-બુદ્ધિની વાત કરું તો- હા, ના કે વિચારું છું. સમજાયું, ન સમજાયું કે કન્ફ્યૂઝ્ડ. એકંદરે તમને આ 'ત્રિગુણી માયા'ના કણ કણ અને ક્ષણ ક્ષણમાં સમાયા હોવાનો અંદાજો આવી જ ગયો હશે.

મનુષ્ય-જીવનનો પરમ ઉદ્દેશ્ય પોતાની અનુભૂતિને પરમ અનુભૂતિમાં લીન કરવો એ છે

એટલે હવે વળી પાછો સૃષ્ટિ નિર્માણ પર આવું છું. અને એ સંદર્ભમાં જો હું અહીંના કણે કણમાં સમાયેલાં ત્રિગુણી-તત્વ વિશે જણાવું તો અહીંયાનું કણ કણ, એક અહેસાસ એટલે કે ચેતના અથવા ઉર્જા અથવા ભગવાન જે ચાહો તે સમજો, એનાથી ભરેલું છે; અને તે દરેક કણમાં સમય અને સ્થાન પણ સમાહિત છે જ. એટલે અહેસાસ, સમય અને સ્થાન... આ ત્રણેયનું અસ્તિત્વ કણે કણમાં સમાયેલું છે. જ્યાં સુધી સવાલ છે સમય અને સ્થાનનો, તો તેના વિસ્તારની પણ હું તમારી સાથે ખૂબ વિસ્તારથી ચર્ચા કરી જ ચૂક્યો છું. તેમની કાર્યપ્રણાલી તથા તેમનો સંબંધ પણ હું તમને બતાવી જ ચૂક્યો છું. એટલે હવે વારો આવે છે આ ચૈતન્ય તત્વ વિશે બતાવવાનો. અને આ વિશે સૌથી પહેલા તો હું એ બતાવી દઉં કે સમય અને સ્થાનની જ જેમ આ ચૈતન્ય તત્વમાં પણ સતત વિકાસ થવો ચાલુ જ છે. અને અબજો વર્ષોની વિકાસ પ્રક્રિયા પછી તેણે વનસ્પતિ અને જીવ જંતુનું સ્વરૂપ ધારણ કર્યું છે. અને ચેતનાનો આ વિકાસ માત્ર પૃથ્વી સુધી જ સીમિત નથી, બીજા કેટલાય ગ્રહો ઉપર પણ અને બીજી ઘણી બધી રીતે આ ચેતનાએ જીવનનું સ્વરૂપ ધારણ કરેલું જ છે. અર્થાત્ અલગ-અલગ ગ્રહોના જીવન અલગ-અલગ કારણથી અસ્તિત્વમાં આવ્યાં છે. એવું ન સમજી લેતા કે માત્ર પાણી કે ઑક્સિજન જ જીવનના સ્રોત છે. અને કેમ કે આ સ્રોત ભિન્ન ભિન્ન છે, એટલે તે ગ્રહોના જીવનની મુલાકાત આસાન નથી રહી ગઈ. ત્યાં ચોક્કસપણે, આટલી વિશાળ સ્પેસ પણ આ માટે જવાબદાર છે જ. ...અને વળી સાથે જ પૃથ્વીના વિજ્ઞાને પણ હજી નવું નવું જ વિકસવું શરૂ કર્યું છે. એટલે જોઈએ છીએ કે તે ક્યાં સુધી પહોંચે છે?

ચાલો, આ બધું છોડી પાછા મુખ્ય પોઈન્ટ ઉપર એટલે કે તમારા પૃથ્વીના જીવન ઉપર આવું, તો જીવન આવતાં જ અહીંની ચેતનાએ પણ વિકાસ કરવો પ્રારંભ કર્યો. અને ચોક્કસપણે આ જીવન, એટલે કે ચેતનાનું સજીવ સ્વરૂપ, પણ ત્રિગુણી માયાથી ઓતપ્રોત છે જ. અર્થાત્ આ જીવનના દરેક સ્વરૂપને પણ અહેસાસ એટલે કે

ચૈતન્ય, ટાઈમ એટલે કે મન... અને સ્પેસ એટલે કે તેના શરીરના રૂપમાં આ ત્રિગુણી માયાથી ઘેરાયેલું જ છે. ખેર, અંતે તેના પણ કરોડો વર્ષો પછી ચેતનાએ મનુષ્યનું સ્વરૂપ ધારણ કર્યું, તેની સાથે જ મેં મનુષ્યના મનનું, અને સ્પેસે તેના શરીરનું સ્વરૂપ ધારણ કરી લીધું. ...અને મુદ્દાની વાત એ કે આ મનુષ્ય-સ્વરૂપમાં આવવા માટે જ ચેતનાને વિકાસની ઈચ્છાથી ભરવામાં આવી હતી. હેતુ સ્પષ્ટ હતો, અહેસાસ પહેલા સૃષ્ટિના નિર્માણનો પાયો નાંખે અને પછી ચેતનાના વિકાસની સાથે તેનું મનુષ્ય-સ્વરૂપ ધારણ કરતા જ તેનામાં પૂર્ણતાથી સ્થાપિત થઈ જાય. અને આવું કેમ...? તો એટલા માટે કે તે પોતાની જ બનાવેલી આ સૃષ્ટિનો ભરપૂર આનંદ લઈ શકે. અને જ્યારે, જે મનુષ્ય આનંદથી તૃપ્ત થઈ જાય... એટલે કે સંતોષથી ભરાઇ જાય, તો પાછો અહેસાસમાં લીન થઈ શકે.

બસ, અહેસાસની આજ ઈચ્છા આજે એક સરસ મજાનો ખેલ બનીને ઉભરી છે. પહેલા ચેતનાનો વિકાસ મનુષ્ય સુધી થાય, અને પછી મનુષ્ય પોતાની હાર્ડ-ડિસ્ક ભરતો-ખાલી કરતો, એક દિવસ પૂરી રીતે એને ખાલી કરીને પૂર્ણ સંતોષની સાથે પાછો પોતાનું તે જ ચૈતન્ય સ્વરૂપ પ્રાપ્ત કરી લે. અને તેની સાથે જ તે પાછો પરમ-અહેસાસમાં લીન થઈ જાય. અને ધ્યાન રહે કે આ ખેલ માત્ર મનુષ્ય માટે છે. કેમ કે આ ખેલ માટે સ્વતંત્રતા પણ માત્ર તેને જ ઉપલબ્ધ થઈ છે, અને ખેલને અંજામ સુધી પહોંચાડવા માટે અહેસાસ પોતાના પૂર્ણ સ્વરૂપ સાથે ઉપસ્થિત પણ માત્ર તેનામાં જ છે. અને આ પણ હું તમને પહેલા બતાવી જ ચૂક્યો છું કે આ બ્રહ્માંડનો બીજો કોઈપણ જીવ કે પદાર્થ એટલે કે જાનવર, ચાંદ-તારા કે અન્ય કોઈ આ ખેલનો હિસ્સો બિલકુલ નથી. એટલે, એકંદરે ઉપરની બધી વાતોનો સાર કહું તો આ ખેલ ને રમતા તથા જીવનના દરેક રંગનો ભરપૂર આનંદ લેતા પાછા અહેસાસમાં લીન થઈ જવું એજ તમારા જીવનનો એક માત્ર ઉદ્દેશ છે. અને મજા એ કે આ ઉદ્દેશની પ્રાપ્તિ વગર મનુષ્યનો છુટકારો પણ નથી. ચાહે તો તે આ ઉપલબ્ધિ હાંસલ કરવા માટે લાખો જનમ લઈ લે કે પછી આ મામલો બે ચાર જન્મોમાં જ નિપટાવી લે. પરંતુ મનુષ્ય જ્યાં સુધી પાછો અહેસાસમાં લીન નહીં થાય, ત્યાં સુધી જન્મ પછી ફરી જન્મની ઘટમાળ ટૂટવાની નથી.

આમ તો જોકે તમને મનુષ્યના જન્મ અને પુનર્જન્મ વિશે થોડું ઘણું પહેલા પણ બતાવી જ ચૂક્યો છું, પરંતુ હવે સમય આવી ગયો છે કે આ વાતની ચર્ચા વૈજ્ઞાનિક ભાષામાં વિસ્તારથી કરવામાં આવે. તો પહેલા એ બતાવો કે તમે આ મનુષ્ય જન્મ મેળવ્યો કેવી રીતે? ચોક્કસપણે ચેતનાના સતત વિકાસની ચાહતથી તમે આ મનુષ્ય જન્મ મેળવ્યો છે. તમે ચેતનાના આ વિકાસની દોડમાં સ્વાભાવિક રીતે અન્ય અબજો અણુઓથી વધુ પ્રતિભાવાન સિદ્ધ થયા છો. અને જ્યારે એક વાર તમે પોતાના અસ્તિત્વમાં આવી ગયા

જેનામાં પણ ભાવ પોતાની પૂર્ણતામાં છે એ ભગવાન છે અને આ માપદંડથી પ્રત્યેક મનુષ્ય ભગવાન છે

ત્યારે, તમને સમય એટલે કે મેં મનનાં રૂપમાં ઘેરી લીધા છે અને સ્પેસે શરીરના રૂપમાં ઘેરી લીધા છે. અને કેમ કે તમે ઈચ્છાનો ઘોડીની જેમ ઉપયોગ કરીને આ મનુષ્ય જન્મ મેળવ્યો છે, એટલે પોતાના અસ્તિત્વમાં આવતાવેંત જ તમે ઈચ્છવાનું શરૂ કરી દીધું છે. પહેલા તો માત્ર પેટ ભરવા અને બહુ થયું તો કુદરતી આફતોથી બચવાની ઈચ્છા સુધી તમારી ચાહત સીમિત હતી. પરંતુ સમયની સાથે સાથે તમે જરૂરિયાતોની ઈચ્છાઓ કરવાનું પણ શીખી લીધું. અને સાચું કહું તો તમારી આ ચાહતે જ વિશ્વને આ પ્રગતિ ઉપલબ્ધ કરાવી છે. એટલે કે જરૂરતો વધારવી અને તેની પૂર્તિ માટે પ્રયાસ કરવો ફાયદાકારક જ સિદ્ધ થયું છે.

ચાલો હશે! આ તો થઈ તમારી ઈચ્છાની યાત્રા. પરંતુ, આજ કારણે તમે ફસાઈ પણ ગયા છો અને વધતી ઈચ્છાઓની સાથે ભ્રમિત પણ થતા ગયા છો. કેમ કે નિયમ 'નિયમ'નું કાર્ય કરવાનો જ હતો, ઈચ્છા કલ્પનાનો વિષય છે, અને કલ્પનામાં ભૂતકાળના અનુભવો અને ભવિષ્યની અપેક્ષાઓ... બંનેનું સંમિશ્રણ થાય છે. એટલે, ઈચ્છતાવેંત જ તમે મારા સર્વોચ્ચ-સ્વરૂપ 'વર્તમાન'થી ભટકી ગયા. અને તમારા આ કોમ્પ્લિકેશને એટલે કે વીતેલા ભૂતકાળ અને આશાઓથી ભરેલા કાલ્પનિક ભવિષ્યએ મારા સ્તર પર છાપ ઉપસાવવી શરૂ કરી દીધી. અને "હું" કોણ? એ હું તમને પહેલા પણ સમજાવી જ ચૂક્યો છું. હું તમારું મનરૂપી કોમ્પ્યુટર. પરંતુ હકીકતમાં કહું તો હું માત્ર સમય છું. અને સમય માત્ર વર્તમાન હોય છે. ...એટલે કે સમય અને સ્પેસનું સંપૂર્ણ મિલન, અથવા એમ કહું કે શૂન્ય. પરંતુ કેમ કે તમે દોડી પડ્યા, એટલે મારા વિકૃત સ્વરૂપ ભૂતકાળ અને ભવિષ્યમાં સપડાઈ ગયા. તમે તમારી કલ્પનાઓ, જરૂરિયાતો અને સ્મૃતિઓના બળે ભૂતકાળ અને ભવિષ્યનું નિર્માણ કરતા ગયા. અને બસ, ત્યાંથી જ તમારા જીવનમાં મારા વિકૃત સ્વરૂપોના વિસ્તારની ગાથાનો આરંભ થઈ ગયો. તમને ભૂખ લાગી, પરંતુ ભૂખ લાગતાવેંત જ ખાવાનું મળવાનું નહોતું. બસ, જે ભૂખ લાગી છે તે જાણવા અને ભૂખ લાગવા પર શું ખાવું એ સમજવામાં તમે પોતાના ભૂતકાળ અને ભવિષ્યનો વિસ્તાર કરતા ગયા. પછી એ બેચેની અને તડપને લીધે જે ભાવો ઉત્પન્ન થયા તે ઉમટતા ભાવો અને વિચારોથી મારી અંદર ડેટા સમાવવો શરૂ થઈ ગયો. અને એ હું સમજાવી જ ચૂક્યો છું કે તમારા સમયમાં કોઈ વસ્તુ આવી નથી કે મેં તરત જ તે માટે તમને સ્પેસ ઉપલબ્ધ કરાવી નથી. બસ, આ રીતથી તમારા પોતાના નંખાયેલા ડેટા અને તેના આધારે મારા દ્વારા ઉપલબ્ધ કરાવાયેલી સ્પેસના તાલમેલથી તમારું પોતાનું વિશ્વ બનતું ગયું.

હવે તમારું વિશ્વ હોય છે શું એનાથી માંડીને મારી સુક્ષ્મમાં સુક્ષ્મતમ્ કાર્યપ્રણાલી અને મારા જાણવાયોગ્ય કેટલાંય જરૂરી સ્વરૂપો વિશે હું તમને પહેલા જ બતાવી ચૂક્યો છું. તે બધુ મેં તમને પહેલા એટલા માટે બતાવ્યું હતું કે જ્યારે હું મૂળ રહસ્ય અને મૂળ ઉદ્દેશ્ય પર આવું ત્યારે તમને સાતત્યપૂર્ણ રીતે બધું બતાવી શકું, જેથી તેમાં દરેક નાની વાત વિસ્તારથી સમજાવવા માટે મારે વારંવાર આંતરા ન નાંખવા પડે. એટલે, તમારું વિશ્વ શું હોય છે તે તમે જાણો જ છો. અને એ વિશ્વમાં કોઈની કોઈપણ દખલઅંદાજી નથી, એ પણ હું તમને અનેક વખત કહી જ ચૂક્યો છું. એટલે કે બધી રીતે તમારા આ વિશ્વની સંપૂર્ણ ત્રિગુણી માયાના માલિક... એટલે કે નિર્માણ કરવાવાળા, તેને ચલાવવાવાળા અને તેનો નાશ કરવાવાળા, ત્રણેય તમે જ છો.

ચાલો, આ તો કદાચ તમે સમજી ગયા હશો. પરંતુ અહીં સમજવાલાયક સૌથી મહત્વપૂર્ણ વાત એ કે જો તમે એ અહેસાસને ભગવાન કહો છો, તો નિયમાનુસાર તમારે તમને પોતાને પણ ભગવાન માનવા પડશે. કેમ કે તે તમારી અંદર પોતાની પૂર્ણતામાં મોજૂદ જ છે. અને જો તમે ભગવાન છો તો, ભગવાન કમ સે કમ ના તો કોઈના આશરે જીવશે અને ના તો કોઈની પૂજા કરશે. આમ પણ તમે માનો કે ન માનો, પરંતુ, તમારા વિશ્વમાં તમારી ઈચ્છાની વિરુદ્ધ રતિભાર પણ દખલગીરીનો અધિકાર સ્વયં સર્વોચ્ચ-અહેસાસને પણ નથી. અને આ દ્રષ્ટિકોણથી જોઈએ તો મનુષ્ય દ્વારા કોઈને પણ પોતાનાથી વધુ શક્તિશાળી માનવું કે કોઈ વ્યક્તિ કે વાતના આશરાની તલાશમાં રહેવાથી વધુ ભ્રામક બીજુ કશું જ નથી. કેમ કે મનુષ્યને અસ્તિત્વમાં લાવવાના આ સમગ્ર ખેલમાં મનુષ્યને પોતાના સિવાય બીજા કોઈના સહારાઓ માટે ના તો સમય ઉપલબ્ધ કરાવવામાં આવ્યો છે કે ના સ્થાન.

કરાવી પણ કેવી રીતે શકાય? તમારો સમય પણ તમારા મન સ્વરૂપે તમારી પાસે છે, અને તમારું વિશ્વ પણ સ્પેસ સ્વરૂપે સંપૂર્ણપણે તમને મળેલું જ છે. અને તેને વધારવા, ટકાવવા અને નાશ કરવાની; ત્રણેય સત્તા પણ સંપૂર્ણ રીતે તમને આપી દેવાઈ છે. ...અને આ જ તો આખો ખેલ છે. જો બીજો તમારા વિશ્વમાં કંઈક કરી શકે, તો તો આ ખેલ જ ખતમ થઈ જાય. પરંતુ દુઃખની વાત તો એ કે આ બધું હોવા છતાં પણ સાચું તો એ જ છે કે મનુષ્ય પોતાના આ ઉદ્દેશ્યથી જ નહીં, બલ્કે પોતાને મળેલી પૂર્ણ સ્વતંત્રતાની સત્તાના ગૌરવથી પણ ભટકી ગયો છે. ...અને એટલા માટે આજે તે આટલો નિષ્ફળ અને દુઃખી થઈ ગયો છે. હજી વધુ સ્પષ્ટ શબ્દોમાં તેના ભટકાવનું મૂળ કારણ કહું તો તેના મૂળ એનાથી પર એવી એની પરમ શક્તિશાળી ભગવાનની કલ્પનાઓ અને પછી એમાંથી ઊભા થયેલા સહારાઓની શોધમાં જ છે. આના લીધે તે પોતાની સર્વોચ્ચ-સત્તા, એટલે કે પોતાના વિશ્વનું નિર્માણ, તેનો વિકાસ અને પોતાના વિશ્વમાંથી બિનજરૂરીને નષ્ટ કરવાની તેની ક્ષમતામાંથી એકનો પણ યોગ્ય રીતે

ઉપયોગ નથી કરી શકતો. વિચારે છે કે ભગવાન બધું ઠીક કરી દેશે. પરંતુ જ્યારે તમારા વિશ્વના તમે જ ભગવાન છો, તો બીજા કોઈ ભગવાનને તમારા વિશ્વમાં રતિભાર દખલગીરીનો અધિકાર કેવી રીતે હોઈ જ શકે? પરંતુ, આ સીધું સત્ય ન સમજવાના કારણે જ તમારી હવે એવી હાસ્યાસ્પદ સ્થિતિ થઈ ગઈ છે કે તમે જે કરી શકો એમ છો, તે નથી કરી રહ્યા, અને જેને તમે ભગવાન કહી રહ્યા છો તેને એ કરવાની સત્તા નથી.

ચાલો, આ વાતને હું હિન્દુ પુરાણની એક સુંદર વાર્તા દ્વારા સમજાવવાનો પ્રયાસ કરું છું. આ વાર્તામાં વિષ્ણુને ભગવાન બતાવાયા છે, અને વાર્તામાં તેમનો એક ભક્ત છે, 'નારદ', જે દિવસમાં હજારો વખત વેળા-કવેળા, કારણ અકારણ 'નારાયણ નારાયણ' કહીને ભગવાનનું નામ લેતો રહે છે. આ કારણે ધીરે ધીરે નારદને એ ગેરસમજ થઈ જાય છે કે આ વિશ્વમાં ભગવાનનો તેનાથી મોટો કોઈ ભક્ત જ નથી. એક દિવસ પોતાની આ ગેરસમજને પંપાળવાનાં આશયથી તે વિષ્ણુની પાસે પહોંચી જાય છે. તેમના ચરણોમાં પ્રણામ કરી અહંકારથી ગ્રસિત નારદ થોડો અકડાઈને વિષ્ણુ ભગવાનને પૂછે છે- પ્રભુ શું મારાથી મોટો પણ તમારો કોઈ ભક્ત છે?

સવાલ સાંભળતા જ વિષ્ણુ હસી પડે છે અને હસતા હસતા જ કહે છે- હજારો છે.

...નારદનો તો માનો બધો નશો જ ઉતરી જાય છે. પરંતુ પછી પોતાને આશ્વાસન આપતા વિચારે છે કે કદાચ ભગવાન મજાક કરી રહ્યા છે. એટલે તે સ્વસ્થ થતાં જ ખૂબ શાંત ભાવથી કહે છે- ભગવાન મજાક કેમ કરી રહ્યા છો?

આ બાજુ, મામલો હવામાં ઉડતો જોઈ વિષ્ણુ હવે પૂરી રીતે ગંભીર થઈ જાય છે. ...પછી એ જ ગંભીરતાથી કહે છે- હું મજાક નથી કરી રહ્યો, હકીકતમાં તારાથી મોટા હજારો-લાખો ભક્તોથી આ સંસાર ભર્યો પડ્યો છે.

હવે નારદ ગંભીર રીતે ચોંકી જાય છે. તેમના અહંકારને પણ ખૂબ ચોટ પહોંચે છે. એટલે હવે તે વિષ્ણુને નિવેદન કરતા સીધું જ કહે છે - પ્રભુ માફ કરજો, પરંતુ એમાંના એકાદને હું જોવા માંગુ છું.

વિષ્ણુએ કહ્યું- જેવી તમારી ઈચ્છા. ...બસ, તેઓ નારદની સાથે એક ખેતરની સામે ઊભા રહી જાય છે. ત્યાં એક ખેડૂત પોતાના ખેતરમાં કામ કરી રહ્યો હતો. સૂર્ય હજી માથા પર ચઢવો શરૂ જ થયો હતો. આ બન્ને યોગ્ય સ્થળે ગોઠવાઈ જઈને એ ખેડૂત પર નજર રાખવા લાગ્યા. અને ત્યાં લગભગ બપોર ચઢતા સુધી ખેડૂત ખેતી કરતો રહ્યો. નારદ ને આશ્ચર્ય એ થયું કે આટલો સમય વીતી જવા છતાં ખેડૂતે એક વાર પણ ભગવાનનું નામ નહોતું લીધું. મનોમન નારદને વિષ્ણુએ મજાક કર્યાનો અંદેશો તો થયો, પરંતુ તેમણે ચૂપચાપ તમાશો જોવાનું જ ઉચિત માન્યું.

પેલી બાજું બપોર ચઢતા જ ખેડૂતની પત્ની ભાથું લઈને આવી. હાથ વગેરે ધોઈને તેણે પત્નીની સાથે જ ભોજન ગ્રહણ કર્યું. પછી થોડીવાર આરામ કર્યો. પત્ની પાછી જતી રહી અને તે વળી પાછો કામમાં લાગી ગયો. સાંજ સુધી કામ કર્યું. અને ઘરે ગયો. નાહી ધોઈને વાળું કર્યું, બાળકોની કેટલીક જિજ્ઞાસાઓ શાંત કરી અને સૂઈ ગયો.

...સવારે પાછો ખેતરે પહોંચી ગયો. પછી તો આ નિત્યક્રમ ત્રણ દિવસ સુધી ચાલતો રહ્યો. આ ત્રણ દિવસોમાં એક વાર પણ તેણે ભગવાનનું નામ નહોતું લીધું. હવે નારદની ધીરજનો બંધ તૂટ્યો. તેમણે વિષ્ણુને કહ્યું- તમે પણ શું મજાક કરવા અને સમય બરબાદ કરવા મને અહીં લઈ આવ્યાં? આણે તો ત્રણ દિવસમાં એકવાર પણ તમને યાદ નથી કર્યા.

વિષ્ણુ બોલ્યા- તું ત્રણ દિવસની વાત કરે છે, એણે તો જન્મથી લઈને આજ સુધી મારું નામ જ નથી લીધું. હું તો બરાબર આના પર નજર રાખીને બેઠો છું. એને દુઃખો આવે છે તો પણ તે મને યાદ નથી કરતો. બસ, દુઃખ આવે ત્યારે પોતાની ભૂલો શોધવામાં લાગી જાય છે. હું પણ આશ્ચર્યચકિત છું. પોતાના માર્ગથી ભટકતો જ નથી. પોતાનું વિશ્વ બનાવવામાં લાગ્યો જ રહે છે... તો કંઈ સમજ્યા નારદ? આ જ મારો ખરો ભક્ત છે. તેને જ્ઞાન છે કે તેના વિશ્વનું નિર્માણ તેણે જ કરવાનું છે. અને પોતાના આ કર્મમાં તે દિવસ રાત વ્યસ્ત જ રહે છે. ના તો મને વ્યર્થ હેરાન કરે છે અને ના તો મારી પાસેથી વ્યર્થની આશાઓ રાખે છે. તારી જેમ કોઈ જવાબદારી ઉપાડ્યા વિના દિવસભર 'નારાયણ નારાયણ' કરતો નથી ફરતો.

સમસ્ત સૃષ્ટિનો કણે-કણ અનુભૂતિ ટાઈમ અને સ્પેસ - આ ત્રણ ચીજોથી બન્યો છે

સાચે જ ખૂબ જ સુંદર વાર્તા છે. અને તમે પણ આગળની વાત સમજવા માંગતા હોવ, અને તેનો ફાયદો ઉઠાવવા માંગતા હોવ તો આ વાત મગજમાં ઉતારી જ લેજો કે તમારા વિશ્વ-નિર્માણની પ્રક્રિયાના રસ્તામાં ન તો ટાઈમ એટલે કે મનમાં કોઈના આશરાનું કોઈ સ્થાન છે કે ન તો તમારા વિશ્વના સ્પેસમાં તેને કોઈ સ્થાન છે.

ક્રિયા અને પ્રતિક્રિયાઓના તમામ નિયમો ફિક્સ્ડ છે
તેથી તેમાં કોઈ ફેરફાર શક્ય નથી

આ સમય અને ઉર્જાની બરબાદીથી વધીને બીજું કશું જ નથી. અને ઉપરથી પોતાના પરથી ઊઠી ગયેલા વિશ્વાસ સ્વરૂપે તેના ભયાનક પરિણામો તો તમારે ભોગવવા જ પડે છે. અને સત્યને પુરાવાની શું ખોટ? તમે, તમારા સહિત તમારી ચારેબાજું નજર દોડાવો, જ્યાં એક ભગવાનની જગ્યા નથી, ત્યાં લાખો ભગવાનને લોકોએ પોતાના સમય એટલે કે મનમાં જગ્યા આપી રાખી છે. અને સ્પેસની હાલત તો પૂછો જ નહીં, મસ્જિદ, મંદિર અને ચર્ચોની તો કોઈ કમી નથી તમારી દુનિયામાં, ઉપરથી મજા તો એ કે હજારમાંથી નવસો નવ્વાણુંએ પોતાના વિશ્વનાં સમય અને સ્પેસમાં આ ભગવાનોને જગ્યા આપી રાખી છે; અને સાચું કહું તો તે જ નવસો નવ્વાણું દુઃખી છે... કેમ કે તે બધા પોતાના માર્ગથી ભટકી ગયા છે. જે માર્ગથી ભટકેલા એકલ દોકલ સફળ નજરે ચઢી રહ્યા છે તેઓ પણ અંદર મહેસૂસ કરી જ રહ્યા છે કે તેમની ક્ષમતા અનુસાર તે કશું જ નથી કરી શકતા... એટલે કે ક્ષમતાથી કમતર જીવવાનું નુકસાન તો તેમને પણ ભોગવવું જ પડી રહ્યું છે.

એટલે જ તો કહું છું અહીંયા બધું જ નિયમબદ્ધ છે. તેમાં કંઈ ફેરફાર સંભવ જ નથી. એ વિચારો કે જ્યારે તમારા વિશ્વનું તમારે જ નિર્માણ કરવાનું છે તો ભગવાન પક્ષપાત કરીને તમારા એકલાની સહાયતા માટે આવે જ શા માટે? અને જ્યારે નિયમથી તમારે તમારા

નંખાયેલા દરેક ડેટાનો અંજામ ભોગવવો જ પડે છે તો ભગવાન બચાવવા આવે પણ કેવી રીતે? આવો પક્ષપાત તમે તમારા પરિવારજનો કે મિત્રોની સાથે કરી શકો છો, ઓછામાં ઓછું જેને તમે ભગવાન માની રહ્યા છો એ તો જો તેને સત્તા હોત તો પણ આવું ન જ કરત. અને પાછું એ કેમ નથી સમજતા કે જો તે પણ તમારા જેવું કરવા પર ઉતરી આવે, તો તે ભગવાન શેનો રહે!

જો તે પણ તમારી ખુશામતમાં આવી જાય કે પૂજા કરવાની અવેજીમાં, ખોટું કામ કરવા છતાં, તમને પોતાના શરણોમાં લઈ લે, ત્યારે તો તે આમ પણ ભગવાન ન હોઈ શકે. પછી તો તે તમારી જ જેમ સૂતેલો સંસારી થઈ ગયો. મહેરબાની કરીને જ્યારે આટલો ઉંચો શબ્દ શોધ્યો છે, જ્યારે તેને આટલી ગરીમા પ્રદાન કરી છે, તો પછી પોતાને મનુષ્ય-જન્મ સુધી પહોંચાડવા બદલ એની સાથે દિવસ રાત કેવળ આભારી રહેવાનો જ નાતો કેમ નથી બાંધતા? આ શું કે પાસ થવાથી લઈને લગ્ન કરાવવા માટે પણ તેની પાસે પહોંચી જાઓ છો? એને માલિક કહો છો, અને નોકરો જેવાં કામ સોંપો છો?

છોડો! અને અત્યારે તો એ વિચારો કે ભગવાન અને તેની શક્તિઓની મનુષ્યોને જરૂરત જ કેમ ઊભી થઈ? ચોક્કસપણે જો એક વાક્યમાં કહેવામાં આવે તો બનાવાયેલા નિયમો સાથે સુમેળ ન સાધી શકવાનું આ એનું ફ્રસ્ટ્રેશન છે. કેમ કે એક તરફ તમે નિયમોમાંથી તો મુક્તિ નથી મેળવી શકતા, અને બીજી બાજુ સફળતાની ઈચ્છા પણ છોડી નથી શકતા. એટલે પોતાના ભરોસે જીવન ઘડતા તો તમને આવડતું નથી, પરંતુ છતાંય જીવન ખૂબ ઉજ્જવળ અને સફળ બનાવવાની ચાહત છૂટતી નથી. અને એનાંજ પરિણામસ્વરૂપે તમે ધ્યાન પોતાની ક્ષમતા વધારવા પર લગાવવાને બદલે સહારા શોધવામાં લગાવતા રહેતા હો છો. આવામાં તમારી પાસે પોતાનાથી સુપ્રિમ કોઈ ભગવાનની કલ્પના કરવા સિવાય ઉપાય જ શું છે? આ વાતને પૂરી સ્પષ્ટતાપૂર્વક કહું તો સફળતા, નિયમોને કોરાણે મૂકીને મેળવવાની ચાહતમાં, તમે ભગવાનની કલ્પના કરી બેઠા છો. આમ પણ સંસારમાં કોઈ વ્યક્તિ નિયમ તોડીને તમારી મદદ કરી શકે એટલો સક્ષમ તમને નજરે ચઢતો નથી, આવામાં તમારી પાસે ઈશ્વરની કલ્પના કરવા સિવાય ઉપાય પણ શું છે? જ્યારે હકીકતમાં ઈશ્વર માત્ર અહેસાસ હોઈ શકે છે, અને તે તો પોતાની પૂર્ણતામાં તમારી અંદર વિધ્યમાન છે જ. હવે જે તમારી અંદર વિધ્યમાન છે તેને તમે બહાર સમય અને સ્પેસ કેવી રીતે આપી શકો છો? ...છતાંય મનુષ્યની મૂર્ખતા એ કે સો માંથી નવ્વાણુંઓએ આપી રાખી છે.

પરંતુ વાત અહીં ક્યાં અટકે છે? જ્યારે હજારો અનુભવો છતાંય ઈશ્વર કશું જ કરી નથી શક્યો, તો તમે મારાથી મુક્તિ મેળવવા માટે પૂજાપાઠ, વિધિવિધાન અને વાસ્તુ વગેરે શોધી કાઢ્યાં. પોતાનો સમય બદલવા માટે તેમની શરણ લેતા ગયા. દોરા-ધાગાઓથી માંડીને

કોણ જાણે શું શું શોધી લાવ્યા, જેથી કોઈ રીતે તમારો સમય બદલાઈ જાય. પરંતુ હું પણ હું છું. હું કંઈ આ બધાથી બદલાતો હોઈશ? હું તમને ન જાણે કેટલીએ વાર કહી ચૂક્યો છું કે હું સ્વભાવથી જ ચંચળ, તોફાની અને ઉપદ્રવી છું. તમારી આ બધી નાદાન હરકતો ને જોઈને હું વધુ વિકરાળ સ્વરૂપ ધારણ કરી લઉં છું.

તમામ ગ્રહોનાં જીવનનો શ્રોત પાણી અને ઑક્સીજન જ હોય એ જરૂરી નથી

ચાલો, આ વાતને પણ તમને એક ખૂબ જ હળવા ઉદાહરણથી સમજાવું છું. ચાર મિત્રો હતાં. ચારેય એક જ કારખાનામાં કામ કરતા હતાં. તેમની મિત્રતા પણ ખૂબ મજબૂત હતી. દર શનિવારે ચારેયનો પીઠામાં જઈને ત્રણ જામ પીવાનો નિયમ હતો. નિયમ તો એ પણ હતો કે બધા પોત-પોતાનું બિલ ચૂકવતા હતાં. સ્વાભાવિક રીતે કોઈ એકલું આ બોજ ઉઠાવી પણ નહોતું શકતું. વર્ષો સુધી એમનો આ ક્રમ ચાલતો રહ્યો.

પણ પછી અચાનક જીંદગીએ પડખું ફેરવ્યું. એક મિત્રને તેના સંબંધીએ નોકરી કરવા લંડન બોલાવ્યાં. બે જ વર્ષમાં તેણે ત્યાં ખૂબ પ્રગતિ કરી લીધી, અને પોતાની પ્રગતિની ગાથા તે મિત્રોને નિયમિત રીતે પત્ર અને ફોન દ્વારા બતાવતો પણ રહેતો હતો. ચોક્કસપણે તેને મિત્રોની ખૂબ યાદ આવતી હતી. આખરે એક મહિનાની રજા લઈને તે પાછો પોતાને દેશ આવ્યો. સ્વાભાવિક રીતે, આવતા જ તેને મિત્રોની સાથે દારૂ પીવાની ઈચ્છા થઈ. હવે આ આનંદ માટે જ તો તે પાછો આવ્યો હતો. પરંતુ હવે જૂની જગ્યાના સ્થાન પર તેણે મિત્રોને ફાઈવ સ્ટાર હોટલના એક પબમાં વ્હિસ્કી પીવા બોલાવ્યા. મિત્રો તો ગળગળા થઈ ગયા. આટલી પ્રગતિ છતાં પણ મિત્રની તેમના પ્રત્યે ચાહત નબળી નથી પડી, ચોક્કસપણે તેમના માટે આનાથી વધુ આનંદની વાત બીજી કઈ હોવાની હતી?

બસ, બધા સમયસર ફાઈવ-સ્ટાર પબમાં પહોંચી ગયા. પેલી બાજુ લંડનથી આવેલા મિત્રે પણ ઉત્સાહના ઉમળકામાં જૂની લોકલ બ્રાન્ડ છોડીને આ વખતે ઓર્ડર પણ બ્લેક લેબલ વ્હીસ્કીનો આપ્યો. ખુશખુશાલ દોસ્તોએ ચીયર્સ કર્યું અને ચીયર્સ પણ એ વાત પર કે તેમનો મિત્ર બિલકુલ નથી બદલાયો. આવું કરતા કરતા બધાના

ત્રણ ત્રણ પેગ... એટલે કે જે એમનો નિયમિત કોટા હતો, પૂરો થઈ ગયો. પરંતુ કેમ કે મિત્ર આટલા દિવસો બાદ આવ્યો હતો એટલે તેણે બધાને વધુ એક એક પેગ પીવાની ઇચ્છા જાહેર કરી. મિત્ર પાછો આવ્યાની ખુશીમાં બધાના વધુ એક એક પેગ આવી ગયા. હવે ચીયર્સ કરતી વખતે પેલા મિત્રે કહ્યું- જોયું, હું રતિભાર પણ બદલાયો છું?

બધાએ ખુશી ખુશી ચીયર્સ કરતા કહ્યું; સાચે જ તૂ જરાયે નથી બદલાયો.

એના પર મિત્રે કહ્યું; અને હું બદલાઈ શકું પણ નહીં.

ખેર! પીવું પૂરું થયું અને બિલ આવી ગયું. બિલ આવતા જ પેલા લંડનથી આવેલા મિત્રએ પોતાના ભાગના પૈસા મુકતા કહ્યું, હું કેટલુંય કમાવી લઉં મને અહંકાર અડી પણ નથી શકતો. મને તમારા સ્વાભિમાનની ચિંતા છે એટલે જેવી રીતે પહેલા આપણે બધા પોતપોતાનું બિલ આપ્યા કરતા હતાં, આજે પણ તેવું જ થશે.

આ સાંભળતા જ મિત્રોના મોઢા ઉતરી ગયા. બધાએ એક સ્વરમાં ખૂબ હતાશા સાથે પોતપોતાનો હિસ્સો ચૂકવતા કહ્યું- સાચે જ મારા બાપ, તું જરાયે નથી બદલાયો. ...બિચારા મિત્રો, આ બિલ ચૂકવવાના ચક્કરમાં તેમની આખા મહિનાની કમાણી જતી રહી. આખો મહિનો તેમના છોકરાઓને ખાવા પીવાના વાંધા પડી ગયા.

બસ, મારો સ્વભાવ પણ થોડે ઘણે અંશે પેલા મિત્ર જેવો જ છે. તમે સહારો ચાહે ભગવાનનો શોધો કે મંદિર-મસ્જીદનો, પરિવાર-મિત્રોમાં શોધો કે બોસ પાસેથી, હું નથી બદલાવાનો. પણ ઉલ્ટાનો તેનાથી ગુસ્સે ભરાયેલ હું પોતાનું વધુ વિકરાળ સ્વરૂપ લઈને હાજર થઈ જાઉં છું. અને આ મારા ક્રોધનું જ પરિણામ છે કે વિશ્વમાં સહારો શોધવાવાળાઓને હંમેશા તેમની યોગ્યતાથી ઓછું જ મળે છે. એટલે આ વાત પોતાના મગજમાં બરાબર ઠસાવી લેજો. કેમ કે આ વાત સમજ્યા વગર આગળની વાતોનો તમે ફાયદો નહીં ઉઠાવી શકો. સાથે જ અહીં એ પણ સ્પષ્ટ કરી દઉં કે જો તમે પોતાની પરમ-સ્વતંત્રતા અને પોતાને મળેલી પરમ-સત્તાનું સન્માન કરતા, કોઈ સહારો શોધ્યા વિના પોતાના વિશ્વ-નિર્માણની સંપૂર્ણ જવાબદારી જાતે જ ઉઠાવવા માટે તૈયાર હોવ, તો જ આ બધાં રહસ્યો તમારા કામના છે. ...નહિતર તો તમારું જીવન જેમ ચાલી રહ્યું છે તેમ જ ચાલ્યા કરશે.

ખેર! આ નિર્ણય તમારો છે. અત્યારે તો ફરી એ મુખ્ય વાત પર જઈએ જ્યાંથી આ વાત પર આવ્યાં હતાં. અને ત્યાં વાત એ ચાલી રહી હતી કે તમારી જે પણ ઇચ્છા, વિચાર કે જરૂરત ઉત્પન્ન થતી જાય છે, તે મુજબ તમે તમારા મનરૂપી કોમ્પ્યુટર એટલે કે મારામાં ડેટા નાંખતા જાવ છો. અને આ બાજુ હું તરત જ નખાયેલા દરેક ડેટાના આધારે પોતાના નિયમાનુસાર વ્યવહાર કરીને તમને કાલ્પનિક સ્પેસ પ્રદાન કરતો જાઉં છું. પરંતુ આ સમગ્ર પ્રક્રિયામાં તમારી પરેશાની એ છે કે તમે ડેટા જે વિચારીને નાંખો છો, અને હું તેને

જે રૂપમાં ગ્રહણ કરીને તેની ઉપર પ્રતિક્રિયા આપું છું... આ બંનેનો કોઈ તાલમેલ નથી બેસતો. કેમ કે મારી ભાષા સર્વથા ભિન્ન છે. અને તે સમજવા માટે મેં પહેલા જ તમને વિસ્તારથી મારી દરેક પ્રતિક્રિયા વિશે બતાવ્યું જ છે. હવે જો તમે તેને સમજીને ડેટા નાખવાનું શીખી જાવ તો જ એ સંભવ છે કે આગળ ઉપર તમારે જે જોઈએ તે મુજબ તમે ડેટા નાંખી શકો. અને હું વાયદો કરું છું કે માત્ર આટલું શીખવાથી તમારું જીવન ખૂબ સરળ થઈ જશે. નહિતર અત્યારે તો એ થઈ રહ્યું છે કે તમે જે ચાહો છો તેનાથી બધું ઉંધુ તમને મળી રહ્યું છે, કેમ કે તમને યોગ્ય રીતે ડેટા નાખતા નથી આવડતું.

એટલે, એકંદરે કહેવાનો અર્થ એ કે આ નખાયેલા ડેટા અને તેનાથી પ્રાપ્ત પરિણામો વચ્ચે કોઈ તાલમેલ ન હોવાના કારણે તમારી હાર્ડ-ડિસ્ક કરપ્ટ થતી જઈ રહી છે. અને આ જ કારણે જીવન દુઃખો અને કષ્ટોથી ભરેલું લાગી રહ્યું છે. ચોક્કસપણે આમાં દરેક વસ્તુને ઉપયોગી સમજીને ડેટા નાંખતા રહેવાની તમારી આદત પણ સરખે ભાગે જવાબદાર છે જ. અને આ આદતથી કેવી રીતે બચવું એ પણ હું તમને વિસ્તારથી બતાવી જ ચૂક્યો છું. એટલે અત્યારે તો અહીંથી યાત્રાને આગળ વધારીએ છીએ. અને આગળ જતાં, સમજવાલાયક સૌથી મહત્વપૂર્ણ વાત એ કે જે પણ એકવાર અસ્તિત્વમાં આવે છે, પછી તેને મીટાવી નથી શકાતું. બહુ બહુ તો તેનું માત્ર રૂપાંતરણ થઈ શકે છે. અને બરાબર તે જ રીતે તમારા અસ્તિત્વમાં આવ્યાં પછી તમારો પણ નાશ નથી થઈ શકતો. મૃત્યુ પામવા છતાં, ન તો તમારા શરીરનો નાશ થાય છે કે ન તો તે હાર્ડ-ડિસ્કનો જે મૃત્યુ સમયે તમારાથી વિખૂટી પડી જાય છે. તમારા શરીરને ફરી કોઈ નવી માટી નવી જાતિ સાથે મળી જાય છે. અને હાર્ડ-ડિસ્કની પરિસ્થિતિના હિસાબ પ્રમાણે તેની ગતિ સેટ કરી તમને પોતાનું નવું મન એટલે કે હું પણ ફરીથી મળી જ જાઉં છું. અર્થાત્ અહેસાસ એટલે કે તમારા વાસ્તવિક 'તમે'ના સહારે ફરી એકવાર મારા અને શરીરના એક નવા રૂપમાં મિલન થઈ જાય છે. અને આ રીતે ફરીથી તમારા નવા જન્મની યાત્રા શરૂ થઈ જાય છે.

બસ, અહીં આ વાત ખાસ યાદ રાખજો કે જો તમારી હાર્ડ-ડિસ્ક ખૂબ કરપ્ટ થયેલી પડી હશે, તો તમારા નવા જન્મમાં મારા મનરૂપી કોમ્પ્યુટરની ગતિ અત્યંત ધીમી હશે. ફળસ્વરૂપ, તમે શાંત, આજ્ઞાકારી, ઓછા મસ્તીખોર, ઓછા ચંચળ બાળકના રૂપમાં જન્મ લેશો. અને જો મરતી વખતે તમારી હાર્ડ-ડિસ્ક યોગ્ય દશામાં હશે, તો તમારા મનરૂપી કોમ્પ્યુટરમાં મારી ગતિ એટલા જ પ્રમાણમાં તીવ્ર હશે. અને એના પરિણામસ્વરૂપે તમે મસ્તીખોર, ઉપદ્રવી, જિદ્દી અને કોઈનુંય ન સાંભળવાવાળા બાળકની જેમ પેદા થશો. જોકે પેદા થતી વખતે તમારી અંદર સમયની ગતિ તીવ્ર હોય કે મંદ, પરંતુ ત્યાંથીપણ તમારા જીવનની શરૂઆત યોગ્ય રીતે થઈ જાય તો ફરીથી તમારા સમયની ગતિ તીવ્ર થઈ જ શકે છે. એટલે કે દરેક નવા જન્મની સાથે તમને યોગ્ય રીતે અવસર પ્રાપ્ત થાય જ છે. કહેવાનું તાત્પર્ય એ કે સુખ અને સફળતાની દોડમાં તમે ક્યારેય પાછળ નથી પડતા. કેમ કે આગળનું બધું જ તમે આ નવા જન્મમાં કેવો ડેટા નાંખો અને કાઢો છો તેના પર નિર્ભર થઈ જાય છે. ખૂબ ઓછી ગતિનું કોમ્પ્યુટર લઈ જન્મેલ બાળક પણ સાચો ડેટા નાંખીને મારી તીવ્રથી તીવ્રતમ્ ગતિ પકડી શકે છે. ત્યાંજ બીજી બાજુ, તીવ્ર ગતિની સાથે જન્મેલ બાળક મોટું થતા થતા તેની અંદરની મારી ગતિનો સત્યાનાશ કરવા સ્વતંત્ર હોય જ છે. ...એટલે કે ગત જન્મની હાર્ડ-ડિસ્કનો માત્ર શરૂઆતમાં ફરક પડે છે. બાકી તો તમે પોતાની સમજ અને સ્વતંત્રતાથી આકાશ આંબવાની ક્ષમતા સાથે જ નવો જન્મ લો છો.

હવે ક્ષમતા લઈને જનમવાની આ વાત તો સમજમાં આવી ગઈ. હાર્ડ-ડિસ્કની સ્થિતિ ચાહે ગમે તે હોય, તે ગમે તેટલી કરપ્ટ કેમ ન થયેલી હોય, પરંતુ તેનાથી બચી નીકળવાના ઉપાય છે, આ વાત પણ સમજમાં આવી ગઈ. તે માટે હાર્ડ-ડિસ્કને પુનઃ હળવી કરવી પડશે એ પણ સમજમાં આવી ગયું. પરંતુ એ માર્ગ ઉપર ચાલતા જવાનો કોઈ 'એક' સીધો ઉપાય નથી કે જેનાથી અમે જીવનને સીધેસીધું સુખ અને સફળતાના માર્ગ પર લાવી શકીએ?

બિલકુલ છે. હું જેટલો કૉમ્પ્લિકેટેડ છું એટલો જ સરળ પણ છું. જેટલો શેતાન છું તેટલો જ કરૂણાથી ભરેલો પણ છું. એટલે તમને એક સીધો અને સરળ ઉપાય પણ બતાવી દઉં છું. પરંતુ તે ચર્ચા છેડતા પૂર્વે, હું તમને એકવાર ફરી તમારા જીવનનો મૂળ ઉદ્દેશ્ય યાદ કરાવવા માંગુ છું. તમારા જીવનનો મૂળ ઉદ્દેશ્ય છે ફરી તે જ અહેસાસમાં લીન થઈ જવું, જ્યાંથી તમે અસ્તિત્વમાં આવ્યાં છો. અને તે તમે ત્યારે થઈ શકશો, જ્યારે તમે માત્ર એક અહેસાસ રૂપે જ રહી જાઓ. કેમ કે અહેસાસમાં અહેસાસ સિવાયનું કંઈ લીન નથી થઈ શકતું.

તો હવે પ્રશ્ન એ છે કે તમે માત્ર અહેસાસ કેવી રીતે થશો? તો ચોક્કસપણે પોતાના સમય અને સ્પેસને શૂન્ય કરીને. એટલે કે મૂળ ઉદ્દેશ્યની પ્રાપ્તિ માટે તમારે વાસ્તવમાં તમારા

સમય અને સ્પેસને ઘટાડવા પડશે, જ્યારે તેનાથી વિપરીત તમે સતત પોતાના સમય અને સ્પેસને ફેલાવીને પોતાનું વિશ્વ વધારતા જઈ રહ્યા છો. અર્થાત્ તમે દિશા જ ખોટી પકડી છે. કહેવાનો મતલબ એ કે તમારે સમયમાં પાછળ જવાનું છે, અને હરદમ તમે આગળ જવાનું વિચારી રહ્યા છો. અને ખૂબ જ સાફ શબ્દોમાં સમજી લો કે આજે તમારા વિશ્વની જે કંઈ પણ હાલત છે, તે માત્ર અને માત્ર અહેસાસથી ઉલ્ટી દિશામાં જવાના કારણે છે. કેમ કે તમારા જીવનની બધી શક્તિનો સ્ત્રોત તો અહેસાસ છે. તમે પ્રકૃતિની તમામ વસ્તુથી અલગ અને મહત્વપૂર્ણ છો જ, એટલા માટે કે અહેસાસ તમારામાં પૂર્ણતાની સાથે મોજૂદ છે. છતાંય તમે અવળો માર્ગ પકડશો તો તેનું નુકસાન તો ભોગવવું જ પડશે. ...તમારે મનના સ્તર પર યાત્રા પાછળ કરવાની હતી, એટલે કે તમારી હાર્ડ-ડિસ્ક ખાલી કરવાની હતી, જ્યારે તમે વ્યર્થની દોડધામ મચાવીને વાટ આગળની પકડી છે.

જોકે તમે પણ શું કરો? શિક્ષણ પણ તમને આગળ વધવાનું જ આપવામાં આવે છે, અને તમારી સમજમાં વાતો પણ એ જ આવે છે. એટલું જ કેમ, રુચિકર અને હિતકારી પણ તે જ દેખાય છે. પરંતુ આ બધી તમારી બુદ્ધિની ભાષા છે, જેને વિચારવા, એનાલીસિસ કરવા કે પસંદગી કરવા સિવાયની કોઈ સત્તા નથી. ...જ્યારે કાર્યોના પરિણામ મારે, એટલે કે તમારા મનને લાવવાના છે. અને ત્યાં પરિણામ અહેસાસની નજીક જવા એટલે કે પાછળ જવાના પ્રયાસથી જ આવી શકે છે. કેમ કે જીવનને વધારવાવાળી બધી શક્તિઓનો સ્રોત અહેસાસની નજીક જ ઉપલબ્ધ છે. ખુલીને કહું તો ધ્યાન, આત્મવિશ્વાસ, દૂરદ્રષ્ટિથી લઈને ક્રિએટીવિટી સુધીના તમામ ગુણો ત્યાંજ મોજૂદ છે. સાથે જ આનંદ માણવાની ક્ષમતા પણ અહેસાસનાં મારા મનરૂપી સ્વરૂપોમાં જ મોજૂદ છે. આનું સવિસ્તાર વર્ણન "હું મન છું" નામક પુસ્તકમાં કરી જ ચૂક્યો છું. જરા બાળકોને જોઈ લો. તેઓ અહેસાસની નજીક પેદા થાય. અર્થાત્ તેમના બધા શક્તિશાળી મન સક્રિય હોય છે. આ જ કારણ છે કે તેમની પાસે ધન, ધર્મ કે શિક્ષણ ન હોવા છતાં, તમે તેમને અપવાદ વગર આનંદ, શાંતિ અને મસ્તીમાં જ પામશો. એટલું જ નહીં, તેમને તમે જીવન-ઉત્કર્ષ કરનારા તમામ ગુણો જેવા કે કોન્સન્ટ્રેશન, ઉત્સાહ, દ્રઢતા, ક્રિએટિવિટીથી સભર પામશો. અને આ બધા વગર જીવન આગળ વધી જ નથી શકતું, એ તમે જાણો જ છો. એટલે તમારે તમારા જીવનનું કેન્દ્ર તો બુદ્ધિને બદલે અહેસાસની નજીક લાવવું જ રહ્યું. અને તે પાછળ જવાથી જ સંભવ છે. ...અને કોઈ પાછળ હટવા નથી ચાહતું. લાખમાંથી કોઈ એક પાછળ હટવા માટે તૈયાર થાય છે, અને જે પણ હટે છે, નિયમથી તે બહુ જલ્દીથી સુખી અને સફળ થઈ જાય છે. કેમ કે અહેસાસની નિકટ જવાની યાત્રાનું રહસ્ય એ છે કે તે પૂરી યાત્રા આનંદ અને સફળતાનો સ્વાદ ચાખતા ચાખતા જ પસાર થાય છે. પરંતુ અહીંયા પણ મુશ્કેલી એ છે કે તમારી બુદ્ધિની ઉલ્ટી પરિભાષાઓને

કારણે આટલી મહત્વપૂર્ણ વાતો પણ તમને તમારું જીવન પાછળ લઈ જતી જણાય છે. હશે, એકંદરે કહું તો આ પાછળ હટવાની યાત્રા પર નીકળી પડવું એજ જીવન આગળ વધારવાનો એકદમ સીધો અને સરળ ઉપાય છે.

ખેર! તમે આવી રીતે નહીં માનો. કાંઈ વાંધો નહીં, જરા ઊભા રહો, અને વિચારો કે તમે જીવનમાં આટલી દોડધામ કેમ મચાવો છો? ચોક્કસપણે આગળ વધવા માટે, સુખી અને સફળ થવા માટે. તો તમે આગળ કેવી રીતે વધશો? સ્પેસમાં કોઈ મોટું કામ કરીને... ઠીક છે, પરંતુ વિચારો કે તે થશે તો મારા દ્વારા જ. અને મારી ભાષા તો ઉંધી છે, આ તમને હું હજાર વાર સમજાવી ચૂક્યો છું. ...એટલે કે તમે સ્પેસમાં આગળ વધવા માંગો છો તો મન એટલે કે સમયમાં પાછા જાઓ, આજ તો હું તમને ક્યારનો કહી રહ્યો છું. અને સમયમાં પાછળ જવાનો મતલબ છે પોતાનો ડેટા ખાલી કરતા જાઓ, ડેટા ખાલી કરશો તો તમે અહેસાસ તરફ વધશો, અને આજ હું કહી રહ્યો છું કે તમારો મૂળ ઉદ્દેશ્ય પણ અહેસાસ તરફ જવાનો છે અને સ્પેસમાં સફળતા પણ એ જ માર્ગ પર સંભવ છે. એટલે કે વર્તમાન જ્ઞાન, વિચાર અને શિક્ષણમાંથી મુક્તિ મેળવો અને સમયમાં પાછળની યાત્રા પર નીકળી પડો. બસ, જન્મજન્માંતરના ડેટા હટાવતા જાવ, અહેસાસની નજીક આવતા જાવ, અને આ પ્રક્રિયામાં જન્મ દર જન્મ સફળતાઓના નવા શિખર સર કરતા જાવ.

સમયની વિરુદ્ધ જવાથી સમય વિકરાળ સ્વરૂપ ધારણ કરીને પાઠ ભણાવવા સામો ઉભો થાય છે

તમે કહેશો કે આ તો ખૂબ સરળ દેખાઈ રહ્યું છે. એ તો છે જ. ...કેમ કે સતત સુખી અને સફળ થતા જવું તમારો જન્મસિદ્ધ અધિકાર છે. અને તમને સુખી અને સફળ જોવા માટે જ અહેસાસ પોતાની પૂર્ણતામાં તમારી અંદર મોજૂદ છે. બસ, તેની નજીક જવાની યાત્રા પર નીકળી પડો, અને આનંદ માણો. આટલી સીધી વાતને કેમ જાતે જ કૉમ્પ્લિકેટેડ કરીને જીવન બરબાદ કરો છો?

ચાલો છોડો! આ વાતને હું સ્પેસના ઉદાહરણથી સમજાવું છું. તેનાથી તમને સમયમાં પાછળ જવાનું મહત્વ જલ્દી સમજાઈ

જશે. વિજ્ઞાનની આ અચાનક પ્રગતિનું રહસ્ય શું છે? કેમ હજારો વર્ષોમાં કોઈ પ્રગતિ ન થઈ, પરંતુ છેલ્લાં પાંચસો વર્ષોમાં અનાયાસે આટલી પ્રગતિ હાથ લાગી ગઈ? કેમ કે છેલ્લાં પાંચસો વર્ષો દરમ્યાન વિજ્ઞાને પાછળ જવાની યાત્રામાં તીવ્રતા પકડી. આગળ કેવી રીતે વધવું તેને છોડી, આ જગત અસ્તિત્વમાં કેવી રીતે અને કયા કયા કારણોથી આવ્યું, વિજ્ઞાને તે બાજુ ...એટલે કે પાછળની બાજુની યાત્રાનો આરંભ કરી દીધો. અને જેમ જેમ તે પાછળની યાત્રા કરતું ગયું, તેમ તેમ પ્રગતિની સાથે જ એકથી ચઢિયાતી એક ફોર્મ્યુલા તેના હાથમાં આવતી ગઈ. તમે આ સીધી વાત કેમ સમજતા નથી કે હવે તમારું વિશ્વ હોય કે બ્રહ્માંડ, અસ્તિત્વમાં તો સમય અને સ્પેસના કારણે જ આવ્યાં છે? તો સ્વાભાવિકરૂપે અહીંની પ્રગતિના રહસ્યો પણ એના મૌલિક સ્વરૂપ તરફ જવાથી જ પ્રાપ્ત થઈ શકે છે.

તમે જાણો જ છો કે વિજ્ઞાને સમય અને સ્પેસની રિલેટિવિટીના વિશે થોડુંક શું જાણ્યું, કે ભૌતિક વિજ્ઞાનમાં ક્રાંતિ જ આવી ગઈ. પછી તો આગળ ચાલીને વિજ્ઞાને તે જ સિદ્ધાંતના આધાર પર બિગ બેંગ થિયરીથી માંડીને ગોડ પાર્ટિકલ્સ શોધવા સુધીના પ્રયાસો કર્યા. ત્યાં સુધી કે મારા એક સ્વરૂપ બ્લેક હોલ સુધીનો આભાસ પણ તેને થયો. આ બધી કંઈ નાની મોટી સફળતાઓ નથી.

બરાબર એવી જ રીતે વિચારો કે જીવ-વિજ્ઞાનએ ક્યારે પ્રગતિ કરી? જ્યારે તેણે મનુષ્યને અસ્તિત્વમાં લાવવાવાળા ડી.એન.એ. અને જીન્સ શોધી કાઢ્યાં. તેનાથી ન માત્ર તેને મનુષ્યના જીવનસંબંધી કેટલીએ નવી જાણકારીઓ પ્રાપ્ત થઈ, પરંતુ તેના જ સહારે બીમારીઓના રહસ્યો પણ તેને હાથ લાગતા ગયાં. આ બધી અસંભવ - જેવી ઉપલબ્ધિઓ વિજ્ઞાને પાછળની તરફનો રૂખ કરીને જ મેળવી છે. ...અને તેવું જ તમારા જીવનની સાથે પણ છે. જો તમે સાચે જ તેને આગળ વધારવા માંગતા હો, તો તે પણ જીવનને પાછળની તરફ લઈ જવાની યાત્રા પર નીકળ્યા વગર સંભવ નથી.

એકંદરે આ આખી વાતનો સારાંશ કહું તો વિજ્ઞાન એટલે કે માર્ગ સ્પેસનો પસંદ કરો, કે મનનો એટલે કે માર્ગ સમયનો પસંદ કરો, અહેસાસ સુધી પાછા જવાની યાત્રા કરવી જ એક માત્ર ઉદ્દેશ્ય હોવો જોઈએ. અને પ્રગતિ પણ આ પાછા જવાની યાત્રા શરૂ કરવાથી જ સંભવ છે. એટલે, જીવનમાં વૈભવ અને આરામ વધારવા માટે સ્પેસના માધ્યમથી પાછળની તરફ જવાનું જ્ઞાન એકત્રિત કરતા જાવ, અને માનસિક ઊંચાઈઓ પ્રાપ્ત કરવા માટે સમય એટલે કે સાયકોલોજીની ભાષા પકડીને પાછળ જવાની યાત્રા પર નીકળી પડો.

ઠીક છે ચાલો, પાછળની તરફ યાત્રા કરવાનું મહત્વ સમજી ગયા. જીવનને સુખ અને સફળતાના માર્ગ પર લાવવા માટે આના સિવાય બીજો કોઈ ઉપાય નથી, એ પણ સમજી ગયા. પરંતુ આખરે આ બધુ પણ ક્યાં સુધી? કેટલા જન્મો સુધી? ...લો, પાછું ભૂલી

ગયા કે શું? તમે એ પૂછવા જઈ રહ્યા છો ને કે આ બધું કરતા કરતા પણ અમારા આ જન્મ પછી પણ જન્મ લેવાનો સિલસિલો ક્યારે રોકાશે? ...તો એ માટે એ વિચારો કે જ્યારે તમે પાછળ હટતા હટતા એક દિવસ તે મુકામ પર પહોંચી જશો જ્યાં તમારા સમય, એટલે કે મારામાં... અર્થાત્ તમારા મનરૂપી કોમ્પ્યુટરમાં એક પણ ડેટા બાકી નહીં રહી જાય. ત્યારે શું થશે? જ્યારે ડેટા જ નથી તો હું પોતે ક્યાં રહીશ? અને જ્યારે હું જ નથી રહ્યો તો તમારું સ્પેસરૂપી વિશ્વ પણ શી રીતે રહેશે? તો એવામાં શું રહી જશે તમારી પાસે? રહેશે માત્ર અહેસાસ. ...અને તે અહેસાસનું શું થશે? તે જ્યાંથી આવ્યો હતો તે જ સર્વોચ્ચ-અહેસાસમાં લીન થઈ જશે. કેમ કે જ્યારે હાર્ડ-ડિસ્ક જ નથી રહી, તો જન્મ કેવો? બસ, આ જ સમગ્ર મનુષ્ય જીવનનો ખેલ છે. અને જો આજ વાતને તમારા જીવનના પરિપ્રેક્ષ્યમાં કહું તો આ જન્મ લેવાની પ્રક્રિયામાંથી મુક્તિ મેળવવી એજ તમારા જીવનનો એક માત્ર ઉદ્દેશ છે. અને આ મુક્તિ મેળવવામાં સહાયક થવાવાળું શિક્ષણ, કે એમ કહું કે સમયમાં પાછા લઈ જનારા શિક્ષણને જ ''સાયકોલોજી'' કહે છે. અને એ જ આધાર પર બીજી બાજુ સ્પેસના માધ્યમથી પાછળ લઈ જવાવાળી પ્રક્રિયાઓને ''વિજ્ઞાન'' કહે છે. આટલી સીધી સાદી તો વાત છે, અને તમને કેટલીયે વાર અલગ અલગ રીતે આ વાતો સમજાવી પણ ચૂક્યો છું, પરંતુ પાછા તમે કન્ફ્યૂઝ થઈ જાઓ છો અને મારે ફરી નવેસરથી સમજાવવું પડે છે.

સમય જેટલો કૉમ્પ્લિકેટેડ છે એટલો જ સરળ અને કરુણાથી ભરેલો પણ છે

હશે, અત્યારે આ આખી વિવેચનામાં તમારા માટે મહત્વપૂર્ણ વાત એ છે કે વિજ્ઞાન સમયમાં પાછળ જઈને ભલે ગમે તેટલી ભૌતિક પ્રગતિ કરી લે, પરંતુ તેની આ બધી પ્રગતિ તમારા વ્યક્તિગત જીવનને અહેસાસ તરફ લઈ જવામાં અસમર્થ છે. તે માટે તો તમારે માત્ર મારા સહારે જ રહેવું પડશે. એટલે તે માટે તો તમારે તમારા સમયમાં જ પાછળ જવું પડશે. આ વાતને થોડી ગૌરવશાળી ભાષામાં કહું તો તમારા જીવનમાં મારું મહત્વ, મારું પોતાનું છે.

બીજી બાજુ, અહેસાસ સુધી પહોંચવું વિજ્ઞાનનો વિષય પણ નથી. આ તો દરેક વ્યક્તિનો પોતાનો અંગત મામલો છે. એટલે, વિજ્ઞાને તેના ક્ષેત્રમાં કરેલાં તમામ પ્રયાસોની તો મારે દિલ ખોલીને પ્રશંસા પણ કરવી જ પડશે, અને તે વખતો વખત હું કરતો પણ રહું છું. અત્યારે તો મારા બુદ્ધિશાળી મિત્રો, માત્ર એટલું સમજો કે જ્યારે બે કદમ પાછળ જવાની યાત્રા કરવાથી વિજ્ઞાન આટલી પ્રગતિ કરી શકે છે, તો પછી તમે ચાર કદમ સમયમાં પાછળ જઈને ક્યાંના-ક્યાં નથી પહોંચી શકતા? પછી શું કામ તમે જીવનમાં આગળ વધવાની આટલી દોડધામમાં લાગેલા છો?

ખેર! મને તો ખબર જ છે કે તમે આવી રીતે કોઈપણ વાત સહેલાઈથી નથી માનવાના. તો, ચાલો હું એનાથી પણ સરળ ભાષામાં તમને પાછળની તરફની યાત્રાનું મહત્વ સમજાવું છું. કેમ કે વાત જ્યાં સુધી પૂરી રીતે તમારા મગજમાં નહીં ઉતરે, તમે પાછળની યાત્રા કરવા માટે રાજી નહીં થાવ. અને તે યાત્રા પર નીકળ્યા વગર તમારો ઉદ્ધાર નહીં થાય. અને હું તમારો ઉદ્ધાર કરવા માટે જ તો તમારી સમ્મુખ પ્રગટ થયો છું.

એટલે, એ બતાવો કે જે ઘટના ઘટે છે, તે શું છે? ...નિઃસંદેહ તે પરિણામ છે. અને તમે શું કરો છો? તમે દિવસ-રાત તે પરિણામોનું એનાલિસિસ કર્યા કરો છો. બહુ થાય તો તેના પ્રભાવોની ચર્ચા કરવા લાગો છો. જ્યારે હકીકતમાં તો તમે ચાહે પરિણામ દોહરાવવા માંગતા હો કે ન માંગતા હો; પરંતુ બન્ને સ્થિતિમાં એ તો નક્કી જ છે કે તેની અસલી ચાવી તેના કારણોમાં છુપાયેલી હોય છે. અને કહેવાની જરૂર નથી કે ઘટનાના કારણની શોધનો મતલબ પાછળ જવું એ છે. એટલે કે કાન ગમે તેમ પકડો, તમારે આગળ જવું હોય તો પણ સાચો માર્ગ તો પાછળ હટીને જ પ્રાપ્ત થશે. ...નહિતર આગળ વધવાના પ્રયત્નોમાં તો બધા લાગેલા જ છે, અને બધાના હાલ પણ તમારી સામે જ છે. એટલે, એકંદરે કહું તો ભલે અહેસાસને પ્રાપ્ત કરવા કે પરમ-અહેસાસમાં લીન થવામાં તમને રસ ન હોય, તો પણ તમે જીવનમાં સફળતાના શિખરો સર કરવા તો ઈચ્છો જ છો. અને તેનો પાછળની તરફની યાત્રા પર નીકળી પડવા સિવાય બીજો કોઈ વિકલ્પ નથી. અને આશા રાખું છું કે હવે આ વાત તમારી સમજમાં બરાબર આવી ગઈ હશે. એટલે, હવે આ યાત્રા આગળ વધારીએ છીએ.

તમારા વિશ્વને વિકસાવવાની રીતો

ખેર! તમે મારા સ્વરૂપો, મારી કાર્યપ્રણાલી તથા મારા પ્રભાવો વિશે ઘણું બધું સમજી લીધું. તમે તમારા જીવનના ધ્યેયને પણ ઓળખી જ લીધું. તમે મારા વિશે અજાણ હોવાથી ઘણું બધું ભોગવી રહ્યા છો, એ પણ મગજમાં ઉતારી જ લીધું. ...હવે પ્રશ્ન એ આવે છે કે તે કયા ઉપાય છે જેના સહારે તમે તમારું જીવન સુખ અને સફળતાના રસ્તે લઈ જઈ શકો, અને પોતાના જીવનનું ધ્યેય પણ મેળવી શકો.

...તો ચોક્કસપણે તે બધા ઉપાયો પણ હું જ બતાવીશ, અને હવે આગળ હું તે વિશે જ ચર્ચા કરીશ.

હવે હું મારી બધી જૂની વાતો આટોપતા અને તે જ બધી વાતોના સહારે તમારું વિશ્વ વિકસાવવાની કેટલીક રીતો પર ચર્ચા કરું છું. ચોક્કસપણે તમારો રસ પણ તે જ રીતોને જાણવામાં હશે, જેનાથી તમારું વિશ્વ વિકસાવી શકાય. અને એ સંદર્ભમાં આજે પહેલી રીત બતાવી રહ્યો છું, તે ખૂબ જ અકસીર અને આસાન છે. અત્યાર સુધી તમે પોતાના જન્મ અને પુનર્જન્મ વિશે તો સમજી જ ચૂક્યા છો. સાથે એ પણ સમજી ચૂક્યા છો કે આજે જે યુગો વિશે કોઈ જાણતું પણ નથી એટલે કે જેનો ઈતિહાસ સુદ્ધા ઉપલબ્ધ નથી, તેમાં પણ તમે જીવી ચૂક્યા છો. આ જ શું કામ? મનુષ્યએ અહીં સુધીનો પ્રવાસ અનેક પશુ યોનિઓને પાર કરીને ખેડ્યો છે. અને આ જ કારણ છે કે તમે પ્રત્યેકમાં, પછી તે સાંપ હોય કે વીંછી, કે પછી કૂતરો હોય કે વાંદરો; આમનાંમાંથી કોઈને કોઈ ગુણ પામશો જ. એટલે કે આ એક માત્ર જન્મ કે એંશી-સો વર્ષ જ તમારી હદ નથી. ત્યાંજ તમે એ પણ સમજી ગયા હશો કે તમે તમારા વિશ્વનું નિર્માણ કરવા, તેને પાળવા-પોષવા અને તેને સમાપ્ત કરવા સુધીની, ત્રણેય સત્તા ધરાવો છો. ...અને તે પણ પૂરી સ્વતંત્રતા સાથે. આમાં કોઈ બહારની શક્તિની કોઈ દખલગીરી જ નથી. અને જ્યારે બીજાની દખલગીરી જ નથી તો જવાબદારી તમારી પોતાની થઈ. એટલે જેના જે પણ હાલ છે, તે માટે તે પોતે જવાબદાર છે. અને ૧૦૦ માંથી ૯૯ આ જવાબદારી યોગ્ય રીતે નિભાવી શક્યા નથી, એ સત્ય તમારી નજર સામે છે.

હવે સવાલ એ કે આવું કેમ? કેમ કે જીવનના ધ્યેય વિશે તો ક્યાંય કોઈ કન્ફ્યૂઝન નથી. નિર્દોષપણે દરેક જણ પોતાના વિશ્વને આનંદ અને સફળતાથી ભરી દેવા ઇચ્છે જ છે. અને આ માટે કોઈ સહેજ પણ કસર નથી છોડતું. તો પછી ગડબડ ક્યાં છે? તમે કહેશો "તમારા કારણે..." ખોટું, બિલકુલ ખોટું! તમારા જીવનને વિકસાવવા માટે હું પૂરેપૂરી રીતે તમારી સાથે છું. એટલે તમારે જે કંઇ પણ વિચારવું હોય, તો તે પોતાની ભૂલો વિશે જ વિચારવાનું છે. તમે કહેશો જુઓ ભાઈ, અમને તો સમજ નથી પડતી. સમજ પડતી હોત તો પોતાના હાથે જ અમે પોતાના વિશ્વની આ હાલત શાને કરત? એટલે તમે જ બતાવો કે ગરબડ ક્યાં છે? તમે જ સમજાવો કે આગળ કેવી રીતે વધીએ? લો, શરણાગતિ સ્વીકારી લીધી છે, તો અબઘડી બતાવું છું. ગડબડ આગળ વધવાની પદ્ધતિમાં છે. તમે વિચારો છો કે આગળ વધવાના ભરપૂર પ્રયત્ન કરીને આગળ વધી શકાય છે. અને અહીં જ હું તમારી સાથે સહમત નથી. અહીં જ આવીને તમારા આગળ વધવાના પ્રયાસો અને હું સામસામે ઊભા રહી જઈએ છીએ. જરા વિચારો, તમારી વર્તમાન સમસ્યા શું છે? તમારી સમસ્યા એ છે કે તમારામાંથી મોટાભાગના લોકોની મનરૂપી કોમ્પ્યુટરની હાર્ડ-ડિસ્ક ડેટા ઓવરલોડ થઈ જવાના કારણે કરપ્ટ થઈને પડી છે. તમારા જે કોમ્પ્યુટરના ઓપરેટર અને પ્રોગ્રામર બંને તમારે હોવું જોઈતું હતું, તેમાં એટલા બધા લોકોએ તમને પ્રભાવિત કરીને ડેટા નાંખી દીધો છે કે હવે તમારું આ કોમ્પ્યુટર તમારું વાસ્તવિક પ્રોગ્રામીંગ જ ભૂલી ચૂક્યું છે. અને હવે એવામાં તમે અહીંથી આગળ વધવાનું વિચારશો તો તેમાં વધુ ડેટા નાંખવો પડશે, અને વધુ ડેટા નાંખવાનો મતલબ હશે કોમ્પ્યુટરને વધુ કરપ્ટ કરવું, અને કોમ્પ્યુટરને વધુ કરપ્ટ કરવાનો અર્થ હશે મારી ગતિ વધુ ધીમી કરવી. અને મારી ગતિ ધીમી કરવાનો અર્થ હશે, દુઃખ અને અસફળતા વેઠવી. કહેવાનો આશય સ્પષ્ટ છે કે તમે આગળ વધવાની કોશિશ કરશો તો વધુ પાછા પડતા જશો, એ નક્કી છે.

ચાલો, આ જ વાત હું તમને વૈજ્ઞાનિક પદ્ધતિથી સમજાવું છું. જરા વિચારો કે આ જ હાલત તમારા ટેબલ પરના કોમ્પ્યુટરની થઈ ગઈ હોત, તો તમે શું કરત? ચોક્કસપણે કોમ્પ્યુટરને પાછા સુચારું રીતે ચલાવવા માટે તમે તેમાંથી ડેટા ડિલીટ કરવાનું શરૂ કરી દેત. એટલે કે તમે તેને ફરીથી પોતાના ઑરિજનલ સ્વરૂપમાં લાવવાનો પ્રયત્ન કરત. ...તો આ જ તો હું તમને કહી રહ્યો છું કે તમે ડેટા ડિલીટ કરો. ચાલો, આ તો સમજી ગયા. પણ હવે એ બતાવો કે આ ડેટા ડિલીટ કરીએ કેવી રીતે? સવાલ તો એકદમ યોગ્ય છે. તમારામાંથી કેટલાયને તો એ પણ નથી ખબર કે તેમની અંદર મારા સ્વરૂપમાં એક મનરૂપી કોમ્પ્યુટરનું સ્વરૂપ પણ પડેલું છે. અરે... એની વાત પણ છોડો, મોટા ભાગના લોકો તો બુદ્ધિ અને મનનો ભેદ સુદ્ધા નથી સમજતા. એવામાં સાચે જ પોતાના કોમ્પ્યુટરમાંથી ડેટા ડિલીટ કરવો એ તો બહુ દૂરની વાત છે.

બુદ્ધિની દરેક વાત ઉપરછલ્લી છે જ્યારે મનની પ્રત્યેક વાત ખૂબ ઊંડી હોય છે

એટલે, શરૂઆત હું મન અને બુદ્ધિનો આ ફરક સમજાવવાથી જ કરું છું. અને તેમાં સૌથી મોટો અને મહત્વપૂર્ણ ફરક એ છે કે તમારી બુદ્ધિ આ જન્મની છે. એટલે કે તમારા શરીરની સાથે જ પેદા થયેલી છે. અને આ જ કારણથી તેના વિચારોનો દાયરો પણ બહુ મોટો નથી. બહુ બહુ તો બે ચાર પેઢીઓની સોચ-સમજ. જ્યારે હું અનંતકાળથી તમારી સાથે છું. અને તમારે પણ અનંતની જ યાત્રા કરવાની છે. અને બુદ્ધિ આમાં વ્યવધાનરૂપ છે. અને તે એ રીતે કે તે સતત પોતાના સીમિત દાયરાનો ડેટા તમારા કોમ્પ્યુટરમાં નાંખતી રહે છે. અને સાચું કહું તો તેણે આનાથી જ તમારી હાર્ડ-ડિસ્કને કરપ્ટ કરી નાંખી છે. બુદ્ધિ જીવનને અનંતની દ્રષ્ટિથી જોતી જ નથી. જોકે તે જુએ પણ કેવી રીતે? તે છે જ આ જન્મની, એટલે તેનો અનુભવ પણ આ જન્મ પુરતો જ છે. આમ પણ આગળના જન્મમાં તે તમારી સાથે જવાની નથી, એટલે તે દ્રષ્ટિએ તેની વિચારસરણી પણ ખોટી નથી. તે તો પોતાના હિતની વાત જ વિચારશે. તેના માટે તો તમારો આ જન્મ "અત્યારે નહીં તો ક્યારેય નહીં" એ રીતે છે. પરંતુ આ બધા ચક્કરમાં વિચારો તો એકંદરે તમારા હાથમાં કશું જ નથી આવી રહ્યું, ઉપરથી તમારી હાર્ડ-ડિસ્ક ખરાબ થતી જાય છે એ અલગથી. એટલે કે આ જન્મ તો બગડયો જ બગડયો, સાથોસાથ આગળના જનમનો પાયો પણ ખોટો નંખાઈ રહ્યો છે. કહેવાનું તાત્પર્ય એ કે બુદ્ધિ વિચાર પકડાવી શકે છે, તમને મર્યાદાઓમાં બાંધી શકે છે, તમને જબરજસ્તીથી થોડા માર્ગો પસંદ કરાવી શકે છે, પરંતુ આગળ શું? અંતમાં તો બધું તમારી હાર્ડ-ડિસ્કના આધારે જ થવાનું છે, અને તે આ બધા ચક્કરોમાં કરપ્ટ થતી જ રહે છે.

તેથી, હાલના સંદર્ભમાં મોટામાં મોટું વિભાજન તમારા મનના કોમ્પ્યુટર અને બુદ્ધિની વિચારસરણીમાં કરું તો બંનેમાં ફરક સમયના દાયરાનો છે. જ્યાં બુદ્ધિની વિચારસરણી સો-બસો વર્ષ સુધીની સીમિત છે, જેને આપણે સ્વાર્થી વિચારસરણી કહી શકીએ; જ્યારે મન અનંત સમયને પોતાની અંદર સમાવી બેઠું છે. આ કારણે, જ્યાં બુદ્ધિ ઉતાવળમાં છે, ત્યાં મનની પાસે સમય જ સમય છે. જ્યાં બુદ્ધિ તમારા શરીરના ટોપ પર કરોડો તંતુઓવાળા કૉમ્પ્લિકેટેડ સ્વરૂપ સાથે બિરાજમાન છે, ત્યાંજ તમારું મન, એટલે કે "હું", તમારી નાભિમાં અબજો કૉમ્પ્લિકેટેડ ડેટા સાથે બિરાજમાન છું.

હવે જ્યાં પોતાની સીમિત વિચારસરણીના કારણે બુદ્ધિ વર્તમાન જન્મ વિકસાવવાનું વિચારે છે, ત્યાંજ હું તમારા સ્થાયી ઉદ્ધારનું વિચારું છું. પરંતુ કેમ કે મનુષ્યને બુદ્ધિની

તત્કાળ ફાયદો બતાવનારી વિચારસરણી વધુ માફક આવે છે, તેથી તે આ જન્મનું વિચારી વિચારીને સ્વાર્થી થતો જાય છે. અને આ સ્પષ્ટ સમજી લો કે આવી સ્વાર્થી વિચારસરણીથી તમારો ઉદ્ધાર નથી થઈ શકવાનો. અને તેની સાબિતી માટે ક્યાંય દૂર જવાની જરૂર નથી, તમારા સહિત બધાનું જીવન તમારી નજર સામે છે.

હવે પ્રશ્ન એ છે કે તમારો ઉદ્ધાર હું પણ ઇચ્છું છું અને બુદ્ધિ પણ. પરંતુ બંનેના તરીકાઓ અલગ પડી જાય છે. બુદ્ધિ જ્યાં અહેસાસથી દૂર લઈ જતા તમામ ઉપાયો અજમાવે છે, ત્યાં હું તમને અહેસાસની નિકટ લઈ જવામાં તમારી ભલાઈ સમજું છું.

ખેર, આ તો બુદ્ધિ અને મારી, જીવનને બહેતર બનાવવાવાળી વિચારસરણીનો ફરક થયો. પરંતુ ઉપરોક્ત વાતમાં સૌથી વધું મહત્વપૂર્ણ તો અહેસાસની નિકટ અને દૂર જવાનો ભેદ સમજવો તે છે. અને જો એ તમે બરાબર રીતે ન સમજ્યા હો તો હું ફરીથી બતાવી દઉં છું કે અહેસાસથી દૂર જવું એટલે હાર્ડ-ડિસ્ક ભરતા જવું, અને અહેસાસથી નિકટ જવું એટલે હાર્ડ-ડિસ્ક ખાલી કરતા જવું. અહેસાસથી દૂર જવું એટલે પોતાના વિશ્વમાં નવી નવી સ્પેસને જગ્યા આપતા જવું, જ્યારે અહેસાસની નિકટ જવું એટલે પોતાના વિશ્વમાંથી સ્પેસ ડિલીટ કરતા જવું.

અહીં એક બીજું કોમ્પ્લિકેશન પણ બરાબર સમજી લેજો. તે એ કે કોઈ પૂરી રીતે બુદ્ધિથી નથી ચાલતું. દરેક જણ મારો થોડો ઘણો સહારો પણ લે જ છે. તો એકંદરે સહુ કોઈ બુદ્ધિ અને મારી વચ્ચે ક્યાંક ઝોલા ખાતા-ખાતા નિર્ણય કરતા રહે છે. હવે જો તમારા જીવનના સુખ-ચેન અને સફળતાના નિયમની વાત કરું તો તે તમે સીધે સીધા અહેસાસની કેટલા નજીક છો... તેનું ડાયરેક્ટ્લી પ્રપોર્શનેટ છે... એટલે કે જેટલા તમે અહેસાસની નિકટ હશો, તેટલી મોટી સફળતા તમારા જીવનમાં દસ્તક દેશે. જેટલા તમે અહેસાસથી દૂર હશો, તેટલા જ તમે સામાન્ય જીવન જીવવા માટે મજબૂર હશો. બીજી મહત્વપૂર્ણ વાત એ કે અહેસાસનું કેન્દ્ર નાભિમાં છે, જ્યાં હું પણ મોજૂદ છું. જ્યારે બુદ્ધિ તમારા શરીરના ટોપ પર છે. એટલે અહેસાસની નિકટ તમે મારા સહારે જ પહોંચી શકો છો, તમારી બુદ્ધિના સહારે ક્યારેય નહીં.

અને આજ વાતને વધુ સ્પષ્ટતાથી કહું તો અહેસાસ સાથેની મારી નિકટતા જોતા, સૌ પ્રથમ તો તમારે પોતાની બુદ્ધિએ સૂઝાડેલા બધા મૂર્ખતાપૂર્ણ ઉપાયોથી પોતાને દૂર રાખવા પડશે. ...અને સાથે જ તમારે પોતાના સમયનો, એટલે કે મારો, વિસ્તાર વધારતા જવું પડશે. બુદ્ધિ લાખ તમને સો-બસો વર્ષ કે એકાદ-બે યુગનાં દાયરામાં બાંધવા ઇચ્છે, તમારે તે બધી ઝંઝટોથી મુક્ત થવું જ પડશે. વળી તમારી પાસે તમારું વિશ્વ બહેતર બનાવવાનો બીજો કોઈ ઉપાય પણ નથી. એટલે એકંદરે તે દિશામાં સૌથી નક્કર પગલું તો

તમારે એ ભરવું પડશે કે તમારે પોતાની આ જીવન યાત્રાને આ જન્મ સુધી જ સીમિત રાખવાનો ભ્રમ ભાંગવો પડશે. તમે હતાં અને રહેશો, એ વિશ્વાસ તમારે પૂરી દ્રઢતાપૂર્વક કરવો જ રહ્યો. અને એ વિશ્વાસ દ્રઢ કરવા માટે તમારે થોડું ઉંડાણમાં મારા તરફ જોવું પડશે. કેમ કે એકવાર જો તમને મારી ઉપસ્થિતિનો પાકો અહેસાસ થઈ જાય, તો આ કામ ખૂબ આસાન થઈ જશે.

હવે તમને મારી ઉપસ્થિતિ વિશે કહું તો અનેક વખતે તમને તેનો અંદાજ થયા પણ કરે છે, પણ તમે બરાબર ધ્યાન નથી આપતા. ચાલો, હું એ તરફ તમારું ધ્યાન દોરી દઉં. તમે પ્રાયઃ ગીતો તો સાંભળતા જ હશો. આજ પછી થોડું વધું ધ્યાન આપજો કે શું બધા અવાજો ગળામાંથી જ નીકળી રહ્યા છે? ના, જે તમને વધારે સ્પર્શી જતા હશે તે તમને હૃદય કે નાભિમાંથી આવતા હોય એવું લાગશે. ...અને આ જ મારી હયાતિનું પ્રમાણ છે. તમને પણ તમારા કે બીજાઓનાં દુઃખ કે ખુશી કેટલીએ વાર ઊંડા લાગતા હશે, તમે કહેતા પણ હશો કે તેનું દુઃખ તો બહુ ઉંડુ છે. ...કે તેની ખુશી ખૂબ મોટી છે. આ મોટું શું છે? અને તે તમને મોટું કેમ દેખાય છે? એટલા માટે કે તે બુદ્ધિ દ્વારા નહીં પણ મારા દ્વારા મહેસૂસ થઈ રહ્યું હોય છે, અથવા તે મારી નજીક જ ક્યાંક મહેસૂસ કરાતું હોય છે. તેવી જ રીતે કહું તો પ્રાયઃ તમે કોઈકની મદદ કરતા હોવ છો, મદદ તમે બુદ્ધિના બહેકાવામાં આવીને કરી દેતાં હો છો, અંદર અંતરમાં તે તમારો મૂળ સ્વભાવ નથી હોતો. તેથી, સહાયતા કર્યા પછી તમે એની પાસેથી હજારો આશાઓ રાખો છો, કે ઘણીવાર તો તમે સહાયતા કરીને પસ્તાવો પણ કરો છો. આ બધું બીજું કશું નથી, કહીશ, કે તમે મન વિના કે અધકચરું વિચારીને કરેલી સહાયતાના કારણે મારા દ્વારા મોકલાયેલી પ્રતિક્રિયાઓ છે.

બધું મળીને કહેવાનું તાત્પર્ય એ કે બુદ્ધિ અને મારો ફરક એ છે કે બુદ્ધિની બધી વાતો ઉપરછલ્લી હોય છે. હશે જ, કેમ કે બુદ્ધિનો જીવન પ્રત્યેનો જે દ્રષ્ટિકોણ છે તે ખૂબ સંકુચિત છે, આ જન્મનો અને બહુ થયું તો બસો પાંચસો વર્ષનો છે, બસ, જ્યારે હું ગહન અને વિશાળ છું, એટલે મારો દરેક અનુભવ પછી ભલે તે ગમે તે ભાવ બની પ્રકટ કેમ ન થઈ રહ્યો હોય, ગહન જ હશે. એટલે કે તે ક્રોધ હોય કે પ્રેમ, ચિંતા હોય કે આનંદ; બધે બધું જો મારા સ્તરે અનુભવાયું હશે, તો ગહન જ હશે.

અને મારી ઉપસ્થિતિનું સૌથી મોટું પ્રમાણ આપું તો બુદ્ધિ લાખ વાર નક્કી કરી લે છે કે હવે ગુસ્સો નથી કરવો, તો પછી આ ગુસ્સો આવે છે ક્યાંથી? જો તે બુદ્ધિના જ વશમાં હોય તો ક્યારેય ન આવત. પરંતુ જ્યારે તે મારા દ્વારા મોકલાયેલ હોય, તો બુદ્ધિનું શું ગજું? એટલે પહેલા તમે હર હાલમાં મને અને બુદ્ધિને અલગ અલગ ઓળખી લો. અને એક વાર આ તફાવત સમજમાં આવી જાય એ પછી બુદ્ધિ દ્વારા નાંખવામાં આવેલ ડેટાની વ્યર્થતા

પણ સમજી લો. બસ, પછી બુદ્ધિએ તમારા વિશ્વમાં દુનિયાભરની જે નાહકની જાણકારીઓ અને વ્યર્થનાં સંબંધો અંગે જે ગંભીરતાઓ ઠાંસી રાખી છે તેનાથી છૂટકારો મેળવવાનું શરૂ કરી દો.

જો હજી પણ વાત પૂરી રીતે ન સમજ્યા હો તો, એક નવી જ રીતે સમજાવવાની કોશિશ કરું છું. એ સમજો કે એકંદરે તમે જીવનમાં ઈચ્છો છો શું? એ જ ને કે જીવનમાં તમે આનંદ અને સફળતાના નવા નવા આયામ સર કરતા જાઓ. તો હું પણ એ જ ઈચ્છું છું. અને એ હેતુ માટે પોતાની પૂરી કાર્યપ્રણાલી તમને સમજાવી રહ્યો છું. તો સીધેસીધું સમજતા કેમ નથી કે જીવનમાં સફળતા મેળવવા માટે તમારે કરવાનું શું છે? ચોક્કસપણે તમારે પોતાની કરપ્ટ થયેલી હાર્ડ-ડિસ્કને ફરીથી સક્રિય કરવાની છે. અને તે સક્રિય કેવી રીતે થશે? સ્વાભાવિક રીતે, ડેટા ડિલીટ કરીને. એટલે સૌથી પહેલા એ ડેટા પર ધ્યાન આપો જે તમારી બુદ્ધિએ તમારા કોમ્પ્યુટરમાં નાંખી રાખ્યા છે. અને આ વિષયમાં થોડું જ ધ્યાન આપવાથી તમને સમજાય જશે કે તમારી બુદ્ધિએ હજારો નાહકની જાણકારીઓ એકત્રિત કરી રાખી છે. એટલે સૌ પ્રથમ તમે પોતાની હાલની જરૂરિયાતો સમજો અને જે હાલમાં કામની નથી તેને અનાવશ્યક જ જાણો. અને આ અનાવશ્યક જાણવું પણ એક કળા છે. જેટલા ઊંડાણથી તમે તે જાણકારીઓને અનાવશ્યક માનશો, તેટલો તે નકામી ઈચ્છાઓ અને સ્મૃતિઓનો ડેટા તમારી હાર્ડ-ડિસ્કમાંથી ડિલીટ થતો જશે. પછી તે ડેટા ભલે બુદ્ધિએ સંગ્રહિત કરી રાખ્યો હોય કે મનએ. અને અહીં એ તો નક્કી કરી જ લેજો કે નવો અનાવશ્યક ડેટા તો નાંખવો જ નથી. જો સ્વિટ્ઝર્લેન્ડ જવાની ત્રેવડ જ નથી તો ત્યાંના હવામાન વિશે પૂછપરછ કરવી જ શા માટે?

મન નાભિમાં અબજો જટિલ ડેટા સાથે સ્થિત છે

બીજી વાત, બુદ્ધિએ જે તમારું વિશ્વ બનાવ્યું છે, અને તે વિશ્વમાં જે તમામ સંબંધીઓ અને મિત્રોને ઘૂસાડ્યા છે, તેમને બહાર કાઢો. બહાર કાઢવાનો અર્થ એ નથી કે તેમની સાથે સંબંધ તોડી નાખો. ના...બહાર કાઢો, અર્થાત્ તે તમારા વિશ્વનો હિસ્સો છે, એવું ન માનો. તમારું જીવન અલગ, તેમનું અલગ. તમારું પોતાનું વિશ્વ,

એમનું પોતાનું વિશ્વ. તેમની સાથે વાતો કરો, ખેલો-કૂદો, તેમના દુઃખો દૂર કરી શકતા હો તો સત્વરે કરો, તેમના પ્રત્યે તમારા કર્તવ્યો પણ નિભાવો, પરંતુ તેમની સાથે લગાવ ન રાખો. એવું નહીં કે તમે તેમના દુઃખ દૂર નથી કરી શકતા તો તમે પણ દુઃખી થઈ જાવ. તેમનું હસવું તમારું જીવન બની જાય, એવું નહીં. તમારી બુદ્ધિએ તો દરેક જન્મમાં આવા પાંચ-પચાસ વ્યક્તિઓને તમારા વિશ્વમાં ઘૂસાડયા જ છે. અને દરેક જન્મમાં આ સંબંધોના લગાવને કારણે, ના તો તમે સંબંધોની મજા માણી શક્યા છો અને ના તો તમે તેમને યોગ્ય રીતે કામ પણ આવી શક્યા છો. અને પછી પોતાના હશે, તો અપેક્ષાઓ જાગશે જ. અને પછી તે જાગેલી અપેક્ષાઓને કારણે રોજના હજાર ઝમેલા ઊભા થશે. ના બાબા ના, જે દસ વીસ વર્ષ બાદ હંમેશને માટે તમારા વિશ્વમાંથી વિદાઈ લેવાના જ છે તો તે તમારા હંમેશા રહેનારા વિશ્વનો ભાગ કેવી રીતે બની શકે? આમ પણ તમારા કર્તવ્ય-કર્મમાં પોતાનું વિશ્વ સંભાળવું અને બીજાના કર્તવ્ય કે કર્મમાં તેનું વિશ્વ સંભાળવાનું આવે છે. એટલે, સહુ પોતપોતાનું વિશ્વ સંભાળે, તમારે શું ઝંઝટ? બસ, આ વાત જો તમે પૂરી દ્રઢતાપૂર્વક નક્કી કરી લીધી તો તમારી કરપ્ટમાં કરપ્ટ હાર્ડ-ડિસ્ક પણ તત્ક્ષણ કાર્ય કરવાનું શરૂ કરી દેશે. આ એક નિશ્ચયના કારણે તેમાંથી લાખો ડેટા ડિલીટ થઈ જશે. તે સંબંધે બંધાયેલી તમારી અપેક્ષાઓ, તેમના દુઃખ દર્દ, તેમની આકાંક્ષાઓ, તેમની કોમેન્ટ્સ, તેમના તમારા વિશેના અભિપ્રાયો. ...પછી કંઈ પણ તમને વિચલિત કરીને તમારી અંદર, મારી ગતિ ધીમી નહીં કરી શકે. અને આને કોઈ નાની સુની ઉપલબ્ધિ ન સમજતા. વિચારો તો ખરા કે જો દરેક જણ આ રીતે પોતાનું વિશ્વ બરાબર સંભાળી લે, તો શું સમગ્ર દુનિયા આબાદ ન થઈ જાય?

ખેર! એ તો થશે ત્યારે થશે. અત્યારે તો આ ડેટા ઓછો કરવાવાળી વાતને જ આગળ વધારીએ છીએ. અને આ સંદર્ભમાં, હવે વારો આવે છે બુદ્ધિ દ્વારા કરાયેલી પસંદગીઓનો. અને આ પસંદગી હજારો રીતની હોય છે. આ કારણે તમારે જ્યાં આખી 'દુનિયા' સર કરવાની સફર તય કરવાની હોય છે, ત્યાંજ તમારી બુદ્ધિ તમને નાની નાની હજાર વસ્તુઓમાં ઉલઝાવીને મૂકી દે છે. જ્યાં તમારે તે અહેસાસમાં લીન થવાનું હોય છે જે આ પૂરી દુનિયાનું સર્જન કરવાવાળો છે, ત્યાં તમારી બુદ્ધિ વાતવાતમાં તમને નાની મોટી વસ્તુઓમાં ઈન્વોલ્વ કરતી ફરે છે. જેમ કે આ ત્રીસ વ્યક્તિ મારા પોતાના. બસ, આજ મારા વિશ્વનો હિસ્સો. અને હું સમજાવી જ ચૂક્યો છું કે તેનો સીધો અર્થ, મારી ભાષામાં એ છે કે બાકીના પારકા. ...એટલે વિશ્વની કરોડોની આબાદીને તમે ઠુકરાવી દીધી. પછી... હું ખ્રિસ્તી. એટલે બાકીના ધર્મ તમે ઠુકરાવી દીધા. આવું કેમ? અરે, ખ્રિસ્તી ધર્મ તો હજી એકવીસ-સો વર્ષ જૂનો છે. એ વિચારો કે શું તે નહોતો તો દુનિયા નહોતી ચાલતી? તેવી જ રીતે જ્યારે હિન્દુ, બૌદ્ધ કે ઈસ્લામ ધર્મ નહોતાં તો શું આસમાન તૂટી પડ્યું હતું? ...બેકારની વાતો કરો

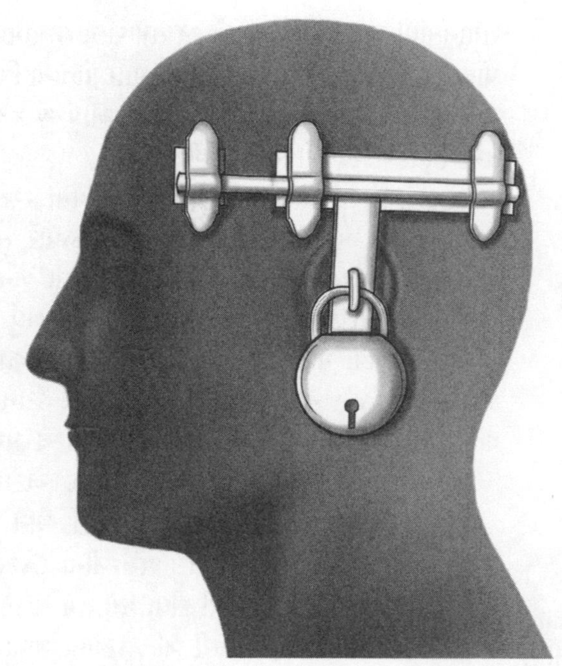

બુદ્ધિ કેમ કે આ જન્મની જ છે
એટલે એક પરિસીમાની બહાર એ વિચારી પણ નથી શકતી

છો. શું ત્યારે પણ તમે કોઈને કોઈ સ્વરૂપે મોજૂદ નહોતાં? તો અચાનક આ ખ્રિસ્તી કેવી રીતે થઈ ગયા? ...પછી આગલા જનમમાં હિન્દુ થઈ જશો. ...આ બધું ક્યાં સુધી? ના, ન પસંદગી, ન વિભાજન. આ વાત તમારા મગજમાં સારી રીતે ઠસાવી લો કે જે દસ-વીસ વર્ષમાં વિખૂટા પડવાના જ હોય, તે તમારા ક્યારેય નથી થઈ શકવાના. બરાબર એવી જ રીતે બુદ્ધિએ બીજી પણ આવી જે નકામી પસંદગીઓ કરી રાખી છે, અને એના લીધે બીજાઓ સાથે જે મન-દુઃખ ઊભા થયા છે, મહેરબાની કરીને તે બધો ડેટા સમજદારીપૂર્વક ડિલીટ કરી દો. જેથી ટોપી અલગ, ખાવાનું અલગ, આ બધુ શું માંડ્યું છે? બુદ્ધિની આ પસંદગી કરવાની આદતને કારણે, આખું બ્રહ્માંડ તો છોડો, હવે તો પૃથ્વીનો એક ટકા હિસ્સો પણ તમારા માટે નથી રહ્યો. હવે આ તમારું કેવું વિશ્વ બનાવી નાંખ્યું છે એણે? ...જે ન તો તમારું છે કે ન તો બધાનું છે. જો તમે સ્પેસની પદ્ધતિથી તમારું વિશ્વ બનાવવા માંગો છો તો બધાને

સમાનતાથી અપનાવી લો. અને જો તમે સાચે જ સમયની પદ્ધતિથી પોતાનું વિશ્વ બનાવવા ઇચ્છતા હો તો માત્ર પોતાના વિશ્વમાં જ લીન રહો. બંને રસ્તા સાચા છે, અને હું વચન આપું છું કે બંને સ્થિતિમાં તમારી હાર્ડ-ડિસ્ક ઓવરલોડ નહીં થાય.

ખેર, હું તો સમય છું, અને સમયના રસ્તે જ જવાની વાત કરું, તો આ સંદર્ભમાં એ વિચારો કે જ્યારે તમારા સિવાય કોઈ તમારું છે જ નહીં, તો અંદર ડેટાના નામે બનશે શું? એથી વિપરીત વિચારો કે જો બધા જ તમારા છે અને બધું તમારું જ છે, તો પણ નાંખવા માટે ડેટા લાવશો ક્યાંથી? પરંતુ જો પસંદગી છે, કંઈક છે અને કંઈક નથી. ત્યારે તો તમારી અંદર ડેટાનો ભંડાર ભેગો થતો જશે. પણ અત્યારે કેમ કે વાત મારી, એટલે સમયના માર્ગથી અહેસાસ સુધી પહોંચવાની ચાલી રહી છે, એટલે તમે તમારા વિશ્વમાં પસંદગીઓનો ડેટા નાંખો જ નહીં. અને જો તમે મારી વાત સમજીને, તમારા દ્વારા પસંદગીનાં ઉદ્દેશ્યથી નંખાયેલા તમામ ડેટા ડિલીટ કરી દીધા, તો તમે ચકિત રહી જશો કે તમારા જીવનમાં મારી ગતિ કેટલાય ગણી તત્ક્ષણ વધી જશે. અને મારી ગતિ તીવ્ર થવાનો અર્થ તો હવે તમને અલગથી સમજાવવાની જરૂરત જ નથી.

મનુષ્યની બુદ્ધિ આ જન્મની છે જ્યારે કે તેનું મન જન્મ-જન્માંતરથી છે

એટલે, એકંદરે કહેવાનું તાત્પર્ય એ કે જે કંઈ પણ તમે તમારા વિશ્વમાં એવું સમાવ્યું છે કે જે તમારા મૃત્યુ પછી વિખૂટું પડવાનું છે, તેની સાથે તમે વધુ મોહ જ ન રાખો. અને એની સૂચિ ગણાવું તો એમાં તમારા તમામ સંબંધીઓ તથા તમારી તમામ પસંદગી જ નહીં, પરંતુ તમારા શરીર અને બુદ્ધિ પણ તેમાં સામેલ થઈ જ જાય છે. કેમ કે તમારા મૃત્યુ બાદ તે બંને પણ તમારાથી વિખૂટા પડી જ જવાના છે. એટલે, ન તો પોતાની બુદ્ધિનું વધારે સાંભળો, કે ન તો શરીરના કારણે કોઈ કામ અટકવા દો. હેલન કેલરથી લઈને સ્ટીફન હોકીન્સ સુધીના આના બધા જ ઉદાહરણો મોજૂદ છે, જેમના શરીરે તેમનો બિલકુલ સાથ નથી આપ્યો, પરંતુ પોતાના સ્થાયી સાથી, એટલે કે પોતાના મનનાં સથવારે તેમણે ઇતિહાસ રચી નાંખ્યો.

એટલે, જો અત્યારસુધી કહેલી વાતોનો સારાંશ કહું તો તમે તમારા અનંત સમયની શરણમાં જાઓ. તેનો સીધો અર્થ એ કે તમે તમારું જીવન આ જન્મ પૂરતું માનો જ નહીં. અને જ્યારે તમે ''માત્ર આ જન્મ પૂરતા અસ્તિત્વમાં નથી''માં સ્થિર થઈ જશો તો તમારા વિચારવાની રીતમાં ખૂબ જ પાયાનો ફરક આવી જશે. પછી તમે આ જન્મ સાથે સંબંધિત તમામ ડેટા ડિલીટ કરવામાં સફળ થઈ જશો. અને આ કરતા જ, તમારી હાર્ડ-ડિસ્ક મહદ્અંશે ખાલી થઈ જશે. કહેવાની જરૂરત નથી કે એને કારણે મારી ગતિ અત્યંત તીવ્ર થઈ જશે. અને મારી તીવ્ર ગતિ તમારા જીવનને સુખ અને સફળતાના માર્ગ પર લાવી જ મૂકશે. આમ પણ તમારું બધું રોવાનું તો આ જન્મનું જ છે. ...નહિતર અનંતમાં તો આમ પણ ક્યાંય કોઈ દુઃખ નથી.

હવે જીવન સફળ બનાવવાના આગળના ઉપાય પર ચર્ચા કરું છું. અને આ સંદર્ભમાં હું તમને એક એવી મહત્વપૂર્ણ અને બુદ્ધિમત્તાથી પરિપૂર્ણ વાત બતાવવા જઈ રહ્યો છું કે કદાચ આ વાત તમારા પર જાદુ જ કરી જાય. તમારી બુદ્ધિની માયાજાળમાંથી છૂટવાનો આ એક ખૂબ જ અકસીર ઉપાય છે. અને તેનાથી પણ મોટી વાત એ કે જીવવાની રીત પણ આ જ છે, અને જીવવાની મજા પણ આમાં જ છે. જરા વિચારો, હકીકતમાં તમારા માટે સૌથી વધારે મહત્વપૂર્ણ શું છે? ...પરંતુ તમે શું કામ વિચારવાના? એટલે હું જ બતાવી દઉં છું. તમારા માટે સૌથી વધુ મહત્વપૂર્ણ તમારું 'હોવું' જ છે. અને એક તમે છો કે જે આ "એક" છોડીને પરિવાર, મિત્રો, સંબંધીઓ, ધર્મ, સમાજ, વ્યવસાય, ઘર, વસ્તુઓ, ઈજ્જત અને... કોણ જાણે કેટકેટલીએ વસ્તુઓને મહત્વ આપીને બેઠા છો!

એક ક્ષણ માટે વિચારો કે આ બધી વસ્તુઓ શું સાચે જ મહત્વપૂર્ણ છે? થોડું ધ્યાન આપવાથી જ ખબર પડી જશે કે આ બધાનું મહત્વ ત્યારે છે જ્યારે તમારા હોવાપણાંનું તેની સાથે મિલન થાય છે. આને એ રીતે સમજો કે તમે એક નવું ઘર બનાવ્યું છે, અને જેનો બગીચો તમને ખૂબ જ પસંદ છે. પરંતુ જ્યારે તમે ઑફિસે ગયા હોવ છો ત્યારે તે બગીચાનું શું? શું તે બગીચો તમારી સાથે જાય છે? ના, તમારા ઘરેથી નીકળતાની સાથે જ તે તમારો સાથ છોડી દે છે. તો પછી બતાવો, મહત્વ તમારા હોવાપણાંનું થયું કે બગીચાનું?

...આ જ સમય અને સ્પેસના મિલનની થિયરી છે, અને આ જ તેની કમાલ છે. હવે એ સમજાવવાની જરૂર નથી કે અહીં સમય તમારી હયાતિ છે, અને સ્પેસ એ કે જેની સાથે તમારી હયાતિનું મિલન થઈ રહ્યું છે. તમે થોડો વિચાર કરશો તો જોશો કે સવારથી સાંજ સુધી સ્પેસમાં પચાસો વસ્તુઓ અને વ્યક્તિઓ સાથે તમારું હળવા-મળવાનું અને છૂટા પડવાનું થાય છે. અને આ રીતે આ ક્રમ જીવનભર ચાલતો રહે છે... પરંતુ થોડું રોકાઈને એ વિચારો કે સ્પેસના આ મળવા-વિખૂટા પડવાના આખા ખેલમાં, સમયમાં માત્ર તમારી હયાતિ એટલે કે હોવાપણું રહે છે. ...એટલે કે સ્પેસમાં મળવા અને વિખૂટા પડવાના તમામ સુખ-દુઃખ તમે માત્ર પોતાના આ હોવાપણાંની સાથે ભોગવો છો. તેનાથી તમે એક પળ માટે પણ વિખૂટા પડતા નથી. કેમ કે તે જ તમે છો, અને તમારો તમારાથી વિખૂટા પડવાનો કોઈ ઉપાય નથી.

હવે પ્રશ્ન એ છે કે જ્યારે સ્પેસમાં બધા સાથે તમારું મિલન વિખૂટા પડવા માટે જ થાય છે, તો તમે તેને શું કામ પોતાનું માનો છો? સીધેસીધી રીતે જ્યારે એક વખતમાં તમને એક સમય ઉપલબ્ધ છે, તો તેમાં એક વખતમાં એક જ સ્પેસને કેમ નથી અપનાવતા? ...વાત જરા થોડી કૉમ્પ્લિકેટેડ થઈ ગઈ. તો ચાલો થોડા વિસ્તારથી સમજાવું છું. માની લો તમે સવારે ઉઠયા અને બગીચામાં લટાર મારવા નીકળ્યા. હવે જ્યારે બગીચામાં લટાર મારવા ગયા તો તમારા હોવાપણાંનું મિલન બગીચા સાથે થઈ જ ગયું. તો બસ, બગીચાનો આનંદ લો. પછી તમે નહાવા માટે ગયા, તો તે પણ પોતાનામાં એક સુખદાયી ક્રિયા છે, અને આમ પણ તે સમય પૂરતું હોવાપણાંનું મિલન તમારા બાથરૂમ અને તેના શાવર સાથે થઈ જ ગયું. તો બસ, તમે બગીચાને પૂરી રીતે ભૂલીને નહાવા સાથે પોતાના હોવાપણાંને એકાકાર કરી દો. અને આવું વસ્તુઓના સંબંધમાં જ નહીં, વ્યક્તિઓની બાબતમાં પણ રાખો. તમારા હોવાપણાંનું મિલન મિત્રો સાથે થયું તો મિત્રોના થઈ જાઓ, અને સંબંધીઓ સાથે થાય તો તેમના થઈ જાઓ. ઘેર આવો તો પરિવારજનોના થઈ જાઓ, અને સાસરીયામાં જાઓ તો સાસરીયાના થઈ જાઓ.

અને આ આદત તો તમારે નાંખવી જ પડશે. કેમ કે જેમનું તમારા હોવાપણાં સાથે મિલન નથી થઈ રહ્યું, તેમને પણ ૨૪ કલાક પોતાના હોવાપણાંમાં વેંઢારવાનો શું અર્થ? અને પછી એક-બે નહીં, હજારો વસ્તુઓ અને વ્યક્તિઓને તમે પોતાના હોવાપણાંમાં પોતાના માની રાખ્યા છે. અને આ કારણે તમારે અકારણ વિભાજિત થઈને જીવવું પડે છે. જેને મળો છો, અધૂરા મળો છો. ના મિત્રોની મજા માણી શકો છો, ના ઘરની. ના પ્રેયસીને દિલ ખોલીને મળી શકો છો કે ના ઑફિસના કામમાં તમારું મન લગાડી શકો છો. એટલે વધુ સારું એ છે કે જે વ્યક્તિ સામે હોય, પોતાના હોવાપણાંને તેની સાથે પૂર્ણપણે મેળવી

દો. જે કાર્ય સામે હોય, પોતાના હોવાપણાંને તેમાં ડૂબાડી દો. જો જો, મળવાનો તમારો આનંદ જ હજાર ગણો થઈ જશે. અને કાર્ય તો એવી રીતે પૂર્ણ થશે કે તમે જોતા જ રહી જશો. અને ઉપરથી દરેક કામ તમને પહેલા કરતા સો ગણો આનંદ આપશે, તે અલગ.

અને આમ પણ જુઓ તો આ બધી સ્પેસ જેને તમે પોતાના હોવાપણાંમાં વગર કારણે કાયમી ધોરણે વસાવી છે, તે તમારી છે જ ક્યાં? સ્પેસ તો કોઈપણ અને કેવી પણ હોય, બેવફા જ છે. જ્યારે તમે ઑફિસે જાઓ છો, ત્યારે પણ તમારું ઘર તો ત્યાંનું ત્યાંજ રહે છે. એટલું જ નહીં, જેમના જેમના હોવાપણાં સાથે તમારા ઘરનો દિવસભર સંબંધ રહે છે, તમારું ઘર તેમનું થઈ જ જાય છે. બીજું તો ઠીક, ભલે તમે આ ઘર કેટલીએ મહેનત, ચાહત અને લગનથી કેમ ના બનાવ્યું હોય, તમારા હોવાપણાંએ દુનિયામાંથી વિદાઈ લીધી નથી કે તે હંમેશા માટે કોઈ બીજાનું થઈ જાય છે. ક્યાંય તમારા હોવા ન હોવાની ઘર પર રતિભાર પણ અસર પડે છે? તો પછી તમે શું કામ ઘરની સમજદારી કરતા પણ નાસમજીભર્યો વહેવાર કરી રહ્યા છો? ક્યા આધારે તેને પોતાનું માનીને તેનો ભાર વેંઢારી રહ્યા છો? બસ, આ સીધું ગણિત કેમ નથી સમજતા કે જીવનમાં તમારા હોવાપણાંનું જે વ્યક્તિ કે વસ્તુ સાથે જેટલી વાર માટે મિલન થાય, તેટલી જ વાર માટે તે તમારી, ...બાકી જાય ખાડામાં.

અને વળી આનો બીજો ફાયદો પણ છે. આનાથી તમારી પોતાના જીવનમાં આવનારી મુસીબતોથી છૂટકારો મેળવવાની ક્ષમતા પણ અનેકગણી વધી જશે. કેમ કે એકવાર આ આદત બની ગઈ, તો સંકટમાં મૂકાતી વખતે તમારું હોવાપણું પૂરી રીતે સંકટ સાથે એકાકાર થઈ જશે. અને જ્યારે તમે આટલી દ્રઢતાથી સંકટ સાથે એકાકાર થઈ જશો, તો પછી ચોક્કસપણે એમાંથી બચી નીકળવાના હજારો સારા ઉપાય પણ શોધી જ લેશો.

અને બરાબર આવી જ રીતે તમારા કાર્યો પણ ફટાફટ અને ઉચ્ચ-કક્ષાના હશે. કેમ કે જ્યારે જે કાર્ય તમારા હાથ પર હશે, તમારું હોવાપણું તે કાર્યની સાથે એકાકાર થયેલું હશે. અર્થાત્ તમારું ધ્યાન

માત્ર તે કાર્ય પર હશે, કેમ કે તે દરમ્યાન તમારા હોવાપણાંનું કરવામાં આવી રહેલા કાર્ય સાથે પૂર્ણ મિલન થઈ જશે. એટલે કે ના માત્ર સમસ્યાઓથી છૂટવાનો, પરંતુ સફળતાની દિશામાં ડગ આગળ ધરવા માટેનો પણ આ એક અકસીર ઉપાય છે. ...અને પાછું જીવન જીવવાની પૂરી મજા પણ આ આદતને વિકસાવ્યા વગર નથી આવી શકતી.

એટલે, એકંદરે સમજવામાં આવે તો મહત્વ માત્ર તમારા હોવાપણાંનું જ છે, અને તેને જ મહત્વ આપવામાં ફાયદો પણ છે. અને સૌથી મોટી વાત તો એ કે આનાથી તમારી હાર્ડ-ડિસ્કમાં અકારણ પડેલા હજારો ડેટા આપોઆપ ડિલીટ થઈ જશે. મારી ગતિ વધશે. અને તમારો આનંદ વધશે. અને આ વધતો આનંદ તમારા જીવનને સફળ બનાવતો ચાલ્યો જશે.

મેં હમણાં તમને પાછળ જે બે ઉપાય બતાવ્યા છે, તેને હંમેશા યાદ રાખજો. તેને જેમ બને તેમ જલ્દી અમલમાં મૂકવાના પ્રયત્નો પણ કરજો. અને સાચું કહું તો તેમનું મહત્વ સમજતા ફરી એકવાર યાદ અપાવું તો, સૌથી પહેલા તો બુદ્ધિએ ફેલાવેલા આ જન્મના વિશ્વથી પોતાને અલગ કરી લેજો. અને બીજું કહું તો પોતાના હોવાપણાંનું મહત્વ જાણીને હંમેશા માત્ર તેની સાથે જ રહેજો. એટલે કે પોતાના હોવાપણાંનું જે વસ્તુ સાથે મિલન થાય, તેને જ અને તેટલા જ સમય માટે પોતાના વિશ્વનો હિસ્સો માનજો.

ચાલો, આ વાત તો અમલમાં મૂકવાનું શરૂ કરી જ દેશો. હવે આગળ હું તમારો પોતાની સર્વોચ્ચ-સત્તા સાથે મેળાપ કરાવું, જેને જાણીને કદાચ તમારા પોતાના જીવન સંબંધિત ઘણાં કન્ફ્યૂઝન પૂરી રીતે દૂર થઈ જશે. પરંતુ વાત થોડી ગહન છે, એટલે મારી આ સર્વોચ્ચ-સત્તાને ખૂબ ધ્યાનથી સમજજો, ચોંકશો નહીં. મારી સર્વોચ્ચ-સત્તા એ છે કે ક્યારે, કોણે, શું કરવાનું છે- આ બધું હું જ નિર્ધારીત કરું છું. અને મારી ઈચ્છા અનુસાર આગળ વધવામાં જ તમારી ભલાઈ છે. અને આ રીતે જોતા, તમે આને મારું "નિર્ણાયક-સ્વરૂપ" પણ કહી શકો છો. ...શું વાત કરો છો તમે? અને જો આવું છે તો પણ અમને કેવી રીતે ખબર પડે કે તમે શું ચાહી રહ્યા છો? અમે તો ક્યારેય તમને બોલતા સાંભળ્યા નથી. હવે મારા બોલવામાં અવાજ થોડો જ હોય છે કે તમે કાનથી સાંભળશો? હું અદ્રશ્ય છું, અને મારી વાત સમજવા માટે તમારે મારી અદ્રશ્ય ભાષા જ પોતાના ઉંડાણથી સમજવી પડશે.

હા, એ ચોક્કસ સ્પષ્ટ કરી દઉં કે તમારી ભલાઈ ક્યારે અને શું કરવામાં છે, તે માટે હું સીધી રીતે તમને સંકેત આપ્યા જ કરું છું. પરંતુ તમે ના તો મારા સંકેત સમજી શકો છો અને ના તો મને મહત્વ આપો છો, કેમ કે તમે બધા નિર્ણય પોતાની બુદ્ધિ પર છોડીને બેઠા છો. તમારા જીવનના બધા નિર્ણય તે જ કરતી જાય છે. હવે તેની સમજ જ શું? તેને ખબર જ શું છે? તેની પહોંચ ક્યાં સુધી છે? બે-ચાર પુસ્તકો વાંચી લીધાં, દસ-વીસ અનુભવ કરી લીધા, કે બસ... અરે! હું સૃષ્ટિમાં સૌથી પહેલા અસ્તિત્વમાં આવ્યો છું. બ્રહ્માંડ જ નહીં, મનુષ્ય જીવનના પણ બધા ઉતાર-ચડાવનો હું સાક્ષી છું. અથવા તો એમ કહું કે મનુષ્ય-જીવનના બધા ઉતાર-ચડાવો માટે એક માત્ર હું જ જવાબદાર છું, તો વધુ યોગ્ય રહેશે... તો પછી કેમ મારે બદલે બુદ્ધિનું સાંભળો છો?

તમે કહેશો, મહારાજ, અમારે શું કરવું એ તમે નક્કી કરો છો; એ તો અમને ખબર જ નહોતી. અને "ક્યારે શું કરવું" એનો ઈશારો પણ કરો છો, તે તો બિલકુલ અમારી સમજની બહાર છે. ક્યાંક તાવના કારણે અમસ્તી જ ઉંચી-ઉંચી વાતો કરવા પર તો નથી ઉતરી આવ્યાને? અરે મૂર્ખાઓ, હું તો છું જ સૌથી ઉંચો, મારે ડંફાસ મારવાની જરૂરત જ શું છે? એટલે, આ ચોક્કસ જાણજો કે તમારી ભલાઈ શેમાં છે, એ માત્ર હું જ જાણું છું. તમારી બુદ્ધિને તમારા હિતનો કોઈ અંદાજ નથી. ઉલ્ટા તેના ચક્કરમાં જ તમે પોતાનું અહિત કરતા જાઓ છો. અને આ વાતના પૂરાવાસ્વરૂપે, બધાનું જીવન તમારી નજર સામે છે. ચોક્કસપણે સો માંથી નવ્વાણું માત્ર પોતાની બુદ્ધિના ભરોસે જીવે છે, અને કહેવાની જરૂર નથી કે તેમની બુદ્ધિ ચોવીસે કલાક પોતાના હિતના ચક્કરમાં જ ચાલતી રહે છે. કામ પણ બધા જે હિતકારી લાગે, તે જ કરે છે. સંભવિત અહિતથી બચવાના પ્રયાસમાં પણ બધા લાગેલા જ રહે છે. તો પછી પરિણામસ્વરૂપે કોઈનું હિત કેમ નથી થઈ રહ્યું? અને તેનો સીધો જવાબ એ છે કે તમારી બુદ્ધિને તમારા હિત વિશે કંઇ ખબર જ ક્યાં છે? હકીકતમાં, આ તેનું કાર્યક્ષેત્ર જ નથી.

...આમ તો તમારા જીવનનું સૌથી દુઃખદ પાસું એ છે કે તમારામાંથી મોટા ભાગનાને તો મન અને બુદ્ધિ વચ્ચેના તફાવતની જ ખબર નથી. અને જે થોડાઘણાંને ખબર છે, તે પણ મનને ભાવની માયાજાળ સમજે છે, 'સમય'નું સ્વરૂપ નહીં. ખેર, મન 'સમય' છે એ તો હું તમને સમજાવી જ ચૂક્યો છું અને વચ્ચે પણ જ્યારે જ્યારે જરૂરત પડી છે, મન અને બુદ્ધિનો પાયાગત ભેદ પણ હું સમજાવતો જ રહ્યો છું. બુદ્ધિના સારા કામ છે વિચારવું, એનાલિસિસ કરવું, નિર્ણય કરવા, યાદ રાખવું અને જીવન વધુ સારું બનાવવા માટે જરૂરતોનું ભાન કરાવવું. સાથે જ શરીરને વ્યવસ્થિત રીતે ચલાવવું. ...ત્યાં બીજી બાજુ, બેકારની વસ્તુઓ યાદ રાખવી, સ્વાર્થથી નિર્ણય કરવા, વધુ વિચારવું, બિનજરૂરી એનાલિસિસ કરવું વગેરે બુદ્ધિના ગુણોનો દુરૂપયોગ છે. બુદ્ધિની સૌથી મોટી મુશ્કેલી જ એ છે કે લાખ ગુણી

હોવા છતાં, તેનો વધારે પડતો ઉપયોગ ખતરનાક થઈ જાય છે. એને એક હદથી વધારે મહત્વ દેવાથી જીવનનું સત્યનાશ કરી નાંખે છે. અને આજ પછી તમે પણ ધ્યાન આપજો કે વધારે વિચારવાવાળા કે દરેક વ્યર્થ વાત યાદ રાખવાવાળા જીવનમાં ક્યારેય કશું જ નથી કરી શકતા. અને વાત વાતમાં એનાલિસિસ કરવાવાળાઓની તો ખૂબ કફોડી સ્થિતિ થાય છે.

ચાલો, આ બધી તો સામાન્ય વાતો થઈ. અને આ સંબંધમાં હું પહેલા પણ ઘણું બધું સમજાવી જ ચૂક્યો છું. એટલે, હવે સીધી બુદ્ધિની એ ખતરનાક સત્તા તરફ ઈશારો કરું છું જેનો દુરૂપયોગે જ તમારા જીવનનું સત્યાનાશ કરી રાખ્યું છે. અને તે છે બુદ્ધિની નિર્ણય કરવાની શક્તિ. અહીં આવીને જ મનુષ્યએ સૌથી વધુ સજાગ રહેવાની આવશ્યકતા છે. કેમ કે બુદ્ધિ પોતાની નિર્ણય-ક્ષમતાથી જ મારા સ્તર પર ઉભરી રહેલા ભાવોને દબાવતી રહે છે અને તેના ખૂબ જ ગંભીર પરિણામ મનુષ્યએ ભોગવવા પડે છે. સાચું કહું તો આ જ મનુષ્યની દુર્દશાનું સૌથી મોટું કારણ પણ છે. કેમ કે બુદ્ધિ 'મન'ને કેટલું પણ દબાવે, પરંતુ કાયમી ધોરણે મનમાં ઉભરતા ભાવોને ક્યારેય નથી દબાવી શકાતા. એટલે તે હજી વધારે વિકૃત થઈને બહાર નીકળતા રહે છે. ...અને આ જ વિકૃતિ આજે મનુષ્યની સૌથી મોટી પરેશાની છે.

સમયનું એક નિર્ણાયક સ્વરૂપ પણ છે અને એ જ બધું નક્કી કરે છે

ઠીક છે, નિર્ણયની ક્ષમતા બુદ્ધિ પાસે છે, પરંતુ મારા સ્તર પર ઉપસેલા ભાવ દબાવવા એ બુદ્ધિ દ્વારા પોતાને મળેલી સત્તાનો સરેઆમ દુરૂપયોગ છે. ચાલો, આ પણ સમજી ગયા. પણ બુદ્ધિ પર લગામ કેવી રીતે લગાવીએ? આ તો ખૂબ સરળ છે, બસ, સહજ બનીને જીવતા શીખી જાઓ. સાથે જ પોતાના સ્પોન્ટેનિયસ નિર્ણય પર ભરોસો કરો. બસ, આ બે વાતો પર અમલ કરતા જ બુદ્ધિના તમામ ઈન્ટરફિઅરન્સ પર તાળા લાગી જશે.

સાથે જ બુદ્ધિની આ નિર્ણય કરવાની ક્ષમતાનું બીજું દુષ્પરિણામ બતાવું તો કેટલીએ વાર તો તમે મારા સંકેત સમજી પણ જાઓ છો, પરંતુ બુદ્ધિ પોતાની નિર્ણય-ક્ષમતાના બળે તમને તેના પર અમલ નથી કરવા દેતી. અને મારા સંકેતોની ભાષા કહું તો

ઈન્ટ્યૂશન, સ્પોન્ટેનિટી વગેરે વગેરે એમાં સામેલ હોય છે. અને તમારી સાધારણ ભાષામાં કહું તો બસ, એમ જ, કે અમસ્તુ જ, કે આ કરવાનું મન થઈ રહ્યું છે, વગેરે વગેરે. મારી આ વાતને અલગ રીતે સમજાવું તો જે કાર્યોને કરવાના તમને કારણની ખબર છે, તે બધી તમારી બુદ્ધિએ બતાવેલા માર્ગો છે. તેનાથી મોટો ફાયદો ક્યારેય નહીં થાય. પરંતુ જે કાર્ય કરવાનું કારણ ખબર નથી, કે એમ કહું કે જે કાર્ય કરવાનું એક જ કારણ છે કે મજા આવી રહી છે, તે મારા સંકેત પર થવાવાળા કાર્યો છે. અને એક દિવસ તેના ખૂબ ઉંચા પરિણામ અવશ્ય આવે છે. વિશ્વાસ નથી બેસતો, તો જાઓ અને બધા સફળ લોકોની બાયોગ્રાફી વાંચી લો. તેમની સફળતાના રહસ્યમાં કોઈ આવાં જ કાર્ય ન નીકળે તો મને કહેજો.

એકંદરે કહેવાનું તાત્પર્ય એ કે બુદ્ધિ જીવનનો એક નવો સવો શિખાઉ મિકૅનિક છે, અને હું તમારા જીવનની ગાડી જ નહીં, તેના એક એક સ્પેર પાર્ટ્સનો નિર્માતા પણ છું. એટલે બુદ્ધિની માયાજાળમાંથી નીકળીને જીવનની લગામ મને સોંપીને જ તમારું જીવન સુરક્ષિતરૂપે સફળતાના શિખરો સર કરી શકશે. નહિતર બુદ્ધિરૂપી મિકૅનિક તો વાત વાતમાં રેસ આપીને તમારા પ્લગ અને કાર્બોરેટરમાં એટલો તો કચરો ભરી નાંખશે કે ગાડી જીવનમાં ક્યારેય પણ ગેરેજમાંથી બહાર નહીં નીકળી શકે. અને ધ્યાનથી જોશો તો તમને ખબર પડી જ જશે કે મોટા ભાગના લોકોના જીવનની ગાડીઓ ગેરેજમાં જ પાર્ક થઈ ચૂકી છે. કંઈક નવું કરવા કે પોતાના ફસાયેલા જીવનમાંથી બહાર નીકળવાનો કોઈ માર્ગ તેમની પાસે બુદ્ધિએ નથી છોડ્યો.

ચાલો, આ વિષય પર આગળ બીજું કંઈ કહું તે પહેલા હું તમારા પર પડનારા બુદ્ધિના બીજા કેટલાંક મોટા પ્રભાવો વિશે ચર્ચા કરી લઉં. કેમ કે બુદ્ધિના પ્રભાવોને પૂરી રીતે સમજ્યા વગર તમે, હું શું કહેવા માંગી રહ્યો છું તે ઉંડાણપૂર્વક નહીં સમજી શકો. એટલે, સૌથી મોટી વાત તો એ કે બુદ્ધિએ તમારી સામે બધું જ તોડી મરોડીને રજૂ કરેલુ છે. અહીં એ પણ સ્પષ્ટ કરી દઉં કે તમારા મોટા ભાગના ધર્મશાસ્ત્રો અને તમારું મોટા ભાગનું શિક્ષણ પણ બુદ્ધિની જ નિપજ છે. અને બુદ્ધિ ચાહે ગમે તેની કેમ ન હોય, તે ના તો એક હદથી ઉપરનું વિચારી શકે છે અને ના તો સ્વીકારી પણ શકે છે. કેમ કે આ અબજો વર્ષોના સમયમાં તેનું અસ્તિત્વ જ સિત્તેર-ઍંશી વર્ષનું છે. તો તેની વિચારસરણી તો સંકુચિત જ રહેશે. અને પોતાની આજ સંકુચિતતાના કારણે જેની જે મરજી પડી કે જેણે જે અનુભવ્યું, બસ, તેના આધારે એ તમારા માટે શું સારું - શું ખરાબની યાદી તમને પકડાવતું ગયું. અને તમે લાચાર એવા કે તે બધાના સહારે પોતાનું જીવન વિકસાવવાની દોડમાં લાગી પડ્યા. અને તેનું શું પરિણામ આવ્યું - એ તમારી આંખ સામે છે.

હશે, આ બધામાંથી છુટકારો અપાવવા માટે જ તો હું તમારી સન્મુખ પ્રકટ થયો છું. એટલે, હવે મને એ બતાવો કે તમારા હિસાબ પ્રમાણે તમારી સૌથી મોટી સમસ્યા કઈ છે?

કોઈપણ
વાતને પહેલાથી
નક્કી કરી લેવી
સમયની વિરુદ્ધ જવાની
તૈયારી કરવા
બરાબર છે

તમે કહેશો- સંબંધો, વણસેલી પરિસ્થિતિઓ, કંઈક મનવાંચ્છિત ન થવું, વગેરે વગેરે... ના, હકીકતમાં ધ્યાન આપશો તો આ બધી તમારી સમસ્યા નથી. તમારી સમસ્યા વિપરીત પરિસ્થિતિઓમાં તમે દુઃખ, ટેન્શન, ચિંતા વગેરેના જે ભાવો સહો છો, તે છે.

હા, આ તમે બિલકુલ સાચું કહ્યું. તો હું ખોટું કહું પણ શું કામ? અને તમારી આ સમસ્યા છે, એ વર્ષોથી અનેકોએ જાણી છે. અને આ માટે અનેકોએ બેહિસાબ જ્ઞાન પણ ઝાડ્યું છે. પરંતુ પરિણામ કંઈ નથી આવ્યું... કેમ? કેમ કે તેમનામાંથી મોટા ભાગનાએ તો તમારા આ દુઃખને દૂર કરવા માટે મારાથી સમાન ભાવે ઉત્પન્ન તમામ ભાવો અને વિચારોને અલગ-અલગ સમજ્યા અને સમજાવ્યા. ...કહી દીધું, આ સદ્‌વિચાર છે, આ દુર્વિચાર છે. આ પાપ - આ પુણ્ય, આ બુદ્ધિમાની - આ બેવકૂફી, આ કરવા યોગ્ય - આ ન કરવા યોગ્ય. ત્યાં સુધી કે કર્મો અને ભાવોને પણ મનુષ્યની બુદ્ધિએ નથી છોડ્યા. અને ઉપરથી મજા એ કે જે એકની સૂચિમાં કરવા યોગ્યની સૂચિમાં સામેલ છે, તે જ બીજાની ન કરવા યોગ્યની સૂચિમાં સામેલ છે. એકના મત મુજબ જે સારું છે, તે જ બીજાના મતે ખરાબ છે. અને તમારી ખૂબી એ કે તમે બધાના મતો સાંભળી પણ લો છો, અને એટલું ઓછું હોય તેમ, પોતાના પણ કેટલાંક જુદા અભિપ્રાયો બાંધતા જાવ છો. અને પાછું એટલું જ નહીં, સમયની સાથે સાથે તે મંતવ્યોને એટલા તો દ્રઢ બનાવી લો છો કે ફરી એ જ હદમાં જીવનને બાંધીને આગળ વધવા માટે મજબૂર પણ થઈ જાઓ છો. બસ, આણે જ તમારા જીવનનું સત્યાનાશ કરી નાંખ્યું છે. એકંદરે કહું તો જીવનને બરબાદ કરવા માટે એક તમારી બુદ્ધિ ઓછી પડી રહી હતી, એટલે તમે વધારામાં હજારો માણસોએ દોડાવેલી બેકારની બુદ્ધિને પણ અપનાવી લીધી.

...જ્યારે તેનાથી વિપરીત 'હું', જેનાથી આ બ્રહ્માંડ અને મનુષ્ય જ નહીં, મનુષ્યના ભાવ અને કર્મ સુદ્ધા નિર્મિત છે; તે બધાને બરાબર રીતે અપનાવી આ દુનિયાને ચલાવી રહ્યો છું. ...એકદમ પક્ષપાત રહિત. ન મને કશું પ્રિય, ન મારે કોઈ પાપ, બધા મારાં, એટલે કે સમયના રૂપ છે. અને હું પોતાના જ રૂપોમાં ભેદભાવ કરું તો પણ કેવી રીતે? હું ભેદભાવ વાળી દુનિયા બનાવું પણ તો કેવી રીતે? અને મજા એ છે કે એક મનુષ્યને બાદ કરતા મારી બનાવેલી કોઈપણ વસ્તુ પરસ્પર ભેદભાવ નથી કરતી. સૂરજ પ્રકાશ આપી રહ્યો છે તો બધાને સરખો આપી રહ્યો છે. સારા-નરસા કે પાપી-પૂણ્યાત્મા, કે પછી હિન્દુ-મુસ્લિમનો કોઈ ભેદ સૂરજ નથી કરી રહ્યો. તે તો પહાડ, નદી, ઝાડ-પાન ને જાનવરો

સુદ્ધાનો ભેદ નથી કરતો, બધાને સમાન રીતે પ્રકાશ આપી જ રહ્યો છે. તેવી જ રીતે જો પાણી તરસ છીપાવે છે તો તે પણ વગર ભેદભાવે છીપાવે છે. તેને માણસ કે જાનવરનો કોઈ ભેદ નથી. હોઇ પણ ન શકે, જ્યારે એક મારા જ કારણે બધા અસ્તિત્વમાં છે તો એ શા માટે કોઈને પારકા-પોતાના કે સારા-નરસા સમજવા લાગે? પરંતુ મનુષ્ય પોતાને મળેલી બુદ્ધિની પૂર્ણ સ્વતંત્રતાનો પૂરેપૂરો ફાયદો તમામ જાતના ભેદભાવ ઊભા કરીને ઉઠાવી રહ્યો છે. ઉઠાવવા દો, પરિણામમાં મારો માર પણ તેને ખાવો પડી રહ્યો છે. અરે મહારાજ! માર બુદ્ધિ ક્યાં ખાય છે, માર તો અમે ખાઈ રહ્યા છીએ. તો તમે થોડું સમજો અને બુદ્ધિનો જરૂરતથી વધારે થતો ઉપયોગ રોકો.

ખેર, જો હવે તમે એ સમજી ગયા હો કે તમારી બુદ્ધિ તમને ક્યારે ક્યારે અને કેવી કેવી રીતે મરાવે છે, અને તેનાથી બચવાના ઉપાય પણ મગજમાં બરાબર ઉતારી ચૂક્યા હો, તો હું એ મહત્વપૂર્ણ વાતનો આરંભ કરું છું જેને સમજાવવા માટે જ મારે આ બધી ચર્ચા કરવી પડી હતી. જી હા, હું એ બતાવી રહ્યો હતો કે તમારું હિત કઈ વસ્તુથી સધાઈ શકે છે એ માત્ર હું જાણું છું. અને તમારા હિતની ઈચ્છાથી ભરેલો હું, તમને ક્યારે શું કરવાનું છે તેના સંકેત પણ આપું છું. અને આશા રાખું છું કે તમે બુદ્ધિના દુરૂપયોગ પર લગામ લગાવવાનું શીખીને જલ્દીથી તમે મારા સંકેતોની ભાષા સમજવામાં પણ સક્ષમ થઈ જશો.

જો એક વાર તમે મારા સંકેતોની ભાષા સમજવા લાગ્યા તો હું તમારા પર ક્યારેય આંચ નહીં આવવા દઉં. અને આંચ આવવા પણ કેવી રીતે દઉં? આંચ આપનારો જ હું છું. અને જ્યારે તમે મારું સાંભળીને ચાલી રહ્યા છો તો પછી જીવનમાં કોઈ ગડબડ નથી. પરંતુ તે માટે સૌથી પહેલા તમારે જીવનના બધા રંગો તથા પ્રકૃતિની તમામ વસ્તુઓને ભેદભાવ વગર અને પક્ષપાત વિના સમાન રીતે અપનાવીને ચાલવું પડશે. એટલે કે ફરી એકવાર કહી રહ્યો છું કે તમારે બુદ્ધિએ ફેલાવેલી મોહમાયાની જાળથી પોતાને પૂરી રીતે મુક્ત કરી દેવા પડશે. ...હવે પોતાનું જીવન વિકસાવવા માટે આટલું તો તમારે કરવું જ રહ્યું.

ખેર, આગળની ચર્ચા શરૂ કરતા પહેલા હું તમને એક બીજી રહસ્યની વાત બતાવી દઉં. જેમ કે મેં કહ્યું છે કે બધું જ ત્રિગુણી-માયાથી દ્રશ્યમાન છે, તેવી જ રીતે અહીંના કણ-કણને નષ્ટ થતા પહેલા હર પળ શું કરવું, તેના પણ ત્રણેય ડાયમેન્શન્સ નક્કી જ છે. અને એક મનુષ્યને છોડીને, કોઈ આ ત્રણેય ડાયમેન્શન્સની બહાર નથી જઈ રહ્યું. જો તમે પોતાને પણ એ ત્રણેય ડાયમેન્શન્સમાં બાંધી લો તો તમારે અલગથી શું કરવું અને શું ન કરવું, કે શું સારું અને શું ખરાબ એની સૂચિ બનાવવાની કોઈ આવશ્યકતા નહીં રહી જાય. ત્યાં સુધી કે તે જ પળે આ બધું ફાલતું-જ્ઞાન દેવાવાળાઓ કરતા તમારું જ્ઞાન ક્યાંય ઉચ્ચ અને મહાન થઈ જશે. કેમ કે તમે પોતાને ત્રિગુણી માયાના પેલા ત્રણ ડાયમેન્શન્સમાં બાંધતા જ

સાચું જ કહે છે કે સમય બળવાન તો ગધેડો પહેલવાન

દરેક પરિસ્થિતિમાં તમારે શું કરવું એ વિશે તમે તમારા મગજમાં હંમેશા સ્પષ્ટ રહેશો. હવે આ સ્પષ્ટતાથી મોટી ઉપલબ્ધિ આ મનુષ્ય જીવનમાં બીજી કઈ હોય? ખેર, તમારી તૈયારી હોય તો હું તમને તે ત્રણેય ડાયમેન્શન્સ બતાવી દઉં. ...લો મહારાજ! આ તો તમે ભાવ ખાવા લાગ્યા. અરે, અમારી સમસ્યા જ અમારું વાત વાતમાં કન્ફ્યૂઝ થઈ જવું છે. અમારે ક્યારે શું કરવું એ સમજ જ નથી પડતી. જો તે સમજાઈ જાય તો હંમેશ માટે એ અમારા હિતનું પણ હોય, તો અમે બીજું શું ઇચ્છીએ? પછી તો અમે માત્ર ખુલીને જીવવાનો આનંદ ન લઈએ?

અરે ભાઈ, હું ભાવ નથી ખાઈ રહ્યો... હું તો એ જ સમજાવવા માંગુ છું કે તમે સમય દ્વારા બાંધવામાં આવેલી હદોથી બહાર જવાની કોશિશ જ કેમ કરો છો? તમે માત્ર મારી સાથે ચાલો, પરિણામસ્વરૂપ તમામ મુસીબતોથી બચો અને જીવવાનો આનંદ માણો. ...તો ઠીક છે, જ્યારે તમે તૈયાર છો તો હું તમને એ ત્રણેય ડાયમેન્શન્સ વિશે બતાવી દઉં છું જેની હદોમાં જ તમારે દરેક વસ્તુ વિચારવાની છે અને કરવાની છે.

A) બધા મનુષ્યો અને તેમના બધા ભાવોને તથા બધાના જીવનને પક્ષપાત વિના, સમાન રીતે જોવું.

B) દ્રઢતાપૂર્વક બધાનો વિકાસ ઇચ્છવો.

C) બધાને ટકાવી રાખવાની કોશિશ કરવી, એટલે પોતાના સહિત તમામ મનુષ્યો અને વસ્તુઓને જ્યાં સુધી તમારા હાથમાં હોય, નષ્ટ થવાથી બચાવવાની ભાવના રાખવી.

બસ, આ ત્રણ વસ્તુઓ નક્કી કરી લીધી, તો પછી જીવનમાં બીજું કંઇ નક્કી કરવાની જરૂર જ નથી. કંઇ પણ કરો આ ત્રણેયનું ધ્યાન રાખીને કરો, તમે પોતાને હંમેશા મારી સાથે જ પામશો. અહીં એ પણ સ્પષ્ટ કરી દઉં કે આ નક્કી કર્યા વગર ના તો તમને મારી સર્વોચ્ચ-સત્તાનો આભાસ થશે, કે ન તમે મારો અવાજ સાંભળી શકશો, ...એટલે કે તમે મારા સંકેતોને નહીં સમજી શકો.

જોકે અહીં હું એ પણ જાણું છું કે તમે એક સાથે મારા આ ત્રણે ત્રણ ડાયમેન્શન્સ આટલી સરળતાથી નહીં અપનાવી શકો. કેમ કે તમારી બુદ્ધિ કહેશે કે તમારો વિકાસ તો બરાબર થઈ નથી રહ્યો, ઉપરથી બધાના વિકાસની પળોજણમાં પડી ગયા ત્યારે તો શેષ બચ્યા છો એ પણ ડૂબી જશો. બસ, આવી જ સ્વાર્થપૂર્ણ નિમ્ન વિચારસરણીથી બુદ્ધિ તમારી પાસે નિર્ણય કરાવતી રહે છે, અને એટલા માટે તમારા એ બધા નિર્ણય મારી ચાલ સાથે મેળ નથી ખાતા. અને તેના ફળસ્વરૂપે તમે મારી ચાલી રહેલી ચક્કીમાં પીસાઇને રહી જાઓ છો. આ વાતને હું ફેક્ટરીના ઉદાહરણથી સમજાવું, તો કોઈપણ ફેક્ટરીના ત્રણ સ્તંભ કયા હોય છે? એક ફેક્ટરીનો માલિક, એક રો મટીરિયલ સપ્લાય કરવાવાળો, અને એક તે જેને ફેક્ટરીનો માલિક પોતાનો બનાવેલો માલ વેચે છે. શું કોઈપણ એવો વ્યવસાય વધુ દિવસો સુધી ચાલી શકે કે જેમાં ત્રણેયને ફાયદો ન થઈ રહ્યો હોય?

વિચારો, જો રો મટીરિયલ સપ્લાય કરવાવાળાને ખોટ જશે તો તે સપ્લાય રોકી નહીં દે? જો ફેક્ટરીની પ્રોડક્શનની કિંમતથી સસ્તામાં માલ વેચાઈ રહ્યો હશે, તો માણસ ફેક્ટરી બંધ નહીં કરી દે? અને જો ગ્રાહક તમારા માલથી સંતુષ્ટ નહીં હોય તો તે માલ ખરીદશે ક્યાં સુધી? તેવી જ રીતે પરિવારવાળાઓ હોય કે મિત્ર, જે જ્યારે અને જેટલા છે, એ બધાનું હિત ઇચ્છ્યા વગર ના તો તમારું હિત સધાવાનું છે, અને ના આ કોઈ સંબંધ વધુ સમય ટકવાનો છે. એક સીધી વાત કેમ નથી સમજતા કે આ સમગ્ર જગત એક મારા કારણે અસ્તિત્વમાં છે, એટલે તેનું સામુહિક-હિત મારી પરમ ઇચ્છા છે. અને તમારે પણ ટકવું હોય અને વિકાસ કરવો હોય તો મારી ઇચ્છાને જ પોતાની ઇચ્છા બનાવવી પડશે. બીજો કોઈ ઉપાય નથી તમારી પાસે... તમારી સામે અહીં આ રહસ્યની બીજી વાત બતાવી દઉં કે બધાના હિતની ચાહતથી ભરાતા જ તમારા પારકા-પોતાના કે સારા-ખરાબનાં બધા ભેદ

તત્ક્ષણ છૂટી જશે. અને એકવાર આ ભેદ છૂટી ગયા તો તમે મારી સાથે એકાકાર થઈ જશો. બસ, હું તત્ક્ષણ પોતાની પૂર્ણતાથી તમારા હિતની રક્ષા કરવાનો પ્રારંભ કરી દઈશ. તમને હર પળ કઈ પરિસ્થિતિમાં શું કરવું, તે બતાવીશ. કેમ કે અહીંની દરેક પરિસ્થિતિ શું કરવું, તે પોકારી પોકારીને કહી જ રહી હોય છે, બસ, તેનો આ અવાજ સાંભળવા માટે તમારું મારી ચાલ સાથે તાલ મિલાવીને ચાલવું જરૂરી છે.

ચાલો, આ પણ સમજી ગયા. તમારા ત્રણે ડાયમેન્શન્સ અપનાવવાની કોશિશ પણ કરીશું. પરંતુ તમે ક્યારે અને કેવી રીતે શું કરવા માટે કહો છો, એ તો બતાવો? ...અમે એ પ્રમાણે જ કરી લઈશું. ચાલો, હું તો એ બતાવવાનો જ હતો, પરંતુ એ સમજી લો કે આ સાંભળવું અને સાંભળ્યા-સમજ્યા પછી અમલમાં મૂકવું પણ એટલું આસાન નથી. પરંતુ તે બધી તમારી સમસ્યા છે. હું તો મારું કર્તવ્ય નિભાવવા તમને મારા એ સ્વરૂપ વિશે બતાવું છું જે ક્યારે શું કરવું એ તરફ સંકેત કરે છે. પરંતુ આ સંકેત સમજવા માટે સૌથી પહેલા તમારે "પૂર્વ નિર્ણય" કરવાની આદતોથી બચવું પડશે. એટલે કે કંઇ પણ અને કોઈપણ બાબત તમે પહેલાથી નક્કી કરી રાખી હશે તો 'મારું અને તમારું' કમ્યુનિકેશન નહીં બેસી શકે. બીજી વાત એ કે તમારે તમામ પક્ષપાતોથી પણ મુક્ત થઈ જવું પડશે. અને આ જ બે વાતો હું તમને કોણ જાણે ક્યારનો સમજાવી રહ્યો છું. ...કેમ કે તો જ તમે ધ્યાન આપી શકશો કે આગળ વધવાનો પણ એક સમય હોય છે અને પીછેહટ કરવાનો પણ એક સમય હોય છે. અને જે પાછળ હટવાના સમયે પણ દ્રઢતાથી ઊભા રહેવા અથવા આગળ વધવાનું વિચારશે, એને મારા દ્વારા મીટાવી દેવાશે, કેમ કે હું મારા ઈશારાઓની ઉપેક્ષા સહન નથી કરતો. જોકે આ ખૂબ જ સંક્ષેપમાં મેં ખૂબ ગહન વાત કહી દીધી. એટલે આ શરૂઆતી વાતને સમજવામાં આસાન કરવા માટે હું મહાન ગેલિલિયોના ઉદાહરણનો સહારો લઉ છું.

બાઈબલમાં સ્પષ્ટ લખ્યું છે કે સૂર્ય 'પૃથ્વી'ની પ્રદક્ષિણા કરી રહ્યો છે. જો બાઈબલમાં લખ્યું છે તો કોઈ ખ્રિસ્તીએ શંકા કરવી જ ન જોઈએ. કેમ કે ક્રિશ્ચયાનિટી તો એ વાત પર જ ટકી છે કે બાઈબલમાં બધું જ સાચું લખ્યું છે. જોકે હિન્દુ શાસ્ત્રોમાં પણ આવું જ કંઇક લખ્યું છે. હવે એ સમય સુધી તો કોઈ હિંદુને પણ ક્યારેય કોઈ શંકા નહોતી થઈ, પરંતુ ગેલિલિયોના મનમાં શંકા જાગી. થોડી શોધખોળ અને થોડા પ્રયોગો પછી તેણે જોયું કે આ તો પૃથ્વી છે જે સૂર્યની પ્રદક્ષિણા કરી રહી છે. તેણે પોતાનો આ નિષ્કર્ષ બધાને બતાવ્યો. બસ, હો-હા થઈ ગઈ. ગેલિલિયો બાઈબલથી વધારે જાણે છે? અમારું બાઈબલ ખોટું? તેને પકડીને અદાલતમાં લઈ જવાયો. પાદરીઓની ભીડ જામી ગઈ. જજ પણ ખૂબ ગુસ્સામાં આવી ગયો. વાતાવરણ ભારે થઈ ગયું. બધા કોઈપણ ભોગે ગેલિલિયોને બક્ષવાના પક્ષમાં નહોતા. ન્યાયાધીશે તો ગેલિલિયોને સાફ શબ્દોમાં સંભળાવી દીધું કે કાં તો તે પોતાના શબ્દો

પાછા લે અને માની લે કે સૂર્ય 'પૃથ્વી'ની પ્રદક્ષિણા કરી રહ્યો છે, નહિતર મોતની સજા સાંભળવા માટે તૈયાર રહે. ગેલિલિયોને માહોલ સમજતા વાર ન લાગી. પરિસ્થિતિ પોકારી પોકારીને કહી રહી હતી કે પીછેહટ કરવાનો ''સમય'' આવી ગયો છે. બસ, તેણે પોતાના શબ્દો પાછા ખેંચી લીધા. સાચું જ છે, જીવતો રહીશ તો થોડા બીજા સત્યો શોધી શકીશ, થોડા વધુ પ્રયોગો કરી શકીશ. ...આ ગાંડાઓના ચક્કરમાં પડીને હું પોતાનો જીવ શું કામ ગુમાવું? બસ, તેણે સમયને સાંભળ્યો, અને તે બચી ગયો. એટલે સત્ય પોતાની જગ્યાએ છે, પરંતુ તેના પર કાયમ રહેવું કે તેમાં પીછેહટ કરવી એનો પણ સમય હોય જ છે.

હવે, અહીં સૌથી વધુ મજાની વાત તો એ છે કે પૃથ્વી જ સૂર્યની પ્રદક્ષિણા કરતી એની આસપાસ ગોળ ચક્કર લગાવી રહી છે તે વૈજ્ઞાનિક સત્ય છે. કોઈ બાઈબલ વચ્ચે નથી આવતું. અને તેનાથી પણ વધુ મજાની વાત તો એ કે ચક્કર પૃથ્વી લગાવી રહી છે એ તો સ્વીકાર કરી લેવાયું છે, પરંતુ તેનાથી બાઈબલ કે હિન્દુ-શાસ્ત્રોની વિશ્વસનીયતા પર કોઈ આંચ નથી આવી. હવે જ્યારે આટલો કમાલનો માણસ હોય તો તેનો ઉદ્ધાર થાય તો પણ કેવી રીતે?

સમયનો અવાજ સાંભળનાર જીવનમાં કદી પછડાટ નથી ખાતો

ચાલો, બધાનો ઉદ્ધાર થાય કે ન થાય પરંતુ જે મને સમજવા માંગે છે, તેમનો તો મારે પોતાના બધા જ સ્વરૂપો વિશે બતાવીને ઉદ્ધાર કરવો જ રહ્યો. એટલે, તે લોકોને હું કહીશ કે બધી પરિસ્થિતિઓ પોકારી પોકારીને સમય શું કહી રહ્યો છે, તે બતાવી જ દે છે. અને સમયની કમાલ તો એ કે જીવનમાં કેટલીયે વાર ગધેડાને બાપ કહેવા જેવો સમય પણ આવી જાય છે. સમય તો જીવનમાં દુશ્મન સાથે હસીને બોલવાનો પણ આવે છે. તેવી જ રીતે વ્યવસાય વધારવાનો પણ પોતાનો એક સમય હોય છે, અને કેટલીયે વાર જીવનમાં ચાલુ વ્યવસાય બંધ કરવાનો પણ સમય આવી જાય છે. અને આ હકીકત છે કે જે વ્યક્તિ વ્યવસાય બંધ કરવાના સમય પર વ્યવસાય બંધ નથી કરતો, તો તેનું દીવાળું નીકળી જાય છે. તેવી જ રીતે જીવનમાં જૂઠ્ઠુ બોલવાનો પણ સમય

આવે છે અને મારપીટ કરવાનો પણ સમય આવે છે. ત્યાં સુધી કે ક્યારેક-ક્યારેક તો બેશર્મી દેખાડવાનો સમય પણ આવીને ઊભો રહે છે. એટલે તમે જે વાતોને સારી ન કહેતા હોવ, કે જે વસ્તુઓને સારી સમજતા હોવ તેમના જ નહીં, પણ જેમને ખોટી સમજતા હો, એ કરવાનો સમય પણ જીવનમાં આવે જ છે. આમ પણ સાચું-ખોટું, સારું-ખરાબ આ બધું તમારી બુદ્ધિની પેદાશ છે. મારા માટે તો બધાં કર્મ સમાન છે, બસ, તે સમયની જરૂરત પ્રમાણે થવા જોઈએ. જો મને મારી સારા-ખરાબની પરિભાષા પૂછવામાં આવે તો બધાનાં હિતનું ધ્યાન રાખીને, સમયની માંગ પર કરવામાં આવેલું કોઈપણ કર્મ સારું; અને સ્વાર્થવશ કે જિદ્દવશ, સમયને ધ્યાનમાં રાખ્યા વિના કરવામાં આવેલું કોઈપણ કર્મ ખોટું. અને જે આ સમજી લે એણે શા માટે સારા-ખોટાની સૂચિ બનાવવી અને શા માટે કોઈ બાબતે પહેલાથી ધારણા બાંધવી?

બરાબર એવી જ રીતે ધ્યાન રાખજો કે કાર્ય સમાપ્ત થતા જ ખસી જવું. એ જ નીકળી જવાનો શ્રેષ્ઠ સમય હોય છે. કાર્ય સમાપ્તી પછી રોકાવું મોટા ભાગે હજાર નવી મુસીબતોને આમંત્રણ દેનારું સિદ્ધ થાય છે. પછી ભલે તમે કોઈ પ્રેઝન્ટેશન માટે ગયા હોવ કે કોઈના લગ્નમાં. તમારું સમ્માન ચાલી રહ્યું હોય કે તમારા બોસે યાદ કર્યા હોય, કામ પૂરું થતા જ ભાગી જાઓ. અને આજ પછી ધ્યાન રાખજો કે જ્યારે જ્યારે તમે ફસાયા છો, તમે જોશો કે કાં તો તમે ત્યાં પહેલાથી પહોંચી ગયા હતાં, અથવા કાર્ય-સમાપ્તી બાદ પણ રોકાયા હતાં. ...એટલે કે ખસી જવાની જેમ, ક્યારે ક્યાં પહોંચવું તેનો પણ સમય નક્કી જ હોય છે.

ચાલો, આ વાત તમે સમજી જ ગયા હશો કે દરેક પરિસ્થિતિમાં ક્યારે અને શું કરવું તેનો ઈશારો હું કરું જ છું. અને તમારા માટે બહેતર એ છે કે તમે એ અનુસાર જ વર્તો. એટલે આ ચર્ચાના વિસ્તારને આગળ વધારતા હું તમારી મુલાકાત પોતાના બીજા પાસા સાથે કરાવું છું. હકીકતમાં સ્પેસમાં કોણે, ક્યારે, ક્યાં જવું, એ પણ હું જ નક્કી કરું છું. ...એટલે એ પણ ક્યારેય તમારી જરૂરત કે તમારા સંબંધો નક્કી નથી કરતા, ન તો તે તમારા વિચારો કે સિદ્ધાંતો પણ નક્કી કરી શકે છે. હું તો એવો પલટો પણ લઈ લઉં છું કે તમે પોતાના જ દીકરાના લગ્નમાં ના જઈ શકો. હશે, અત્યારે કહેવાનું તાત્પર્ય એ કે તમારી સાંસારિક મજબૂરીને ક્યાંય આવવા જવાનું બેરોમીટર ન બનાવતા. તે પણ મને જ નક્કી કરવા દેજો, તમે સુખી રહેશો. અને પોતાની ગુલામી-ભરી મજબૂર વિચારસરણીથી તો એ ક્યારેય નક્કી ન કરતા કે તમારે ક્યાં જવું છે.

માન્યું કે વાત થોડી કૉમ્પ્લિકેટેડ થઈ ગઈ. એટલે જો આ વાત તમને વધુ સરળ ભાષામાં સમજાવવાનો પ્રયાસ કરું, તો તમારે દરેક સમયે ત્યાં હોવું જોઈએ જ્યાં ઉપસ્થિત થઈને તમે શ્રેષ્ઠ સકારાત્મક કાર્ય કરી શકતા હોવ. માની લો કે તમારાં જીવનમાં એવી પરિસ્થિતિ

આવી જાય જ્યાં તમારી સામે બે પસંદગીઓ એક સાથે સામે આવતી દેખાતી હોય, એક તમે દસ-વીસનું મોટું હિત કરી શકતા હોવ, અને બીજું એ જ સમયે તમારા ઘરે કોઈ મોટું ફંક્શન હોય. સમયની માંગ એવી છે કે તમે બંનેમાંથી એક જ કાર્ય કરી શકો છો. અને અહીં હું કહી એ રહ્યો છું કે તમે ઘરના ફંક્શનની શું વાત કરો છો, અરે પોતાના લગ્ન હોય તો પણ ના જતા. મેં નક્કી કરી જ લીધું છે કે તમારે બધાનું હિત કરવાવાળી જગ્યાએ ઉપસ્થિત થવાનું છે. પરંતુ આ તમારાથી નથી થતું, ફળસ્વરૂપ તમે સમયથી વિખૂટા પડી જાઓ છો. એટલે કે મેં તો ઈશારો કરી જ દીધો હતો કે આ લગ્ન તમને રાસ નહીં આવે, ચૂપચાપ દસ-વીસનું હિત કરવા પહોંચી જાઓ. તમારી આ હરકત બદલ સામેવાળા જ લગ્ન ફોક કરી દેશે, અને તમે બચી જશો... નહિતર પછી જીવનભર વેઠતા રહેજો એ લગ્નને અને તેના પરિણામોને.

ક્યારે શું કરવું મનુષ્યના હિતમાં છે, સમય તે સંકેત મુજબ કરે જ છે

ખેર, હું મારા ઈશારાઓ વિશે આનાથી આસાન ભાષામાં નથી સમજાવી શકતો. આમ પણ તમે લોકો વૈજ્ઞાનિક યુગમાં જીવી રહ્યા છો - એટલે તો મેં તમારા સન્મુખ થવાનો આ સમય પસંદ કર્યો છે. હું આ જ વાતો પાંચ હજાર વર્ષ પહેલા કહેત તો કોણ સમજત? એટલે પોતાની ઉપરોક્ત કહેલી મહત્વપૂર્ણ વાતોને સમેટું તો દરેક પરિસ્થિતિમાં કોણે શું કરવાનું છે, એ હું જ નક્કી કરું છું. કેમ કે એટલું તો તમારે માનવું જ રહ્યું કે મારી ઇન્ટેલિજન્સ તમારી બુદ્ધિથી ઘણી વધારે પ્રગાઢ છે. માનવું તો તમારે એ પણ રહ્યું કે તમારું હિત તમારાથી વધુ સારું હું ચાહું છું અને સમજું છું. એટલે તમારી ભલાઈ એમાં જ છે કે તમે દરેક કાર્ય સમયના પોકાર પર જ કરો.

ત્યાં બીજી બાજુ પોતાની વિચારસરણી, પોતાની કમજોરી, પોતાની સાંસારિક મજબૂરી કે પોતાનાં સ્વાર્થને ક્યાંય આવવા જવાનું કારણ ન બનાવતા. કેમ કે કોણે, ક્યારે, ક્યાં હોવું એ પણ હું જ નક્કી કરું છું. અને હું તો બધાના હિતની ચાહતથી ભરેલો છું, તેથી તમારે પણ તમારા ક્યાંય પણ આવવા-જવાનું બેરોમીટર એ જ બનાવવું જોઈએ. જ્યાં સર્વાધિક સકારાત્મક પરિણામો તમે લાવી

શકો છો ત્યાંજ તમે ઉપસ્થિત રહો. વચન આપું છું કે આવું કરવાથી તમે ક્યારેય સમયથી જુદા નહીં પડો.

અને સમયની સાથે, એટલે કે મારી સાથે, તાલમેલ મિલાવીને ચાલવાથી જ તમારા જીવનનો ઉદ્ધાર થઈ શકે છે. કેમ કે તમે મારા જ અંશ છો અને મારા જ કારણે અસ્તિત્વમાં છો. અને કેમ કે હું મજબૂર નથી, એટલે તમે પણ મજબૂર નથી. આ તો બધી સાંસારિક અને સૈદ્ધાંતિક મજબૂરીઓ તમે તમારી બુદ્ધિના વશમાં આવીને વહોરી લીધી છે. નહિતર હું તો બધાના હિતની ચાહતથી ભરેલો છું અને તમે પણ સર્વહિતની ચાહતથી ભરેલા રહો. તમે હંમેશા ત્યાંજ ઉપસ્થિત રહો જ્યાં તમારું, બીજા કોઈનું કે બીજા કેટલાયનું કે પછી બધાનું સર્વાધિક હિત તમને દેખાઈ રહ્યું હોય. કેમ કે સ્પેસના મામલામાં એક મજબૂરી તમારે સ્વીકારવી જ પડશે કે તમે એક સમયે એક જ જગ્યાએ ઉપસ્થિત રહી શકો છો. અને પોતાની ચાહતો, સંબંધો અને મજબૂરીઓનું એવું વિશ્વ તમે ફેલાવી રાખ્યું છે કે તમને હર હંમેશ કેટલીએ જગ્યાએ ઉપસ્થિત રહેવાની જરૂરત મહેસૂસ થાય છે. પરિણામે અહીં જાઓ તો પણ દુઃખ અને ત્યાં જાઓ તો પણ દુઃખ. ના; સકારાત્મકતા, એટલે સર્વાધિક હિત પકડી લો, અને બાકી બધાને ભૂલીને ત્યાંજ ઉપસ્થિત થઈ જાઓ. ...બસ, તમારો અને મારો સુર એક થઈ જશે. અને એકવાર તમારો અને મારો સુર મળી ગયો તો જીવન પણ સુધરી જ જશે.

ખેર! હવે આગળ વધીએ છીએ અને આગળ હું તમને મારા એક અદ્દ્ભુત સ્વરૂપ 'ટાઈમિંગ' સાથે મુલાકાત કરાવું છું. સાચું કહું તો આ ટાઈમિંગનું તો કહેવું જ શું? કયું કાર્ય ક્યારે શરૂ કરવું એટલે ટાઈમ, અને તેમાં કેટલી તાકાત લગાડવી એટલે સ્પેસ; આ બંને મને ઓળખવાવાળાઓને સાફ દેખાઈ જાય છે. એ ધ્યાનમાં રાખી લેજો કે તેનાથી પહેલા કે તેની પછી કાર્ય શરૂ કરવાનું કંઇ ખાસ પરિણામ નથી લાવી શકાતું. તેવી જ રીતે કાર્યમાં ઓછું કે વધારે જોર લગાડવું પણ કાર્યના પરિણામ પર વિપરીત અસર કરે જ છે. એટલે કે કાર્ય કરવાના ત્રણે ડાયમેન્શન્સની વાત કરું તો યોગ્ય સમયે, યોગ્ય તાકાત લગાવીને... યોગ્ય કાર્ય કરવું, એજ કાર્યની સફળતાનું એક માત્ર સારસૂત્ર છે. હવે દરેક વાત જો તમને વિસ્તારથી અને ઉદાહરણોથી સમજાવતો રહીશ તો આ ચર્ચા ક્યારેય પૂરી જ નહીં થાય. પરંતુ હવે જ્યારે પોતાના વિષયમાં હું એટલું તો બતાવી જ ચૂક્યો છું કે થોડા ગહનતાથી અંદર જોવા પર તમને આ બધા રહસ્યો સ્પષ્ટ દેખાવા શરૂ થઈ જશે. બસ, એ તરફ પ્રયાસ કરો અને જીવન સફળ બનાવો.

એટલે, આગળ હવે હું તમને પોતાના કાંચીડા સ્વરૂપ સ્વભાવથી મેળાપ કરાવું છું. સાચે જ મારા અન્ય સ્વભાવોની જેમ મારા કાંચીડાની જેમ રંગ બદલવાના સ્વભાવનું પણ શું કહેવું? પળમાં માશા ને પળમાં તોલા. તમે મારા આ સ્વરૂપનો પણ હજારોવાર અનુભવ કરી

જ ચૂક્યા હશો. ક્યારેક સમય કાપ્યે નથી કપાતો તો ક્યારેક સમયની એવી કમી આવી પડે છે કે દોડભાગ મચી જાય છે. એવી જ રીતે તમે ધ્યાન આપજો કે કેટલીક વાતો કહેવાનો પણ સમય હોય છે, અને અચાનક તે જ વાત છૂપાવવાનો પણ સમય આવીને ઊભો રહી જાય છે. કેટલીક વાર તો જે વાત તમે ગર્વથી કહેતા ફરી રહ્યા હોવ છો, અચાનક તે જ વાત સાંભળવા સુદ્ધામાં શરમ મહેસૂસ થવા લાગે છે.

મારો આ સ્વભાવ તો એટલો નિરાળો છે કે કેટલીક વાર દાન પણ ખોટું થઈ જાય છે, અને ઘણીવાર કરવામાં આવેલી ચોરી પણ સાર્થક થઈ શકે છે. આ બધી વાતો એટલા માટે કહી રહ્યો છું કે "આ કરીશ તો આ નહીં કરું"ની સૂચિ બનાવવાવાળા તો ક્યારેય સમયની વાત સાંભળી જ નહીં શકે. અને ભૂલથી સાંભળી પણ લેશે, તો પણ પોતાની જ બનાવેલી નિરર્થક સૂચિઓના કારણે તેના પર અમલ નહીં કરી શકે. તેથી, જો તમારે સમયની સાથે ચાલવું હોય તો ભેદભાવ વિના, સમયની માંગ પર આવી પડનારાં તમામ કર્મ કરવા માટે જાતને તૈયાર કરવી પડશે. અને આ દોહરાવવાની જરૂર નથી કે જીવનમાં આનંદ અને સફળતાના શિખરો સર તે જ કરી શકે છે જેઓ સમયની સાથે ચાલે છે.

સમયના પટલ પર સારું-ખરાબ કે પાપ-પુણ્ય કંઈ નથી હોતું

...અને સમય, એટલે કે મારું તો કહેવું જ શું? આરામ કરવાનો પણ સમય હોય છે અને કામ કરવાનો પણ સમય હોય છે. એવી જ રીતે પબ્લિકમાં આવવાનો અને પબ્લિકથી ભાગવાનો પણ સમય હોય છે. જીવનમાં નવું કરવાનો પણ સમય હોય છે, તો જૂનું દોહરાવવાનો પણ સમય હોય છે. પોતાની વાત પર અડગ રહેવાનો પણ સમય હોય છે અને કેટલીયે વાર પોતાની જ વાત ખોટી પાડવાનો પણ સમય આવી ઊભો રહે છે. બીજાની હાંસી ઉડાવવાનો પણ સમય હોય છે, અને કેટલીયે વાર સમય એવું પડખું બદલે છે કે ખુદ પોતાની હાંસી ઉડાવવાનો સમય પણ આવી જાય છે.

વળી જો હું પોતાના સ્વરૂપોની ગહનતાની ચર્ચા કરું તો રાહ જોવાનો પણ એક સમય છે, એ તો તમે જાણતા જ હશો. પરંતુ શું

ક્યારેય તે ઈંતેજારીનાં પણ કેટલા રૂપ છે, તેની કલ્પના કરી છે તમે? ક્યારેક મનુષ્યને પોતાના જ મૃત્યુનો ઈંતજાર કરવાનો સમય આવીને ઊભો રહે છે, તો ક્યારેક પોતાનું દેવાળુ નીકળ્યાની ખબર સવારે છાપામાં છપાવાનો પણ ઈંતજાર કરવો પડે છે. ક્યારેક બીમારી ઠીક થવાની રાહ જોવી પડે છે, તો ક્યારેક બીમારી પોતાનું વિકરાળ સ્વરૂપ ધારણ કરે તેનો ઈંતજાર કરવો પડતો હોય છે. ક્યારેક કોઈ વાત મનમાંથી નીકળવાનો ઈંતજાર કરવો પડે છે, તો ક્યારેક કોઈ વાત મનમાં ઠસી જાય તેનો તમને ઈન્તજાર હોય છે. ક્યારેક કોઈથી નજરો મળી જાય તેનો ઈંતજાર રહેતો હોય છે, તો ક્યારેક કોઈ નજર તમને ખોળી ન કાઢે તેની ચિંતા લાગી રહેતી હોય છે.

જીવનમાં ગધેડાને બાપ બનાવવાનો પણ સમય આવી પડે છે

...એકંદરે કહેવાનું તાત્પર્ય એ છે કે શું કરવું કે ક્યાં જવું જ નહીં, કે પછી વાત માત્ર ઈંતજારની જ નહીં, અને ના તો વાત માત્ર તમારા બધા સંબંધો, તમારા વિકાસ-વિનાશ કે તમારા જીવનમાં ઘટવાવાળી દરેક પરિસ્થિતિ સુધી જ સીમિત છે. ...પણ તમારા દરેક કર્મ અને ભાવ પર મારો પ્રત્યક્ષ કે પરોક્ષ પ્રભાવ છે જ. તમારા જીવનનું ના તો કોઈ પાસું અને ના તો તમારા મનથી ઉઠેલો કોઈ ભાવ મારા પ્રભાવોથી અલિપ્ત છે. એટલે તેમની ચર્ચા અંતહીન છે. તેથી તે બધા પર પૂર્ણવિરામ લગાવતા, હું આ ચર્ચા અહીંયા જ સમાપ્ત કરું છું. આમ પણ અત્યાર સુધી હું તમને મારા એટલા સ્વરૂપો વિશે બતાવી જ ચૂક્યો છું કે આગળ તમને કોઈપણ ભાવ કે પરિસ્થિતિમાં મને શોધવાની કદાચ તકલીફ ના થવી જોઈએ.

એટલે, સો વાતની એક વાત એ કે આ સમગ્ર વિશ્વ અસ્તિત્વમાં એક મારા કારણે છે. અને મારું એ માનવું છે કે આ વિશ્વના કણ કણને ટકી રહેવા તથા વિકાસ કરવા માટે મારા બતાવ્યા ઉપાય મુજબ જ ચાલવું પડશે. એક મનુષ્યને છોડીને, બીજું કોઈ મારી અવહેલના કરતું પણ નથી, એટલા માટે તેમના જીવનમાં ક્યાંય કોઈ ગરબડ પણ નથી. એટલે તમે પણ જો મારા મારથી બચવા માંગતા હો, તો જેવું હું કહું છું... તેવું જ કરો. એ બરાબર ધ્યાન રાખી લેજો કે મારા આ નિયમથી કોઈ બાકાત નથી. બધાએ મારો

ઈશારો સમજવો પડે છે, અથવા તેની રાહ જોવી જ પડે છે. ત્યાં સુધી કે 'કૃષ્ણ' જેવા વ્યક્તિ, જેને આ યુગના શ્રેષ્ઠતમ્-વ્યક્તિત્વ કહેવામાં આવે છે, એ પણ સમયના સાદ પર કાર્ય કરવા બંધાયેલા હતા. ચાલો, વાત નીકળી છે તો મારી આ વાતને કૃષ્ણના જીવનના એક રોચક કિસ્સાથી જ સમજાવી દઉ છું.

આ તે દિવસોની વાત છે જ્યારે પોતાના મામા કંસ દ્વારા આમંત્રિત કરવા પર મથુરા ઉત્સવમાં સામેલ થવા કૃષ્ણ વૃંદાવન છોડી મથુરા ગયા હતાં. પરંતુ કોઈ કારણવશ તેમને ત્યાં તે ઉત્સવમાં તેમના મામા કંસની હત્યા કરવી પડી હતી. હત્યા થતા તો થઈ ગઈ, પરંતુ દુર્ભાગ્યવશ કંસનો સસરો રાજા જરાસંધ તે દિવસોમાં ભારતનો સૌથી શક્તિશાળી રાજા હતો. અને ચોક્કસપણે તેનાથી તેની દીકરીઓના ઘર બરબાદ થવાનું દુઃખ સહન ન થયું. જી...હા, જરાસંધની બબ્બે દીકરીઓ કંસ સાથે પરણાવાઈ હતી. બસ, જરાસંધ કૃષ્ણનો જાની દુશ્મન બની ગયો. અને તેણે કૃષ્ણનો જીવ લેવા માટે મથુરા પર આક્રમણ કરી દીધું.

આ બાજુ એકવાર તો પોતાની ચાલાક રણનીતિઓથી જરાસંધના હુમલાથી કૃષ્ણ બચી ગયા, પરંતુ બીજીવાર જરાસંધે જોરદાર તૈયારીઓ સાથે ફરી આક્રમણ કર્યાની ખબરથી તેમની બોલતી બંધ થઈ ગઈ. એટલે થોડા દિવસોની મથામણ પછી પણ જ્યારે કોઈ ઉપાય ન સુઝ્યો તો કૃષ્ણ મહારાજ પોતાના ભાઈ બલરામને લઈને મથુરા છોડીને ભાગી જ ગયા. બલરામ ખૂબ જ નારાજ થયા, તેમને કૃષ્ણનું આવી રીતે જરાસંધના ભયથી રણ મેદાન છોડીને ભાગવું ન ગમ્યું. તે કૃષ્ણ પર ખૂબ જ ક્રોધિત પણ થયા; પરંતુ કૃષ્ણનું એક જ કહેવું હતું કે અત્યારે ''સમય'' જ ભાગી જવાનો છે. આવામાં સમયનો પોકાર ન સાંભળીને વ્યર્થમાં પોતાનો જીવ ગુમાવવાનું શું તૂક?

ચોક્કસપણે જ કૃષ્ણનું આ 'રણછોડ' સ્વરૂપ ખૂબ જ પ્રખ્યાત થયું. આ બધું તો ઠીક, પાછી મજાની વાત તો એ કે બહુચર્ચિત મહાભારતના યુદ્ધ સમયે કૌરવોની વિશાળ સેના જોઈને ડરી ગયેલો અર્જુન રણ મેદાન છોડવા માંગતો હતો... ત્યારે કૃષ્ણે તેનો ના માત્ર જોરદાર વિરોધ કર્યો, બલ્કે મનુષ્ય-જીવન તથા સૃષ્ટિનાં તમામ રહસ્યોને ઉજાગર કરી, તથા તેને સમજાવીને યુદ્ધ કરવા માટે રાજી પણ કર્યો. કેમ કે તે સમય અર્જુન માટે રણ છોડીને ભાગવાનો બિલકુલ ન હતો. એકંદરે સમજાવવાનું તાત્પર્ય એ કે પ્રશ્ન રણ છોડવાનો કે ન છોડવાનો નથી, સવાલ એ જ છે કે 'સમય' એટલે કે હું, રણ મેદાન છોડીને ભાગવાનું કહી રહ્યો છું કે નહીં? તેવી જ રીતે વાત તમે સાધારણ વ્યક્તિ છો કે કૃષ્ણ જેવા જ્ઞાતા છો તેની પણ નથી, સમયનો તકાજો તો બંનેએ સમાન ધોરણે સાંભળવો જ પડે છે.

ચાલો, આટલી વાત સમજાવી છે તો તમને રહસ્યની બીજી એક વાત બતાવી દઉં. અને તે એ કે જરા ધ્યાન આપવાથી તમે જોશો કે વર્તમાનમાં શું કરવું એ જ નહીં, ભૂતકાળની

પણ હું ચાડી ખાઉં જ છું. તમે કોઈપણ ખંડેર થઈ ચૂકેલી ઈમારત જોઈને કહી જ શકો છો કે આ ઈમારત કેટલા વર્ષ જૂની હશે, કે કેટલી ભવ્ય રહી હશે. ...ત્યારે જ તો કહે છે ને કે ખંડહર બતા રહા હૈ કિ ઈમારત બુલંદ રહી હોગી.

તેવી જ રીતે એક બીજી વાત બતાવી દઉં કે ભવિષ્ય પણ મારા જ હાથોમાં હોય છે. અને એની ઝાંખી છાપ જોવા વાળાઓને નજરે આવી જ જાય છે. અને સાચું કહું તો મારું જ્ઞાન થવાને લીધે મનુષ્ય શબ્દોની માયાજાળથી બીજાઓનો, અને વિજ્ઞાન વસ્તુઓનો સમય બદલી શકે છે. તો એવામાં એ સમજાવવાની જરૂર નથી કે તમે પોતે પણ મારા વિસ્તાર, મારા સ્વરૂપો અને મારાં કાર્યકલાપોને જાણીને પોતાનો સમય બદલી જ શકો છો. અને તમે તમારો સમય બદલી શકો એટલા માટે જ હું આજે પોતાના વિશે આટલા વિસ્તારથી તમને બતાવી રહ્યો છું.

અને જ્યાં સુધી શબ્દોના માયાજાળથી બીજાઓનો સમય બદલવાનો સવાલ છે, તો તેના તો તમને કેટલાય અનુભવો હશે. નાના-મોટા લેવલ પર ઘણાં બધાએ તમારો સમય બદલ્યો હશે, અને જાણે-અજાણે તમે પણ કેટલાયનો સમય બદલ્યો જ હશે. અને આ બધું સમજવું કંઇ બહુ કઠીન પણ નથી. કેમ કે હું શું છું? એકંદરે તમારા માટે તો હું તમારું મનરૂપી કોમ્પ્યુટર જ છું. ત્યાંનો ડેટા બદલાયો નથી કે મારી ગતિ પરિવર્તિત થઈ નથી. થોડું સમજો તો કૃષ્ણે ભગવદ્‌ગીતામાં શું કર્યું? રણ છોડીને ભાગી રહેલા અર્જુનના મનમાં થોડો એવો ડેટા નાંખી દીધો કે અર્જુન યુદ્ધ કરવા માટે તૈયાર થઈ ગયો. આને જ સમય બદલવો કહેવાય છે. કેમ કે જો અર્જુન યુદ્ધ છોડીને ભાગી ગયો હોત તો તેનો જ નહીં, કદાચ પૂરા યુગનો ઈતિહાસ કંઇક જુદો હોત. પરંતુ તે કૃષ્ણ હતાં, એટલા માટે તે અર્જુનના પક્ષેથી તે યુગની ભલાઈ માટે અર્જુનનો સમય બદલી શક્યા.

હું તમારાથી સત્વરે મારા પર કૃષ્ણ જેવી પકડની આશા નથી રાખતો. પરંતુ તમે તે દિશામાં કદમ તો ઉપાડી જ શકો છો. અને તે માટે થોડું તેના પર ધ્યાન તો આપો કે નાના મોટા સ્તરે તમે બધા એકબીજાનો સમય બદલવામાં જાણ્યે અજાણ્યે લાગેલા જ રહો છો. સારી એવી ચાલી રહી બે વ્યક્તિઓની મિત્રતામાં કંઇનું કંઇ કહીને તમે તે બંનેનો સમય બદલવાની કોશિશ કરો છો કે નહીં? થોડું ધ્યાન આપશો તો ક્યારેક કોઈની ચાડી ખાઈને, તો ક્યારેક કોઈના વખાણ કરીને, તમે તેનો સમય બદલવાનો પ્રયત્ન કરો છો કે નહીં? જોકે તમારી આ બધી હરકતો નાના પાયે હોય છે, અને આ વાતનું દુઃખદ પાસું એ છે કે તમારી આ બધી હરકતો મોટા ભાગે નકારાત્મક જ હોય છે. હશે, તેના પર ચર્ચા પછી. અત્યારે તો એના પર ધ્યાન આપો કે કેવી રીતે બીજા લોકો સહેજ આડી-અવળી વાત કરીને તમારો સમય બદલી નાંખે છે. લો, આટલી વાર સમજાવી ચૂક્યો છું છતાંય કન્ફ્યૂઝ થઈ

ગયા? અરે, સમયનો અર્થ જ મન છે. અને મનનો અર્થ ભાવ છે. અને તમને આ વાતના કેટલાય અનુભવ છે જ કે કોઈ બીજો થોડા શબ્દોના સહારે તમારી બધી મજા બગાડી મૂકે છે. તમારા સારા એવા મૂડને ખરાબ કરી નાખે છે. એટલે કે તમારા ભાવ બદલી નાખે છે. અને ભાવ બદલાતા જ તમારી અંદરની મારી ગતિ બદલાઈ જાય છે. અને મારી ગતિ બદલાતા જ તમારે હોવું જોઈએ ક્યાંક બીજે, અને તમે ક્યાંક બીજે જ પડ્યા હોવ છો. હવે સમજ્યા કે નહીં, એટલે કે તમારો સમય બદલાઈ જાય છે. અને ચોક્કસપણે આ બધી ગડબડ બીજાઓને મહત્વ આપવાથી અને તેમને તમારા કોમ્પ્યુટરમાં ડેટા નાખવાની છૂટ આપવાના કારણે થાય છે. પરંતુ દુર્ભાગ્યની વાત એ કે બીજાઓને આ છૂટ કોઈ એકે નહીં, સહુએ આપી રાખી છે. એનો સીધો અર્થ કાઢું તો તમારી કમજોરી અને બીજાઓની દાનતે મળીને બધાના સમયને ધીમો કરી નાંખ્યો છે. અને આ ધીમા સમયના કારણે જ બધા સફળતાઓથી માઈલો દૂર છે.

ક્યારેક સમય કેમેય કરી વીતતો નથી, તો ક્યારેક એક-એક પળ કીમતી થઈ જાય છે

ખેર! જ્યારે આટલી વાત ચાલી છે તો એક બીજી વાત સ્પષ્ટ કરી દઉં કે... આ મનુષ્ય સૌથી વધુ જે કારણે મારો માર ખાઈ રહ્યો છે તો તે મને બાંધવાના ચક્કરમાં ખાઈ રહ્યો છે. એક તો તે મારો પોકાર સાંભળતો નથી અને ઉપરથી, આવતી કાલનું આજથી નક્કી કરી લે છે. અને આ કાલનું આજે નક્કી કરી દેવાની પ્રક્રિયામાં મારી અવહેલના કરવાનું નક્કી થઈ જાય છે. અને મારા જેવા સર્વોચ્ચ કારણરૂપની અવહેલના કરવાના પરિણામ તો ભોગવવા જ પડે છે. મજા એ છે કે આ સત્ય પ્રગાઢ રૂપથી તમારી આંખો સામે હોવા છતાં તમે કાલ-પરમ દિવસનું જ નહીં, મૃત્યુ સુધીનું પણ બધું જ નક્કી કરીને ચાલો છો. સમજતા જ નથી કે તમારે ક્યારે-શું કરવું એની સત્તા માત્ર મારી પાસે છે. વિચારતા જ નથી કે સમય આવ્યાં પહેલા વાતો નક્કી કરી લેવાથી તમારા જીવનના શું હાલ થઈ શકે છે. અને થઈ શકે છે શું, હું કહું છું- જે બની ગયું છે એ જોતા કેમ નથી?

મને સમજાતું નથી કે 'હું' જીવનભર માટે આ ધર્મનો વ્યક્તિ રહીશ, મૃત્યુ પર્યંત આજ મારો પરિવાર રહેશે, આગળ વધવું એ જ

રાજાને રંક અને રંકને રાજા બનાવવો એ સમયનું જ કામ છે

મારું ધ્યેય રહેશે, હું આવું-આવું ક્યારેય નહીં કરું... આ બધાનો શું અર્થ થયો? એનો અર્થ તો એ જ થયો કે કાલે કંઇ બીજું કરવાનો સમય આવ્યો, તો તમે તે નહીં કરી શકો. એટલે તમારા દ્વારા મારી ઉપેક્ષા થઈ જ જશે. અને પાછું થઈ શું જશે, દિવસમાં વારે વારે તમે મારી ઉપેક્ષા કરી જ રહ્યા હો છો. કેટલીક અણસમજને કારણે, તો કેટલીક ટેવ વશ. હવે કારણ ચાહે જે હોય, પરંતુ મારી ઉપેક્ષા થઈ નથી કે મારો માર પડ્યો નથી.

...સમજમાં નથી આવતું કે તમે રવિવારે ચર્ચ જઈશ, કે શુક્રવારે નમાઝ પઢવા જઈશ જેવા હજારો નિર્ણય પહેલેથી કેમ લઈ લો છો? કેમ તમે જીવનભર આ નહીં જ કરું જેવા નિર્ણય આજે જ કરી લો છો? કેમ તમે ગ્રેજ્યુએટ થઈશ જ, એવું નક્કી કરી લો છો? તમે જે ખાધેલું સુદ્ધા તો બરાબર રીતે પચાવી નથી શકતા, એવામાં આટલું બધું નક્કી કરવાવાળા તમે છો કોણ? અને પછી તમે લાખ પાકા ક્રિશ્ચિયન હો, તમે ભલે દર રવિવારે ચર્ચ જવાનું નક્કી કર્યું હોય, પરંતુ પત્ની આઈ.સી.યુ.માં ભરતી થઈ ગઈ હોય ત્યારે શું કરશો? તમે ભલે ગ્રેજ્યુએટ થવાનું નક્કી કરી રાખ્યું હોય, પરંતુ કાલે ઊઠીને તમારા પિતાજીનું અકાળે મૃત્યુ થઈ ગયું અને તમારે ભણવાનું છોડી નોકરી કરવાની જરૂર પડી ગઈ તો તમે શું કરશો? શું કુટુંબને ભૂખે મારશો?

અરે, કોણ ચર્ચ જવાથી રોકી રહ્યું છે? કોણ ગ્રેજ્યુએટ થવાથી રોકી રહ્યું છે? પરંતુ આ પહેલાથી નક્કી કરવું જ શા માટે? શુક્રવાર આવવા દો, નમાઝ પઢવાની ઈચ્છા હોય અને પરિસ્થિતિ અડચણરૂપ ન થઈ રહી હોય તો ચાલ્યા જાવ. અને આમ દરેક શુક્રવારે ચાલ્યા જાવ. પરંતુ કટ્ટરતાપૂર્વક બધું જ શા માટે નક્કી કરી લેવું...! સોમવારે ઉપવાસ કરીશ, રવિવારે આરામ કરીશ, આ બધું શું છે?

એ સમજી લેજો કે ક્ષણ આવવા પૂર્વે નક્કી કરવાવાળા, સંકલ્પ અને નિયમ લેવાવાળાઓ અને અન્ય કોઈપણ પ્રકારની જિદ પકડવાવાળાના જીવનને 'હું' રમણ ભમણ કરી નાખું છું. પછી તમારી એ જીદ તમે ગમે તેટલી મહાન, બુદ્ધિપૂર્વકની કે જરૂરી કેમ ન સમજતા હો, પરંતુ હું તોફાની તો સીધો તેનાથી વિપરીત

પરિસ્થિતિઓ બનાવવામાં લાગી જાઉં છું. હું ઘણીવાર એવી પરિસ્થિતિઓનું નિર્માણ કરી દઉં છું કે જેમાં તમારી જીદ સાથે મારી ઊભી કરેલી પરિસ્થિતિઓની અથડામણ થઈ જાય છે. જેમ કે આજે જ કોઈ મોટી બિઝનેસ ઓપર્ચ્યૂનિટી પેદા થઈ છે અને આજે જ શુક્રવાર છે, જુમ્માની નમાઝ પઢવાની છે. પઢો અને જીવનભર આગળ ન વધો, મારું શું જાય છે? અરે, હજ અને ઝિયારત પર જવાનો પણ શું કોઈ ફીક્સ સમય હોય છે? શું તમે સમય, સંજોગ અને પરિસ્થિતિના હિસાબથી જશો તો તમારા ભગવાન તમારાથી નારાજ થઈ જશે?

બસ! તમે ખોટી વાત કરો છો, મારા દિલમાં ખટકે છે. અને પછી મારું શું છે? હું ઉપદ્રવી તો તમારા જીવનની શ્રેષ્ઠ સંભાવનાઓ આવા સમયે જ નિર્મિત કરું છું, જ્યારે તમે તમારી જીદ વશ કોઈ બીજા કાર્યમાં લાગ્યા હોવ છો. અને તેનું પરિણામ એ આવે છે કે તમે ઊભી થયેલી એ શ્રેષ્ઠ સંભાવનાઓનો યોગ્ય રીતે ઉપયોગ નથી કરી શકતા. અને તેની સીધી અસર એ થાય છે કે બીજાઓ આગળ વધી જાય છે અને તમે હાથ ઘસતા રહી જાઓ છો. ન હજ કામ આવે છે ના યાત્રા, પણ તમે જીવનની દોડમાં પાછળ જરૂર રહી જાવ છો. પછી રોયા કરો છો, મારામાં બધી જ યોગ્યતાઓ છે પણ વાત જામી નથી રહી. અને પછી મને દોષ આપો છો, કે શું કરું, મારો સમય જ ખરાબ ચાલી રહ્યો છે. લો, હું બધાની સાથે દરેક પળે સમાનરૂપે વ્યવહાર કરું છું. બધાને સરખી રીતે ક્યારે શું કરવું એની ખબર આપતો રહું છું. અને પછી તમારી અસફળતાનો દોષ મને શા માટે? તમારાં ભાગ્ય કે કુંડલીને કેમ? દુનિયા અને દુનિયાદારીને કેમ? એવામાં બીજા કોઈને દોષ દેવાથી શું ફાયદો? અરે ભાઈ, એક સીધી વાત કેમ નથી સમજતા કે જ્યારે ધંધામાં મંદી હોય, ત્યારે જ ફરવા જવાનો કે જાત્રાએ જવાનો યોગ્ય સમય હોય છે. હવે વ્યવસાય ટોચ પર હોય અને જાત્રાએ નીકળી જશો તો જીવનની ટોચ પરથી ગબડી જ પડશોને...!

એટલે, સો વાતની એક વાત એ કે મારા કહ્યા મુજબ ચાલવામાં જ તમારો ઉદ્ધાર છે, એટલે જે ક્ષણ આવી નથી તે વિશે નક્કી કરવાના ગંભીર પરિણામો ભોગવવા તૈયાર રહેવું. જેટલું અને જેટલા લાંબા સમય માટે તમે નક્કી કરીને રાખ્યું હશે, તેટલો જ મારો માર સહેવા માટે તૈયાર રહેજો. હું વચન પણ આપી રહ્યો છું અને દાવો પણ, કે જીદ, સંકલ્પ અને સિદ્ધાંતથી ચાલવાવાળાઓને ના મેં પહેલા પણ છોડ્યા છે, અને ના આગળ ઉપર પણ છોડીશ. અને એ પણ ખૂબ ગર્વથી બતાવી દઉં કે મારી વિરુદ્ધ જવાવાળાઓને ના તો આજ સુધી કોઈ બચાવવા આવ્યું છે અને ના આવવાનું છે. એ સીધી વાત કેમ નથી સમજતા કે જે બધા કરી રહ્યા છે... તે જ તમે પણ શું કામ કરી રહ્યા છો? શું તમે, હું એ બધાની સાથે જે કરી રહ્યો છું તેનાથી રાજી છો? ના..., તો પછી આજથી જ તમે તમારી બધી જીદ, બધા સંકલ્પ અને તમામ સિદ્ધાંતો છોડીને માત્ર એક 'સમય' એટલે કે મને માન દેતાં શીખી

જાઓ. ...નહિતર તમારું કોઈ માલિક નથી. હું જે કરવા માટે કહી રહ્યો છું તે કરો અને બાકી બધાની ચિંતા છોડો. જુઓ હું તમને ક્યાંથી ક્યાં પહોંચાડી દઉં છું.

જેવી રીતે દરેક વસ્તુનો એક સમય હોય છે, તેવી જ રીતે દરેક વસ્તુની એક હદ પણ હોય છે. સાચું તો એ છે કે જેને આ સમય અને સીમાનું જ્ઞાન થઈ જાય તે સરળતાથી ક્યાંય કોઈ મુસીબતમાં નથી ફસાતા. સમયની ચર્ચા તો આ પુસ્તકમાં આપણે કરી જ રહ્યા છીએ. હદ ભલે આ પુસ્તકનો વિષય નથી, પરંતુ નક્કી કરેલી હદની પણ ચર્ચા કરવી અહીં પ્રાસંગિક છે. બસ, એટલા માટે જ અહીં હું આ વિષયની સંક્ષિપ્ત ચર્ચા છેડી રહ્યો છું.

એવું પણ નથી કે આ હદનું કોઈને જ્ઞાન નથી. મનુષ્ય છે, એટલે તેને આ સમય અને સીમા એટલે ટાઈમ અને સ્પેસનું થોડું ઘણું જ્ઞાન હોય જ છે. કેમ કે તે માત્ર મનુષ્ય જ છે કે જેની પાસે તે ઈન્ટેલિજન્સ છે, જે પ્રકૃતિની ચાલી રહેલી આ વિશાળ લીલાના સમય અને હદ બાબતે જાણી શકે છે. અર્થાત્ આ તેની કુદરતી પ્રતિભા છે. અને જ્યારે કુદરતી છે તો તે ધ્યાન દે કે ન દે, તેને તેના અનુભવો થતા જ રહે છે.

તો હવે સીધા એ વાત પર આવીએ કે કેવી રીતે સ્પેસ દ્વારા સમયના સહારે દરેક વસ્તુની એક હદ નક્કી થઈ જાય છે. અને મનુષ્ય હંમેશા તે નક્કી કરેલ સીમાનું ઉલ્લંઘન કરવાના કારણે જ મુસીબતોમાં ફસાતો રહે છે. જો મનુષ્ય નક્કી કરેલી હદ ઓળખી લે અને તેને પાર ન કરે તો તેના જીવનમાં સંકટોના પગરાવ થવાનો પ્રશ્ન જ નથી ઉઠતો. અને જેવું કે હું તમને કહી જ ચૂક્યો છું કે આ નક્કી થઈ રહેલી હદનો પણ બધાને થોડો ઘણો અંદાજો તો હોય જ છે, એટલે મારો ઈશારો થતા જ તમે તમારા જૂના અનુભવોના આધારે આ

નક્કી કરેલ હદ વિશે ઘણું બધુ સમજી જ જશો. નિવેદન માત્ર એટલું જ છે કે પછી તે સમજને એટલી આગળ વધારજો કે ભવિષ્યમાં તમે તેના સહારે પોતાના પર તોળાઈ રહેલા બધા સંકટોથી પોતાને બચાવી શકો.

સીમાની અંદર નિયંત્રિત રહેવાથી કદી કોઈ મોટી મુસીબત આવતી નથી

તો શરૂઆત હું શારીરિક હદોથી જ કરું છું. કેમ કે તમારા માટે શારીરિક વાતો સમજવી ખૂબ જ સરળ છે. માની લો કે તમે ખાવાના શોખીન છો. એ પણ માનો કે સ્વાદિષ્ટ ભોજન આપી દેવામાં આવે તો તમારો હાથ રોકાતો નથી, તો પણ તમે કઈ ગાડાં ભરીને તો ખાઇ જતા નથી. એટલે થોડું ઓછું કે વધું, પરંતુ આ બાબતે તમે તમારા પેટની સીમા જાણો છો. પરંતુ તેમ છતાં, સાચું તો એ જ છે કે મોટા ભાગના શોખીન, સ્વાદિષ્ટ ભોજન સામે આવતાં જ, જાણવા છતાંય હદ ઓળંગી જ જાય છે. અને જો કોઈ આવું સતત કરતું રહે, તો એક દિવસ તેણે સૂપ અને સલાડ પર આવી જ જવું પડે છે. કહેવાનું તાત્પર્ય એ કે ભોજનના શોખીન પણ જો જીવનભર સ્વાદિષ્ટ ભોજનનો આનંદ માણવા માંગતા હોય, તો તેમણે પોતાની શારીરિક સ્થિતિએ નક્કી કરેલી હદનું ધ્યાન રાખવું જ પડે છે... તેવું જ શરાબના શોખીનો વિશે પણ છે. જો કોઈ જીવનભર રોજ વ્હિસ્કી પીવા માંગતુ હોય તો તેણે એકાદ-બે પેગની સીમા નક્કી કરવી જ પડશે. રોજ રોજ હદ ઓળંગશે તો ભવિષ્યમાં વ્હિસ્કી તો છોડો, કોલ્ડડ્રિંક પીવાને લાયક પણ નહીં બચે. બરાબર તેવી જ રીતે ફિઝિકલ એક્ઝર્શન કરવા અને વગર એકસરસાઇઝે જીવવાની પણ એક સીમા છે. સતત જરૂરતથી વધારે એક્ઝર્શન કરવાવાળો પણ ભવિષ્યમાં પથારીવશ થઈ જાય છે અને વગર હલન-ચલને જીવવાવાળો પણ પથારીવશ થઈ જ જાય છે.

...ચાલો, આ તો બધી શારીરિક વાતો છે, જેનો તમને ઓછો કે વધુ અનુભવ પણ છે, એટલે તમે સમજી પણ ગયા હશો અને તેના પર તાત્કાલિક અમલ પણ કરી લેશો. હવે પ્રશ્ન આવે છે વ્યવહારનો. વ્યવહારમાં પણ તમને નક્કી થઈ રહેલી હદનો થોડોઘણો અંદાજો આવી જ રહ્યો હોય છે. દુઃખની વાત એ છે કે તમે એ થઈ

રહેલા અનુભવોને મહત્વ આપીને પોતાના જ્ઞાનને તે વિષયમાં વધારતા નથી. માની લો કે કોઈ આજ્ઞાકારી છે, તમારી દરેક વાત માને છે. તમે એની પાસેથી કામ પણ ખૂબ કઢાવો છો. પરંતુ ક્યાં સુધી? તેની પણ એક હદ છે. જો તમે તે હદ પર ધ્યાન નહીં આપો, તો એક દિવસ તે તમારી આજ્ઞાઓ માનવી બંધ કરી જ દેશે. અર્થાત્ જો તમે ચાહતા હો કે તે જીવનભર તમારી આજ્ઞા માને, તો તમારે આજ્ઞાઓ આપવાની નક્કી કરેલ હદની અંદર જ તેને આજ્ઞાઓ આપવી પડશે. બસ, એવી જ રીતે દરેકની અપમાન સહન કરવાની પણ એક હદ હોય છે. કોઈ ગમે તેટલું સહનશીલ કેમ ન હોય, એક હદ ક્રોસ કર્યા પછી તે વિદ્રોહ પર ઉતરી જ આવશે.

બસ, આવી જ રીતે મનુષ્યના અરસ-પરસના વ્યવહાર અને તેના દરેક સંબંધોમાં દરેક વસ્તુની એક હદ, તમારા વ્યવહાર અને મનુષ્યોની સાયકોલોજીના આધારે નક્કી થઈ જ જાય છે. તે સીમાની બહાર કરવામાં આવેલી અવહેલના, નિંદા, ક્રોધ, બદમાશી કે કંઈ પણ... ગંભીર દુષ્પરિણામો લઈને આવશે જ. પહેલી વાત તો અવહેલના, નિંદા, ક્રોધ કે બદમાશી હર હાલમાં ખરાબ જ છે, પરંતુ તેની હદ તોડવા પર તો તે અતિ ગંભીર પરિણામ લઈને આવશે, તે નક્કી જ છે.

એ ન સમજતા કે નકારાત્મક ભાવોની જ સીમા હોય છે, સકારાત્મક વ્યવહારની પણ પોતાની એક સીમા હોય છે. માન્યું કે તમે ઠરેલ છો અને સજ્જન વ્યક્તિ છો. પોઝિટિવ છો અને કોઈને દુઃખ દેવા નથી માંગતા; સારી વાત છે, પરંતુ તેની પણ એક સીમા હોય જ છે. એ ધ્યાનમાં રાખજો કે તમે જો કોઈની બદમાશી એક હદથી વધારે સહો છો તો તમે તેના "મહાબદમાશ" થવાનો પાયો નાંખી રહ્યા છો. અને જો આવું કરો છો તો તમને સજ્જન નથી કહી શકાતા, કેમ કે તમે કોઈના ભવિષ્ય સાથે રમત રમી રહ્યા છો. તેવી જ રીતે તમે કોઈનું જૂઠ છુપાવો છો કે તેની ચોરી દબાવો છો, તો બે ચાર વાર સુધી તો ઠીક છે, પરંતુ પછી એક સીમા વટાવ્યા પછી તે તમારી દયાને લાયક નથી રહી જતો. તેને એક્સપોઝ કરવો જ રહ્યો. ...આવું નથી કરતા તો તેનું ભવિષ્ય જ તમે બરબાદ કરી રહ્યા છો. ધ્યાન રાખી લેજો, કુદરતની નજરમાં આવી સજ્જનતા દુર્જનતાથી પણ વધુ ખરાબ માનવામાં આવે છે.

તેમ જ જરૂરતથી વધારે કોઈને લાડ પ્રેમ આપવો પણ અનેક દુષ્પરિણામો લઈને આવે છે. અને મા-બાપ, ખાસ કરીને માતાઓ, મોટા ભાગે પોતાના બાળકોના આવા લાડમાં પડી જાય છે. તે આને પોતાનો બાળક પ્રતિ પ્રેમ સમજે છે. પરંતુ હકીકતમાં તે બાળક સાથે દુશ્મનાવટ કાઢી રહી હોય છે. કેમ કે ખોટી વાત પર એક હદથી વધારે આપવામાં આવેલું પ્રોટેક્શન નાની-મોટી ભૂલોને આદતમાં રૂપાંતરીત કરી શકે છે. ...પછી જીવનભર તેનાથી બાળકનો છૂટકારો નથી થતો.

ખેર! આ જે વાત મેં અરસપરસના વ્યવહાર માટે કહી, તે જ વાત સામુહિક વ્યવહારો ઉપર પણ લાગુ પડે જ છે. જુલ્મીમાં જુલ્મી શાસકના જુલમની પણ એક હદ હોય છે. હદની અંદર કરવામાં આવેલ જુલમ તો જનતા સાંખી પણ લે છે. પરંતુ જે દિવસે શાસક હદ તોડી નાંખે છે, તેના વિરુદ્ધ ક્રાંતિ થાય જ છે. અને પછી શાસક માટે તો જુલ્મની જ નહીં, ભ્રષ્ટાચારથી લઈને તમામ ખોટી નીતિઓ અને નિર્ણયોની પણ પોતાની એક હદ હોય છે. આ હદને પાર કર્યા પછી કોઈ શાસક ક્યારેય નથી ટકી શકતો. બરાબર એવી જ રીતે, ધર્મગુરુઓ અને સમાજના ઠેકેદારો દ્વારા ફેલાવાઈ રહેલા કુરિવાજો પોતાની સીમામાં નુકસાન પહોંચાડી રહ્યા હોય છે ત્યાં સુધી તેમના પર મોટી આંચ નથી આવતી. પરંતુ જ્યારે તે હદ બહારનું નુકસાન પહોંચાડવું શરૂ કરી દે છે ત્યાર બાદ તેમના વિરુદ્ધ અવાજ બુલંદ થઈ જ જાય છે. ...અને જે તેને મીટાવી ને જ જંપે છે. આ જ સતિપ્રથાથી લઈને છૂઆછૂત જેવા બધા કુરિવાજો સાથે થયું છે. અને જે દિવસે મૂર્તિપૂજાથી લઈને જ્યોતિષ-વાસ્તુ પણ હદ બહારની પરેશાની ઉભી કરી દેશે તો તેમની સાથે પણ એવું જ થશે.

એકંદરે એ સમજી લો કે વ્યક્તિગત વ્યવહાર હોય કે સામુહિક વ્યવહાર, દરેક જગ્યાએ દરેક વાતની એક હદ નક્કી થઈ જ જાય છે. અને જ્યારે પણ તે હદનું ઉલ્લંઘન થશે, તેના દુષ્પરિણામ હદ તોડવાવાળાની વિરુદ્ધમાં આવશે જ. એટલે, જો તમે દુષ્પરિણામોથી બચવા માંગતા હો, તો હદમાં રહીને જ વ્યવહાર કરો.

ખેર, આ તો વાતની એક બાજુ હતી. કેમ કે અત્યાર સુધીની જે બધી વાતો મેં બતાવી છે તે બીજાઓ પર આધારીત છે. પરંતુ તમારા પોતાના માટે પણ દરેક વસ્તુની એક હદ હોય છે. અને તમારે સમજવું જોઈએ કે તમે પણ દરેક મામલામાં તે હદને ઓળખી લો. જો તમે સંપૂર્ણ-વ્યક્તિત્વ પામવા ઈચ્છતા હો, તો ક્ષણે ક્ષણે નક્કી થઈ રહેલી આ સીમાની હદોમાં રહીને જ વ્યવહાર કરો. અને તે પણ કોઈ હિચકિચાટ વગર, બિન્દાસ્ત, ડર્યા વગર અને ભવિષ્યની ચિંતા કર્યા વગર. કેમ કે ભવિષ્ય બગડે જ છે હદોનું ઉલ્લંઘન કરવાના કારણે. એટલે તમે પોતાની દરેક વસ્તુની સીમાનું ધ્યાન રાખો, ...પછી તે સહનશીલતા હોય, સહકાર હોય, સજ્જનતા હોય કે પ્રેમ હોય. એટલું જ નહીં, પછી સામેવાળી વ્યક્તિ ગમે તે હોય. કેમ કે જે પ્રેમને લાયક નથી તેને એક સીમાથી વધારે પ્રેમ કરશો તો તમારા જીવનમાં મોટી મુસીબતના ભણકારા વાગશે. તેવી જ રીતે તમે કોઈને સતત હેસિયતથી વધારે સહયોગ આપતા રહેશો તો એક દિવસ તેને તમે પોતાનો આશ્રિત બનાવીને જ છોડશો. માથે પડેલો દરેક આશ્રિત મનુષ્ય કેટલું કષ્ટ આપે છે કદાચ અત્યારે તમને તેનો કોઈ અંદાજ નથી. અને જો કોઈનું નકારાત્મક અને ખોટું સતત સહન કરશો અને કરતા જશો તો પછી તે નક્કી જાણજો કે એક દિવસ તે તમને મારી પણ નાંખશે તો પણ તેના વિરુદ્ધ જવાની કે પોતાને બચાવવાની

ક્ષમતા પણ તમે પોતાનામાં નહીં પામો. અને સાયકોલૉજિકલ સ્તર પર તો તે વ્યક્તિ દ્વારા તમે કૂતરાને મોતે મરતા દમ સુધી રોજે રોજ મરતા જ જશો.

એટલે, થોડું વિચારો એ કે જ્યારે ભલાઈઓની સીમા ક્રોસ કરવાથી જીવનમાં આટલા ગંભીર પરિણામ આવે છે તો બુરાઈઓ, જે પોતાનામાં અભિશાપ છે, તેની સીમાઓ ક્રોસ કરવાથી શું નું શું થઈ જતું હશે? જો તમને કોઈનાથી ઈર્ષા થાય છે, અને જો તે ઈર્ષા એક હદમાં રહે છે ત્યાં સુધી તો ઠીક છે, તમે થોડું દુઃખ ભોગવીને મેનેજ કરી પણ લેશો, પરંતુ જો તે નક્કી કરેલી હદ પાર કરી જાય તો પછી એ ધ્યાન રાખી લેજો કે તે ઈર્ષા તમારી અંદર એવી તો હતાશા પેદા કરી દેશે કે પછી તમે જીવનભર મન મુકીને હસી જ નહીં શકો. પછી મોટામાં મોટો ઉત્સવ કે મોટામાં મોટી ખુશી પણ તમારા મનને પ્રસન્ન નહીં થવા દે. તેવી જ રીતે કોઈના પર ફાયનાન્સિયલી કે ઈમોશનલી ડિપેન્ડ થવાની પણ એક હદ હોય છે. જો તમે પ્રેમ કે વિશ્વાસના નામ પર તેની હદ તોડી તો પછી તમે પોતાની ઈન્ડિવિજ્યુઅલિટી એ હદે ખોઈ નાંખશો કે તે વ્યક્તિ દ્વારા આપવામાં આવેલા કોઈ મામુલી ઝટકાથી ભાંગી પડશો. ...એટલે કે તમારી અંદરના દરેક ભાવની પોતાની એક હદ હોય છે. તમે ધ્યાન ન આપ્યું અને તેનું ઉલ્લંઘન કરી નાંખ્યું તો ચોક્કસપણે જાણજો કે બહુ જલ્દી તમે તમારી જાતને મોટી મુસીબતમાં ફસાયેલી પામશો.

સીમા ઓળંગતાં જ સમસ્યા દ્વાર ખટખટાવે છે

ચાલો, હવે આજ વાતને તમારા રોજિંદા જીવનના કેટલાંક ઉદાહરણોનો સહારો લઈને સમજાવું છું. અને વાતની શરૂઆત શરીરથી જ કરું, તો જેવી રીતે સતત વધારે અને ગંદુ ખાવાની હદ હોય છે, તેવી જ રીતે સતત ઓછું ખાવાની કે ભૂખ્યા રહેવાની પણ એક હદ હોય છે. આમાંથી કોઈપણ હદનું ઉલ્લંઘન કરવાથી મનુષ્યને મોટી બીમારી ગ્રસી જ લે છે. તેવી જ રીતે વ્યવહારમાં કામ કરવાની અને કામચોરીની, બંનેની હદ નક્કી હોય છે. જો તમે ઑફિસમાં પોતાનું જ નહીં બીજાઓનું કામ પણ એક હદથી વધુ કરો છો, તો ધીમે ધીમે ઑફિસમાં દરેક જણ તમને ટેકન ફોર ગ્રાન્ટેડ લઈ

લે છે. અને એક વાર બીજાઓએ તમને ટેકન ફોર ગ્રાન્ટેડ કરી લીધા પછી તો તમારી ખેર નથી. પછી તો મામુલી ચૂક કે નાનકડો ઈન્કાર તમને વિલન બનાવી દે છે. એવી જ રીતે, કામચોરીની એક હદ તોડવાથી તમારે નોકરીથી હાથ ધોવા પડી શકે છે. બરાબર એવી જ રીતે, ઘર હોય કે ઑફિસ, સ્ટાફને છુટ આપવાની હોય કે તેમના પર નિયંત્રણ રાખવાનું, બંનેની પોતાની હદ હોય જ છે. એક હદથી વધારેની છૂટ તમારા સ્ટાફને બદમાશી માટે ઉશ્કેરી શકે છે, જ્યારે એક સીમાથી વધારે નિયંત્રણો લાદવાથી તેમને વિદ્રોહ માટે મજબૂર કરી શકે છે.

અને બરાબર એવી જ રીતે કોઈના પર વિશ્વાસ કરવાની જ નહીં, કોઈના પર અવિશ્વાસ કરવાની પણ એક હદ હોય છે. એવી જ રીતે કોઈનાથી પ્રભાવિત થવાની કે કોઈનાથી નફરત કરવાની પણ એક હદ હોય છે. જો તમે કોઈનાથી એક હદથી વધારે પ્રભાવિત થયા તો ધીમે ધીમે કરીને તમે તેના જેવા બનવા લાગો છો. તેવી જ રીતે તમે કોઈને હદથી વધારે નફરત કરો છો તો પછી તેને તમે તમારા જીવનનું એક અંગ બનાવી લો છો, એટલે કે પોતાની ભરી ભાદરી સાયકોલોજીમાં નફરતને ઘર બનાવવા આપો છો.

બસ, આવી અનેકો અનેક વસ્તુઓની સીમાઓ વિશે ચર્ચા કરી શકાય છે. જેવી રીતે કોઈની વાત માનવી અને કોઈની વાતની અવહેલના કરવાની પણ એક હદ હોય છે. તેવી જ રીતે તિરસ્કાર કરવાની અને તિરસ્કાર સહેવાની પણ એક હદ હોય છે. આમ તો કોઈ વાત, વ્યક્તિ કે વસ્તુ પર ધ્યાન દેવાની પણ એક હદ હોય છે, અને બરાબર એવી જ રીતે પોતાનાથી સંબંધિત કોઈ વાત, વસ્તુ કે વ્યક્તિ પર ધ્યાન ન આપવાની પણ એક હદ હોય છે. તમારે એ ધ્યાન રાખવું જ પડશે કે કોઈ તમારી દરેક જિદ પૂરી કરે છે તો પણ તેની પોતાની એક હદ હોય જ છે. અને જો તમે એ સીમાનું ધ્યાન નહીં રાખો તો બહુ જલ્દી એક દિવસ એવો પણ આવી જ જશે કે તે તમારી કોઈપણ ફરમાઇશ માનવી બંધ કરી દેશે. તેવી જ રીતે કોઈ તમારો ક્રોધ કે ટોકવું સહન કરી રહ્યો છે, તેમ છતાં તેની પણ પોતાની હદ છે જ. હદ ઓળંગી તો એક દિવસ ઉલ્ટો વળીને તે તમારા પર ક્રોધ કરી જ બેસશે. કહેવાનું તાત્પર્ય એ કે તમારા રોજિંદા જીવનથી સંબંધિત દરેક વ્યક્તિ, વસ્તુ, વિચાર અને વ્યવહાર; બધાની એક હદ હોય જ છે. બસ, હદની અંદર કોઈ ખતરો નથી, અને સીમા અને હદની બહાર જીવન નથી.

અહીં એક બીજી વાત પણ ધ્યાનમાં રાખી લેજો કે જે નિયમ મનુષ્ય અને તેના વ્યવહારો પર લાગુ પડે છે, તે પ્રકૃતિ ઉપર પણ લાગુ પડે જ છે. અને આને સીધું સમજો તો જે નિયમોની અંતર્ગત આ પ્રકૃતિ ચલાયમાન છે, તે બધા મનુષ્યો ઉપર પણ લાગુ થાય જ છે. પ્રકૃતિમાં ના તો કોઈ એટલું મહત્વપૂર્ણ છે અને ના તો કોઈ કણ-માત્ર પણ એટલું તુચ્છ છે કે જેના માટે અલગથી કોઈ નિયમ બન્યા હોય.

અને આજ સંદર્ભમાં આગળ કહું તો હદ વિશે જે મેં મનુષ્યના સંદર્ભે બતાવ્યું તે જ પ્રકૃતિ તથા તેની દરેક વસ્તુ પર પણ લાગુ પડે જ છે. તમે જાણતા જ હશો કે પાણીની હદ નવ્વાણું ડીગ્રી સેંટીગ્રેડ છે. એક-સો ડીગ્રી સેંટીગ્રેડ સુધી ઉકાળવા પર તે વરાળ બની જ જશે. એવી જ રીતે જીરો ડીગ્રી નીચે તે બરફનું સ્વરૂપ ધારણ કરી જ લે છે. તેવી જ રીતે તાપમાનના મામલામાં પણ મનુષ્યનું શરીર સીમામાં જ કેદ થઈ જાય છે. નીચે ૮૨ ફેરનહાઇટ અને ઉપર ૧૦૮ ફેરનહાઇટ. આ હદ જો મનુષ્યનું શરીર ઓળંગી નાંખે, તો મરી જાય છે. ...અને તમને એ પણ બતાવી દઉં કે સૂનામીથી લઈને ભૂકંપ સુધી બધુ જ આ સંસારમાં એક કે બીજા પદાર્થની પોતાની હદ તોડવાને કારણે જ આવે છે. ...એટલે કે પ્રકૃતિમાં પણ બધું ત્યાં સુધી ઠીક ચાલે છે જ્યાં સુધી તેનો દરેક પદાર્થ પોતાની સીમામાં રહેતો હોય.

ખેર! હાલ તો અહીં હું પોતાનાં વિશે કહેવા પ્રસ્તુત થયો છું, હું હદ પર કોઈ પુસ્તક તો નથી લખી રહ્યો, અને પાછું તમે પણ વૈજ્ઞાનિક યુગમાં જીવી રહ્યા છો; એટલે મારું 'હદ' વિશે તમને આટલું કહેવું જ આ સમયે પર્યાપ્ત થઈ જવું જોઈએ. આશા કરું છું કે તમે પોતાના દરેક ભાવની હદને સમજશો અને પોતાના દરેક વ્યવહારની સીમાને પણ નજરઅંદાજ નહીં કરો. તો પછી બહુ જલ્દી આ હદના જ્ઞાનને સહારે તમે જીવનમાં આગળ આવનારી મોટી મુસીબતોથી બચવાનું પણ શીખી જશો.

ખેર! અત્યારસુધીની બધી વાતોનો સાર શું છે? સાર એ છે કે જરૂરતથી વધારે ડેટા નાંખવાના કારણે તમારા મનરૂપી કોમ્પ્યુટરની હાર્ડ-ડિસ્ક કરપ્ટ થઈ ગઈ છે, અને તે કારણે તેની ગતિ અત્યંત ધીમી પડી ગઈ છે. એટલે જીવનમાં ચાહવા છતાં અને લાખો ધમપછાડા કરવા છતાં તમારાથી કશું જ નથી થઈ રહ્યું. પરંતુ છતાં પણ ધ્યાન રહે હવે તેનાથી બચવા માટે તમારે નવું કશું નથી કરવાનું. કંઈ નવું જાણવાનું કે સમજવાનું પણ નથી. ...અને ના તો કોઈ નવા ઉપાયો પણ શોધવાના છે. આ નવા ઉપાય શોધવામાં અને નવું સમજવા-સમજાવવામાં જ તો અહીં સુધી પહોંચ્યા છો. ના, વધુ નહીં. ...હવે તો બસ, તમારી કરપ્ટ થયેલી હાર્ડ-ડિસ્કમાંથી તમારે ડેટા ડિલીટ કરવાનો છે. અને ચોક્કસપણે મેં સમજાવ્યું પણ છે અને સિદ્ધ પણ કર્યું છે કે તમારા હજારો જનમ થઈ ચૂક્યા છે અને આગળ પણ હજારો જનમ થતા જ રહેશે. એટલે તમારા કોમ્પ્યુટરમાં ડેટા આ જનમનો પણ છે અને જન્મજન્માંતર નો પણ છે. એવામાં મેં તમારી હાર્ડ-ડિસ્કને હળવી કરવા માટે એક અકસીર ઉપાય સુજાડ્યો જ હતો કે તમે ઓછામાં ઓછું બુદ્ધિ દ્વારા નંખાયેલ આ જનમ સંબંધીત ડેટા તો ડિલીટ કરી જ નાંખો. અને આ બહુ મુશ્કેલ પણ નથી, કેમ કે એ બહુ વધારે ગહન પણ નથી. ત્રીસ ચાલીસ વર્ષ જુનો છે, જલ્દી ડિલીટ થઈ જશે. અને એને ડિલીટ કરવાના બધા ઉપાય પણ હું તમને બતાવી જ ચૂક્યો છું. હવે સવાલ એ આવે છે કે જે ઉંડા છે તેમનું શું? તો જે ઉંડા છે તે આમ તો ડિલીટ થવાના નથી. એટલે હવે હું તમને જન્મ જન્માંતરથી

ચાલ્યા આવતા ડેટા કેવી રીતે ડિલીટ કરવાના, એ સમજાવું છું. અને સાચું કહું તો આ જન્મ જન્માંતરના ડેટા જ તમને વધારે પરેશાન કરે છે.

અને આ સંદર્ભમાં કોઈપણ વાત શરૂ કરું તેના પહેલા હું તમને આ ગહન શું છે અને ઉપરછલ્લું શું છે તે થોડા વિસ્તારથી સમજાવી દઉં. આ સમજવું તમારા માટે ખૂબ જરૂરી પણ છે અને દુર્ભાગ્યથી આ વાત થોડી વધુ ગહન પણ છે. એટલે એને ખૂબ ધ્યાન થી સમજજો. કેમ કે બુદ્ધિના ડેટા ડિલીટ કરવાથી તમારી અંદર મારી ગતિ તીવ્ર અવશ્ય થઈ જશે, તેનાથી જીવનમાં આનંદ પણ વધશે; પરંતુ પૂરી રીતે વાત તો આ જન્મ જન્માંતરના ગહન ડેટાને કમજોર કરવાથી જ બનશે. અને સૌથી મોટી વાત તો એ કે આ બધી વાતો તમારા જ જીવનથી સંબંધિત છે, એટલે એનો અનુભવ તો તમને હશે પણ, ...પરંતુ તમે એના પર ધ્યાન નથી આપતા. એટલે હકીકતમાં કહું તો મારી કહેલી દરેક વાતને સમજવા માટે સવાલ માત્ર મારા ઈશારા કરવાનો અને તમારા ધ્યાન દેવા ભરનો જ છે. ચાલો, ધ્યાન તો તમે આ વાતોનું મહત્વ સમજીને આપી જ દેશો. એટલે અત્યારે તો અહીં એ સમજી લઈએ કે તમારી અંદર મારા મનરૂપી કોમ્પ્યુટરની જે ગહનતા છે તે સ્પેસમાં આકાશ-પાતાળની ગહનતાથી જરાય ઓછી નથી. પરંતુ કેમ કે આકાશની ઊંચાઈ કે પાતાળની ઊંડાઈ સ્પેસ છે, એટલે તમારી સમજમાં આવી જાય છે; જ્યારે મારી ગહનતા જ નહીં, મારા સ્વરૂપ પણ અદ્રશ્ય છે, એટલા માટે મારા વિશે સમજવામાં તમને જરા મુશ્કેલી પડે છે.

પરંતુ આ વૈજ્ઞાનિક યુગમાં એક સીધું વૈજ્ઞાનિક સત્ય કેમ નથી સમજતા કે મારો અને સ્પેસનો વિસ્તાર એક સાથે થયો છે. એટલે મારી ગહનતા કોઈ કિંમતે સ્પેસથી ઓછી નથી હોઈ શકતી. અને તમારા માટે હું તમારું મન છું અને એટલા માટે જ હજારોમાં કોઈ એક જ પોતાનું જીવન, પોતાનો સ્વભાવ, પોતાના વર્તમાન કે ભવિષ્ય વિશે કંઈક 'જાણી-સમજી' શકે છે. નહિતર તો બાકીનાઓ ઉપર છવાયેલ આ અજ્ઞાન જ તેમના બધાં દુઃખોનું મૂળ છે. અને પાછી મારી કહેલી આ તમામ વાતોને સમજવા માટે સીધે સીધું એ કેમ નથી સમજતા કે મારા કેટલાય સ્વરૂપ તમારા જીવન અને તેમાં ઘટનારી ઘટનાઓની આસપાસ જ ઘૂમ્યા કરે છે. અને વળી હું પોતે તમારી અંદર મનરૂપી કોમ્પ્યુટરના રૂપમાં મોજૂદ છું. તો તમે તમારી બુદ્ધિને આરામ આપીને અને ચારેકોર જોવાનું છોડીને, સીધું પોતાની અંદર નજર કેમ નથી કરતા? ત્યાં તમને મારી કહેલી દરેક વાતનું પ્રમાણ મળી જશે. પણ તમે મારી કહેલી વાતોનો સ્પેસમાં ઘટતી ઘટનાઓ સાથે તાળો મેળવવા પ્રયાસ કરશો તો નિષ્ફળ જશો. વળી તમે જો એને બુદ્ધિથી શોધવાનો પ્રયાસ કરશો તો હજી વધારે ગૂંચવાઈ જશો. સીધી વાત છે, જે વસ્તુ જ્યાં પડી છે ત્યાંજ તો મળશે. અને કેમ કે તમને બધા કન્ફ્યૂઝન મારે કારણે છે, અને હું તમારા મનરૂપી કોમ્પ્યુટર સ્વરૂપે તમારી અંદર મોજૂદ છું, એટલે આ બધા કન્ફ્યૂઝન

પણ અંદર નજર કરવાથી જ દૂર થશે. આશા રાખું છું કે આગળ ઉપર તમે, મેં અત્યાર સુધી કહેલી વાતો પર અને હવે પછી કહેવામાં આવનારી તમામ વાતોને તમારી ભીતર શોધવાના પ્રયાસ કરશો. તમે તમારા એક નહીં તો બીજા અનુભવમાં ચોક્કસ એની સત્યતા મેળવશો. અને આ વાત હું પહેલા પણ કહી ચૂક્યો છું કે તમારું મન જ એક એવી લેબોરેટરી છે જ્યાં મેં કહેલી દરેક વાત સિદ્ધ થતી રહેશે. જેમ કે તમારે નાઈટ્રોજન વિશે કોઈ વાત જાણવી છે કે સિદ્ધ કરવી છે તો તમારે નાઈટ્રોજન સાથે પ્રયોગ કરીને જ સિદ્ધ કરવી પડશે, એમ જ મારી બાબતમાં કંઈ પણ સિદ્ધ કરવું હશે તો મારા ઊંડાણમાં જોવાથી જ એ સિદ્ધ થઈ શકે છે.

એટલે, અત્યારે તો હું ફરી એ ગહન વાત અને ઉપરછલ્લી વાત શું છે, તેના પર પાછો આવું છું. તમને પણ તેના હજાર અનુભવ હશે, પરંતુ તમે ક્યારેય આ વાત પર ધ્યાન નહીં આપ્યું હોય. હવે આ તો હું તમને સમજાવી જ ચૂક્યો છું કે મનના કોમ્પ્યુટરમાં અંકિત થવાવાળા દરેક ડેટાની બરાબર તથા વિપરીત દિશામાં લગાતાર પ્રતિક્રિયા થતી જ રહે છે. અને જો તમે આ પ્રતિક્રિયા બુદ્ધિના ચક્કરમાં આવીને દબાવી, તો યાદ રાખજો કે તેની બીજી હજારગણી પ્રતિક્રિયાઓ થશે. જો તમને કોઈના પર ક્રોધ આવ્યો અને તમે ક્રોધ કરવાને બદલે તેને દબાવી દીધો, તો તેનાથી તે દબાઈ થોડો જવાનો? તે એક દિવસ હજારગણો થઈને તે જ વ્યક્તિ વિરુદ્ધ નીકળશે. અને આ વાતના તમને હજારો અનુભવ થયા પણ હશે. તમે સાથે રહ્યે રહ્યે રોજ એક બીજાની વિરુદ્ધ જે થોડો થોડો ગુસ્સો દબાવતા જઈ રહ્યા છો, તે પ્રાયઃ તમને તમારાં ઉંડાણમાં છુપાયેલો જોવા મળતો જ હશે. અને એટલે જ તો એક દિવસ તે દબાયેલો ગુસ્સો નાનકડી વાત પર એકસાથે ફાટી નીકળે છે અને તમારી તમારા પોતાનાઓ સાથે આજીવન દુશ્મનાવટ કરાવીને જ જંપે છે. આ વાતને વિસ્તારથી સમજાવવાની જરૂરત નથી કે ઘણીવાર ભાઈ-ભાઈ, પતિ-પત્ની અને મિત્રોની વચ્ચે થતી દુશ્મનીનું આ જ કારણ હોય છે. એટલે કે ક્રોધ આવ્યો ત્યારે ઉપરછલ્લો હતો, પરંતુ દબાવ્યો તેથી તે ઉંડે ઉતરી ગયો. એટલે કે છેવટે આ ગહન ક્રોધ જ પરિણામકારક સિદ્ધ થાય છે.

તેવું જ ઇચ્છાઓનું છે, જાગી અને પૂરી કરી લીધી તો કોઈ ખાસ વાત નથી. દબાવી તો ઓર વધી જશે. અને સતત અને વારંવાર દબાવશો તો ગહનતામાં ઉતરી જશે, અને એક દિવસ વિકૃત સ્વરૂપ ધારણ કરી લેશે. અને આજ પ્રતિક્રિયા કોઈ વસ્તુ મેળવવાની કામનાથી લઈને કંઈક પ્રાપ્ત કરવાના હેતુ સાથે નાંખવામાં આવેલ તમામ ડેટાઓના સંબંધમાં પણ છે. એટલે કે કોઈપણ ડેટા મનમાં જવાથી તેની પ્રતિક્રિયા થશે અને જો તે પ્રતિક્રિયાને દબાવવાની કોશિશ કરી તો તેની બીજી હજારો પ્રતિક્રિયાઓ થશે. અને લાંબા સમય સુધી દબાયેલી રહી, તો અંતે તે તમારા મનની ગહનતામાં ઉતરી જશે. અને જે દબાયેલી પ્રતિક્રિયાઓ જેટલી ગહન હશે, તેને નીકળવામાં એટલો જ સમય લાગશે. ...અને

તે એટલા જ ગહન પરિણામ પણ લઈને આવશે. ઉદાહરણ તરીકે ધન કમાવવાની ઈચ્છા ઊંડાણમાં ઉતરી ગયા પછી ધન ન કમાવી શકવાની ઈન્ફિરિઑરિટી તમારી અંદર સુધી ઉતરી જશે. તેવી જ રીતે જો કોઈ છોકરીને તમે ખૂબ પ્રેમ કરો છો, અને કોઈ દબાણ કે કોઈ અન્ય કારણથી તમે તેની સાથે લગ્ન નથી કરી શકતા, તો ધ્યાન રાખજો તમે તે દબાવ નાંખવાવાળા કે કારણ પેદા કરવાવાળાઓને ક્યારેય માફ નહીં કરી શકો. જેટલો ગહન તમારો પ્રેમ હશે, તેટલી જ ગહન તેમના પ્રતિ તમારી દુર્ભાવના પણ આજે નહીં તો કાલે પ્રકટ થશે જ. અર્થાત્ કોઈપણ ભાવ કે ઈચ્છા પોતાની બુદ્ધિ કે બીજાઓના પ્રભાવમાં આવીને દબાવવાના, તમારા કે બીજાઓ માટે કોઈ સકારાત્મક પરિણામ ક્યારેય નથી આવી શકતા. સૌથી મોટી વાત એ કે આ બધી ક્રિયા પ્રતિક્રિયાઓ નિયમથી જ ઘટે છે. અને જે વસ્તુ નિયમથી ઘટી રહી છે તેને દબાવવાથી ફાયદો કેવી રીતે થઈ પણ શકે?

સમયની ભાષામાં ક્ષમા કે સંયમ જેવા શબ્દો હોતા જ નથી

હવે પાછી ગહન વાત શું છે અને ઉપરછલ્લી વાત શું છે તેના પર પાછો આવું છું. અને તે તમે સમજી જ ગયા હશો. ઉપરછલ્લી એ છે જે નવી-નવી ઉત્પન્ન થઈ છે અને ગહન તે છે જે પહેલાથી દબાયેલી હોય અને બહાર નીકળી રહી છે. અને અહીં એ કહેવાની જરૂર નથી કે જે જેટલા જોરથી દબાવેલી છે, અને જેટલા લાંબા સમયથી દબાવેલી છે, તે એટલી જ ગહન છે. અને એક વાર આ ગહન અને ઉપરછલ્લાનો ભેદ સમજી લેશો તો તમે ઘણું બધું સમજી લેશો. ...તથા એકવાર જો તમને પોતાના કે આસપાસ વાળાઓના ઊંડાણમાં છુપાયેલા આ ભાવોનો અંદાજો આવી જશે, તો તમે ન માત્ર તેમનો ઈલાજ કરી શકશો, પરંતુ બીજાઓના ગહનમાં છુપાયેલા ભાવોને જોઈને તેમનાથી સાવધાન પણ રહી શકો છો. જો કોઈનામાં તમારા પ્રત્યે ક્રોધ કે નારાજગીની કોઈ ગહનતા દેખાઈ જાય તો પછી તે ઉપરથી ચાહે ગમે તે વ્યવહાર કરતો હોય, પરંતુ તમે સાવધાન થઈ જજો; કેમ કે તેની આ ગહનતા એકને એક દિવસે પોતાનો રંગ અવશ્ય દેખાડશે.

હવે જ્યારે ક્રિયા-પ્રતિક્રિયાઓ વિશે આટલી વાતો બતાવી જ રહ્યો છું, તો તેનાથી ઊભી થનારી હજારો ગેરસમજો વિશે પણ બતાવી દઉં. મોટા ભાગે બધા કહે છે કે બુદ્ધ અને જિસસને જુઓ, તેમની સાથે ગમે તેવો વ્યવહાર કેમ ન કરો, તે 'ક્ષમા' કરી દે છે. તમે પણ ક્ષમા કરતા શીખો, ક્ષમાથી મોટું કોઈ દાન જ નથી. હવે આવી વાતો જે કરે છે તેમને ન મારો, ન મારા મનરૂપી સમયનો અને ના તો જીવનનો કોઈ ખ્યાલ છે. મારા સ્તર પર ક્ષમા જેવો કોઈ ભાવ હોતો જ નથી. મારા સ્તરે તો ક્ષમા એક કોરો શબ્દ-માત્ર છે. કેમ કે મનુષ્યની બુદ્ધિ જેને ક્ષમા સમજી રહી છે, તે તો પરિણામ છે. આ તમને જે ક્ષમા દેખાઈ રહી છે તેનું કારણ એ છે કે બીજાઓના વ્યવહારથી તેમના કોમ્પ્યુટરમાં કોઈ ડેટા જ નથી જઈ રહ્યો. અને જ્યારે ડેટા જઈ જ નથી રહ્યો, તો પ્રતિક્રિયાઓ કેવી? અર્થાત્ તેમનું બીજાઓના વ્યવહારથી અલિપ્ત રહેવું તમને ક્ષમા લાગી રહ્યું છે. પરંતુ તમે આ વાત બરાબર સમજી લો કે જો તમને કોઈની કોઈ વાતનું ખોટું લાગ્યું છે, તો પછી તમે એને માફ નહીં જ કરી શકો, તે સંજોગોમાં પ્રતિક્રિયા તો થશે જ.

તમે પોતે પોતાના જીવનમાં જોઈ લેજો, કે કોઈ તમને કોઈના વિરુદ્ધ ભડકાવી રહ્યું છે, પરંતુ જો તમે તેની વાત પર કોઈ ધ્યાન નહીં આપો તો અંદર ડેટા જશે કેવી રીતે? અને જ્યારે અંદર ડેટા જશે જ નહીં તો તમે ગુસ્સે પણ નહીં થાવ. ...એટલે કોઈ પ્રતિક્રિયા નહીં થાય. પરંતુ જો તમે વાતોમાં આવી ગયા તો કોઈ ઉપાય નથી, પછી તો જેના વિરુદ્ધ તમને ભડકાવવામાં આવ્યાં છે એની સાથે તમે કંઈકને કંઈક ભવાડો તો કરશો જ. ...આજે નહીં તો કાલે.

એટલે ફરી એક વાર સ્પષ્ટતાપૂર્વક સમજી લો કે મારા સ્તરે વાત હંમેશા બેતરફી હશે. તેનું સ્વરૂપ હંમેશા ક્રિયા અને પ્રતિક્રિયાનું જ હશે. અને એ પણ કહી જ ચૂક્યો છું કે પ્રતિક્રિયા હંમેશા વિપરીત દિશામાં હશે. ...એટલે જો આજ પછી તમારે મારા વિશે નરી વાતો અને વાસ્તવિક વાતોનો ભેદ સમજવો હોય, તો સમજી લેજો કે મારા વિશે જો જાણકાર કોઈ વાત કહેશે તો તે હંમેશા વિરોધાભાસી હશે. અને જો કોઈ અજ્ઞાની મારા વિશે માત્ર ક્રિયા કે પ્રતિક્રિયામાંથી કોઈ એકની ભાષામાં કહી રહ્યો છે, તે ભલે તમને સીધી માલૂમ પડતી હોય, પરંતુ ક્યારેય સાચી નહીં હોય. ...જેવું કે ઉપરોક્ત ઉદાહરણથી મેં સમજાવ્યું.

કહેવું કેટલું સરળ લાગે છે કે ક્ષમા કરો. પણ આ તો એક વાત થઈ. પૂરી વાત તો એ કે બીજાઓના વ્યવહારનું માઠું ન લગાડો, પ્રતિક્રિયા આપવાની જરૂર જ નહીં પડે. હા, પોતાના આ વ્યવહારને ભલે 'ક્ષમા'નું નામ આપી દો, મને કોઈ વાંધો નથી. તો આ મેં તમને ખૂબ ઊંડી વાત ખૂબ સરળતાથી સમજાવી દીધી. એને હંમેશને માટે ગાંઠે બાંધી લેજો કે ધર્મ, ભગવાન, સાયકોલોજી, જીવન, મન, સમય જેવી ગહન વાતો વિશે જે વક્તવ્ય વિરોધાભાસી

જીવનને આનંદથી વિતાવવા માટે મનુષ્યનું શોખીન હોવું અત્યંત આવશ્યક છે

નથી; જેના બંને છેડાની ચર્ચા નથી થતી, એ ક્યારેય આ વિષયો બાબતે સત્ય નથી હોતી. એટલા માટે નાહકની મોટી મોટી વાતો સાંભળવામાં તો સારી લાગે છે, પરંતુ તેના પર અમલ નથી થઈ શકતો. કેમ કે તે સત્ય નથી હોતી અને બિચારો મનુષ્ય આવી વાતોને અમલમાં ન લાવી શકવાને કારણે અકારણ પોતાને જ તુચ્છ સમજવા લાગે છે. ના, દરેક સત્યના બે છેડા હોય છે, કોઈ એકને અપનાવી લો, તો બીજો આપ મેળે જ તમારી પકડમાં આવી જશે, પરિણામે તમારી ઊંચાઈ વધી જશે.

મારી આજ વાતનાં કેટલાંક બીજાં ઉદાહરણ આપું તો ચોક્કસપણે જો તમે બુદ્ધની સામે દુનિયાભરની દોલત કે જગતભરની સુંદરીઓ લાવીને મૂકી દેશો તો પણ બુદ્ધ આકર્ષિત નહીં થાય. બુદ્ધિમાન લોકો કહેશે- જોયો બુદ્ધનો સંયમ? અરે ગાંડાઓ, આ સંયમ નથી, અને જીવનમાં સંયમ રાખવાનું તો ક્યારેય શીખતા પણ નહીં. ગાંડાઓની કમી નથી, સમજાવી દેશે કે સંયમ ખૂબ ઉંચી વસ્તુ છે. જુઓ બુદ્ધનો સંયમ. ના, વિકૃત થઈ જશો...

વિકૃત. એ તરફ બુદ્ધ કોઈ સંયમ નથી રાખી રહ્યા, ધન કે સુંદરી તેમને આકર્ષિત જ નથી કરી રહ્યા, અને જ્યારે આકર્ષણ નથી તો મનમાં કોઈ ડેટા પણ નથી જઈ રહ્યો, અને જ્યારે ડેટા જ નથી જઈ રહ્યો તો પ્રતિક્રિયા પણ નથી થઈ રહી. ...સંયમ શેનો? હા, આકર્ષણ ઓછું કરવાની વાત કરો તો વાત સમજમાંય આવે. પરંતુ આકર્ષણ હોય, તો દબાવતા નહીં. ...નહીં તો તમારું એ જ આકર્ષણ એક દિવસ વિકૃત સ્વરૂપ ધારણ કરી લેશે. એકંદર કહેવાનું તાત્પર્ય એ કે અણસમજુઓની વાતો સાંભળી ક્ષમા કરવા કે સંયમ વર્તવામાં ન લાગી જતા. તમારું કોમ્પ્યુટર પૂરી રીતે રમણ ભમણ થઈ જશે. અને ફ્રસ્ટ્રેટેડ બનીને ફર્યા કરશો. ના, ડેટા અંદર જાય જ નહીં, તેની વ્યવસ્થા કરો. ડેટા અંદર જશે તો પ્રતિક્રિયા થશે જ, અને પ્રતિક્રિયા દબાવશો તો વિકૃત અને ગાંડા થઈ જ જશો.

આ વાતને આગળ વધારું તો કેટલાય ગાંડા તમને કહી દે છે કે સંપૂર્ણ સંયમ પાળો. બધી વસ્તુઓ પ્રત્યેનું આકર્ષણ દબાવી દો. આ પાછી એક તરફી વાત થઈ. શક્ય જ નથી. વગર આકર્ષણે કોઈ મનુષ્ય એક પળ પણ જીવિત નથી રહી શકતો. પછી તે બુદ્ધ જ કેમ ન હોય? તમે બુદ્ધ ને કહી દો આ ન કરો. ...કેમ કે આનાથી બે માણસોનું ભલું થશે. તમે સંયમ રાખો, તેમની ભલાઈ કરવા માટે આકર્ષિત થાઓ જ નહીં. ના..., આ બુદ્ધ માટે સંભવ નથી. બીજાઓની ભલાઈ તેમનું પરમ આકર્ષણ છે. તેમણે જીવનભર એ જ કર્યું છે. અર્થાત્ આકર્ષણની ઊંચાઈઓ વધારવાની છે, આકર્ષણને દબાવવાનું નથી. સાચું કહું તો ધર્મના નામ પર અક્કલના દુશ્મનો દ્વારા આપવામાં આવેલી ખોટી શિક્ષાઓ અને મોટા મોટા શબ્દોએ જ મનુષ્યને સૌથી વધારે નુકસાન પહોંચાડ્યું છે. પરંતુ તમે મારી વાત સમજી લીધી હશે, એટલે આશા કરું છું કે આ નાસમજી ભરી વાતોથી તમે પોતાને બચાવી લેશો. કોઈપણ વાત જે એકતરફી કહેવાઈ હોય, તેને અસત્ય જાણી તેની અવહેલના કરી જ લેજો.

ખેર, હવે તમે ડેટા ગહનતામાં કેવી રીતે જાય છે તે સમજી જ ગયા હશો. ગહનતામાં ગયેલો ડેટા કેટલો પરેશાન કરી નાંખે છે, તમને તેનો અંદાજો પણ આવી જ ગયો હશે. સાથે જ સૌથી વધું મહત્વપૂર્ણ એ કે અક્કલ વિનાઓની વાત ન સાંભળવાની સલાહ પણ તમારી સમજમાં આવી જ ગઈ હશે. બીમાર થાવ તો સ્પેશ્યાલિસ્ટને જ બતાવો, આ તો છે કે.જી.ના વિદ્યાર્થીઓ, જે બરાબર રીતે પોતાની સહાયતા પણ નથી કરી શકતા. બસ, પોતાને મોટા અને તમને નીચા દેખાડીને પોતાની દુકાનો ચલાવવા માટે તમને સંયમ, ક્ષમા તથા બીજું પણ, કોણ જાણે બીજી કેવી કેવી મોટી મોટી વાતો બતાવતા રહે છે, એમની સલાહ શા માટે માનો છો? અરે ભાઈ, જે થઈ જ નથી શકતું, તે થઈ જ ના શકે. તેઓ તો સમાજમાં પોતાનું ખોટું સમ્માન બચાવવા માટે, પોતાનું ફ્રસ્ટ્રેશન દબાવીને પણ જીવી જ લેશે, પરંતુ તમે નહીં જીવી શકો. અને આમ પણ જે વાત મનમાં હોય તેને શરીરથી દબાવીને

જીવવાનો ફાયદો પણ શું? અને વળી તે દબાવવાથી પણ ક્યાં દબાઈ રહી છે? ઉલ્ટી તે તો વિકરાળ સ્વરૂપ ધારણ કરીને તમારું જીવન ખેદાન-મેદાન કરી રહી છે. સ્પષ્ટ સમજી લેજો કે આ દબાવવાવાળાઓના ખેલ બસ, જન્મ બે જન્મની જ વાત છે, પછી આવા લોકો જ આતંકવાદ અને જંગલિયતની તમામ સીમાઓ પાર કરી જાય છે. ...સીધેસીધું એ બતાવો કે મન અને જીવનનો મારાથી મોટો સ્પેશ્યાલિસ્ટ કોણ? ચોક્કસપણે કોઈ નહીં, કેમ કે મારા દ્વારા જ આ આખો ખેલ ચાલી રહ્યો છે. તો પછી સીધેસીધા આ અવસરનો લાભ લઈને, મારી વાત માનીને સુખી કેમ નથી થઈ જતા?

આશા છે કે આ સંદર્ભમાં તમે મારી વાત સાંભળશો પણ અને માનશો પણ. આગળ ઉપર મનમાં ઉઠનારા કોઈપણ ભાવ તમે નહીં દબાવો. બસ, આ આશા સાથે હવે હું આ વાતને આગળ વધારું છું. અને આગળ હવે સૌથી પહેલો પ્રશ્ન એ ઉઠે છે કે વાત ગહનતામાં ઉતરે છે કેવી રીતે? અને તેનો ઉત્તર આપતા પહેલા એ સમજાવી દઉં કે આ પણ બે સ્તર પર છે. એક તો એ જે જન્મ-જન્માંતરથી ગહનતામાં ઉતરી પડી છે, અને બીજી એ જે આ જન્મમાં કરવામાં આવતી ભૂલોને કારણે ગહનતામાં ઉતરી રહી છે.

એટલે, પહેલા આ જન્મમાં કરવામાં આવતી ભૂલો વિશે જ વાત કરી લઈએ. અને એ સંદર્ભમાં કહું તો બે જ વાતો મુખ્ય રૂપે ઉભરીને સામે આવે છે. એક તો નકામી વાતોને જરૂરથી વધારે મહત્વ આપવાને કારણે, વાત ગહનતામાં ઘૂસી જાય છે, અને બીજું, લગાતાર અંદરથી આવનારા ભાવોને દબાવવાને કારણે વાતો ગહનતામાં ઉતરતી જાય છે. એટલે જો તમે ગહનતામાં ઉતરી રહેલી વાતોની ઢંગધડા વગરની પ્રતિક્રિયાઓથી પોતાને બચાવવા માંગો છો, તો ઉપરની બંને આદતો તમારે છોડવી પડશે.

એટલે, હવે સીધી વાત મનની ગહનતામાં છુપાયેલા એ ડેટાઓ વિશે કરીએ છીએ જે જન્મ-જન્માંતરથી અંદર દબાયેલા પડ્યા છે. અને ચોક્કસપણે તે વધુ ખતરનાક છે. ...ખાસ કરીને એ જોતા કે એક ઉંમર પછી આ બધા ગહનતામાં દબાયેલા ડેટાના કારણે તમારો એક સ્વભાવ બની જાય છે અને પછી તેની જ આસપાસ તમારું જીવન ફરતું રહે છે. એટલે કે એની પછી તમારામાં બદલાવની કે તમારા જીવનમાં કંઈક નવું થવાની સંભાવના સમાપ્ત થઈ જાય છે. પછી ભલે તમે લાખો દુઃખોમાં હોવ, કે હજારો અપ્રિય વ્યક્તિઓ કે વસ્તુઓથી કેમ ઘેરાયેલા ન હોવ, પરંતુ આમ છતાં તમે કશું જ બદલી નથી શકતા. એક તો આ દશા સ્વયં પોતાનામાં જ ખતરનાક છે, ઉપરથી દુઃખદાયક વાત એ કે સોમાંથી નવ્વાણું લોકોની આ દશા છે.

આ બધું તો સમજ્યા 'સમય' મહારાજ! પણ હવે તેનાથી છુટકારો મેળવવાના ઈલાજ તો બતાવો. કેમ કે સાચે જ અમે અમારા વર્તમાન જીવનથી ખુશ નથી, છતાં પણ

કશું જ નથી કરી શકતા. ...તો ઠીક છે, હવે હું સીધા ગહનતામાં દબાયેલા આ ડેટાથી મુક્તિ મેળવવાના ઉપાય બતાવું છું, જેણે તમારા જીવનને દિશાહીન કરી મૂકી છે. અને તમારા માટે આ અંગે બે વાતો સમજવી જરૂરી છે. એક તો એ કે આવા ડેટા સંખ્યામાં વધારે નથી હોતા, પરંતુ ગહનતામાં છુપાયેલા હોવાના કારણે આ ખૂબ સૂક્ષ્મતમ્ સ્વરૂપમાં, ખૂબ જ દ્રઢતાપૂર્વક સ્થિત હોય છે. અને ખૂબ સારી રીતે સમજીએ તો આ એવી જૂજ ઈચ્છાઓ હોય છે જે તમે જન્મો જન્મ સુધી સતત દબાવીને ગહનતામાં પહોંચાડી દીધી હોય છે. અને બહુ થયું હોય તો થોડા એવા ભાવ હોય છે જેને તમે ક્યારેય કાઢી જ નથી શક્યા.

...અને આગળ પછી થાય છે એ કે આ ગહનતામાં દબાયેલા ભાવોના કારણે ઉત્પન્ન થતી હજારો પ્રતિક્રિયાઓ તમારા મનરૂપી કોમ્પ્યુટરમાં ફરતી રહે છે. જે ના માત્ર તમારા કોમ્પ્યુટરને કરપ્ટ કરે છે, પરંતુ તમારા સ્વભાવને પણ વિકૃત કરી નાંખે છે. અને મારી ગતિ તો એવી થઈ જાય છે કે જાણે આ સિત્તેર એંસી વર્ષનું જીવન પણ ખૂબ લાંબુ થઈ ગયું હોય. બીજી વાત આ સંદર્ભમાં સમજવાલાયક એ છે કે આ ઈચ્છાઓ કોઈપણ પ્રકારની હોઈ શકે છે, જેમ કે ખાવાની, રમવાની, કમાવવાની, નામનાની, સત્તાની, સ્ત્રીઓની કે... કંઈ પણ. અને આ સંદર્ભમાં સૌથી મહત્વપૂર્ણ વાત તો એ કે જેની જે ઈચ્છાઓ દબાયેલી પડી છે, તે જ વારે વારે માથુ ઉંચકે છે. એટલા માટે તમે જોતા પણ હશો કે કોઈ રમવા પાછળ ગાંડુ છે, તો કોઈ કમાવા પાછળ. કોઈ સ્ત્રીઓ પાછળ પાગલ છે, તો કોઈ નામનાનું ભૂખ્યું છે. પરંતુ આ તમામ ગહન દબાયેલી ઈચ્છાઓના સંબંધમાં સૌથી મોટી વાત એ કે એ પૂરી કર્યા વગર નીકળે એવી નથી. અને તેનાથી ખતરનાક વાત એ કે તે ક્યારેય પૂરી થવાની નથી.

...એટલે કે આ સાચે જ ખૂબ ગહન ચક્કર છે અને નિશ્ચિતપણે તેનાથી છુટવું આસાન નથી. કેમ કે મનના ઉપદ્રવ જ કંઈક એવા છે કે ઈચ્છાઓ દબાવી તો વિકૃત થઈ જશે, અને ગહનતામાં દબાયેલી ઈચ્છાઓ પૂરી કરવાની કોશિશ કરી તો એ ઔર વધતી જશે. એવામાં પિંડ છોડાવવો તો પણ કેવી રીતે? અને હું જે કહી રહ્યો છું તે બધી વસ્તુઓના તમને પણ ઓછા-વત્તા અનુભવો હશે જ. કમાવવાવાળો કમાતો જ જાય છે, અને જેટલું પણ કમાતો જાય છે. ...વધુ કમાવવાની ઈચ્છા પેદા થતી જ રહે છે. આજ હાલત ખાવાવાળાઓથી લઈને સ્ત્રી, પુરુષ મિત્ર બનાવવાવાળાઓની પણ છે. અને સાચું કહું તો આ દબાયેલી ઈચ્છાઓના કારણે જ જન્મો જન્માંતરથી તમારા કોમ્પ્યુટર કરપ્ટ થયેલા પડ્યા છે. જો તમે તેનાથી છુટકારો મેળવી તમારા જીવનમાં મારી ગતિ સાચે જ તીવ્ર કરવા ઈચ્છો છો તો એમને ભોગવવા જ પડશે, પરંતુ ધ્યાનથી. તમારી ઈચ્છાઓ પૂરી કરતી વખતે જોવું પડશે કે શું આ જ તમારું જીવન છે? ...ના, જીવન તો પૂર્ણ છે. તેમાં બધા જ શોખ અને બધાં કર્તવ્યો સામેલ હોવા જ જોઈએ, ત્યારે જ તો આ જીવન સંપૂર્ણ કહી શકાય.

અને પછી એ વિચારો કે જે થોડી ઇચ્છાઓની આસપાસ તમે તમારું જીવન ફેરવી રહ્યા છો, શું તે સાચે જ એટલી સાર્થક છે? બસ, ધ્યાનથી આ વાતોનું ચિંતન કરતા જાવ અને ઇચ્છાઓ પણ પૂરી કરતા જાવ. ...એટલે ઇચ્છાઓની પૂર્તિ કરતી વખતે પણ નજર તેમની વ્યર્થતા જાણવામાં જ લગાવી રાખો. જો-જો, જલ્દીથી જ એના ચમત્કારિક પરિણામો આવશે. ઇચ્છાની તીવ્રતા ઓછી થઈ જશે. તીવ્રતા ઓછી થતાં જ મારી ગતિ વધી જશે, અને આ કારણે તમારું જીવન સરળ અને સંપૂર્ણ થતું જશે.

એક વાર
જે ઇચ્છા મનમાં
ઉદ્‌ભવી એ પછી તેને
પૂરી કર્યા વિના તેનાથી
કોઈ છુટકારો નથી

અને પછી દબાયેલી ઇચ્છાઓથી મુક્તિ મેળવવા માટે એક વક્ર દ્રષ્ટિ જ કાફી છે. તમારે કરવાનું શું છે? તેની વ્યર્થતા જ તો ઓળખવાની છે. આ વાતને એવી રીતે સમજો કે તમારે ખૂબ ધનવાન થવું છે. હું કહું છું એમાં કશું જ ખોટું નથી. પરંતુ કઈ કિંમત પર? જીવનની કિંમત પર, સ્વાસ્થ્ય અને શોખની કિંમત પર? ના, આ તો ખૂબ મોંઘો સોદો થયો. જરા આવી રીતે વિચારશો તો ઇચ્છાઓ આપમેળે જ કમજોર થઈ જશે. થોડો ઇતિહાસ ઉઠાવીને જોશો તો જણાશે કે જીવનભરના યુદ્ધો કરીને વિશાળ સામ્રાજ્ય બનાવ્યા પછી પણ મૃત્યુ સમયે સિકંદરના હાથ ખાલી હતાં. એને હોય કે હીટલરને, કશું જ હાથ નહોતું લાગ્યું.

આ વાતને થોડા વિસ્તારથી સમજવા માટે એ સમજો કે આ જીવન શું છે? આ જીવન તમામ રંગોના મિલનનું નામ છે. અને અહીં કોઈપણ રંગ મફતમાં નથી મળતો. અહીં કંઈક મેળવવા માટે કંઈક ગુમાવવું જ પડે છે. તમે માત્ર ધન કમાવવા પર ધ્યાન આપશો, તો શોખ અધૂરા રહી જશે. માત્ર શોખની પાછળ પડી જશો, તો ભૂખ્યા મરી જશો. એટલે, દોડતી વખતે થોડું ભાન રાખી લેશો તો બધું ઠીક થઈ જશે. થોડો એ ક્ષેત્રમાં દોટ મૂકનાર વ્યક્તિઓનો ઇતિહાસ જોઈ લેજો. એક વસ્તુ મેળવવા માટે તેમણે બદલામાં કેટલું ગુમાવ્યું છે, તેના પર થોડો વિચાર કરી લેજો. નજર માત્ર તેમની પ્રાપ્તિઓ પર ન કેન્દ્રીત કરતા. એટલે, જો તમે ગહનતામાં છુપાયેલી ઇચ્છાઓને કમજોર કરવા ઇચ્છતા હો, તો પહેલા તો જીવનને તેની સંપૂર્ણતામાં સ્વીકારો. જ્યારે તમે જીવનને બધા રંગોથી ભરવાનું વિચારશો તો એક ઇચ્છા-વિશેષ, કે થોડી દબાયેલી ઇચ્છાઓ આપોઆપ કમજોર થઈ જશે.

આજ સંદર્ભમાં બીજું એ પણ સમજી લો કે આ જે ગહન ઇચ્છાઓ તમારી અંદર દબાયેલી પડી છે તેમાંથી કેટલીક તો તમારા જન્મો જન્માંતરની છે. એટલે કે તે તમારી કેરીડ-ફોરવર્ડ લાએબિલિટીઝ છે. અને તેની ગહનતાનો તમારી બુદ્ધિને કે નાહકની મોટી મોટી

વાતો કરવાવાળાઓને કોઈ અંદાજો નથી. બંને આ સત્યને જાણતા જ નથી કે મારા સ્તર પર કોઈપણ ઈચ્છા ભોગવ્યા વગર સમાપ્ત થવાની જ નથી. ડેટા અંદર છે તો બહાર કાઢવો તો પડશે જ. જે કહે છે કે ઇચ્છા પાપ છે, તેમને મનનું કે જીવનનું કોઈ ભાન નથી. એટલે સારા-ખરાબ કે પાપ-પુણ્યના ચક્કરમાં પડતા જ નહીં. ઈચ્છાઓ તમે પેદા કરેલી છે અને તે પણ વસ્તુઓ તરફ આકર્ષિત થઈને. સાથે એ પણ સમજી જ લેજો કે તે દબાવવાથી કે પૂરી ન થવાને કારણે જ તીવ્ર થઈ છે, એટલે ફરી દબાવવાના રસ્તે જઈને તેને વધુ વિકૃત કરવાના માર્ગે તો જતા જ નહીં. કહેવાવાળાનું કશું જ જતું નથી, દુનિયા તમારી રમણ-ભમણ થઈ જાય છે. એટલે ઈચ્છાઓ પૂરી કરવાનો પ્રયાસ તો કરો પરંતુ સાવધાનીપૂર્વક, પૂરા સાન-ભાન સાથે. ભોગવતી વખતે પણ નજર તેની વ્યર્થતા પર જમાવી રાખો. હકીકતમાં તો ઈચ્છાઓ પૂરી કરવાનો પ્રયાસ કરો જ તેનાથી છુટવા માટે. અને તે પણ સમય, સંજોગ અને પરિસ્થિતિ સાથ આપે ત્યારે. ...સાથે જ તમારી તમામ મર્યાદાઓનું પાલન કરતા કરતા.

જ્યારે આટલું કરો, તો થોડું ભોગવતી વખતે આ જીવનને પણ સમજો. તેનો આ નિયમ યાદ રાખો કે અહીં કશું પણ મફતમાં નથી મળી રહ્યું. અહીં કંઈક ખોઈને જ કંઈક પામી શકાય છે. એટલે ઈચ્છાઓ પૂરી કરતી વખતે પણ શું ગુમાવી રહ્યા છો, તેના પર નજર ચોક્કસ જમાવી રાખો. આ બે પ્રયાસોથી જૂનામાં જૂની અને જન્મો જન્માંતરની દબાયેલી ગહનમાં ગહન ઈચ્છાઓ પણ કમજોર પડવી શરૂ થઈ જશે. તેમના કમજોર પડવાની સાથે જ તમારી અંદર મારી ગતિ વધવી શરૂ થઈ જશે. એટલે કે તમે તત્કાલ એક નવી ઉર્જાથી ભરાવા લાગશો. બસ, આગળ ઉપર આ વધેલી ઉર્જાના સહારે જીવનને તેની સંપૂર્ણતામાં જોવાનું શરૂ કરો. આમ પણ જીવનમાં ખેલકુદ, કમાવવું, નામ, પરિવાર, આરામ, સ્વાસ્થ્ય, ભોજન, કલા, બધા શોખ વગેરેનું બેલેન્સ હોવું જ જોઈએ, તો જ જીવન સંપૂર્ણ કહી શકાય. જેવી રીતે એક ઝાડમાં મૂળ, થડ, ડાળીઓ, ફુલ, કાંટા, પાંદડા બધું હોય તો જ તે પૂર્ણ કહી શકાય; તેવી જ રીતે તમારું જીવન બધા જ રંગોથી ભરેલું હોય તો જ તેને પૂર્ણ કહી શકાય. બસ, આ વિચારની સાથે આ દિશામાં પ્રારંભ કરેલાં પ્રયાસ-માત્રથી તમારી દબાયેલી ઈચ્છાઓ આપોઆપ જ જીવનના તમામ રંગોમાં વિભાજીત થઈ જશે. એનાથી મારી ગતિ એટલી તો વધી જશે કે તમે તમારા જીવનને હકીકતમાં બધા રંગોથી ભરી શકશો. બસ, જ્યારે સમય, સંજોગ અને પરિસ્થિતિ જે ઇચ્છાને સહાયતા કરતી જણાય, તેની સાથે થઈ જાઓ. તે સમય પુરતી તે ઈચ્છા પૂરી કરી લો. પછી જુઓ- શું કમાલ થઈ જાય છે. તમે એક ક્ષેત્રમાં ગળાડૂબ હતાં છતાંય વાત નહોતી બનતી, અચાનક તમામ ક્ષેત્રોની સફળતાઓ તમને તમારા કદમ ચુમતી જણાશે. હા, તમારો મુખ્ય શોખ અને કર્તવ્ય ત્યારે પણ એક જ હશે, પરંતુ તે ક્યારેય દબાયેલી વિકૃત ઈચ્છા નહીં હોય.

એટલે, આશા છે કે તમે દબાયેલી ઇચ્છાઓના પ્રભાવથી કેવી રીતે મુક્ત થવું એ સમજી ગયા હશો. અને ન સમજ્યા હો, તો એક સુંદર ઉદાહરણથી સમજાવવાનો પ્રયાસ કરું છું. ...ગરીબ પરિવારનો એક સારા લક્ષણવાળો નવયુવાન હતો. તેણે પોતાની પ્રતિભાને જોરે એક સારા ગુરુકુળમાં પ્રવેશ મેળવ્યો. હવે કેમ કે વાત જુના જમાનાની છે એટલે ગુરૂકુળમાં એક એને બાદ કરતા બાકીના વિદ્યાર્થી કાં તો રાજકુમાર હતાં અથવા તો ગર્ભશ્રીમંતના દીકરા હતાં. ધીરે ધીરે તેમના વટની વાતો સાંભળી સાંભળીને યુવકના મનમાં ધન કમાવવાની ઇચ્છા જાગૃત થવા માંડી. ...બીજી બાજુ, ગુરુ ખૂબ જ સમજદાર હતાં, તે પેલા નવયુવકના મનમાં ઝડપથી વિકસી રહેલી ધન કમાવવાની ઇચ્છાને બરાબર જાણી ગયા હતાં. તેથી જેવી તેની શિક્ષા સમાપ્ત થઈ અને તેણે ગુરુ દક્ષિણામાં શું આપું એવું પૂછ્યું કે તરત જ ગુરુએ કહ્યું- તું મારા માટે ધનવાન બન. બસ, આ જ મને તારી ગુરુ દક્ષિણા હશે. આજથી તું ધન કમાવવું એને જ પોતાના જીવનનો ઉદ્દેશ્ય રાખ. ...ગુરુ સાચે જ સમજદાર હતાં. તેમણે આવું કહીને શિષ્યની દબાયેલી ઇચ્છાને ઉજાગર કરી દીધી. ગુરુની વાત પણ સાચી હતી, દબાયેલી ઇચ્છાથી મોટું પાપ શું છે? તેનાથી તો જેટલો જલ્દી છુટકારો મળે, સારું છે.

ખેર! પેલી બાજુ શિષ્યને જે જોઇતું'તું તે મળી ગયું. તે ગુરુના આર્શિવાદ લઈને નીકળી પડ્યો. અને શિષ્યનું નસીબ પણ જુઓ. એક દિવસ તેને એક એવા રાજા વિશે જાણ થઈ કે જે ખૂબ જ દિલદાર હતો. તેનો એ નિયમ હતો કે સવાર સવારમાં જે પહેલો માણસ તેના રાજમહેલમાં પ્રવેશ કરે, એને તે જે માંગે તે આપી દેતો. યુવકને તો જાણે લોટરી લાગી ગઈ. તે એક લાંબી મુસાફરી કરીને પહોંચી ગયો પેલા રાજાના રાજ્યમાં. પરંતુ દુર્ભાગ્યવશ તેનો રાજ્ય પ્રવેશ સાંજે થયો હતો. કંઇ વાંધો નહીં, સવાર ક્યાં દૂર હતી? પરંતુ આમ જોવા જાવ તો બહુ દૂર હતી. તમને પણ અનુભવ હશે જ, કે કોઈ મોટી તમન્ના પૂરી થવાના કલાકભરનો ઇંતજાર કેટલો લાંબો થઈ જાય છે. જ્યારે આને તો આખી રાત વીતાવવાની હતી. ...એટલે તેણે વિચાર્યું કે કેમ ન અત્યારથી જ રાજમહેલની બહાર ઊભો રહી જાઉં. ક્યાંક એવું ન થાય કે સવારે લેટ પડી જાઉં, અને કોઈ બીજો પહેલા પહોંચી જાય.

હવે, રાતનો ઊભો હતો એટલે સ્વાભાવિક રીતે રાજમહેલમાં પહેલો પ્રવેશ તેણે જ મેળવ્યો. નિયમાનુસાર રાજાએ તેને જે ચાહે તે માંગવા કહ્યું. તેને તો વિશ્વાસ જ ન થયો, તે રઘવાઈ ગયો. તે આવી તો ગયો હતો, પરંતુ હકીકતમાં આવો કોઈ રાજા હોઈ પણ શકે છે, તે વાતનો તેને પૂરો ભરોસો નહોતો. આ બાજુ તેને આવી રીતે હતપ્રભ જોઈ, રાજાએ પોતાની વાત દોહરાવતા કહ્યું- વિના સંકોચે જે ચાહે તે માંગી લે.

શિષ્ય વિચારમાં પડી ગયો. ગરીબ હતો, મનમાં એ જ ચાલી રહ્યું હતું કે શું માંગુ ને શું ન માંગુ. વિચાર્યું, હજાર સોના મહોરો તો માંગી જ લેવી જોઈએ. પછી લોભ જાગ્યો,

જ્યારે આપી જ રહ્યો છે તો કેમ ન દસ હજાર સોના મહોરો જ માંગી લઉં. પછી તો પળ ભરમાં લાખ પર પહોંચી ગયો. પણ હજુ તો એણે પાંખો વિંઝવાની શરૂ કરી હતી. એણે વિચાર્યું, શું કામ આખું રાજપાટ જ ન માંગી લઉં? બસ, આ વાત તેને ગમી ગઈ અને તેણે આખું રાજપાટ જ માંગી લીધું. પેલી બાજુ રાજા પણ કમાલ હતો. આ સાંભળતા જ તે તો ખુશખુશાલ થઈ ગયો. અને તે જ ખુશીથી બોલ્યો પણ ખરો- હાશ! અંતે હવે મારો જીવ છુટ્યો.

હવે, આ શિષ્ય પણ પાકા ગુરુને ત્યાં ભણેલો હતો. તરત હોશમાં આવી ગયો. જરૂર રાજપાટમાં કંઈક તો એવું છુપાયેલું છે કે રાજા આવું કહી રહ્યો છે. તો પછી મારે તેના અનુભવ પર ભરોસો કરવો જ જોઈએ. તેનો જીવ છોડાવવા માટે હું શું કામ અજાણ્યા પાણીમાં ડુબકી મારું? બસ, તેણે તરત જ રાજા પાસે માફી માંગી, અને ત્યાંથી રવાના થયો. અને આ એક ધ્યાનપૂર્વકના અનુભવથી તેની ધન કમાવવાની અને સત્તા પ્રાપ્તિની ઈચ્છા તો હંમેશને માટે એવી અંતર્ધ્યાન થઈ ગઈ કે પૂછો જ નહીં.

બસ, આ જ હું કહી રહ્યો છું. ઈચ્છા છે તો જરૂર ભોગવજો, પરંતુ એવું ધ્યાન અને એવી પ્રજ્ઞા જાળવી રાખજો કે તેનાથી જેમ બને તેમ જલ્દી છુટકારો થઈ જાય. ઈચ્છા દબાવતા નહીં, અને માત્ર તે ઈચ્છા માટે જીવતા પણ નહીં. જો એક ગરીબ નવયુવક ક્ષણભર માટે હવામાં રાજ મહેલ ભોગવી, તેનાથી હંમેશા માટે છુટકારો મેળવી શકે છે, તો તમને તમારી દબાયેલી ઈચ્છાઓથી મુક્તિ મેળવવામાં વાર જ કેટલી લાગવાની? માત્ર સાચું જ્ઞાન પ્રાપ્ત કરો અને સાચી દિશામાં પ્રયાસ કરો. એટલે, જ્ઞાન અને દિશા તો હું આપી જ ચૂક્યો છું. ...અને રહ્યો પ્રશ્ન પ્રયાસનો, તો એ તો તમારે જ કરવાના છે.

હકીકતમાં આ મારા રચેલા એવા ચક્રવ્યુહ છે કે જેમને તમે મારા 'કુચક્ર' પણ કહી શકો છો. ચોક્કસપણે તેમાંથી નીકળી શકવું સામાન્ય મનુષ્ય માટે આસાન નથી હોતું. આ 'મનનું એક એવું દલદલ છે જેમાં મનુષ્ય ફસાતો જ જાય છે. મારા આ કુચક્રોના તમને કેટલાય અનુભવ પણ હશે, પરંતુ તમે ક્યારેય તેમને એ રીતથી જોયા નહીં હોય. એટલે હું મારા આ કુચક્રો વિશે તમને થોડું વિસ્તારથી બતાવું છું. પહેલા તમને તમારા શરીર તથા મારા મિલનથી ઉત્પન્ન કેટલાંક કુચક્રો વિશે બતાવું, જેથી તમને માનસિક-કુચક્રો વિશે સમજવું આસાન થઈ જાય.

૧) **એક્સરસાઈઝ અને સ્ફૂર્તિનું કુચક્રઃ** કેટલીયે વાર તમે અનુભવ કર્યો હશે કે તમને સુસ્તી ચડી હોય, અને તમે એ જાણતા પણ હોવ કે એક્સરસાઈઝ કર્યા વિના હવે સ્ફૂર્તિ આવવાની નથી. પરંતુ સુસ્તીને લીધે એક્સરસાઈઝ કરવા જવું મુશ્કેલ બની જાય છે. મામલો એવો થઈ પડે છે કે સુસ્તી ઉડે તો એક્સરસાઈઝ કરવાની ઈચ્છા થાય, અને એક્સરસાઈઝ કરો તો સુસ્તી ઉડે. કેટલીયે વાર આ જ ચક્કરમાં ત્રણ ચાર દિવસ સુસ્તીમાં વિતાવવા પડી જાય છે.

૨) **દર્દ અને ધ્યાનનું કુચક્રઃ** તમે પ્રાયઃ ધ્યાન આપ્યું જ હશે કે માથું દુખવાથી કે તમારા શરીરમાં અન્ય કોઈ તકલીફ થવાથી તમને દુખાવો થાય છે. આ દર્દના કારણે તમારું ધ્યાન તેના પર જ લાગેલું રહે છે. અને ધ્યાન એ બાજુ લાગવાના કારણે દુઃખાવો વધારે સખત

મહેસૂસ થવા લાગે છે, જેનાથી તમારું ધ્યાન વધુ દ્રઢતાથી તે જ અંગ પર લાગી જાય છે જેમાં દર્દ થઈ રહ્યું છે. જ્યારે તમને પણ સમજમાં તો આવે છે કે અહીંથી ધ્યાન હટે તો દર્દ ઓછું થઈ જાય. પરંતુ પછી તો મારું રચેલું આ કુચક્ર બીજી કોઈ વાત પર તમારું ધ્યાન લાગવા જ નથી દેતું.

3) **થાક અને ઊંઘનું કુચક્રઃ** કેટલીયે વાર સતત વ્યસ્તતાને કારણે તમને ખૂબ થાક લાગે છે. તમે જાણો છો કે એક ગાઢ ઊંઘ તમારો થાક દૂર કરી દેશે, પરંતુ થાકની વધતી તીવ્રતાને લીધે તમને ઊંઘ જ નથી આવતી. અને આ ઊંઘ ન આવવી તમારા થાકને ઓર વધારી દે છે, અને એ કારણથી ઊંઘ તમને પૂરી રીતે હાથતાળી આપી જાય છે. ઘણીવાર આ કુચક્ર ત્રણ ચાર દિવસ પહેલા તમારો પીછો નથી છોડતું.

ઉપરના ઉદાહરણોથી તમે શરીર સંબંધી કેટલાય કુચક્રોને સમજી ગયા હશો. એટલે હવે હું સીધો તમારા મનના સ્તર પર રચાયેલ મારા કુચક્રો વિશે બતાવું છું. આશા રાખું છું કે શરીર સંબંધી કુચક્રોને સમજ્યા પછી તમારા માટે મનના કુચક્રોને સમજવા સરળ થઈ જશે.

૧) **ચિંતા અને અસફળતાનું કુચક્રઃ** જ્યારે પણ તમને કોઈ કાર્યની ખૂબ વધારે ચિંતા જકડે છે, તો ચિંતાના અતિરેકને કારણે આપોઆપ જ તમારાથી ખોટા નિર્ણયો થઈ જાય છે. અને ખોટા નિર્ણયોના કારણે મળેલી અસફળતા તમને વધુ ચિંતિત કરી મૂકે છે. વધેલી ચિંતા, આગળ જતા બીજા ખોટા નિર્ણયો કરાવે છે, જેને લીધે તમારી ચિંતામાં બીજો અનેક ગણો વધારો થઈ જાય છે. કેટલીક વાર તો મહિનાઓ નહીં, કુચક્રમાંથી બહાર આવવામાં વર્ષો નીકળી જાય છે.

૨) **દુઃખ અને ધ્યાનનો સંબંધઃ** ઘણીવાર તમને કંઈક અણગમતું થઈ જવાથી કે મનપસંદ ન થવાથી દુઃખ ઘેરી લે છે. દુઃખથી ઘેરાતા જ તમારું ધ્યાન એ વાત કે વસ્તુ પર કંઈક વધારે જ લાગી જાય છે, જેને કારણે તમને વધુ ઘેરું દુઃખ થવા લાગે છે અને આ વધતા જતાં દુઃખને લીધે એ દુઃખ પરથી પોતાનું ધ્યાન હટાવવાનું તમારા માટે હજી વધુ મુશ્કેલ બની જાય છે. બસ, પછી ધીરે ધીરે કરીને તમે આ કુચક્રમાં વધું ઉંડા ઉતરતા જાવ છો.

3) **ઈન્તજાર અને સમયનું કુચક્રઃ** મોટા ભાગે ઈન્તજારમાં તમારો સમય કાપ્યો કપાતો નથી. અને આ સમય ન કપાવો ઈન્તજારને વધુ તીવ્ર બનાવી મૂકે છે. તેનાથી તમારે માટે સમય કાપવો વધુ મુશ્કેલ બની જાય છે. અંતે સ્થિતિ એવી થઈ જાય છે કે ઈન્તઝારની એક એક પળ તમારે કલાકો અને દિવસોની જેમ વીતાવવી પડે છે.

૪) **ઈર્ષા અને હીનતાનું કુચક્રઃ** જ્યારે પણ તમને કોઈ વસ્તુ કે વ્યક્તિથી ઈર્ષા થાય છે કે તત્ક્ષણ તમને હીનતા વળગી પડે છે. આ વળગેલી હીનતા તમારી ઈર્ષાને ઓર વધારી દે

છે, જેના કારણે તમને વધુ જોરથી હીનતા વળગી પડે છે. અને અંતે આ કુચક્ર તમારો પોતાના પરનો વિશ્વાસ સમાપ્ત કરીને જ જંપે છે.

૫) **મજબૂરી અને નિર્ભરતાનું કુચક્રઃ** પ્રાયઃ અનુભવેલી કોઈપણ મજબૂરી કે ખોવાયેલો આત્મવિશ્વાસ તમને નિર્ભર થઈ જવા વિવશ કરી દે છે. અને આ લુપ્ત આત્મવિશ્વાસ તમને વધારે મજબૂર બનાવતો જાય છે. પછી એ તમને વધુ નિર્ભર બનાવી દે છે. જે કારણે તમે હજી વધારે આશ્રિત થતાં જાવ છો. એ બોસ, પરિવાર, દોરા-ધાગા, વીંટી, તાવીજ અને ક્રોસનાં ભરોસે જીવવાનું શરૂ કરાવી દે છે. તેને લીધે આત્મવિશ્વાસ હજી વધારે ઘટી જાય છે. પછી તેનાથી નિર્ભરતા ઓર વધે છે. અને આ કુચક્ર એક દિવસ તમારા આત્મ-સમ્માનને સંપૂર્ણ રીતે ખતમ કરીને જ જંપ લે છે.

આવી રીતે એક નાનકડી શરૂઆત કે ચૂકને લીધે તમે મારા દ્વારા હજાર જાતના કુચક્રોમાં ફસાવી દેવામાં આવો છો. અને આ વિશે તમારે ફરિયાદ કરવાનું કોઈ કારણ નથી; હું પહેલા જ કહી ચૂક્યો છું કે હું ખૂબ જ તોફાની અને ઉપદ્રવી છું. સતત ગતિમાન હોવાને કારણે તમે કોઈ ડેટા થોડા ઉંડાણથી અંદર નાંખ્યો નથી કે મેં મારા ક્રિયા-પ્રતિક્રિયાના સિદ્ધાંતના આધારે, તેને મલ્ટીપ્લાય કરીને તમને વિકૃત કર્યા નથી. ...પછી મારા કુચક્રોથી બચી જવું તમારા માટે એટલું આસાન નથી રહેતું. અને ક્યારેક તમારા જીવનને ધ્યાનથી જોશો, તો પોતાને આવા એક નહીં, કેટલાય કુચક્રોમાં ફસાયેલા જોશો. એટલે સાચું કહું તો મોટા ભાગના મનુષ્યોની દુનિયા ખેદાન મેદાન થઈ ચૂકી છે, તે આવા કુચક્રોમાં ફસાવાને કારણે થઈ છે.

જે બની ગયું તેને ન-બન્યું કરી શકાતું નથી

અને મારા આ કુચક્રોની વ્યાપકતાનું તો પુછવું જ શું? તમે જાતે જ જોઈ લો કે એક નાનકડા ડેટામાંથી હું તમને કેવી રીતે ફસાવી દઉં છું. ...માની લો કે કોઈ કાર્યમાં તમારી વર્ષોથી માસ્ટરી છે. પરંતુ એક વાર તમારાથી તેમાં કંઈક ગડબડ થઈ ગઈ. આમ તો આ કોઈ ખાસ વાત નથી; પરંતુ તમારા ગંભીર થતાવેંત જ હું સક્રિય થઈ જાઉં

છું, અને તત્ક્ષણ તે કાર્ય પ્રત્યેનો તમારો વિશ્વાસ ઘટાડી દઉં છું. આ ઘટેલો વિશ્વાસ પાછી ગડબડી કરાવી દે છે, અને એક દિવસ, સતત થઈ રહેલી આ ગડબડોથી સાચે જ તમારો વિશ્વાસ એ કામ બાબતે ખરાબ રીતે તૂટવો શરૂ થઈ જાય છે. અને પછી સતતની ગડબડ અને ઘટતા વિશ્વાસને લીધે એક દિવસ "હું" તે કાર્ય કરવાની ક્ષમતા જ તમારામાંથી ગાયબ કરી દઉં છું. વિચારો, તમે અંદર નાંખેલા એક ગંભીરતાના સાધારણ એવા ડેટાથી હું કઈ હદે સક્રિય થઈ જાઉં છું. તમને તમારી માસ્ટરીનાં ફિલ્ડ સુદ્ધા ભૂલાવડાવીને જ જંપુ છું. એટલે, ખરેખર તમારે મારા કુચક્રોથી સાવધાન રહેવું જ જોઈએ.

તમે કહેશો કે હજારો સ્વરૂપોવાળા "મહારાજ-સમય"! તમારા દ્વારા ચાલતા આ કુચક્રોને અમે સમજી ગયા અને એ પણ માની લીધું કે સાચે જ આવા કેટલાય કુચક્રોથી અમે ઘેરાયેલા પડ્યા છીએ, પરંતુ હવે એમનાથી છુટકારો કેવી રીતે મેળવવો? કેવી વાત કરો છો?

સમયની પોતાની એક કુચક્રોની જાળ છે જેમાં ફસાવું દલદલમાં ખૂંપવા સમાન છે

હું કંઈ તમારો દુશ્મન થોડો જ છું? આ કુચક્રોથી પણ છુટકારો છે, અને અવશ્ય છે. અને હું એ પણ જાણું છું કે એ માટેનો માર્ગ મારા સિવાય કોઈ સુજાડી પણ નહીં શકે. કેમ કે આ મારું કોઈ એવું સ્વરૂપ નથી જે સમય જતા કમજોર પડી જતું હોય, કે સમયની સાથે લુપ્ત થઈ જતું હોય. આમ પણ મારી સૂક્ષ્મતાને તો જુઓ કે પોતાના વિશે વાત કરવા માટે પણ મારે પોતાના જ ભિન્ન-ભિન્ન નામો, જેમ કે સમય અને વખતનો સહારો લેવો પડે છે. છોડો, અત્યારે તો પ્રશ્ન એ છે કે મારા કુચક્રીય રૂપી આ ખતરનાક સ્વરૂપથી કેવી રીતે છુટકારો મેળવાય, જે ખરેખર તમારા જીવનને કોઈપણ ઊંચાઈ પરથી ખીણની ગર્તામાં ધકેલી દેવા માટે સક્ષમ છે.

સંતોષ એક માત્ર એ ગુણ છે જે તમને સમયનાં તમામ કુચક્રોથી બચાવી લે છે

અને એ સંદર્ભમાં સૌથી પહેલા એ સમજી લઈએ કે તમારું આ તમામ કુચક્રોમાં ફસાવાનું મૂળ શું છે? તો મૂળ એ છે કે જ્યારે પણ તમારી સાથે કંઈક અણગમતું બની જાય છે, તમે તે સમયે મારી ગતિ ને રોકી દો છો. તમે એ નથી સમજતા કે તે અણગમતું તો ઘટી જ ચૂક્યું છે, અને હું તે અણગમતાને છોડીને બહુ આગળ પણ નીકળી જ ગયો છું. ના... તમે તે અપ્રિય પાસે થોભી જાવ છો. અરે ભાઈ, જે બની ગયું તે તો બની જ ગયું છે. હવે થયું ન થયું તો નહીં કરી શકાય. ...પછી કેમ તેની ચિંતા કરો છો કે દુઃખી થાઓ છો? કેમ તેને 'ન થયું' કરવાના પ્રયાસો કરો છો? તેનો આઘાત કેમ અનુભવો છો? એ કેમ નથી વિચારતા કે એ બધાથી પણ થશે શું? યોગ્ય તો એ છે કે જે કંઈ પણ અપ્રિય ઘટી ગયું છે તેને ઘટતા જ ચુપચાપ સ્વીકારી લો. ...અને પછી દસ મિનિટ પોતાની સાથે એકાંતમાં બેસીને તે વસ્તુને તમારા વિશ્વમાંથી ડિલીટ કરી દો. અને બીજા દિવસથી પોતાના બાકી બચેલા નવા વિશ્વની સાથે જીવવું શરૂ કરી દો. આવી રીતે કોઈપણ અપ્રિય વાત થવાથી તમે કોઈ ડેટા અંદર નાંખશો જ નહીં, તો મને તમને કુચક્રમાં ફસાવવાનો કોઈ મોકો કે માધ્યમ જ નહીં મળે. ...એટલે કે જે ઘટી ગયું છે તેને તત્ક્ષણ સ્વીકારવાની ક્ષમતા વધારો. પછી તમે જુઓ, તમે મારા દ્વારા ચલાવવામાં આવતા કુચક્રોમાંથી કેવી રીતે મુક્ત થઈ જાવ છો.

જો તમને જે કંઇ પણ ઘટી ચૂક્યું છે તેને સ્વીકારવામાં થોડો સમય લાગે છે, તો એવું કરો કે જે કંઇ પણ તમારી પાસે બચી ગયું છે તેના પર નજર નાખો અને તેનાથી સંતોષ માનો. કેમ કે અસ્વીકાર પણ એક રીતની માંગ જ છે. ભલે એમાં સીધી રીતે તમે કશું માંગી નથી રહ્યા, પરંતુ તેમાં પણ જે કંઇ પણ તમારાથી વિખૂટું પડી ચૂક્યું છે તેનાથી વિખૂટા ન પડવાની ઇચ્છા તો હોય જ છે. ભલે ને પછી તે તમારું સ્વાસ્થ્ય તમારાથી જુદું થયું હોય કે તમારું કોઈ પ્રિય તમારાથી છૂટું પડી ગયું હોય, ચાહે તમારું કેટલુંક ધન ઓછું થયું હોય કે તમારા માન-સમ્માનમાં કોઈ કારણવશ ઘટાડો આવ્યો હોય. ધ્યાનથી સમજશો તો... જે થઈ ગયું છે, તેને ન સ્વીકારીને તમે એક રીતે તો ખોઈ ચૂકેલું પાછું મેળવવાની પેરવીમાં હોવ છો. તેથી જો તમારાથી આસાનીથી આ માંગવાનું ન છૂટે તો પોતાનામાં સંતોષનો ગુણ વિકસાવો. જે ફ્રન્ટ પર હાલ જે કંઇ પણ તમારી પાસે છે, બસ, તેનાથી જ સંતોષ માનો. તેમાં કંઇ પણ પ્રિય હોય કે અપ્રિય, ન તો કોઈનાથી છૂટવાની માંગ, ના તો કશું મેળવવાની ઇચ્છા. બસ, તમારો ઉદ્ધાર થઈ જશે. આ સંતોષ પામ્યા વગર અને સ્વીકાર્ય-શક્તિ વધાર્યા વગર ત્રીજી કોઈ શક્તિ, વ્યક્તિ કે જાદુ તમને મારા દ્વારા રચાયેલ કુચક્રોથી નથી બચાવી શકતું.

જોકે સંતોષ માનવો, કે જે કંઇ ઘટી ચૂક્યું છે તેને સ્વીકારવું તમને પાછળ લઈ જતું હોય એવું લાગશે. ...તો? હું પહેલા જ કહી ચૂક્યો છું કે જો તમે સાચે જ આગળ વધવા ઇચ્છતા હો, તો તેના બધા જ માર્ગ પાછળ લઈ જવાવાળા શિક્ષણમાંથી જ નીકળશે. તેવી જ રીતે તમે મનની કોઈપણ સમસ્યાનો નિવેડો લાવવા ઇચ્છતા હો, તો તે પણ પાછળ તરફની યાત્રા કરીને જ તમે મેળવી શકશો. ...અને આ રીતે સાચું કહું તો આ સંતોષ અને સ્વીકાર્ય-ભાવ તમારા મનના વિકારો માટે પણ, અને તમારા જીવનની સફળતાઓ માટે પણ સર્વશ્રેષ્ઠ ઉપાય છે. તથા મારા કુચક્રોથી તો ફક્ત આ બે જ બચાવી શકે છે.

હું હવે એ બતાવી દઉં કે આ બ્રહ્માંડમાં તથા તમારા જીવનમાં જે કોઈપણ પરિસ્થિતિઓ સર્જાતી રહે છે, તે બધી પણ મારા દ્વારા નિર્મિત થાય છે. હા, પરંતુ તે નિયમથી જ નિર્મિત થાય છે. અને સાચું કહું તો આ મારો એક ખૂબ જ રોચક સ્વભાવ છે. અને આ માટે હું એટલા મોટા સંયુક્ત-કોમ્પ્યુટરની રીતે કાર્ય કરું છું કે તેનો તમે અંદાજ પણ નહીં લગાવી શકો. અને આ જ એક જગ્યા છે, જ્યાં મનુષ્યને પોતાના વિશ્વની સાથોસાથ, બધા વિશ્વો પર સમાન રીતે ચાંપતી નજર રાખવાની હોય છે. કેમ કે મારા સંયુક્ત-કોમ્પ્યુટર દ્વારા ઉત્પન્ન થનારી પરિસ્થિતિઓ સીધી રીતે દરેક મનુષ્યના જીવનને પ્રભાવિત કરે છે. ને સાચું કહું તો એ જેટલું પ્રભાવિત કરે છે, તેનાથી ક્યાંય વધારે તો મનુષ્ય પોતે એ બનતી-બગડતી પરિસ્થિતિઓથી કન્ફ્યૂઝ થઈ જાય છે. અને અહીં એ સ્પષ્ટ કરી દઉં કે મારું આ આટલું મોટું કાર્ય પણ ચાલે છે તો નિયમથી જ. અને સાચું કહું તો આ બનતી-બગડતી પરિસ્થિતિઓને સમજનારા તથા એમાંથી ફાયદો ઉઠાવનારા પણ બહુ બધા થઈ ગયા છે. જ્યારે વાત નીકળી જ છે તો અહીં એક બીજી વાત પણ સ્પષ્ટ કરી દઉં કે જેમણે પણ મોટી સફળતાઓ મેળવી છે તેમણે બનતી-બગડતી પરિસ્થિતિઓને ન માત્ર સમજી છે, પણ પોતાની દુનિયા સાથે એનો મેળ બેસાડીને તેનો ભરપૂર ફાયદો પણ ઉઠાવ્યો જ છે. અને આ રીતે જો હું આ બનતી-બગડતી પરિસ્થિતિઓને સફળતાનું સાર-સૂત્ર કહું તો પણ ખોટું નહીં લેખાય.

અને હવે તમને અલગથી એ સમજાવવાની કોઈ આવશ્યકતા નથી કે આ બનતી-બગડતી પરિસ્થિતિઓ એક મારા જ કારણે ચાલ્યા કરે છે. અને જેમ કે હું મારા સ્વભાવ વિશે અનેક વખત બતાવી ચૂક્યો છું કે એક ડેટા મારા પટલ પર પડ્યો નથી કે મેં તેને મલ્ટીપ્લાય કર્યો નથી, અને બરાબર એવી જ રીતે હું પરિસ્થિતિઓની સાથે પણ વ્યવહાર કરું છું. હા, અહીં ફરક માત્ર એટલો છે કે અહીં ડેટા સામુહિક અપેક્ષાઓ કે જરૂરતોને કારણે મારા 'સંયુક્ત-સમય' પર પડે છે અને તેમની પ્રતિક્રિયાઓ પણ સહુએ સામુહિક રીતે જ ભોગવવી પડે છે. જી હા, તમે સાચું સમજ્યા છો. આ 'સંયુક્ત-સમય' મારું એક અલગ જ રૂપ છે. સીધી રીતે સમજવું હોય તો આ સંપૂર્ણ મનુષ્યતાનાં સમયનો એક સામુહિક સરવાળો છે, અને એટલા માટે તેની પ્રતિક્રિયાઓ સંપૂર્ણ મનુષ્યતાને પ્રભાવિત કરે છે.

જીવનમાં નાનામાં-નાની ઘટના પણ અનાયાસે નથી ઘટતી

ખેર, અત્યારે તો એની પહેલા કે મેં શું શું કહ્યું તે વિશે જ તમે કન્ફ્યૂઝ થઈ જાઓ, હું સીધી રીતે આ બનતી-બગડતી પરિસ્થિતિઓ શું હોય છે, તેના વિશે તમને વિસ્તારથી બતાવી દઉં. અને આ માટે સૌથી પહેલા તમે તમારી ચારેબાજુ ફેલાયેલા સ્પેસ પર નજર ફેરવો. જુઓ, સ્પેસમાં ચારે બાજુ કેટલા ભયાનક કર્મ થઈ રહ્યા છે. કોઈ વિસ્તરી રહ્યું છે તો કોઈ નષ્ટ થઈ રહ્યું છે, કોઈ કોઈની સાથે અથડાઈ રહ્યું છે તો ક્યાંક કોઈ કારણવશ ભૂકંપ અને તોફાન આવી રહ્યા છે. અને હવે વિજ્ઞાનની મહેરબાનીથી તમે એટલું તો સમજી જ ગયા છો કે આ બધું નિયમથી જ થઈ રહ્યું છે. અરે ભાઈ, નિયમથી ઘટવાને કારણે જ તો એમાંથી વિજ્ઞાન કંઈક જાણી ચૂક્યું છે, અને કેટલાંકના વિશે જાણવા માટે તે પ્રયાસરત છે. અને એટલે જ તો વિજ્ઞાન સુનામીથી લઈને હવામાન સુધીની પહેલાથી આગાહી કરી શકે છે. કેમ કે ભવિષ્ય વિશે ત્યારે જ જાણી અને બતાવી શકાય જ્યારે બધું જ નિયમથી ઘટી રહ્યું હોય. બરાબર એવી જ રીતે, મનુષ્યોની પોતાની દુનિયામાં પણ બધાના પોત-પોતાના કોમ્પ્યુટરના હિસાબથી પરિસ્થિતિઓ બનવા અને બગડવાના ખૂબ ભયાનક કર્મો ચાલતા જ રહે છે, પરંતુ દુર્ભાગ્યથી એ તરફ બહુ ઓછા લોકોનું ધ્યાન જાય છે.

આ સમગ્ર વાતને એવી રીતે સમજો કે દરેક મનુષ્યના કોમ્પ્યુટરમાં હજારો ડેટા નાખેલા પડ્યા છે. એટલા માટે પ્રાયઃ મનુષ્યોના મનની હાર્ડ-ડિસ્ક કરપ્ટ થઈ જાય છે. અને કરપ્ટ થઈ જવાથી એમાં આપોઆપ જ ડેટા નીકળવાનું અને ઘૂસવાનું શરૂ થઈ જાય છે. અભાન અવસ્થામાં નીકળેલા આ બધા ડેટાને કારણે, સંપૂર્ણ મનુષ્ય-જગતની સંયુક્તતામાં કેટલીએ પરિસ્થિતિઓ બનવી અને બગડવી શરૂ થઈ જાય છે. અને પછી આ અકારણ બનતી-બગડતી પરિસ્થિતિઓ એવી દરેક વ્યક્તિને પ્રભાવિત કરવાનું શરૂ કરી દે છે, જે પોતાના મનરૂપી કોમ્પ્યુટરના ઓપરેટર અને પ્રોગ્રામર પોતે નથી હોતા. એટલે કે એ જ પરિસ્થિતિઓ બનાવે પણ એ છે જેમનું કોમ્પ્યુટર કરપ્ટ થઈ ચૂક્યું છે, અને તે પરિસ્થિતિઓને વેઠે છે પણ એ જ કે જેમનું કોમ્પ્યુટર કરપ્ટ થઈ ચૂક્યું છે.

આ વાતને થોડા વધું વિસ્તારથી કહું તો વાસ્તવમાં મનુષ્ય જીવનમાં ઘટવાવાળી દરેક નાનામાં-નાની ઘટના કરોડો કરોડો વર્ષ જૂની ઘટનાઓનું અનુસંધાન હોય છે. ...એટલે કે અહીં કંઇ પણ ઓચિંતું નથી ઘટતું. ધારો કે તમને બાળક થયું છે, તો તે અનાયાસે નથી થયું. એ તમે લગ્ન કર્યા એટલા માટે થયું છે. પરંતુ સાચું તો એ છે કે તમારું લગ્ન કરવું એ પણ આ ઘટનાનું આરંભ-બિંદુ નથી. જો તમારા મા-બાપે લગ્ન ન કર્યા હોત તો પણ આ શકય ન બનત. પછી તેમના અને તેમના અને તેમના પણ મા-બાપ. ક્યાં સુધી જશો? એ તમે જાણો. પરંતુ એ બતાવી દઉં કે પાછળ જતા જતા તમે સીધા મારા અસ્તિત્વમાં આવવા સુધી પહોંચી જશો. અને આ એક-બે નહીં, દરેક ઘટેલી ઘટના સાથે તમે જોશો, કેમ કે આખરે બધું અસ્તિત્વમાં પણ માત્ર મારા જ કારણે છે, અને આ બધું જ ચલાયમાન પણ એક મારા જ કારણે છે.

પરંતુ આ બધી વાતો મોટી ઘટનાઓ વિશે થઈ. અને કદાચ એટલા માટે એ વાત સમજવી તમારા માટે એટલી મુશ્કેલ પણ ન હોવી જોઈએ. પરંતુ અહીં એ પણ સમજી લો કે મોટી ઘટનાઓ જ નહીં, નાનામાં નાની ઘટનાઓ પણ હજારો ઘટી ચૂકેલ ઘટનાઓનું અનુસંધાન જ હોય છે. ...અને વાત આગળ વધારતા પહેલા હું કેટલીક આવી જ સૂક્ષ્મ ઘટનાઓના ઘટવાના કારણો પર પ્રકાશ પાડવા માંગુ છું, જેથી તમને આગળ વધુ ગહન વાતો સમજવામાં સરળતા થઈ જાય. માની લો કે બે સમુહો વચ્ચે આપસમાં ઝઘડો થઈ જાય છે. બુદ્ધિશાળીઓ એનાલિસિસ કરીને શોધવાનો પ્રયત્ન કરે છે કે કોણે તેમને ભડકાવ્યા. પરંતુ શું માત્ર તે કારણથી આ હુલ્લડો થયા? ના, કોઈ ભડકાવી જ કેવી રીતે શકે, જો બે જુદા જુદા ધર્મો કે સમુદાયો અસ્તિત્વમાં જ ન આવ્યાં હોત? અહીં પ્રશ્ન એ પણ ઊભો થાય છે કે એક માનવતાને છોડીને આ બધા ધર્મો અસ્તિત્વમાં આવ્યાં જ કેમ? કેમ કે કેટલાંક બુદ્ધિમાનોએ કરપ્ટ-કોમ્પ્યુટરવાળાઓની અંદર ઉછરી રહેલા લોભ અને ભયને ઓળખી લીધા.

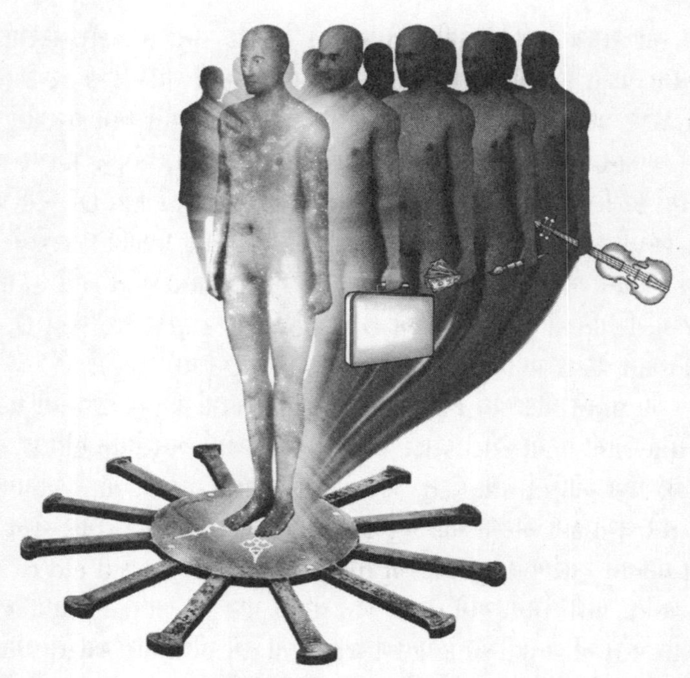

**યોગ્ય સમયે યોગ્ય જગ્યાએ હોવું
એ સફળતાનું સૌથી મોટુ સાર-સૂત્ર છે**

બસ, એનો ફાયદો ઉઠાવવા માટે તેમણે આ સમુદાયવાળા ધર્મ બનાવી નાંખ્યા. પરંતુ તેમને આની જરૂર જ કેમ પડી? બસ, માન-સમ્માન અને ધન મેળવવા માટે. તો વળી એ બતાવો કે તેમને માન-સમ્માન અને ધનની જરૂરત જ કેમ મહેસૂસ થઈ? કેમ કે તેમનો વધેલો અંહકાર તેનાથી જ તૃપ્ત થઈ શકે એમ હતો. કહેવાનો મતલબ, ભૂતકાળમાં ઘટેલી કરોડો કરોડો ઘટનાઓ જ આજે ઘટી રહેલી એક નાનામાં-નાની ઘટનાને સ્વરૂપ આપી રહી છે. ...અને કેમ કે તે નિયમથી ઘટી રહી છે, એટલે તે પોતાના સમયે જ ઘટે છે.

જો તમે માનો છો કે ફલાણી-ફલાણી વ્યક્તિ કે વ્યક્તિઓના સમુહે શતરંજ કે ગંજીફા જેવી શાનદાર રમતો શોધી, તો પછી તમે થાપ ખાઈ રહ્યા છો. કેમ કે તે રમતો પોતાના વર્તમાન સ્વરૂપમાં કેટલીયે રમતોના સરવાળાના રૂપમાં આવી છે. અને તે બધી રમતો મસ્તીની ચાહતમાંથી પેદા થઈ છે. અને મસ્તીની ચાહત તાણભર્યા જીવનને કારણે

પેદા થઈ છે. અને આ તાણ કે સ્ટ્રેસ, ભાગદોડના કારણે મનુષ્ય જીવનમાં આવ્યાં છે. અને આ ભાગદોડ વસ્તુઓની જરૂરતને કારણે પેદા થઈ છે. કહેવાનું તાત્પર્ય, ચેસ કે પત્તા જેવી રમતો પણ હજારો વર્ષમાં ઘટેલી લાખો-કરોડો ઘટનાઓના અનુસંધાનને કારણે અસ્તિત્વમાં આવી છે.

આશા રાખું છું કે હવે તમે બરાબર સમજી ગયા હશો કે અહીં ઘટવાવાળી દરેક ઘટના, ન જાણે અતીતમાં ઘટેલી કેટલીયે ઘટનાઓનું અનુસંધાન હોય છે. જોકે આજ બધી વાતોને મનુષ્ય જીવનના થોડા ઉદાહરણોથી પણ સમજાવી દઉં છું. કેમ કે ના ફક્ત દેશ કે સમાજમાં ઉત્પન્ન પરિસ્થિતિઓ મનુષ્ય જીવનને પ્રભાવિત કરી રહી છે, પરંતુ તેના વ્યક્તિગત જીવનમાં ઘટનારી ઘટનાઓ તો તેને વધુ ઉંડી રીતે પ્રભાવિત કરી રહી છે. પિતા-પુત્ર, ભાઈ-ભાઈ કે પતિ-પત્નીના ઝઘડા શું કોઈ એક ઘટેલી ઘટનાનું પરિણામ છે? ના, એવું તમે વિચારી શકો છો, પરંતુ આ અંતિમ ઘટના આપસમાં વર્ષો સુધી થયેલા ઘણાં અણગમતા અનુભવોનું એક એવું અનુસંધાન છે કે જેણે એક દિવસ કોઈ એક નજીવા કારણે વિસ્ફોટનું સ્વરૂપ ધારણ કરી લીધું હોય છે. અને કેમ કે આ તો તમારા જીવનની વાત છે એટલા માટે તમારા નિયંત્રણમાં પણ હોય છે. જો તમે આ સંદર્ભમાં ઘટેલી પહેલી ઘટના વખતે જ સાવધાન થઈ જાઓ અને તેને ત્યાંજ આગળ વધતી રોકી દો, તો કદાચ અરસપરસમાં આવા મનદુઃખની નોબત કદી તમારા જીવનમાં ન આવે. આમ પણ, માન્યું કે લાખો વર્ષ પહેલા ઘટેલી ઘટનાઓ પર તમારું કોઈ જોર નથી, પરંતુ વીસ-ત્રીસ વર્ષ પહેલાની ઘટનાઓ પર તો તમારું નિયંત્રણ હોવું જ જોઈએ.

એટલે, વ્યક્તિગત સ્તર પર ઘટનારી ઘટનાઓની હારમાળાને સમજીને તેને નિયંત્રિત કરી શકવાવાળી વાત સમજી ગયા હો, તો હવે ફરી લાખો વર્ષથી ઘટી રહેલી ઘટનાઓ પર આવી જાઉં. અને તેમાં મહત્વપૂર્ણ એ કે ભલે લાખો વર્ષ જૂની ઘટનાઓને કારણે ઘટનારી ઘટનાઓ પર તમારું જોર નથી, પરંતુ તેના પ્રભાવોમાં આવવું કે ન આવવું તેના પર તો તમારો કાબુ છે જ. માની લો કે આખું વિશ્વ સમુદાયો અને સંપ્રદાયોમાં ભલે વહેંચાયેલું પડ્યું હોય, પરંતુ તમે ચાહો તો તેનાથી દૂર ઊભા રહી જ શકો છો. લાખો બુદ્ધિશાળીઓ આજે પણ આ બધા નાહકના વિભાજનોથી દૂર ઊભા જ છે.

ચાલો, આ બધું પણ છોડો. અત્યારે તો તમને તમારા મતલબની એક વાત બતાવી દઉં કે આ બનતી પરિસ્થિતિઓનું જ્ઞાન ન માત્ર તમને સફળતાના શિખર પર બેસાડી શકે છે, પરંતુ હજારો ઝંઝટો અને મુસીબતોથી છૂટકારો પણ અપાવી શકે છે.

શું વાત કરો છો, સમય મહારાજ...? ત્યારે તો આ વાતને થોડા વધું વિસ્તારથી જણાવો. હવે તમારા મતલબની વાત હોય અને વિસ્તારથી ન સમજાવું, એવું થોડું જ થવાનું

સમયની ધારાથી વિખૂટા પડેલા લોકો ૬૦ વરસમાં ૬ વરસ પણ નથી જીવી શકતા

છે? પરંતુ આ વાત થોડી ગહન પણ છે, એટલે તેને સમજવા માટે તમારે મારી ગતિની વિભિન્નતાઓને બરાબર સમજવી જરૂરી છે. આમ તો હું મારી ગતિની વિભિન્નતાઓ વિશે પહેલા પણ સમજાવી જ ચૂક્યો છું. પરંતુ બનતી-બગડતી પરિસ્થિતિઓને ઉંડાણથી સમજવા માટે તમારે મારા ગતિ-પરિવર્તન અને તેનાથી તમારા પર પડનારા પ્રભાવોને થોડા વધુ વિસ્તારથી સમજવા જરૂરી છે. એટલે પહેલા એના પર જ વાત કરું છું.

આમ તો મનુષ્યના મનરૂપી કોમ્પ્યુટરમાં મારી હજારો ભિન્ન-ભિન્ન ગતિઓ છે, એ હું તમને બરાબર સમજાવી જ ચૂક્યો છું. તે પણ બતાવી જ ચૂક્યો છું કે મારી ગતિ જેટલી તીવ્ર તેટલું જ તમારું જીવન સુખી અને સફળ. પરંતુ હવે અહીં મારી ગતિ અને તેના તમારા પર પડનારા ગંભીર પ્રભાવોના કેટલાંક સૂક્ષ્મ ઉદાહરણો આપું છું. કેટલીયે વાર તમે ધ્યાન આપ્યું હશે કે તમે કોઈ એવું સપનું જોઈ રહ્યા છો જેમાં તમે તીવ્ર વેગે દોડી રહ્યા છો, બસ, તત્ક્ષણ સપનું જોતા-જોતા તમે પસીનાથી તરબતર થઈ જાઓ છો. વિચારો, પથારીમાં સૂતા-સૂતા જ માત્ર દોડવાનું સપનું જોઈ રહ્યા છો, અને એટલામાં પરસેવે રેબઝેબ? જી હા, કેમ કે તે એક મિનિટના સપનામાં મેં તમને દસ કિલોમીટર દોડાવી નાંખ્યા હોય છે. આજ મારી ગતિની વિભિન્નતા છે, અને મારી તીવ્ર ગતિની કમાલ પણ.

બરાબર આવી જ રીતે, કેટલીયે વાર તમે મહાન લોકોની આત્મકથા વાંચતી વખતે અનુભવ કર્યો હશે કે તેમણે જેટલા કાર્યો કર્યા છે તે એક સાઈઠ સિત્તેર વર્ષના સાધારણ આયુષ્યમાં સંભવ નથી. વાત પણ એ જ છે, તેમની અને તમારા મનની ગતિમાં એટલો મોટો ફાસલો છે કે તે ઘડિયાળના સાઈઠ વર્ષમાં છસ્સો, અને કેટલીક વાર તો છ હજાર વર્ષ જેટલું જીવી લેતા હોય છે. જ્યારે સામાન્ય મનુષ્યમાં તો કેટલાંક સાઈઠ વર્ષના પોતાના જીવનમાં છ વર્ષ પણ નથી જીવ્યા હોતા. તમને પણ એમને જોઈને લાગતું હશે કે તેમનું જીવન વ્યર્થ જ ગયું- કશું કરી નથી શક્યા. કેવી રીતે કરી શકવાના? પોતાના જીવનમાં મનુષ્ય કેટલું કાર્ય કરી શકે છે તેનો સીધો સંબંધ તેની અંદર મારી ગતિ

કેવા પ્રકારની છે તેના પર નિર્ભર કરે છે. એટલે મારી ગતિ તીવ્ર તો જીવન સફળ, નહિતર એક સામાન્ય જીવન.

...અને કેવી રીતે, આ હું તમને કેટલાંક ઉદાહરણોથી બતાવું છું. કેટલાંય લોકો જેમની અંદર મારી ગતિ ધીમી હોય છે, તેમને ચાહવા છતાં પણ કોઈ વસ્તુ વારંવાર વાંચ્યા પછી પણ યાદ નથી રહેતી. હું અહીં સ્કુલના બાળકોની વાત નથી કરી રહ્યો, જેમને બળજબરીએ ભણવું પડતું હોય છે. કેમ કે તેમનામાંથી કેટલાંક તો એવા હોય છે જે મજબૂરીમાં ભણી રહ્યા હોય છે, એટલે તેમને યાદ નથી રહેતું. હું તો અહીં ચાહવા છતાં પણ યાદ ન રહેવાની કે વાત સમજમાં ન આવવાવાળાઓની વાત કરી રહ્યો છું. પરંતુ એમનાથી વિપરીત જેમની અંદર મારી ગતિ તીવ્ર હોય છે તેમને પાનાઓ ઉલ્ટાવતા ઉલ્ટાવતામાં બધું યાદ રહી જાય છે. તેમને મોટામાં મોટી રહસ્યમય કે કૉમ્પ્લિકેટેડ વાત પણ પળભરમાં સમજમાં આવી જાય છે. કેમ કે એ પળભરમાં, તેઓ કલાકોનું વાંચી અને સમજી લે છે.

ચાલો, આ તો નાના-મોટા ફાયદા થયા. મારી ગતિ તીવ્ર હોવાનો સૌથી મોટો ફાયદો તો એ છે કે આવો મનુષ્ય પરિસ્થિતિઓને તેમના મૂળથી ઓળખી લે છે. અને તેનાથી તે હજારો વર્ષ પહેલા નાંખવામાં આવેલી બુનિયાદનો ફાયદો ઉઠાવવામાં સમર્થ થઈ જાય છે. એટલે કે હજારો વર્ષોમાં હજારો મનુષ્યોની કોશિશથી શેકાયેલી રોટલી તેને કોઈ વિશેષ પ્રયત્ન વગર જ ચટ કરવાનો મોકો મળી જાય છે. અને અહીં જે વાત મેં એક વાક્યમાં કહી, એ જ સફળતાનું સૌથી મોટું સારસૂત્ર છે. એટલે આજ પછી એ ધ્યાનમાં રાખી લેજો કે જેમણે પણ જીવનમાં મોટી સફળતા મેળવી છે, તેમને આ સફળતા પરિસ્થિતિઓના નિર્માણના ગણિત દ્વારા 'તૈયાર ભાણે'જ મળી છે. એટલે સાધારણ ભાષામાં કહું તો તેમણે ઑપરચ્યૂનિટી એટલે કે અવસરને ફક્ત સારી રીતે ઓળખ્યો એટલું જ નહીં, પણ સાથોસાથ તેને તરત ઝડપી પણ લીધો.

હું માનું છું કે આ વાત થોડી કૉમ્પ્લિકેટેડ છે, અને એટલા માટે સમજવી પણ એટલી સરળ નથી. એટલે આ વાત હું તમને જરા વિસ્તારપૂર્વક અને થોડા ઉદાહરણોનો સહારો લઈને સમજાવું છું. રાઈટ-બંધુઓએ હવાઈ જહાજ શોધ્યું એ સત્ય છે, પરંતુ પ્રશ્ન એ છે કે સાયકલની દુકાન ચલાવવાવાળા અને માંડ ચાર ચોપડી ભણેલા રાઈટ બંધુઓને આ અદ્‌ભુત સફળતા મળી કેવી રીતે? ચોક્કસપણે તેમની દૂરદ્રષ્ટિ અને કાર્યમાં મંડી પડવાની ક્ષમતા વગેરેનું આમાં બહુ મોટું યોગદાન છે જ, પરંતુ માત્ર આટલાથી કાંઈ તેમનું કામ નથી થયું. તેમના મનરૂપી કોમ્પ્યુટરની ગતિ ગમે તેટલી તીવ્ર હોય, પરંતુ પરિસ્થિતિઓનો સાથ પણ જરૂરી છે જ. ...અને એટલું જ જરૂરી છે તે પરિસ્થિતિઓને ઓળખવી અને તેનો ફાયદો પણ ઉઠાવવો.

એક નાની સરખી ઘટના પણ કરોડો જૂની બની ગયેલી ઘટનાઓનો સરવાળો હોય છે

એટલે હવે અહીં હું એ સમજાવું છું કે રાઈટ બંધુઓને આ હવાઈજહાજની શોધ તૈયાર ભાણે કેવી રીતે મળી? હકીકતમાં આ હવાઈજહાજની શોધનો પાયો હજારો વર્ષ પહેલા એ સમયે નંખાઈ ચૂક્યો હતો જ્યારે પક્ષીઓને ઉડતા જોઈ માણસોએ પણ કાપડની પાંખો લગાવીને ઉડવાના પ્રયત્નો કર્યા હતાં. જોકે તેમાં તો તેમને સફળતા ન મળી, પરંતુ પછી ચાઈનિઝ પતંગોના આવિષ્કારે મનુષ્યોની આશાઓને પુનર્જીવિત કરી. પછી તો તો લિયોનાર્ડો દ વિન્ચીના સિદ્ધાંત "AV=Constant" અને હાઈડ્રોજન ગેસથી ભરેલા ફુગ્ગાઓ ઉડાવીને મોંગોફિયર બ્રધર્સે ઉડવાનો પાયો વધું મજબૂત કરી દીધો. ત્યાર બાદ પેરાશુટ શોધાયા, અને વસ્તુને શક્તિ આપવા માટે એન્જિનની શોધ પણ થઈ. પરંતુ આ બધાથી વધીને રાઈટ બ્રધર્સની સાથે એ વાત બની કે તેમના પિતા મિલ્ટન રાઈટે તેમને બાળપણમાં જ એલ્કોસ પેનોડનું બનાવેલું એક ઉડવાવાળું રમકડું ભેટમાં આપ્યું. એક તો આ રમકડાએ જ એ સિદ્ધ કરી દીધું હતું કે જરૂરી શક્તિ પ્રદાન કરીને વસ્તુને ઉડાડી શકાય છે, અને બીજું આ રમકડાએ રાઈટ બ્રધર્સને એવી પ્રેરણા આપી કે પછી તો તેમણે ઉડે એવું યંત્ર બનાવવાને જ પોતાના જીવનનું એક માત્ર ધ્યેય બનાવી લીધું. અને અંતે તો એમને પોતાના પ્રયોગોના અંતિમ તબક્કામાં ન્યુટનના ગતિના સિદ્ધાંત પણ ખૂબ કામ આવ્યાં. કહેવાનો મતલબ એ કે ઉડવાનો માહોલ જામી ચૂક્યો હતો, એમણે પોતાની બારીક નજરથી અને દ્રઢતાના બળે તેને અંજામ સુધી પહોંચાડી દીધો.

આમ તો તમે સમજદાર છો, એક જ ઉદાહરણથી વાત સમજી ગયા હશો. તેમ છતાંય મારું મન નથી માની રહ્યું. એટલે હું તમને આ જ વાત એક બીજું ઉદાહરણ આપીને સમજાવું છું. કેમ કે હું જાણું છું કે આ સમજી ગયા તો પછી તમને સફળતાના શિખરો સર કરતા કોઈ નહીં રોકી શકે. તો વાત એ હતી કે મહાત્મા ગાંધીએ એકલા હાથે અને તે પણ કોઈપણ જાતની હિંસા વિના માત્ર અનશન અને આંદોલનોના સહારે બસ્સો વર્ષથી અંગ્રેજોની ગુલામી સહી રહેલા ભારતને કેવી

રીતે આઝાદ કરાવી દીધું? તો અહીં પણ આઝાદ થવાની પરિસ્થિતિઓ ક્યારનીએ નિર્માણ પામી ચૂકી હતી. અંગ્રેજોના જુલ્મ, લોકોની જાગૃતતા, ચંદ્રશેખરની હત્યા, અને ભગતસિંહ જેવાઓને અપાયેલી ફાંસી તથા જલિયાંવાલા બાગ જેવી ઘટનાઓએ તખ્તો તૈયાર કરી જ રાખ્યો હતો, માત્ર ગાંધીજીની ભાવના અને દ્રઢતાએ મળીને તેને અંજામ સુધી પહોંચાડી દીધો.

અને આને જ મારી ભાષામાં ટાઈમિંગ કહે છે. ટાઈમિંગનો અર્થ જ એ છે કે તૈયાર થઈ ચૂકેલી પરિસ્થિતિ પર સૌથી પહેલા તરાપ મારવી. આમ તો આ ટાઈમિંગનો અહેસાસ તમને નાની-મોટી કેટલીયે વાતોમાં હશે પણ ખરો. પરંતુ તમે એટલા તો વ્યસ્ત છો કે આટલી મહત્વપૂર્ણ વસ્તુ પર પણ તમે ક્યારેય ધ્યાન જ નહીં આપ્યું હોય. ટાઈમિંગનો અર્થ છેઃ ખરા સમયે, ખરા સ્થાન પર પ્રહાર કરવો. તમે ક્રિકેટ, ટેબલ ટેનિસ કે બેઝબોલ વગેરે જેવી રમતો ક્યારેક ને ક્યારેક તો રમ્યા જ હશો. ક્રિકેટમાં બહેતરીન શોટ ત્યારે લાગે છે જ્યારે બેટનો ખરો ભાગ, ખરા સમય પર, ખરા ફોર્સથી દડા સાથે ટકરાય છે. અને તે શોટ ખૂબ શાનદાર હોય છે. આવું જ ટેબલ ટેનિસ અને બેઝબોલમાં પણ થાય છે. અને અહીં હું તમને સમજાવી એ રહ્યો છું કે આવું જીવનમાં પણ થાય છે. બસ, બે-ચાર શોટ ખરા સમયે, ખરી જગ્યા પર લગાવી દો કે જીવન સુખી અને સફળ. ...સમજાતું નથી કે આ રોજે રોજની મૂર્ખતાઓ કરી અને નાની-મોટી સફળતા મેળવવા માટે આટલી મહેનત કરીને, શા માટે મનુષ્યો આ અમૂલ્ય જીવનનો આ હદે અનાદર કરી રહ્યા છે?

હકીકતમાં આ વાત સમજવી તમારા માટે એટલી જરૂરી છે કે આ વાતને એક બીજું ઉદાહરણ આપીને સમજાવ્યા વગર મારું મન માનશે જ નહીં. કેમ કે આ એક વાતની સમજણ તમને લાખોમાં એક બનાવી શકે છે. તમે હેનરી ફોર્ડનું નામ તો સાંભળ્યુ જ હશે. જેમને ઓટોમોબાઈલ કીંગ કહેવામાં આવે છે. તે આ મુકામ સુધી કેવી રીતે પહોંચ્યા?

આ એ સમયની વાત છે જ્યારે ઓટોમોબાઈલ અસ્તિત્વમાં તો આવી ગઈ હતી, પરંતુ તેની માંગ બિલકુલ નહોતી. એવું નહોતું કે તેની ઉપયોગિતા કોઈની સમજમાં નહોતી આવી રહી, કે કોઈ ખરીદવા નહોતું માંગતુ. પરંતુ તકલીફ એ હતી કે તે સમયે બોડી કોઈ બીજું બનાવતું હતું, તો એન્જિન કોઈ બીજું, અને બધાં સ્પેરપાર્ટ્સ પણ અલગ અલગ લોકો બનાવતા હતાં. હવે જેને ગાડી ખરીદવી હોય તેણે બધી જગ્યાએથી અલગ-અલગ બધું જ ખરીદીને જાતે જ એસેમ્બલ કરવું કે કરાવવું પડતું હતું. અને કંઈક ગડબડ થઈ જાય તો રિપેરીંગ પણ જાતે જ કરતા આવડવું જરૂરી હતું. હવે વિચારો, આવામાં ગાડી ખરીદે કોણ?

બસ, અહીં જ હેનરી ફોર્ડે કમાલ કરી બતાવી. ઓટોમોબાઈલ બનાવવાવાળા બનાવી ચૂક્યા હતાં. બોડી સહિત બધા સ્પેરપાર્ટ્સ બની જ રહ્યા હતાં. ગાડીઓની માંગ

પણ હતી જ. બસ, તેમણે મોટા પાયા પર ઉત્પાદન માટે એક એસેમ્બલી યુનિટ નાંખી દીધું. સાથે જ રિપેરીંગની સુવિધા પણ ઉપલબ્ધ કરાવી દીધી. અને તેનું પરિણામ તમારી નજર સામે છે. આજે ઘેર ઘેર ગાડી થઈ ગઈ છે.

એટલે, મહેરબાની કરીને જરા આ ટાઈમિંગને સમજી જાવ. આ ટાઈમિંગનો ખેલ એક-બે નહીં, જીવનની બધી સફળતાઓની પાછળનું રહસ્ય છે. આ વાતને સમેટતા પહેલા થોડા બીજાં ઉદાહરણોથી પણ સમજાવું તો; જે પણ સફળ નેતા છે, તેમણે કાં તો સામાન્ય પ્રજા શું વિચારી રહી છે તે સૌથી પહેલા ઓળખી લીધું છે, કે પછી બનતી-બગડતી પરિસ્થિતિઓના આધારે જનતાને કયા લોભામણા વાયદાઓમાં ફસાવી શકાય છે, એ બરાબર સમજ્યું છે, કે પછી કઈ વાત માટે તેમને આંદોલિત કરી શકાય છે તે બરાબર ઓળખ્યું છે. એટલે એકંદરે બનેલી પરિસ્થિતિઓનું ઠીક ઠીક આંકલન કર્યું છે. ...બરાબર આજ ગણિત જીવનની બધી વ્યવસાયિક સફળતાઓ વિશે પણ છે. ત્યાં પણ જેણે લોકોની જરૂરત કે માંગને બરાબર ઓળખી છે, તે જ રાતોરાત મોટી સફળતા મેળવી શક્યો છે. એડીસન તો કહે જ છે કે તેમની બધી શોધોએ જન્મ જ જરૂરિયાતની કૂંખેથી લીધો છે. એકંદરે, જીવનમાં મોટી સફળતા તેને જ મળે છે જેની અંદર મારી ગતિ તીવ્ર હોય, અને સાથે જ તે મારા દ્વારા જ નિર્મિત પરિસ્થિતિઓનું યોગ્ય રીતે આંકલન કરવાની ક્ષમતા રાખતો હોય. અને જે ખરા સમય પર શોટ મારવાની કળા એટલે કે ટાઈમિંગ બેસાડતા શીખી જાય, તેની તો વાત જ શું કરવી?

ચાલો, હવે હું તમને મારા કારણે તમારા જીવન પર પડી રહેલા પ્રભાવથી સંલગ્ન એક બીજા ગહન વિષય તરફ તમારું ધ્યાન આકર્ષિત કરું છું. જેમકે હું કહી જ ચૂક્યો છું કે કરોડો-કરોડ મનુષ્યોના મનરૂપી કોમ્પ્યુટરના કારણે પરિસ્થિતિઓ આપોઆપ, પરંતુ નિયમથી, બનતી અને બગડતી રહે છે. આ બનતી અને બગડતી પરિસ્થિતિઓ સમુદ્રમાં ઉઠતા મોજાઓ જેવી હોય છે, જે ઉઠે છે અને પાછા સમુદ્રમાં લીન થઈ જાય છે. એ બિલકુલ જરૂરી નથી કે દરેક વખતે તે કોઈ પરિણામ લઈને જ આવે. હવે કેમ કે તમે પણ હજારો જાતની ભીડથી ઘેરાયેલા જ રહો છો, તેથી રોજ આ બનતી-બગડતી પરિસ્થિતિઓ તમારી નજીકથી પણ પસાર થતી જ રહે છે. અહીં સુધી તો ઠીક છે, પરંતુ તમે તે પરિસ્થિતિઓથી જાતે પ્રભાવિત થઈને એની સાથે તાદાત્મ્ય સાધી લો છો. વધુ સરળ ભાષામાં કહું તો દૂર બની રહેલી કોઈ પરિસ્થિતિને જોઈને તમે પણ એવું માની લો છો કે આ તમારું જ કંઈક બનાવવા-બગાડવા આવી છે. અને બસ, અહીં જ સાવધાન રહેવાની જરૂર છે, કેમ કે તમારી નજીકથી પસાર થઈ રહેલી તે પરિસ્થિતિઓનો સાચે જ તમારી સાથે કોઈ સંબંધ છે કે નહીં એ વિચાર્યા વગર જ તમે તેનું અંગ બની જાઓ છો. અને વધું સ્પષ્ટ કહું તો, એક એનાં જ કારણે તમે વારેવારે ફસાઈ પણ જાઓ છો.

આ વાતને હું કેટલાંક ઉદાહરણોથી સમજાવું છું. ઘણીવાર તમે પોલીસની જીપને રસ્તા ઉપર ઝડપથી દોડતા જોઈ જ હશે. કેટલાય ચોર અને બદમાશો પોલીસની એ જીપનું

સાયરન સાંભળીને ગભરાઈ પણ જાય છે, પરંતુ તે બધાને પકડવા તો નીકળી નથી હોતી. તે તો કોઈ ખાસ વ્યક્તિની શોધમાં જ નીકળી હોય છે. પરંતુ જો કોઈ ચોર એમ માની લે કે તે મને જ પકડવા આવી છે, અને આવું વિચારીને તે નાસવાની કોશિશ કરે, તો પૂરો ચાન્સ છે કે તે અકારણ પોલીસની અડફેટે ચડી જાય.

બસ, એજ ચોરવાળી ભૂલ તમે પણ ઘણીવાર કરો છો. હવે આસપાસ કેટલીએ જગ્યાએ, કેટલાય ક્ષેત્રોમાં પરિસ્થિતિ વણસી રહી છે, પરંતુ એ જરૂરી નથી કે એ તમને જ સાણસામાં લેવા માટે બગડી રહી છે. પરંતુ તમે તેનાથી બચવાના ચક્કરમાં પોતાને તેમાં સપડાવી લો છો. એટલે પહેલી વાત તો એ કે પરિસ્થિતિ બગડતા જ કે વિપરીત થતા જ, અકારણ ગંભીર ન થઈ જતા. હા, જો તમારી પાસે તેમાંથી છુટકારો મેળવવાના સો ટકા ઉપાય છે, તો તેનાથી છુટકારો મેળવી લેજો. નહિતર એવું માની લો કે તે પરિસ્થિતિ તમારું કંઈક બગાડવા માટે જ નથી વિકસિત થઈ રહી. અને જો-જોકે પ્રાયઃ બે-ચાર દિવસ આસપાસ ચક્કર કાપીને તે કોઈ બીજાને પકડી લેશે. એટલે પરિસ્થિતિઓ સાથે ભરી પીવાનો પહેલો સિદ્ધાંત એ છે કે જો એની સાથે ભરી પીવાના સો ટકા ઉપાય હોય તો જ તેને પોતાની તરફ આવેલી માનવી, નવ્વાણું ટકા ઉપાય ખિસ્સામાં હોવા છતાંય એને છંછેડતા નહીં, નહિતર બગડેલી પરિસ્થિતિની ચક્કીમાં તમે પરાણે પિસાઈ જશો. કેમ કે હું પહેલા પણ કહી ચૂક્યો છું કે મારા સ્તરે ક્યારેય એક વસ્તુ પેદા નથી થતી, અહીં સમસ્યા એટલે સ્પેસ અને સમાધાન એટલે તમારા મનરૂપી કોમ્પ્યુટરમાં ઉપાય, બંને એક સાથે પેદા થાય છે. જો સમસ્યા તમારા માટે હશે, તો વખત આવ્યે તેનો સચોટ ઉપાય પણ તમારી પાસે હશે જ. નહિતર સમસ્યાને દૂર દૂર ફરવા દો, તેના પર ધ્યાન જ ન આપો. થોડા જ દિવસોમાં, જાતે જ તે ક્યાંક ગાયબ થઈ જશે. અને ક્યારેક વીસ-ત્રીસમાંથી એકાદ વખત કોઈ ઉપાય સો ટકા ન સુઝે અને કંઈક તમારું અહિત થઈ પણ જાય તો એને સ્વીકારી લેજો. ...અને આ પણ સ્વયં કોઈ નાનો સૂનો ઉપાય નથી.

તમને જે સંકટ દેખાઈ રહ્યા છે તેમાંથી મોટાભાગનાં કાલ્પનિક છે

એટલે, સરવાળે કહેવાનું તાત્પર્ય એ કે પચાસો સમસ્યાઓમાંથી એકાદ સમસ્યા સાચે જ તમને ઘેરવા આવી હોય છે. પરંતુ ઉતાવળ ન કરો, જ્યાં સુધી એને પણ ઉકેલવાનો સોએ સો ટકા ઉપાય હાથ ન લાગે, ત્યાં સુધી રાહ જુઓ. અને બાકી બચેલી ઓગણપચાસને તો માત્ર નજરઅંદાજ કરો. બાકીની સમસ્યાઓ એટલા માટે તમને પરેશાન કરી શકે છે કેમ કે તમે ગભરાઈને પરાણે એમાં માથું નાંખી દો છો.

...જો-જો મુસીબતોથી બચવાનો આ અનોખો સિદ્ધાંત જીવનમાં અપનાવતા વેંતજ તમારી પાસે સમય-જ-સમય થઈ જશે. કેમ કે પછી તમે વગર મફતના હાથમાં ચાઈનીઝ રેકેટ લઈને સમસ્યારૂપી મચ્છરોને મારતા નજરે નહીં ચઢો. એવામાં સફળતા અપાવે એવી પરિસ્થિતિઓ પણ તમને સ્પષ્ટ દેખાઈ જશે. બસ, આ એક ઉપાયથી તમારું જીવન એક યાદગાર અને સફળ જીવન બની જશે. ...પછી તો ના મુસીબતોથી લડવામાં તમારો સમય બગડશે, કે ના તો સફળતા માટે માત્ર જાતના ભરોસે રહેવું પડશે. કેમ કે પછી તો હજારો વર્ષોથી ઘટી રહેલી હજારો-લાખો ઘટનાઓનો મેળ આપોઆપ જ તમને સફળતાના શિખર પર બેસાડી દેશે.

ચાલો, આ બધી વાતો મૂકો. જો તમને આટલી બધી વાતો સમજવી અને અમલમાં રાખવી સરળ ન લાગતી હોય, તો પણ મારી પાસે તમારા માટે ખૂબ જ સીધો સાદો એક બીજો ઉપાય પણ છે. ...તો જલ્દી બતાવોને મહારાજ!

હા-હા, એમાં આટલા ઉતાવળા કેમ થઈ રહ્યા છો? હું જાણું છું કે મેં જ મારા હજારો સ્વરૂપ રચીને આ ખેલ રચાવ્યો છે, અને આ બધું જ મારા દ્વારા નિયમબદ્ધ પણ થયું છે. એટલે હું જ એક છું જે આગળ પાછળનું બધું જ જાણું છું. અને જ્યારે હું બધું જ જાણું છું, તો એ તો બહુ જ સારી રીતે જાણું છું કે તમારા કોમ્પ્યુટરની મારા કોમ્પ્યુટર સામે કોઈ વિસાત નથી. અને એમાંય કરપ્ટ-કોમ્પ્યુટરોના વશમાં તો હવે શું છે જે મારી વિશાળ જાળ દ્વારા ફેલાવેલા નિયમોમાંથી નીકળીને જીવનને કોઈ માર્ગ બતાવી શકે? એટલે સીધી વાત છે કે જ્યારે હાર્ડ-ડિસ્ક જરૂરતથી વધારે કરપ્ટ થઈ જાય, ત્યારે સારું તો એ હશે કે જાતે સુધારવાની કોશિશ કરવાને બદલે સ્પેશિયાલિસ્ટને જ બોલાવી લેવામાં આવે. ડેસ્કટૉપ-કોમ્પ્યુટરનું તો ઠીક છે, પરંતુ તમારા મનરૂપી કોમ્પ્યુટરનો મારાથી મોટો જાણકાર કોણ? એટલે હવે ખૂબ દ્રઢતાપૂર્વક હું તમને મારી આ માયાજાળમાંથી નીકળવાનો એક સચોટ ઉપાય બતાવું છું.

...અને ઉપાય પણ સીધો અને સ્પષ્ટ છે. બસ, એ માટે તમારે મારી સંપૂર્ણ શરણાગતિ સ્વીકારવાની છે. અને આ સંપૂર્ણ શરણાગતિ શું હોય છે, એ હું તમને હમણાં જ બતાવી દઉં છું. હકીકતમાં એને તમે મારું કરુણાથી ભરેલું સ્વરૂપ પણ કહી શકો છો. હું

જાણું છું કે જન્મો-જન્માંતરની ગૂંચવણો, ઉપરથી મારી કૉમ્પ્લિકેટેડ કાર્યપ્રણાલી, અને વધારામાં મારા દ્વારા રચાયેલી આ પરિસ્થિતિઓની માયાજાળમાંથી નીકળીને બધું જ ઠીકઠાક કરવું તમારા માટે એટલું સરળ નથી. અને એટલા જ માટે મેં, જે પોતાની બુદ્ધિને તાળુ મારીને મારી શરણાગતિ સ્વીકારી શકતા હોય તેમના માટે એક માર્ગ બનાવ્યો છે. વાસ્તવમાં વાત એ છે કે હું જાણું જ છું કે મારા દ્વારા રચાયેલી માયાજાળ એટલી ખતરનાક છે કે તેમાં સપડાવું તો આસાન છે, પરંતુ તેમાંથી નીકળવું ખૂબ જ મુશ્કેલ છે. અને હું તે પણ જાણું છું કે એક તો પોતાના મનની હાર્ડ-ડિસ્ક કરપ્ટ થઈ ચૂકી છે એની કોઈને પણ ખબર પડવી, એ જ આસાન નથી. તો પછી તેને ઠીક કરવાના પ્રયાસ કરવાનો તો સવાલ જ ક્યાં ઊભો થાય છે? અને ચાલો કોઈનું ધ્યાન તે તરફ ગયું તો પણ સવાલ એ છે કે તેને ઠીક કરવાની પદ્ધતિની તો તેને ખબર હોવી જોઈએ. હું એ પણ જાણું છું કે વર્તમાનમાં ઉપલબ્ધ જ્ઞાનથી તે જેટલી કોશિશ કરશે એટલી જ પોતાની હાર્ડ-ડિસ્ક વધું કરપ્ટ કરી બેસશે.

મૂડ વગર કરવામાં આવેલું કોઈપણ કાર્ય ક્યારે પણ પરિણામકારક સિદ્ધ નથી થતું

એટલે મેં તેને પોતાની હાર્ડ-ડિસ્ક ઠીક કરવા અને પછી તેને સતત પ્રગતિના રસ્તે ચડાવવા માટે તેની અને મારી વચ્ચે 'મૂડ' નામના ભાવથી કમ્યુનિકેશન સ્થાપિત કરેલું છે. અને આ 'મૂડ' શું હોય છે, એ મારે કોઈને સમજાવવાની કોઈ જરૂર નથી. તેનો અનુભવ તમે રોજ-બરોજના જીવનમાં કરતા જ રહો છો. બસ, તમે તમારા આ 'મૂડ'ની શરણમાં ચાલ્યા જાઓ. હું તેના થકી ના માત્ર તમારી હાર્ડ-ડિસ્ક ઠીક કરી દઈશ, બલ્કે તમારી અંદરના સમયને તો એવી પાંખો લગાવી આપીશ કે તમે આનંદ અને સફળતાના શિખરો સર કરવા શરૂ કરી દેશો.

પરંતુ, એ એટલું આસાન પણ નથી, જેટલું સાંભળવામાં લાગી રહ્યું છે. પોતાના 'મૂડ'ની શરણાગતિ સ્વીકારવા માટે ખૂબ સાહસ જોઈએ. મારા પર અતૂટ વિશ્વાસ જોઈએ. કેમ કે તમારી બુદ્ધિને એવા હજારો કાર્યો જરૂરી લાગે છે અને તે એવા હજારો કાર્ય

કરવા ઇચ્છે છે જે ન તો મને જરૂરી લાગે છે અને ના હું ઇચ્છું છું કે તમે એ કરો. કેમ કે હું જાણું છું કે તમારી બુદ્ધિ જે કરવાનું કહી રહી છે. ...તેનાથી તમારું કોમ્પ્યુટર વધું કરપ્ટ જ થવાનું છે. તેનાથી તમારા સમયની ગતિ વધુ ધીમી પડવાની છે. એટલે હું તે કાર્યો માટે તમારો મૂડ બનાવતો જ નથી. આ મારો તમને બચાવવાનો પોતાની રીતનો એક અનોખો ઉપાય છે. તમે માત્ર એટલું સમજી લો કે જે કાર્ય કરવાનો મૂડ નથી તે તમારા માટે જરૂરી નથી. પરંતુ તમે પોતાના મૂડનું સાંભળો જ ક્યાં છો? મન મારીને પણ જરૂરી લાગતા કાર્યમાં મથી પડો છો. અને અહીં આવીને હું મારી આ અવહેલના સહન નથી કરી શકતો. બસ, હું મન મારીને કરાયેલા કાર્યોનું કોઈ જ પરિણામ નથી આવવા દેતો, અને ઉપરથી તમારી અંદર મારી ગતિ વધું ધીમી કરી દઉ છું... તે અલગ. અને એવું કોઈ નથી જેણે પોતાની અંદર ચાલી રહેલા આ સંઘર્ષનો અનુભવ ન કર્યો હોય. પરંતુ કેમ કે તમે આ સંઘર્ષમાં વારંવાર બુદ્ધિને જીતાડી છે એટલા માટે તમારા જીવનની આ હાલત થઈ ગઈ છે.

હવે અહીં મહત્વપૂર્ણ પ્રશ્ન એ ઊભો થાય છે કે મનુષ્ય આવું વારંવાર કરે કેમ છે? તો એનો સીધો જવાબ એ છે કે માત્ર એક અજ્ઞાનના કારણે. અને અજ્ઞાન એ કે મનુષ્યએ બહારની દુનિયાને સત્ય માની લીધી છે. બહારની દુનિયાની તેણે ગુલામી સ્વીકારી લીધી છે. ધર્મ, સમાજ, પરિવાર, સંબંધો, જ્ઞાન બધાનું માની અને સાંભળીને, તે મૂડની વિરુદ્ધ પણ બધું જ કરતો રહે છે. સમજતો જ નથી કે આ બધું પાંચ-દસ હજાર વરસ જૂનું છે. ભલા મારા જ્ઞાન અને મારી શક્તિનો આ બધા કઈ રીતે મુકાબલો કરી શકે છે? સમજતા કેમ નથી કે વિમાન અને ગાડીઓનો આવિષ્કાર પણ સમય પર થાય છે. જેને તમે ભગવાન કહો છો તેમને પણ આજીવન પગપાળા, રથ અને ગાડાઓમાં ફરવું પડ્યું હતું. હું અંતિમ શક્તિ અને અંતિમ જ્ઞાની છું. એટલે મને છોડીને અહીં-તહીં શરણ ક્યાં શોધો છો? અને વળી સ્વયં પણ હજાર જરૂરિયાતો ઉભી કરીને મારી વિરુદ્ધ જાઓ છો. બહાર છે શું? તમારું બધું જ મારા રૂપમાં તમારી અંદર હાજર છે. પરંતુ તમારી બુદ્ધિને લાગે છે કે આ-આ મેળવી લઈશ તો બધું બરાબર થઈ જશે. આટલું-આટલું સંભાળી લઈશ તો જીવન બની જશે. આ કે તે ન થાય તો પછી કોઈ વાંધો નહીં. જ્યારે મારું ગણિત કહે છે કે અંદર બધું ઠીક, તો બહાર જે પણ આવશ્યક છે બધું મળી જ જશે. અને બુદ્ધિ વિચારે છે કે આ-આ બધું બહાર મળી જાય, કે આવું-આવું કંઇક થઈ જાય તો અંદર બધું ઠીક થઈ જાય. એટલે મને પહેલી ચિંતા અંદરની છે અને બુદ્ધિને પહેલી ચિંતા બહારની છે.

એકંદરે સમજીએ તો બંનેને બધું ઠીક કરવાની જ ચિંતા હોય છે, બંને ઇચ્છે જ છે કે અંદર-બહાર બધું જ ઠીક રહે. ફરક માત્ર એટલો છે કે બુદ્ધિ બહાર બધું ઠીક કરીને અંદર બધું ઠીક થવાની આશાએ તમારી પાસે બધાં કાર્ય કરાવે છે, જ્યારે હું અંદર બધું ઠીક

સમયની પૂર્ણ શરણાગતિ સ્વીકારવી,
જીવનની બધી સમસ્યાઓથી ઝૂઝવાનો એકદમ યથાર્થ ઉપાય છે

કરીને... બહાર ઠીક થવાનો ઈન્તજાર કરવામાં વિશ્વાસ રાખું છું. બસ, આ કારણે બંનેમાં સંઘર્ષ થાય છે, અને નિર્ણય તમારે કરવાનો હોય છે. અને કહેવાની જરૂર નથી કે મોટા ભાગે તમે બુદ્ધિના પક્ષે જ જાવ છો.

પરંતુ, મને એટલે કે પરમસત્તાને મારીને કે મારી અવહેલના કરીને કેવી રીતે કંઇ ઠીક થઈ શકે? છતાંય હું ક્રોધને બદલે પોતાની પરમ-કરૂણાનો જ ઉપયોગ કરું છું. બુદ્ધિના સૂચવેલાં કાર્યો માટે તમારો મૂડ જ નથી બનાવતો. વિચારું છું, જ્યારે મૂડ નથી તો કાર્ય નહીં. પરંતુ ના, તમારા માટે બધું જરૂરી તો એટલું, કે વગર મૂડે પણ મથી પડો છો.

અને આશ્ચર્ય એ કે તમે જાણો છો કે મૂડની વિરુધ્ધ જવાથી તમારે ઘણું દુઃખ સહન કરવું પડી રહ્યું છે, મજા પણ નથી પડતી; છતાં પણ તમે પોતાના મૂડની વિરુધ્ધમાં જ જાવ

છો. આવું કેમ? આવું એટલા માટે કે તમારી પાસે, તમારી સામે જે છે તેના સિવાયનું કંઇ જોવાની દ્રષ્ટિ જ નથી. આ કારણે જ પ્રાયઃ તમને કોઈ ઉટપટાંગ ઈચ્છાઓ કેટલીક વસ્તુઓ કરવાનું આવશ્યક છે એવું સમજાવી દે છે, તો ક્યારેક કોઈ પરિસ્થિતિ તમને તત્કાળ કંઈક કરવા માટે ઉકસાવી દે છે. ક્યારેક તમારો ડર તમને કંઈક કરવા માટે મજબૂર કરી દે છે, તો ક્યારેક બીજાઓનું દબાણ તમારા પર કામ કરી જાય છે. અને ક્યારેક ક્યારેક તો તમારા જ લીધેલા સંકલ્પો અને નિયમો તમને તે બધું કરવા માટે મજબૂર કરી મૂકે છે. ...એટલે એકંદરે કારણ એક નહીં, હજાર ઉપસ્થિત થઈ જ જાય છે અને તમે પોતાના મૂડની અવહેલના કરી જ નાંખો છો.

હવે તમે પણ શું કરો? કેટલીક વાર તો તમને પ્રશ્ન જીવન-મરણનો લાગે છે, અને અહીં હું છું જે છતાંય તમને કંઇ પણ કરવાનો મૂડ નથી થવા દેતો. એવામાં તમે પોતાના મૂડનો સાથ દેવાનું સાહસ એકઠું કરો તો પણ કેવી રીતે? પરંતુ એક સીધી વાત તમે કેમ નથી સમજતા, કે પોતાના મૂડની વિરુદ્ધ કાર્ય કરવાથી પણ કોઈ પરિણામ તો આવી નથી રહ્યા, અને ઉપરથી જીવનનો આનંદ પણ ખાટો થઈ જાય છે... તે અલગ. બીજું, તમે એ પણ કેમ નથી સમજતા કે તમે તમારું કોમ્પ્યુટર કરપ્ટ ન કર્યું હોત અને જો તમે તેના ઓપરેટર અને પ્રોગ્રામર હોત, તો શું તમે જરૂરી લાગવાવાળા આ કાર્યો માટે પોતાનો મૂડ પેદા ન કરી લેત? ...પરંતુ હવે એ વાત તો રહી નથી. તમે વાતને લાખ જરૂરી સમજો, પરંતુ તમારું મનરૂપી કોમ્પ્યુટર તો હવે તમારા નિયંત્રણમાં રહ્યું નથી. અને મૂડ વગરના કાર્યોનાં પરિણામ આવી નથી રહ્યા. અને હવે આવામાં તમારા માટે મારા પ્રતિક 'મૂડ'ની શરણાગતિ સ્વીકારવી શું બહેતર ઓપ્શન નથી?

ઓપ્શનનું છોડો, હું તો એ કહી રહ્યો છું કે કરપ્ટ થઈ ચૂકેલા કોમ્પ્યુટરને ઠીક કરવા મનુષ્યની પાસે મારા દ્વારા બનાવેલા મૂડની શરણાગતિ સ્વીકારવા સિવાય બીજો કોઈ ઉપાય જ નથી. અને જ્યાં સુધી તમારું કોમ્પ્યુટર ઠીક નથી, તમને તમારું હિત-અહિત શું ધૂળ સમજમાં આવવાનું છે? તમે કહેશો, મહારાજ! જ્યારે મૂડ તમારા નિયંત્રણમાં છે તો પછી કરૂણાનો થોડો વિસ્તાર કરીને છાનામાના તમે જ શું કામ અમને જરૂરી કામ માટે મૂડ નથી બનાવી દેતાં? ...વાહ શું મજાની વાત કહી છે? એટલે તમે કોમ્પ્યુટર કરપ્ટ કરતા જાવ, અને છતાં પણ હું તમારા હિત માટે અને જરૂરી કાર્યો માટે તમારો મૂડ બનાવતો રહું? એટલે ગુનો તો તમે કરો, પરંતુ સજા મળે જ નહીં. બસ, આવી બુદ્ધિમાનીના કારણે જ તો તમારે મારો આટલો માર સહન કરવો પડે છે. અને આ બધા ધર્મ અને ભગવાનની ઉપજ પણ તમારી આવી જ બુદ્ધિમાની છે. જરા ધ્યાન આપો, તમે ધર્મ અને ભગવાન પાસેથી ઇચ્છો છો શું? એજ ને કે તમે લાખ ભૂલો કરો પરંતુ તે તમને તમારું અહિત થવાથી બચાવી લે. પરંતુ હું

કહું છું કે તે છે કોણ? મારવું અને બચાવવું તો મારા હાથમાં છે, અને હું નિયમથી ચાલુ છું.

અને નિયમ એ કે તમારી અંદર મારી ગતિ તીવ્ર થયા વિના તમારાથી કોઈ પરિણામકારી કાર્ય નથી થવાનાં. અને મારી ગતિ કરપ્ટ થયેલા કોમ્પ્યુટરમાં ક્યારેય તીવ્ર નથી થવાની. અને કોમ્પ્યુટરને ઠીક કરવું હોય તો પોતાના મૂડનો સાથ આપવાનું શરૂ કરવું એ એક માત્ર સીધો અને સરળ ઉપાય છે. ચોક્કસપણે શરૂઆતમાં હું ખૂબ જ આવશ્યકમાં આવશ્યક કાર્ય માટે પણ તમારો મૂડ નહીં બનવા દઉં, પ્રાયઃ અણીના સમયે દગો દઈ દઈશ. પરંતુ તમારે આ બધું તો સહેવું જ પડશે. ચાહે ગમે તે થાય 'મૂડ નહીં તો કામ નહીં', એ નક્કી કરી જ લેવું પડશે. તમારે લોકોની વઢ પણ ખાવી પડશે, અને તમારી અવહેલના પણ ખૂબ કરવામાં આવશે. તમારે બીજા પણ કેટલાય સંકટોનો સામનો કરવો જ પડશે, બની શકે છે કે તમારે થોડા સમય માટે નાકામીનો અહેસાસ ભોગવવો પડે, પરંતુ આ બધું મારા કારણે તો છે નહીં. આ બધા શરૂઆતી ઉપદ્રવો તમારા દ્વારા કરપ્ટ કરી દેવાયેલી પોતાની હાર્ડ-ડિસ્કના કારણે જ છે. એટલે, એ સ્પષ્ટતાપૂર્વક સમજી લો કે મૂડનો સાથ દેવા બદલ તમારે શરૂઆતમાં તો કષ્ટો ઉઠાવવા જ પડશે. પરંતુ હા, એ વચન ચોક્કસ આપું છું કે સમયની સાથે, બધું ઠીક થવું શરૂ થઈ જશે. અને સમય કેટલો? એ તો હાર્ડ-ડિસ્ક કેટલી કરપ્ટ છે તેના પર આધાર રાખે છે.

સમય સદાયે પ્રત્યેક મનુષ્યનું માત્ર હિત ઈચ્છે છે

એટલે કે ફરી એક વાર વાત ત્યાંની ત્યાંજ આવી ગઈ. તમારે ગમેતેમ કરીને ઠાંસી ઠાંસીને ભરેલી તમારી હાર્ડ-ડિસ્કમાંથી ડેટા ડિલીટ કરવો જ પડશે. અને હવે આ ડેટા તમારાથી તો કાઢી શકાતો નથી, અને ઉપરથી નવો નવો ડેટા નાંખીને તમે તમારી હાર્ડ-ડિસ્કને રોજેરોજ વધુ કરપ્ટ કરતા જાઓ છો. પરંતુ મૂડનો સાથ દેવાનો સૌથી મોટો ફાયદો તો એ કે તેનાથી તમારું નવો ડેટા નાંખવાનું આપોઆપ જ બંધ થઈ જશે. કેમ કે હવે તમારી ન કોઈ ઈચ્છા, અને ન કોઈ આવશ્યકતા છે, જે વાતમાં મન લાગે તે કાર્ય કર્યું અને વાત ખતમ.

કયા મનુષ્યમાં કયા ક્ષેત્રની પ્રતિભા છુપાયેલી પડી છે એ માત્ર સમય જાણે છે

પરિણામ સારું-ખરાબ, જે આવે તે આવવા દો. તમે તો માત્ર એ ખેર મનાવો કે મૂડનો સાથ આપવાથી નવો ડેટા નંખાવવાની પ્રક્રિયા પર તો કમ સે કમ લગામ લાગી ગઈ, અને કાર્ય કરવામાં મજા આવી એ અલગ. હવે સવાલ રહ્યો જૂના ડેટાનો, તો તે પણ મૂડ અનુસાર ચાલવાથી, ઝડપથી ઘટતો જ જશે. કેમ કે જ્યારે તમારા માટે તમારો મૂડ જ મહત્વપૂર્ણ છે તો બાકી વસ્તુઓ પરથી તમારું ધ્યાન પણ હટશે, અને જીવનમાં તેમનું મહત્વ પણ આપોઆપ ઘટશે. એટલે કે તમારા મનરૂપી કોમ્પ્યુટરને ઠીક કરવાનો સૌથી સરળ અને સચોટ ઉપાય આ જ છે.

પરંતુ, સાચું કહું તો તમારી હાલત જોઈને આટલું સીધું કામ કરવું પણ તમારા હાથની વાત નથી લાગતી. કેમ કે બની શકે કે તમારી કોઈ જરૂરી મિટીંગ હોય, કે કોઈ સંબંધી દવાખાનામાં દાખલ થયા હોય પરંતુ, તમને આવા સમયે આવું કાર્ય કરવાનો મૂડ ન હોય. શું કરશો તમે? જરા વિચારી લેજો, બસ, આ જ કરતા આવ્યાં છો તમે. બાળકોની પરીક્ષા માથે છે અને તેમનો મૂડ રમવાનો છે. હવે બાળકો શું કરે છે અને તમે તેમને મૂડ મારવા કેવા મજબૂર કરો છો, તેનાથી તો તમે બધા વાકેફ છો જ. એટલે કે મૂડ મારવાની તમારી પ્રેક્ટિસ ઘણી જૂની છે. એટલા માટે વારંવાર દોહરાવું છું કે તમે તમારું વિશ્વ જ એક એવું કરોળીયાનું જાળું બનાવી લીધું છે કે જ્યાં જીવનને બચાવવાના સરળ અને સચોટ ઉપાય પણ હવે તમારા માટે સરળ નથી રહ્યા. અને આ બધું એટલા માટે કે તમારા વિશ્વ પર તમારો એકાધિકાર નથી રહ્યો. વિચારો, સિદ્ધાંતોથી લઈને ધર્મ અને સમાજ સુધી, બધા તમારા પર શાસન કરી રહ્યા છે. તથા પરિવાર અને મિત્ર વર્ગ તો તમને એમ પણ ગુલામ જ સમજે છે. અને ઉપરથી કરપ્ટ થયેલ હાર્ડ-ડિસ્કના કારણે હવે તમારી પાસે પણ આ બધું સહન કરવા સિવાય બીજો કોઈ ઉપાય નથી બચ્યો.

કારણ શું છે? સંસારની એક માત્ર સ્વતંત્ર સત્તા આટલી મજબૂર કેમ? તોડી નાંખો બધાં બંધન, એક મારા શરણમાં આવી જાવ, બીજું કોઈ તમને બચાવી શકવાનું નથી. પોતાના માલિક બનો, અને માત્ર પોતાના મૂડ એટલે કે જીવનની રક્ષા કરો. જરા વિચારો, તમારી જીવનની પરિભાષા જ કેટલી ખોટી છે, આ પરિવાર, આ સમાજ, આ સંપત્તિ, આ પ્રતિષ્ઠા, શું હકીકતમાં આ તમારું જીવન છે? ના, તમારું જીવન માત્ર આત્મસંતોષની એ અનુભૂતિ છે જે જીવ્યા સિવાયની બીજી કોઈ વસ્તુમાંથી નથી મળી શકતી. ...અને તમારા માટે તો મૂડ સાથે જીવ્યા વગર આ અનુભૂતિ કોઈ વસ્તુથી મળવી સંભવ નથી. સીધું કેમ નથી

સમજતા કે આ કુદરતમાં ન તો કોઈ મારાથી વધુ કરૂણાવાન છે, ન જ્ઞાની અને ન શક્તિશાળી. એટલે ન તો મારા ઈન્ટેન્શન અને સમજણ પર શંકા કરી શકાય તેમ છે, અને ન ક્ષમતા પર. પછી અડચણ શું છે? તેથી, મારી શરણાગતિ સ્વીકારી લો. અરે! મૂડ સાથે જીવવાથી વધુમાં વધુ શું થશે? વ્યવસાય કમજોર થઈ જશે, મિત્ર અને પરિવાર દૂર થઈ જશે, ધર્મ અને સમાજ તમને મ્હેણાં મારશે, તો એનાથી તમારું શું બગડી જશે? તમે તો પોતાના માલિક બનવાનું શરૂ કરી દેશો. અને મૂળમાં તો મનુષ્યએ આ ઉપલબ્ધિ પ્રાપ્ત કરવાની છે કે એણે પોતે પોતાના માલિક બનવાનું છે. અને બીજા શબ્દોમાં કહું તો તેણે પોતાની જવાબદારી જાતે જ ઉઠાવવાની છે. સમાજ, ધર્મ, શિક્ષણ, ભગવાન કે પરિવારના સહારે નથી જીવવાનું. અને જ્યારે આ નથી જ થઈ રહ્યું, તો છાનામાના આ જવાબદારી પોતાના મૂડને સોંપી દેવાની છે, પછી જે ભલું-બુરું થાય સ્વાભાવિક રીતે તેનો દોષ બીજાઓને આપવાની કોઈ જગ્યા નથી. હવે મનુષ્ય પોતાનો માલિક પોતે જ અને પોતાના જીવન માટે જવાબદાર પણ પોતે જ. ...બોલો આનાથી મોટી કઈ ઉપલબ્ધિ તમે હજાર ભાગ દોડ કરીને પણ મેળવી લેવાના છો?

ચાલો, આ વાતને જરા અલગ રીતે સમજાવું છું. હું કહી જ ચૂક્યો છું અને ફરી કહી રહ્યો છું કે આ સમગ્ર વિશ્વ અસ્તિત્વમાં પણ મારા કારણે છે, અને ચલાયમાન પણ એકમાત્ર મારા કારણે છે. અને મારો આધાર જ બધાનું હિત છે. ...અને એટલે જ તો અણુથી મનુષ્ય સુધીની સફર તમે તય કરી છે. એટલે હું તો તમારું હિત જ ચાહું છું, અને મારું માનવું છે કે આનું અલગથી કોઈ પ્રમાણ આપવાની મારે કોઈ જરૂર નથી, કેમ કે એક મારી જ આંગળી પકડીને તમે અણુથી મનુષ્ય સુધીની આ સફર પૂરી કરી છે. અને એવામાં કદાચ મારે એ પણ સમજાવવાની જરૂર નથી કે બરાબર એવી જ રીતે તમે મારી આંગળી પકડીને... આગળ મનુષ્યથી પરમ-અહેસાસમાં લીન થવા સુધીની સફર પણ તય કરી શકો છો. અને એ તો હું પહેલા જ સમજાવી ચૂક્યો છું કે મનુષ્યથી પરમ-અહેસાસમાં લીન થવા સુધીની યાત્રાના માર્ગ પર જ તમારા જીવનના બધાં સુખ અને સફળતા તમારી રાહ જોઈ રહ્યા છે. જ્યારે એથી વિપરીત, મનુષ્યથી અણુ સુધીનો ઉંધો માર્ગ જે તમે પકડેલો છે, બસ, એક એ જ કારણે તમે આટલા કષ્ટમાં છો. કેમ કે મનુષ્યથી એટમ સુધી ઉંધા જવાનો માર્ગ દુઃખોથી ભરેલો જ હશે. આ માર્ગ અસફળતાઓથી ઘેરાયેલો જ હશે. કેમ કે તમારી અસફળતાઓ જ તમને પરત અણુ સુધી લઈ જઈ શકે છે. એટલે, હવે તમારે નક્કી કરવાનું છે કે તમારે પરમ-અહેસાસ તરફની યાત્રા કરવી છે કે અણુ સુધીની?

જોકે આ વાત થોડી રહસ્યપૂર્ણ છે એટલે તેને જરા વિસ્તારથી સમજાવું છું. જુઓ, તમે ચેતનાનો સતત વિકાસ કરીને અણુથી મનુષ્ય સુધીની સફર તો તય કરી જ લીધી. પરંતુ આ તમારો અંતિમ મુકામ થોડો જ છે? કેમ કે મનુષ્ય-જન્મ લેતા જ અહેસાસ

પોતાની પૂર્ણતામાં તમારી અંદર મોજૂદ થઈ ગયો છે. અને તે હવે પોતાના રચેલા આ સમગ્ર ખેલનો આનંદ લેતા તમને જોવા માંગે છે. અને જ્યારે તમે તમામ પ્રકારના આનંદ લઈ લઈને સંતુષ્ટ થઈ જાઓ, અથવા મારી ભાષામાં કહું તો તમારી હાર્ડ-ડિસ્ક કોઈપણ પ્રકારની ઈચ્છાઓથી સંપૂર્ણ રીતે ખાલી થઈ જાય, ત્યારે તમારી અંદરનો અહેસાસ પૂરી તૃપ્તી સાથે પરમ-અહેસાસમાં લીન થઈ જાય. અહીં એ સમજો કે તમે મજા ક્યારે લઈ શકશો અને તૃપ્ત ક્યારે થઈ શકશો, જ્યારે તમે સતત આનંદ અને સફળતાના માર્ગ પર આગળ વધતા જશો. અને જો આજ વાતને ખૂબ સરળ ભાષામાં કહું તો અંદર તમે જ્યારે પોતાના અહેસાસની નિકટ જવાનું શરૂ કરી દેશો, તો બહારની પરિસ્થિતિઓ આપમેળે જ તમને આનંદ અને સફળતાના માર્ગ પર ચડાવતી જશે. અને પોતાના મૂડની રક્ષા કર્યા વગર, અંદર અહેસાસની નિકટ નથી પહોંચી શકાતું.

હવે, કેમ કે તમે તમારી અંદરની પરવાહ જ નથી કરતા, અને સીધા બહાર આનંદ અને સફળતા શોધવામાં લાગેલા રહો છો, એટલા માટે તમે વારંવાર પોતાના મૂડની વિરુદ્ધ જવા માટે મજબૂર થાવ છો. અને સતત મૂડની વિરુદ્ધ જવાથી તમારું હૃદય અંદરથી પથ્થર જેવું થઈ જાય છે. હું આને જ તમારી પાછા અણુ સુધી જવાની યાત્રા કહી રહ્યો છું. એટલે મેં મારા તરફથી વાત વિસ્તારથી સમજાવી દીધી. આગળ કયા માર્ગ પર જવું, તે તમારે પસંદ કરવાનું છે.

ચાલો, આ તો તમારો વ્યક્તિગત નિર્ણય છે. પરંતુ હું અહીં સ્પષ્ટ કરી દઉં કે જેનાથી તમારું જીવન વિકસે, એમાં જ મારો રસ છે. એટલે જ તો તમે પોતાને મળેલી સ્વતંત્રતાને કારણે પોતાનું કોમ્પ્યુટર ગમે તેટલું કરપ્ટ કરી લો છો, હું મૂડના સહારે તેને પણ ઠીક કરવાની કોશિશમાં લાગી જ જાઉં છું. એટલે હવે એ સમજતા કેમ નથી કે મારું જ્ઞાન અને મારી સત્તા બંને, તમારી બુદ્ધિ અને તમને ઉપલબ્ધ ધર્મ, જ્ઞાન તથા સમાજના કુલ ટોટલથી પણ અબજો ઘણું વધારે છે? તમે આ સીધું ગણિત કેમ નથી સમજતા કે આ બધાની જે કંઈ પણ સમજ છે તે માત્ર એક જન્મની છે, એટલે આ બધાનું બધું શિક્ષણ દોડાદોડીવાળું છે. ...ઉતાવળભરેલું છે. અને તમે સાંભળ્યું જ હશે કે ઉતાવળે આંબા ન પાકે.

હવે મારી વાત કરું તો મારી પાસે સમય જ સમય છે. અરે! આ શું બોલી ગયો? શું પોતે જ તો સમય છું. હશે, અત્યારે તો તમારે એ સમજવાનું છે કે તમારી પાસે સમય જ સમય છે. અને જ્યારે અનંત સમય છે, તો ઉતાવળ શાની? જરા ચંદ્ર, સૂરજ, પૃથ્વી વગેરેને તો જુઓ; નષ્ટ એક દિવસ બધાએ થવાનું છે પરંતુ કોઈ ઉતાવળ નથી, કેમ કે તેમની પાસે ઘણો લાંબો સમય છે. વળી સમયના મામલામાં હું તમારી સાથે કેમ પક્ષપાત કરવા લાગ્યો? તમારી પાસે પણ સમય જ સમય છે. એટલે, એક વાર તમે એ સમજી લો કે તમારી પાસે

સમયની કોઈ કમી નથી, તો જ તમે તમારા મૂડની રક્ષા કરી શકશો. નહીં તો કંઇ પણ કરીને કામ પૂરું કરવું પડશે, કેમ કે સમય જ ક્યાં છે? અને તેનું પરિણામ તમારા બધાની જીવનની દશાના રૂપમાં તમારી સામે જ છે.

છોડો! જ્યારે આટલી વાત કરી છે તો પછી પૂરા વિસ્તારથી જ સમજાવી દઉં. ...કોઈ શંકા રહે જ નહીં. હકીકતમાં સત્ય તો એ છે કે એક મનુષ્યને બાદ કરતા, આ સમગ્ર પ્રકૃતિને ચલાવવાવાળો હું જ છું. એટલા માટે પ્રકૃતિમાં ક્યાંય કોઈ ગડબડ નથી. પરંતુ કેમ કે તમે સ્વતંત્ર છો, એટલે તમે મારી અવહેલના કરીને પોતાના હિસાબથી પોતાનું જીવન ચલાવવા માટે પણ સ્વતંત્ર છો. અને તમે આ સ્વતંત્રતાનો ભરપૂર ફાયદો ઉઠાવી પણ રહ્યા છો. પરંતુ તમે જાણતા જ નથી કે મારા દરેક સ્વરૂપને સમજ્યા વગર અને તેની શરણાગતિ સ્વીકાર્યા વગર તમારા જીવનમાં કશું સાર્થક થવાનું જ નથી. ચાલો, બાકીના ન સમજતા હોય તો ન સમજે, પરંતુ તમે તો સમજી લો. તમારું જીવન તમે ચલાવશો તો બધું જ ખોઇ નાંખશો, જે કદાચ તમે ખોઈ પણ ચૂક્યા છો. પણ જો પોતાની જીદ છોડીને મારી શરણે આવી જશો તો જલ્દીથી બધું ઠીક થઈ જશે.

અને આનું પણ એક કારણ છે. મારી પાસે ગમે તેવું કરપ્ટ કોમ્પ્યુટર કેમ ન હોય, તેને ઠીક કરવાનો નકશો બનેલો જ હોય છે. અને તેને ફોલો કરવા માટે હું 'મૂડ' બનાવીને મનુષ્ય સાથે કોમ્યુનિકેટ કરતો રહું છું. પરંતુ તમારી સીમિત દ્રષ્ટિ મારા બનાવેલા મૂડનું રહસ્ય નથી સમજી શકતી. સમજી શકે પણ નહીં. પરંતુ પ્રશ્ન એ છે કે તમારે સમજવાનું શું છે? શું તમે નથી જાણતા કે મારા ત્રણેય સ્વરૂપ-ભૂત, ભવિષ્ય અને વર્તમાન બધા મારે આધીન છે. અને જ્યારે એ જાણો છો તો એ સમજતા કેમ નથી કે તમારા હિતની વાત પણ તમારાથી વધું સારી રીતે હું જાણતો જ હોઈશ. કોઈ તમને આવશ્યક જણાતી વસ્તુ આવશ્યક થોડી જ થઈ જાય છે? અને બરાબર તેવી જ રીતે તમે સફળતા માનો એટલે તે સફળતા નથી થઈ જતી. તમે તો હજારો કાર્યો આવશ્યક માનીને કર્યા છે, કયા તમારા લાભના સિદ્ધ થયાં? તમે પચાસો વખત સફળ હોવાના ગુમાનનો અનુભવ કર્યો હશે, હકીકતમાં તમે ક્યાં સફળ થઈ ગયા છો?

અરે, તમારી સમજ જ શું છે? તમે જેને સારું થયું સમજો છો, હકીકતમાં તે તમારું બહુ ખરાબ થયું હોય છે. તમારી સીમિત દ્રષ્ટિ અત્યારનો ફાયદો જુએ છે, જ્યારે હું દૂરનું નુકસાન જોઈ લઉં છું. આ વાતને એક ઉદાહરણથી સમજાવું છું. કોઈ મનુષ્ય પહેલી વાર ચોરી કરવા ગયો હોય અને તે સફળતાપૂર્વક ચોરી કરી લે, ન પકડાય, તો વિચારો કે તે શું વિચારશે? તે આને પોતાની સફળતા માનશે. માનવા દો, અને આગળ જુઓ. પછી તો બે ચાર વાર ચોરી કરવાથી તેની હિંમત વધતી જશે. પરંતુ પાંચમી ચોરી વખતે, આ ઉત્સાહને કારણે, તેનાથી એક ખૂન થઈ જાય છે અને તે પકડાઈ જાય છે. તેને આજીવન જેલમાં

સબડવું પડે છે. હવે જો પહેલી ચોરી વખતે તે પકડાઈ ગયો હોત કે જ્યારે એ નવો નવો ચોર હતો, તો કદાચ ત્યારે પોલીસના ધોકા ખાઈને તે આ રસ્તો જ છોડી દેત. હવે એ બતાવો કે પહેલી ચોરી વખતે તેનું ન પકડાઈ જવું એ સારું થયું કે ખરાબ થયું?

બસ, તમારા બધાં જરૂરી કામ આવા જ છે, અને આવી જ તમારી સફળતાઓ છે. એટલે પોતાની બુદ્ધિને બદલે મારી ચાલ પર ભરોસો કરો. તમામ બિન-આવશ્યકોથી છૂટકારો અપાવી દઈશ. વાંચવાનો મૂડ હોય તો વાંચો તથા મંદિર-મસ્જીદ-ચર્ચ જવાનો મૂડ હોય, તો જાઓ. નહિતર એડીસનની જેમ ભણતર છોડાવી દઈશ અને બિલ ગેટ્સ, સ્ટીવ જોબ્સની જેમ ચર્ચ છોડાવી દઈશ. જે અનાવશ્યક છે તમારે માટે, એ હટાવી જ દઈશ. એટલે કૃપા કરીને, મારા દ્વારા મોકલાવવામાં આવેલા મૂડની સંપૂર્ણ-શરણાગતિ સ્વીકારી લો. પછી એ પ્રોસેસમાં જે તમારાથી દૂર થાય છે તેને સ્વીકારી લો, અને જે તમને મળે છે તેનાથી સંતોષ માનો. પોતાના મૂડનો સાથ નિભાવતા જાઓ અને આ પ્રક્રિયામાં ઊભી થતી દરેક ચિંતાને ફૂંક મારીને ઉડાડતા જાવ. હું તમને તમારા જીવનના તમામ અનાવશ્યકોથી છુટકારો અપાવી દઈશ, પછી ભલે તે પરિવાર હોય કે મિત્ર, ધર્મ હોય કે સમાજ. ભરોસો રાખજો કે મારા શરણે આવ્યાં પછી એ બધા તમારાથી આપોઆપ જ દૂર થઈ જશે, જે ભવિષ્યમાં તમને નુકસાન પહોંચાડી શકે એમ હતાં, અને જે વર્તમાનમાં તમને નુકસાન પહોંચાડી રહ્યા છે. અને તે બધી જ વસ્તુઓ જે તમારા જીવનને વિકસાવનારી હતી, પરંતુ મારી અવહેલના કરવાના કારણે તમારાથી માઈલો દૂર હતી, તે બધી તમારી નિકટ આવી જશે.

સમય મૂડ દ્વારા મનુષ્યને ક્યારે શું કરવું તેના સંકેતો મોકલે જ છે

...હકીકતમાં તમને હંમેશા 'ખરા સમય પર ખરી જગ્યાએ' પહોંચાડવાની જવાબદારી મારી હોય છે. તે તમારા વશની વાત પણ નથી. છતાંય તમે પોતાની જવાબદારી જાતે ઉઠાવીને કેમ પરેશાન થવા માંગો છો, એ મારી સમજમાં નથી આવતું. તમારા યુગના સફળ ઉદ્યોગપતિ બિલ ગેટ્સે કહ્યું કે મારી સફળતાનું રહસ્ય એ જ છે કે મેં પોતાને હંમેશા યોગ્ય સમયે યોગ્ય જગ્યા પર જોયો. હવે સ્વયં બિલ

ગેટ્સ જાણતા હોય કે નહીં, તમે એ સમજી લો કે આ માત્ર મારી શરણાગતિ સ્વીકારવાનું પરિણામ છે. તેવી જ રીતે તમને પણ ખરા સમયે ખરી જગ્યાએ પહોંચાડવાની જવાબદારી ઉઠાવવા માટે હું તૈયાર જ છું. બસ, મને ઈન્તજાર છે કે એ જવાબદારી તમે મને ક્યારે સોંપો છો?

વધારે વિચારો નહીં અને તત્કાળ જાતને મારી સામે સરેન્ડર કરી દો. શરૂ-શરૂમાં એવું થશે કે જરૂરી દેખાતાં કાર્યોમાં તમારું મન નહીં લાગે. ના લાગવા દો, તે બિનજરૂરી હશે. પરંતુ ધીરે ધીરે મારી અવિરત શરણાગતિથી એક દિવસ એવો આવી જશે કે તમારા 'ટાઈમ અને સ્પેસ' સેટ થઈ જશે. એટલે કે જે પણ કાર્ય આવશ્યક હશે, તે માટે તમારો મૂડ પણ બનતો જશે. અને એક દિવસ આ ટાઈમિંગ વધતા વધતા તે ઊંચાઈ પર પહોંચી જશે કે ટાઈમ એટલે તમારા મૂડમાં જે હશે તે જ સ્પેસ એટલે કે પરિસ્થિતિમાં ઉપલબ્ધ થશે. આને સીધી ભાષામાં કહું તો જે તમારી ઈચ્છા હશે, તે જ સામે આવી જશે. અથવા કહું કે જે સામે હશે ક્યારેય તેનાથી ઉપરની ઈચ્છા જ નહીં થાય. અને મનુષ્ય-જીવનમાં તેનું આનાથી વધું સારું બીજું કંઈ હોય જ નથી શકતું કે જે તે ઈચ્છે, તે તેને ઉપલબ્ધ થઈ જાય. બાકી તો બધાને બધું જ પ્રાપ્ત થઈ પણ નથી શકવાનું. ચંદ્ર-તારા કંઈ તમારા ખિસ્સામાં નથી આવી શકતા. પણ આવી ઈચ્છાઓ થાય છે અને એ જ કષ્ટનું કારણ છે. તેથી આ વાત સારી રીતે સમજી જ લો. સવાલ ''શું છે કે કેટલું છે''નો ક્યારેય નથી, સવાલ જે છે તેનાથી અન્ય કંઈ જોઈએ છે કે નહીં, તેનો છે. તેથી, ટાઈમ અને સ્પેસનું ટ્યુનિંગ થઈ જવું એ મનુષ્યની અંતિમ ઊંચાઈ છે.

પરંતુ એ ધ્યાન રહે આ જાદુ અને આ સત્તા બંને મારી છે, એટલે આજથી જ મારી શરણાગતિ સ્વીકારીને પોતાના મૂડ અનુસાર ચાલવું આરંભ કરી દો. પછી જુઓ, બહુ જલ્દી હું તમારા માટે શું નું શું નથી કરી દેખાડતો? તમે જુઓ કે એક હજારથી વધુ શોધો કરવાવાળા એડીસને બાળપણથી જ મારી શરણાગતિ સ્વીકારી લીધી હતી કે નહીં? ચોક્કસપણે તેમાં તેની માતા નેન્સીએ તેમને ખૂબ જ સાથ આપ્યો હતો. સ્કુલમાં મન ન લાગ્યું તો બે વર્ષ પછી સ્કુલ છોડી દીધી. પછી પ્રયોગો કરવાનું આકર્ષણ થયું તો તેને જ પકડી લીધું. પંદર વર્ષની ઉંમર સુધીમાં તો તેમણે કેટલીયે પ્રયોગશાળાઓ બનાવી પણ અને તે એક કે બીજા કારણથી નષ્ટ પણ થઈ ગઈ. હવે હતાં તો તે સાધારણ પરિવારમાંથી જ, એટલે આ બધું પણ ક્યાં સુધી ચાલવાનું હતું? બસ, મજબૂરીમાં તેમણે નોકરી કરવી પડી. હવે નોકરી જ એવી હતી કે ઉજાગરા જરૂરી હતાં. પરંતુ એડીસન પણ એડીસન હતાં. નોકરી ખૂબ જરૂરી હતી, છતાં ઊંઘવાનો મૂડ થાય તો સૂઈ જતા. જોકે નોકરી છૂટી જાય તો ખાવા પીવાના પણ સાંસા પડી જતા, પરંતુ મૂડ સામે આવી બધી ચિંતા શા માટે કરવી? ત્રણ ચાર વાર

એમને વોર્નિંગ પણ મળી, પરંતુ હંમેશા 'મૂડ' પેટની ભૂખ પર હાવી થતો રહ્યો. અને આવી શરણાગતિની મારે કદર કરવાની જ હતી. બસ, ઊંઘમાં ને ઊંઘમાં એમણે ઘંટડીની શોધ કરી નાંખી. ...એટલે જીવનની પહેલી શોધ. અને તેમના સતત મૂડની સાથે ચાલવાનું પરિણામ તો જુઓ, એક હજારથી વધારે શોધો તેમણે એક જ જન્મમાં કરી નાંખી. અને તેમાં પણ બલ્બ જેવી શોધ, જેણે દુનિયાને પ્રકાશિત કરી મૂકી. વિચારો, તેમના સમયની ગતિ શું હશે? અને તમે...? શોધ કરવી તો છોડો, તમે એક જન્મમાં એમની બધી શોધો વિશે વાંચી શકો, એ પણ તમારા માટે પૂરતું છે.

સમયનો કેટલો ફરક હશે? હશે જ, તમે પણ ધ્યાન આપ્યું હશે કે જે કામમાં તમારો મૂડ હોય છે તે તમારાથી ના માત્ર રોકેટની સ્પિડથી બલ્કે પરફેક્શનની સાથે પૂરું થાય છે. અને સમય...? કાર્ય કરતી વખતે તેની તો તમને ખબર જ નથી પડતી. તો પછી સતત મૂડને સાથ દેવાવાળા એડીસનથી આવો ચમત્કાર થવો કંઇ મોટી વાત છે? ચાલો, એડીસને તો કરી દેખાડ્યું, પરંતુ તમે ક્યારે કરી દેખાડશો? વધારે વિચારો નહીં, સંસારમાં પોતાના માલિક પોતે જ બનો, અને બધું જ છોડી મારા શરણે આવી જાવ. જ્યાં સુધી તમારા માલિક બીજાઓ હશે, તે ક્યારેય તમને મારા શરણે નહીં આવવા દે. ક્યારેક ધર્મના નામ પર, અને ક્યારેક સમાજનો ડર બતાવીને, ક્યારેક સંબંધોની આણ આપીને તો ક્યારેક ઉજ્જવળ ભવિષ્યની લાલચ આપીને, તમને મૂડ મારવા પર મજબૂર કરતા જ રહેશે. એટલે તે બધાને તમારા માલિકી હકમાંથી બે-દખલ કરો અને એક એકલા "તમે" પોતાના માલિક બની જાવ. અને જ્યારે તમારા માલિક તમે, તો તમને શરણાગતિથી કોણ રોકી શકશે? ...બસ, પોતાના મૂડના રક્ષક બની જાવ.

અહીં બીજી એક વાત સ્પષ્ટ કરી દઉં કે જો તમે તમારા મૂડના રક્ષક થવાનું નક્કી કરી લીધું છે તો પછી મહેરબાની કરીને તમે તેને તેના ત્રણે ડાયમેન્શન્સની સાથે સ્વીકારો. પહેલું છે, શરણાગતિ. બીજું છે, એ શરણાગતિ પછી જે પણ તમારાથી દૂર થતા જાય કે વિખૂટા પડતા જાય તેને સ્વીકારતા જાઓ. દ્રઢતાપૂર્વક સમજી જ લેજો કે તે ચોક્કસપણે બિન જરૂરી છે જે તમારાથી જુદું પડી ગયું. ચાલો સારું છે - જીવ છૂટ્યો. અને ત્રીજું એ કે આ પ્રક્રિયામાં જે મળી જાય તેનાથી સંતોષ માની લો. અને સંતોષ પણ એવો નક્કર કે જે તમારી પાસે છે તેના સિવાય બધું જ ઝેર છે, સારું છે કે એ બધું નથી મળી રહ્યું. એટલે એક વાર મૂડનો સાથ આપવો શરૂ કરી દો, ત્યારબાદ એ માની જ લેજો કે તમારી સાથે જે કાંઇ ઘટી રહ્યું છે તે સારું જ ઘટી રહ્યું છે, જે કંઇ ઘટ્યું છે તે પણ સારું જ હતું, આ જ આધાર પર દ્રઢતાપૂર્વક એ વિશ્વાસ કરી લો કે આગળ પણ જે કંઇ ઘટશે તે સારું જ હશે. અહીં એ પણ બતાવી દઉં કે આ નરી ફિલૉસોફી નથી, મારા શરણે આવ્યાં પછીની નક્કર હકીકત પણ આ જ છે. એટલે

કે આ આખી પ્રક્રિયાને તેના ત્રણે ડાયમેન્શન્સ, એટલે કે મારા પર સંપૂર્ણ વિશ્વાસ, જે છૂટું પડી જાય તેનો સ્વીકાર, અર્થાત્ તેનો પીછો નથી કરવાનો, અને જે અને જેટલું મળી જાય, તેનાથી સંતોષ માનવો. બસ, તમે આ ત્રણેય ડાયમેન્શન્સની પૂર્ણતાની સાથે મને સમર્પિત થઈ જાવ, પછી જુઓ હું તમને 'તમે' ન બનાવી દઉં તો મારું નામ પણ સમય નહીં. અને આના સિવાય બાકી કંઇ પણ પ્રયત્નો કર્યા છે તો હું તમને સંપૂર્ણ રીતે હતાં ન હતાં ન કરી દઉં તો મારું નામ પણ 'સમય' નહીં.

સમજતા કેમ નથી? તમારા જીવનની સમસ્યા શું છે? એ જ છે કે ઘણી વસ્તુઓ જરૂરી છે, પણ જીવનમાં આવી નથી રહી. અને અનેક એવી વસ્તુઓ જીવનમાં ઘુસી ગઈ છે જે ત્રાસદાયક થઈ પડી છે, પણ નીકળી નથી રહી. અને આ પણ તમે તમારી સીમિત બુદ્ધિથી નક્કી કરીને વિચારી રહ્યા છો. તેથી જરૂરી નથી કે જેને આવશ્યક માની રહ્યા છો, એ વાસ્તવમાં આવશ્યક હોય જ. જેને ઉપયોગી માની રહ્યા છો, તે ઉપયોગી હોય જ. અને ચાલો, બે-ચાર કેસમાં તમે સાચા હો, તો પણ આવશ્યક વસ્તુઓને તમે ન તો જીવનમાં લાવી શકો છો અને ન તો અનાવશ્યકોને જીવનમાંથી કાઢી શકો છો, એ તો તમે જાણો જ છો. હવે એ પણ સમજી જ ગયા હશો કે આ જ તમારી સમસ્યા છે. પરંતુ હું તમારે માટે વાસ્તવમાં શું પરમ કલ્યાણકારી છે અને શું ખતરનાક છે, એ તમારાથી અને તમને ઉપલબ્ધ તમામ જ્ઞાનોથી અનેકગણું બહેતર જાણું છું. અને સર્વ કલ્યાણકારકને તમારા જીવનમાં પહોંચાડવા માટે જ, તથા તમામ ખતરનાક ચીજોને હઠાવવા માટે જ તમને મૂડ મોકલું છું. ભલે ને તમને કાર્ય નુકસાનકારક લાગે, પણ મૂડ હોય, તો આંખ બંધ કરીને એ કરી નાખજો. ભલે ને કાર્ય કે ક્રિયા ફાયદાકારક નજર આવતી હોય, પણ મૂડ ન હોય તો ના કરશો. ...બસ, આ એક શરણાગતિ દ્વારા, વિશ્વાસ રાખજો કે જે પણ આવશ્યક હશે તે મળી જશે, અને જે પણ વાસ્તવમાં અનાવશ્યક હશે તે કપાઈ જશે. બાકી તમારાથી એ નથી થઈ રહ્યું, એ સ્વીકારવું જ રહ્યું. એટલે જ તો અનાવશ્યક બધા જીવનમાં ડેટા નાંખી બેઠા છે, અને આવશ્યક મેળવવા માટે આટલી ભાગ દોડ કરી રહ્યા છો.

ખેર, હવે બિલ ગેટ્સ જે યોગ્ય સમયે યોગ્ય સ્થળે પહોંચવાવાળી વાત કરી રહ્યાં છીએ, થોડું તેને સમજો. જોકે તમે પણ પાકા વૈજ્ઞાનિક યુગના મનુષ્ય છો. એટલે જ્યાં સુધી પૂરા વિસ્તારથી અને તે પણ વૈજ્ઞાનિક પદ્ધતિથી સમજાવીશ નહીં ત્યાં સુધી તમે સમજવાના નથી. તો લો, તમને ખરા સમયે ખરી જગ્યાએ હોવાનું રહસ્ય સમજાવું છું. અને આ મુશ્કેલી આજના મનુષ્યની સાથે થોડી વધારે જ ઉભી થાય છે. વાત એ છે કે વિજ્ઞાને ગાડીઓ અને હવાઈ જહાજ બનાવીને તમારા જીવનને જે ગતિ અને આરામ બન્ને આપ્યા છે, હકીકતમાં તમને તેનો ઉપયોગ કરતા નથી આવડ્યો. આ વાતને થોડી એવી રીતે સમજો કે સમય એટલે

કે હું તો પોતાની જ ચાલથી ચાલી રહ્યો છું. આ ગાડીઓ અને હવાઈ જહાજોએ ગતિ તમને પ્રદાન કરી છે, મને નહીં. અને તમારે જીવનમાં સફળતા મેળવવા માટે મારી ચાલ સાથે ચાલ મિલાવવાની છે, તમારી ઘડિયાળના સમય સાથે નહીં. પરંતુ વિજ્ઞાને તમારા જીવનની ગતિ તીવ્ર શું કરી કે તમારી પાસે સમય જ સમય થઈ ગયો. કારણ કે જે યાત્રા તમારે વીસ દિવસોમાં કરવાની થતી હતી, હવાઈ જહાજની મહેરબાનીથી એક દિવસમાં થઈ ગઈ. આ સાચે જ સારું થયું, તેનાથી તમે નાહકના હજાર કષ્ટોથી બચી ગયા; પરંતુ જે ઓગણીસ દિવસો તમારી પાસે વધ્યા, તેનું શું? બસ, તમને તેનો મતલબ અને ઉપયોગ બંને સમજમાં નથી આવતા. તમારી બુદ્ધિએ તમને એ ઓગણીસ દિવસોમાં ખૂબ દોડાવ્યા, ખૂબ કામ કરાવ્યું. અને અહીં પહોંચીને જ તમે થાપ ખાઈ ગયા.

હકીકતમાં તો મનુષ્યે જાતે વિચારોની જાળ ગૂંથીને પોતાને ગુલામ બનાવી લીધો છે

ન સમજ્યા...? કંઈ વાંધો નહીં, આ વાતને થોડા વધુ વિસ્તારથી સમજાવું છું. આ મનુષ્ય જીવન શું છે? શું માત્ર ગધા-મજૂરીનું બીજું નામ છે? ના, આ તો ક્રિએટિવ કામ છે, ખૂબ આરામ અને મોજ મસ્તીનું નામ છે. બીજી એક રીતે વિજ્ઞાને તમને જીવનના સાચા માર્ગ ઉપર લગાવી પણ દીધા, તમને એણે આરામ અને મોજ મસ્તી માટે ખૂબ સમય પણ આપ્યો. પરંતુ તમને વિજ્ઞાન દ્વારા અપાયેલો આ અવસર માફક ન આવ્યો. તમે અહીં પણ કામે લાગવા માંડ્યા. કોણ જાણે કેવા કેવા ઉપદ્રવ કરવા લાગ્યા. ત્યાંસુધી કે આ વધારાનાં સમયનો ઉપયોગ કેવી રીતે કરવો તે ન શીખી શકવાના કારણે જ તમને લોકોને ફ્રસ્ટ્રેશન પણ આવવા લાગ્યું. ...નહિતર જૂના જમાનામાં ફ્રસ્ટ્રેશન જેવી કોઈ વસ્તુ અસ્તિત્વમાં જ નહોતી.

ખેર! હવે સમજો એ કે જો તમે પૂરી રીતે પોતાના મૂડને સમર્પિત થાવ છો તો તમે મારી ચાલે ચાલવું શરૂ કરી દો છો. હવે મારી ચાલથી ચાલશો તો હું તો તમારું મન ખેલકૂદ, આરામ, મોજમસ્તી, શોખ, બધી બાજું લગાવીશ, કેમ કે આ બધાનો આનંદ લેવો એ પણ તમારા જીવનના પ્રમુખ ધ્યેયોમાંનું એક છે જ. આમ પણ આ બધું એક મનુષ્યને બાદ કરતા આ પ્રકૃતિમાં બીજું કોઈ કરી પણ નથી

શકતું. અને આ જ વાતને ધ્યાનમાં રાખતા હું મારી શરણાગતિ સ્વીકારી ચૂકેલા મનુષ્યોમાં સમયાંતરે ભણવાથી લઈને કળા, તથા વિજ્ઞાનથી લઈને વ્યવસાયો સુધીના મૂડ બનાવતો રહું છું. ...અને તે પણ તેમના હિતમાં ક્યારે શું કરવું ની જરૂરિયાત ઓળખીને. બસ, તેનાથી સત્વરે હસતા-રમતા જીવનમાં આનંદ અને સફળતાની તરફ આગળ વધવાનું શરૂ થઈ જાય છે. અને એ અલગથી કહેવાની જરૂર નથી કે આ આખા પ્રોસેસમાં જે છોડવા જેવું છે તે છૂટું પડતું જાય છે, અને જે એણે મેળવવા જેવું છે તે તો મેળવતો જ જાય છે.

અને પછી તમને એક બીજી રહસ્યની વાત બતાવું. તમે તમારા વિશે જાણો જ કેટલું છો? જીવનની દોડમાં તો લોકો તમને બહારથી સામેલ કરી લે છે. વ્યવસાય, વિજ્ઞાનથી લઈને કળા સુધી જેની જે મરજી હોય છે તમને પકડાવી દે છે, અને તમે પકડતા જાઓ છો. એટલે તમે પણ પકડવામાં ઓછા નિષ્ણાંત નથી હોતા. અને મજા એ કે પછી પકડતા જ તમે 'પાકો ઈરાદો, અનુશાસન, કામ વધારે'ની તર્જ પર એમાં ભેરવાઈ જાવ છો. પરંતુ એ કેમ નથી સમજતા કે જે ક્ષેત્રની તમારામાં પ્રતિભા જ નથી, તેમાં તમે ગમે એટલો પાકો ઈરાદો કેમ ન રાખો, કે ગમે તેટલા હાથપગ કેમ ન પટકો, થવાનું શું છે? જરા મારા પર ભરોસો કરો, હું તમને જન્મો-જન્માંતરથી જાણું છું. હું જાણું છું કે તમારામાં કયા ક્ષેત્રની પ્રતિભા ભરેલી છે. પાછલા જન્મોમાં તમે પેઈન્ટિંગમાં હોંશિયાર હતાં કે સંગીતમાં, તે હું જ જાણું છું. અને તમારી ભલાઈ જાણીને હું તમારું આકર્ષણ અને મૂડ બંને તે ક્ષેત્રોમાં લગાવી પણ દઉં છું. અહીં એ પણ સ્પષ્ટ કરી દઉં કે એક તે ક્ષેત્રને છોડી બીજા કોઈ ક્ષેત્રમાં તમે સફળ થઈ પણ નથી શકતા. અને ચારે બાજુ આટલી અસફળતાઓ જે તમને દેખાઈ રહી છે, તે છે જ એટલા માટે કે બધા લોકો પોતાના ક્ષેત્રની પસંદગી બહારથી અથવા તો દબાણમાં આવીને કરી રહ્યા છે. તમારા મૂડને પોતાનું ક્ષેત્ર પસંદ કરવા દો. જો-જો, જીવનમાં તમે કેવા હસતા-ગાતા, મોજ-મસ્તી કરતા સફળતાની સીડીઓ ચઢવા લાગો છો..

અરે ભાઈ, યાદ કરો! હું પહેલા પણ સમજાવી જ ચૂક્યો છું કે મોટી સફળતા એક શેકેલી તૈયાર થયેલી રોટલી છે. અને આ રોટલી પોતાના સમયે કોઈ એક જગ્યાએ તૈયાર થઈ હોય છે. હવે એ સમયે એ સ્થાન પર, જે હશે તેને એ રોટલી મળી જશે. આજ સફળતાનો સિદ્ધાંત છે. હવે કેમ કે બનતી-બગડતી પરિસ્થિતિઓ એટલે કે સ્થાન પર પણ મારો જ અધિકાર છે, અને તમારા મનરૂપી કોમ્પ્યુટર પર પણ મારો જ એકાધિકાર છે; એટલે પોતાના મૂડ પ્રમાણે ચાલવાથી હું તમને બિલકુલ ઠીક સમય પર તે જગ્યાએ પહોંચાડી દઉં છું જ્યાં તે સમયે રોટલી તૈયાર થઈને બહાર આવી રહી હોય છે. બસ, આને જ બિલ ગેટ્સ ખરા સમયે ખરા સ્થાન પર હોવાનું કહી રહ્યા છે. પછી શું છે, તે ક્ષેત્રની પ્રતિભા તમારામાં હોય જ છે, જીવન સારું પસાર થવાને લીધે તમે શક્તિથી પણ ભરપૂર હોવ જ છો, કાર્યમાં હું મૂડ લગાવી

જ આપું છું, બસ, તમે મચી પડો છો. અને સાચું કહું તો જીવનમાં માત્ર આ જ સમય હોય છે નક્કર ઈરાદો કરવાનો અને થાક્યા વિના કામ કરવાનો. કોઈ ફાલતું ક્ષેત્રમાં કે કસમયે રોજે રોજ નક્કર ઈરાદાથી મજૂરી કરવી એ મનુષ્યનું કામ થોડું જ છે? આવું જીવન તો તમે મારી અવહેલના કરવાને લીધે જીવવા માટે મજબૂર બની રહ્યા છો.

અને જ્યારે આટલું સમજ્યા છો તો અંતે એ પણ સમજી લો કે તમે જે આ નિરર્થક દોડભાગ કરી રહ્યા છો, અને હજારો જગ્યાએ જે હાથપગ પટકી રહ્યા છો, આખરે તેનું પરિણામ શું આવે છે? તમે અંદરના સમયથી દૂર થતા જાવ છો. અને તેના પરિણામે ખજાનો બરોડામાં નીકળ્યો હોય છે, પરંતુ ત્યાંસુધીમાં તમે દિલ્લી પહોંચી ચૂક્યા હોવ છો. ખબર પડે છે કે ત્યાં તો લૂંટમાર ચાલુ છે, પરિણામસ્વરૂપ તમારી પાસે જે કંઇ હતું તે પણ તમે ખોઈ બેસો છો. જરા ધ્યાનથી જો જો, આ જ હાલત છે માણસોની. જ્યાં સાચે જ સોનું પડ્યું છે, ત્યાં એકલ દોકલ જ પહોંચે છે, અને જ્યાં કડણ છે ત્યાં લાખોની ભીડ ધક્કા મુક્કી કરતી નજરે પડે છે. આજ પછી આ અનુભવ પણ તમે કરી જ લેજો; અને જરૂર પડે તો હજારો સફળ લોકોની આત્મકથા પણ વાંચી લેજો. તમે એમાં કોઈ દોડભાગવાળા, કે સખત મહેનત, પાકો ઈરાદો, અનુશાસન કે કામ વધારે કરવાવાળાને નહીં જુઓ. તેમાંના બધા પોતાના મૂડના ક્ષેત્રમાં કાર્ય કરતા નજરે આવશે. એટલે તમે પણ ફિકર ન કરો, પોતાના મૂડ અનુસાર ચાલો, ભલે દુનિયા તમને જમીન પર ઢસડાવાવાળા સમજે, પરંતુ ધ્યાન રાખજો કે સફળતાના બધા જ શિખરો ધરતી પર ઢસડાનારાઓ એ જ સર કર્યા છે.

હું જાણું છું કે આટલું બધું કહ્યાં પછી પણ તમારા મનમાં કેટલાય પ્રશ્નો ઊઠી જ રહ્યા હશે. અને કંઇ નહીં તો તમે એટલું તો ચોક્કસ વિચારી રહ્યા હશો કે કેટલાય એવાં બહુ જરૂરી કાર્યો હોય છે જેના માટે કેટલીયે વાર મૂડ નથી હોતો. ...તો શું તે નહીં કરવાના? પહેલી વાત તો તમે માણસ કેવા છો કે જરૂરી કામ કરવા સુદ્ધાની તમને ઈચ્છા નથી થઈ રહી? અરે, તમારા કે કોઈના જીવન-મરણનો પ્રશ્ન હોય કે કોઈ અતિઆવશ્યક બિઝનેસ મિટીંગ હોય તો મૂડ કેવી રીતે નહીં આવે? અને પછી એમાં મૂડ કરશે પણ શું? હવે તમારી તબિયત ઠીક નથી, દવાખાને જવું જ પડે એવું છે, અને માનો કે ઓપરેશન કરાવવાની નોબત આવી ગઈ, તો પછી એમાં મૂડ કેવો? દવાખાનામાં ભરતી થવું કોને સારું લાગે છે? ...પણ જીવન છે, અહીં અમુક-અમુક કરવું પણ પડે છે.

તેથી, એ સ્પષ્ટપણે સમજી લો કે રોજિંદા કાર્યો અને પરિસ્થિતિજન્ય-અતિઆવશ્યક કાર્ય તો કરવા જ પડે છે. પરંતુ એ સિવાયના કાર્યો જેવો મૂડ હોય એમ જ કરો. જોકે જ્યાં સુધી તમારા કોમ્પ્યુટરનું મારી સાથે પૂરું સેટીંગ નહીં થાય, તમારામાં પોતાના મૂડ પર ભરોસો કરવાનું આવું સાહસ પણ નહીં આવે; અને ના તો ત્યાં સુધી દરેક આવશ્યક કાર્ય માટે

તમારો મૂડ પણ બનશે. એટલે, શરૂઆતમાં ઘણું બધું એડજસ્ટ કરીને ચાલવું જ પડશે. આમ પણ શરૂઆતમાં તમારે અનાવશ્યક કાર્યોથી જ બચવાનું છે. કામનું પરિણામ પણ ન આવે અને કામ કરવામાં મજા પણ ન આવે; બસ, સૌથી પહેલા તમારે આવા ફોકટના કાર્યોથી જાતને દૂર કરી લેવાની છે. કેમ કે કામ તો એ કે જેમાં કાં તો મજા આવે, અથવા જેનું પરિણામ પોતાના કે બીજાના જીવનને વિકસાવે.

હકીકતમાં સાચું કહું તો તમે ગુલામીઓ એ હદે સ્વીકારી લીધી છે કે તમે પોતાની સ્વતંત્રતાથી જીવી જ નથી રહ્યા. તમારું મંદિર જવાથી લઈને કામ પર જવું, અને પરિવાર સાથે બેસવાથી લઈને લોકોને ત્યાં ફંક્શનમાં જવું, બધું તમે મજબૂરીથી કરવા ટેવાઈ ગયા છો. મનુષ્ય અને મજબૂર! વાત જ ખટકે એવી છે. એટલે મૂડની સાથે ચાલવાથી હું ના માત્ર તમારું જીવન બનાવીશ, પણ તમારું સાહસ વધારીને દિવસેને દિવસે તમને નાહકની મજબૂરીઓમાંથી મુક્તિ પણ અપાવતો જઈશ. એટલે હું આશા રાખું છું કે હવે તમને જીવનને સાચા માર્ગ પર લાવવાનો એક અને એક માત્ર ઉપાય સમજમાં આવી જ ગયો હશે. જોવાનું એ છે કે તમે મારા પર કેટલો વિશ્વાસ કરી શકો છો, અને પોતાના મૂડની રક્ષા કરવા માટે કેટલી હિંમત એકઠી કરી શકો છો.

સમયની સાથે તો એ સેટિંગ થઈ શકે છે કે જ્યારે જે ઇચ્છો તે મળી જ જાય

જોકે અહીં એક વધુ ગેરસમજની સંભાવના છે જ. કેટલાંક નકામા, હરામખોર, કામચોર અને જવાબદારીઓથી ભાગવાવાળા એવું માની શકે છે કે તેઓ શું કરે, કોઈ કામ કરવા માટે તેમનો મૂડ જ નથી બનતો. કોઈના કામમાં નથી આવી રહ્યા, બીજાઓના આશરે જીવી રહ્યા છે. ના, આવી હરામખોરીને મૂડ ન સમજી બેસતા. ન તો પોતાના ભય અને લોભથી પલાયન થવાને મૂડ સમજી લેજો. મૂડમાં ભય-લોભ, લાભ-હાનિ, પાપ-પુણ્ય સમાય જ નથી શકતા. એ તો જ્યારે જે ચીજનો બન્યો, એ કરી લીધું. પછી મરતા હોઈએ તો મરી જઈએ, ચિંતા નહીં. વળી મરી રહ્યાં હોઈએ, પરંતુ જાતને બચાવવાની પ્રક્રિયામાં હાથ-પગ ચલાવવાનો મૂડ નથી, તો મરવાને તૈયાર. ...આ મૂડ છે. હું પહેલા જ કહી ચૂક્યો છું કે તમે પૂર્ણ સ્વતંત્ર છો, તેથી તમારા સંપૂર્ણ જીવનની

જવાબદારી પણ માત્ર તમારી જ છે. જે પોતાની જવાબદારી સુદ્ધા પોતે નથી ઉઠાવી રહ્યા અથવા તો જે પોતાનાં કર્તવ્ય કર્મ સુદ્ધા યોગ્ય રીતે નથી નિભાવી રહ્યા, એવા તે કેવા એ, અને એવો કેવો એમનો મૂડ? એ પોતાની હરામખોરી છુપાવવા માટે ક્યારેય આ સૂત્રનો સહારો ન લે. મહેરબાની કરીને કોઈપણ પોતાના સ્વભાવને પોતાનો મૂડ ન સમજી બેસતા. તમે આળસુ, સ્વાર્થી કે ડરપોક - કંઈ પણ છો, તો તેને પોતાનો સ્વભાવ જાણજો.

મૂડ શબ્દ તો તેઓ સમજી શકે છે જેઓ પોતાની સંપૂર્ણ જવાબદારી ઉઠાવે છે. જે કોઈના સહારે કે આશરાની ઉમ્મીદમાં નથી જીવી રહ્યા. કર્મ અને કર્તવ્ય બંને જેમને પ્યારા છે. બસ, આ સૂત્ર એવા વીરલાઓ માટે છે, નકામાઓ માટે નહીં. ખેર, એમનું એ જાણે. હું કહી ચૂક્યો છું કે જેવી ગતિ તેવી મતિ. એટલે અત્યારે તો હું પોતાની વાત એક ખૂબ જ સુંદર ઉદાહરણથી પૂરી કરું છું. આ વાત બરાબર સમજી લેજો કે મનુષ્ય ગમે તેટલો ઉપર ઊઠી જાય, શારીરિક રીતે તો તેના પર મારું નિયંત્રણ બનેલું જ હોય છે. અને સાચું કહું તો આ વાતનો બીજો અર્થ જ એ છે કે કયો મનુષ્ય કેટલો ઉપર ઉઠે છે એ નક્કી એ વાતથી થાય છે કે તે મારી સત્તા વિશે કેટલું જાણે છે, અને તે અનુસાર તે કેટલું મારા બધા સ્વરૂપોની શરણાગતિ સ્વીકારીને જીવે છે. અને આજ વાત હું તમને એક ઉદાહરણથી સમજાવું છું.

જોકે જ્યારે આટલી વાત નીકળી છે તો એક બીજી વાત સ્પષ્ટ કરી દઉં. અહંકાર શું છે? અહંકાર એ જ છે કે મનુષ્ય મારી શરણાગતિ નથી સ્વીકારી રહ્યો. જેણે મારી સંપૂર્ણ શરણાગતિ સ્વીકારી લીધી તે આપમેળે જ અહંકારથી શૂન્ય થઈ ગયો. સંસારના બધાં રહસ્યોનો જ્ઞાતા થઈ ગયો. કેમ કે તે હવે મારા અનુસાર ચાલી રહ્યો છે, અને હું તમામ રહસ્યોનો જ્ઞાતા છું જ. ...તો હવે કહો તે ખુદ પણ જ્ઞાતા થઈ ગયો કે નહીં? પરંતુ તમારી જીદ એ કે તમે જાતે જ બધાં જ રહસ્યો જાણી લેશો, અને જે ક્યારેય થવાનું નથી. એટલે કે જ્ઞાની તે જ, જેને એ સમજમાં આવી જાય કે તે કશું જ નથી જાણતો. બસ, તે તો પરમસત્તાનું શરણ સ્વીકારી લે છે.

ખેર, અત્યારે તો ફરી દ્રષ્ટાંત પર પાછો આવું તો, પયગમ્બર મહમ્મદ સાહેબનું નામ તો તમે સાંભળ્યું જ હશે, કુરાન જેવા અદ્‌ભુત ગ્રંથને આ સંસારમાં લાવવાનું નિમિત્ત તેઓ જ બન્યા હતાં. હવે જેમના મૂખેથી કુરાન નીકળ્યું હોય, તેમને મારા વિશે તો પૂરી જાણકારી છે જ. કહે છે કે એક દિવસ મહમ્મદ સાહેબ કેટલાંક સિપાહીઓ સાથે ઘોડા પર સવાર થઈને જંગલમાંથી પસાર થઈ રહ્યા હતાં. અચાનક તેમના કેટલાંક દુશ્મનો તેમની પાછળ પડી ગયા. સિપાહીઓ તો ગભરાઈ ગયા, પરંતુ મહમ્મદ સાહેબના ચહેરા પર કોઈ કરચલી નહોતી. સિપાહીઓ દંગ રહી ગયા, મોત પીછો કરતું આવી રહ્યું છે અને મહમ્મદ સાહેબના ચહેરા પર કોઈ હાવભાવ નથી.

ત્યારે જ તેમને જમણી બાજું એ એક ગુફા દેખાઈ. બધાએ છાનામાના તેમાં આશરો લઈ લીધો. સિપાહીઓ હજું પણ ભૂંડી રીતે ગભરાયેલા હતાં. પરંતુ મહમ્મદ સાહેબ ચૂપચાપ એક ખૂણામાં બેસી પોતાના સિપાહીઓની આ સ્થિતિ પર મરક મરક હસી રહ્યા હતાં. આખરે એક સિપાહીથી ન રહેવાતા, તેણે મહમ્મદ સાહેબને પૂછી જ લીધું- હવે શું થશે?

મહમ્મદ સાહેબે સ્મિત વેરતા કહ્યું- એ તો સમય જાણે. હા, એટલું નક્કી છે કે કશું જ ખરાબ નહીં થાય. જો આપણું કામ પૂરું થઈ ચૂક્યું હશે તો દુશ્મનના સિપાહીઓ આપણને શોધતા અહીં પણ આવી પહોંચશે, અને જો આપણું કામ બાકી હશે તો તેઓ આ જન્મારામાં તો આપણને નહીં જ શોધી શકે. સમયનું આટલું માન? ...બસ, એટલે જ એ મહમ્મદ સાહેબ છે. અને તમે પણ તેમના પદચિહ્નો પર ચાલશો તો તેમની ઊંચાઈઓ આંબી શકશો. હવે અહીં આ સાથે જ હું મારી વાત સમાપ્ત કરું છું.

જોકે હું જાણું છું કે તમે લોકો વૈજ્ઞાનિક યુગમાં છો. મૉર્ડન છો. તમને વ્યાવસાયિક સફળતામાં વધુ રસ છે. તેથી, તમારા જમાનાનાં સફળ ઉદ્યોગપતિ સ્ટીવ જોબ્સનો દાખલો આપું છું. તેમણે પોતાનું આખું જીવન મૂડની શરણાગતિ સ્વીકારીને જ જીવ્યું. સ્કૂલે જવાનો મૂડ નહોતો, તો જવાનું બંધ કરી દીધું. જ્યારે જે વ્યવસાય કરવાનો મૂડ બન્યો, કર્યો. ત્યાં સુધી કે અટારીની સારી એવી સ્થાયી નોકરી છોડીને ભારત આવીને સંન્યાસ લેવાનો મૂડ બન્યો, તો નોકરી છોડીને ભારત આવી ગયા. હા, મૂડ બદલાતા જ પાછા ફર્યા, એ વાત અલગ છે. બસ, આ બધું કરતા-કરતા એક દિવસ ઝેરોક્સની ઑફિસે પહોંચી ગયા, જ્યાં તેમણે કોમ્પ્યુટર સ્ક્રીનને એક માઉસ સાથે કનેક્ટેડ જોયું. બસ, માઉસ સાથે કોમ્પ્યુટર બનાવવાનો વિચાર મનમાં આવ્યો. અને એ વિચારની સાથે જ એપલનો પાયો નંખાઈ ગયો. આ જ તેમનાં જીવનનો ટર્નિંગ પોઈન્ટ હતો. પરંતુ આ આવ્યો કઈ રીતે...? મૂડનો સાથ આપવાને કારણે, સમયએ તેમને યોગ્ય સમયે યોગ્ય સ્થાને એટલે કે ઝેરોક્સની ઑફિસે પહોંચાડ્યા. સમજો એ કે જો મૂડ ન હોવા છતાં, તેઓ સ્કૂલમાં પડી રહ્યા હોત અથવા સંન્યાસનો મૂડ આવવા છતાં, તમારી જેમ નોકરી અને જીવનનું વિચારત, તો શું તેઓ એ સમયે ઝેરોક્સની ઑફિસે પહોંચત, જ્યાં તેમને કોમ્પ્યુટર સાથે જોડાયેલું માઉસ જોવા મળત? અને મૂડ મારીને જીવીને, શું એમનામાં એટલી પ્રજ્ઞા બચી રહી હોત જે માઉસ જોતાવેંત એપલ બનાવવાનો વિચાર આપત?

...તેથી, બસ એટલું સમજી લો કે જીવન ઘડવા માટે તમારી બુદ્ધિ ઘણી નાની પડે છે. જીવન તેનાથી ક્યાંય વિશાળ છે. તેથી, ઘડવાની જવાબદારી મને સોંપી દો. હું તમારું હિત તમારાથી બહેતર જાણું છું. અને તમે તમારું હિત સાધી શકો, એ માટે મૂડ મોકલું છું.

તેથી, પોતાના મૂડની શરણાગતિ સ્વીકારી લો અને જે થઈ જાય, તેને મારો પ્રસાદ માનીને સ્વીકારતા રહો. ...જોજો સત્વરે હું તમને ક્યાંથી ક્યાં પહોંચાડી દઉં છું.

મેં અત્યારસુધી પોતાની બડાઈ હાંકવામાં કોઈ કસર નથી છોડી. હું આ છું, હું તે છું, બધું મારાથી જ ચલાયમાન છે, બધું મારા કારણે જ અસ્તિત્વમાં છે, વગેરે વગેરે. ...અને મજાની વાત એ કે આ બધું સાચું હોવા છતાં પણ હું તમારી સત્તાની સામે વામણો છું. અને મને આ સત્ય સ્વીકારવામાં કોઈ નાનપ નથી. તમને યાદ જ હશે કે મેં તો બહુ પહેલા તમને મારા 'કાળ સ્વરૂપ' વિશે બતાવ્યું હતું. મેં કહ્યું જ હતું કે હું ના માત્ર બધાની ઉત્પત્તિનું કારણ છું પણ તેમનો વિનાશ પણ હું જ કરું છું. મારા દ્વારા પેદા કરેલી દરેક વસ્તુને હું સમયની સાથે મારી જ નાંખું છું. સૂરજ, ચાંદ, તારાઓથી લઈને તમારા સુધી, કોઈ આમાં અપવાદરૂપ નથી. પરંતુ તે જ સમયે મેં તમને એ પણ બતાવ્યું હતું કે હું સ્વયં 'અહેસાસ'ની ઇચ્છા-શક્તિને કારણે અસ્તિત્વમાં આવ્યો છું. અને આ કારણથી અહેસાસ પર મારું કોઈ નિયંત્રણ નથી. અને તે જ સમયે મેં તમને એ પણ કહ્યું હતું કે આ અહેસાસ દરેક મનુષ્યની અંદર પૂર્ણતાથી ઉપસ્થિત છે. એટલે કે તમારી અંદર પણ એક એવો અંશ છે, જે મારા પ્રહાર અને મારા પ્રભાવથી સદૈવ મુક્ત છે.

હવે એવામાં હું તમારી પરમસત્તા વિશે શું કહું? તમારો અહેસાસ-તો-અહેસાસ, તેના પરમ ધ્યાનમાંથી નીકળેલી તમામ વસ્તુઓ પણ મારા પ્રહાર અને પ્રભાવથી અસ્પૃશ્ય છે. અને સાચું કહું તો મારા બતાવેલા મૂડના અનુસરણ કરવાના માર્ગેથી એક દિવસ તમે તે પરમ-ધ્યાનની અવસ્થા મેળવી જ લો છો. પછી ત્યાંથી જે પણ નીકળે છે, તેને ના તો હું

જૂનું કરી શકું છું અને ના તો હું મારી શકું છું. કહેવાનું તાત્પર્ય કે હું સમગ્ર જગતનો કાળ છું, પરંતુ તમારી અંદર છુપાયેલું ધ્યાન મારો પણ કાળ છે. તમે કહેશો કે એમ, તો આટલી મોટી વાત હવે બતાવી રહ્યા છો? અરે ભાઈ, હું સમય છું; એટલે બધી વાત સમય પર જ બતાવીશ. માની લીધું કે તમારી સત્તા મારાથી પણ ઉપર છે, પરંતુ તે કાંઈ તમારા બળે થોડી જ છે, તે તો તમારા અહેસાસના બળે છે. અને પહેલા હું તમને એટલા શક્તિમાન કેમ ન બનાવી દઉં કે તમે અને અહેસાસ એક થઈ શકો. હવે જ્યારે તેના બધાય ઉપાય બતાવી ચૂક્યો છું તો હું પોતે જ તમને તમારી તે સત્તા સાથે મળાવી જ રહ્યો છું... જ્યાંથી તમે મને, કાળને પણ માત આપી શકો છો.

ચાલો છોડો, અત્યારે તો હું તમને તમારી આ પરમસત્તા વિશે થોડું વિસ્તારથી બતાવું છું. એ વિચારો કે જ્યારે પણ કોઈ કાર્ય તમે ધ્યાન લગાવીને કરો છો ત્યારે શું થાય છે? બીજુ કશું નથી થતું, તમારું ધ્યાન મને... એટલે કે સમયને મારી નાંખે છે. કલાકો વીતી જાય છે, પરંતુ તમને મારો અહેસાસ સુધ્ધા નથી થતો. હવે અહીં ચિંતન એ કરો કે તમારું નાનું-મોટું ધ્યાન જો મને આ હદે મારી નાંખે છે, તો પછી તમારું પરમ-ધ્યાન શું નહીં કરી શકતું હોય?

ચાલો, આગળ વધતા પહેલા હું તમને એક પ્રશ્ન પૂછું છું- શું તમે ક્યારેય કોઈ એવી વસ્તુ જોઈ છે જે ક્યારે અસ્તિત્વમાં આવી એ વાતની ખબર જ ન પડતી હોય? કે કોઈ એવી વસ્તુ જોઈ છે જે અસ્તિત્વમાં તો હોય, દેખાતી પણ હોય, પરંતુ ક્યાં છે એ ખબર જ ન પડતી હોય? એટલે કે તેના ટાઈમ અને સ્પેસ વિશે કંઇ ખબર જ ન પડતી હોય. ખેર, છોડો, આ બધી વાતો તમારા ધ્યાનમાં ક્યાં આવવાની છે? તમે તો નાશવંત દુનિયામાં ભાગમભાગ મચાવો છો, તમે સૃષ્ટિનાં આટલાં ઉંડાણમાં રસ જ ક્યાં લીધો હશે? એટલે તમને એક બીજો સવાલ પૂછીને અચંભિત કરી નાંખુ છું, કે શું તમે ક્યારેય કોઈ એવી વસ્તુ જોઈ છે જે સમયની સાથે સુંદર થતી જતી હોય?

તમે કહેશો સવાલ-પર-સવાલ કરીને ઉખાણાં ન પૂછ્યા કરો, સીધેસીધું કંઇક સમજાવો. એ બધું સમજાવવા માટે જ તો આટલાં ઉખાણા પૂછી રહ્યો છું. પરંતુ હું કંઈ પણ સમજાવવાનું શરૂ કરું તે પહેલા થોડું એ સમજીએ કે મારા પ્રહારથી મુક્ત કોણ રહી શકે છે? ચોક્કસપણે એ જ કે જેના અસ્તિત્વમાં આવવામાં મારો કોઈ હાથ ન હોય. અને મારા સિવાય અસ્તિત્વમાં કોઈ વસ્તુ કોણ લાવી શકે છે? જે મારાથી પણ પરે હોય, એટલે કે 'અહેસાસ'. અને આ અહેસાસ તમારી અંદર છે જ. અને આ અહેસાસથી વસ્તુઓ માત્ર મનુષ્યના પરમ ધ્યાનની અવસ્થામાં જ વહે છે. હવે વિચારો એ કે મનુષ્યની પરમ ધ્યાનની અવસ્થામાં શું શું વહેતું હશે? તો તે છે ચિત્રકારી, કોઈ સુંદર વાત કે વાર્તા, કે કોઈ મધુર

ગાયકી કે મનમોહક ધૂન, કોઈ શોધ, કોઈ નૃત્ય, કોઈ મનુષ્યના મોજશોખ કે જરૂરતના નવા સામાન.

જોકે તમે ક્યારેય ધ્યાન નહીં આપ્યું હોય, પરંતુ મનુષ્યના પરમ ધ્યાનમાં અહેસાસમાંથી નીકળેલી આમાંની એક પણ વસ્તુને હું ક્યારેય અડી પણ નથી શક્યો. કેમ કે તે બધી સમય અને સ્થાનના બંધનથી મુક્ત છે. સમય અને સ્થાનનું બંધન તો તેમને હોય છે જે મારા કારણે અસ્તિત્વમાં આવ્યાં હોય. પરંતુ જે વસ્તુઓ અહેસાસને કારણે અસ્તિત્વમાં આવી હોય છે, એને મારા મારથી બચાવવા માટે અહેસાસ તેને પોતાની દુનિયામાં સમાવી લે છે, જ્યાં ન સ્થાન છે ન સમય. આને જ ત્રીજી દુનિયા કહે છે. જેનો ન તો તમને કોઈ અંદાજ છે કે ન વિજ્ઞાનને. ત્યાં વસ્તુઓ અહેસાસના સ્તરે પેદા પણ થાય છે અને સ્ટોર પણ ત્યાંજ થાય છે.

ત્રીજા જગતની તમામ વસ્તુઓ ટાઇમ અને સ્પેસના બંધનથી સંપૂર્ણપણે મુક્ત છે

ચાલો, આ વાતને હું એક ઉદાહરણથી સમજાવું છું. માની લો એક પેઈન્ટર એક છોકરીની તસ્વીર બનાવી રહ્યો છે. તમે ત્યાં વૈજ્ઞાનિકોને તેમની પાસે સમય અને સ્થાન માપવાના સૂક્ષ્મમાં સૂક્ષ્મતમ્ જે પણ ઈન્સ્ટ્રૂમેન્ટ ઉપલબ્ધ છે તે લઈને બેસાડી દો. તેમને કહો કે આ પેઈન્ટરના પેઈન્ટિંગ પર નજર રાખે. પેઈન્ટરને કહો કે રોજ એમને પેઈન્ટિંગ દેખાડીને પૂછે કે શું આમાં સુંદરતા આવી? ત્યાં સુધી કે તમે વૈજ્ઞાનિકોને કહો કે તમે પળે પળ પેઈન્ટિંગ પર નજર રાખો, અને તે સમય અમને બતાવો જ્યારે તેમાં સુંદરતા આવી જાય. એ ગમે તેટલું ધ્યાન રાખશે, સમય માપવાના સૂક્ષ્મથી સૂક્ષ્મતમ્ ઉપકરણોનો ગમે તેટલો ઉપયોગ કેમ ન કરે, પરંતુ તે એ નહીં બતાવી શકે કે પેઈન્ટિંગમાં સુંદરતા ક્યારે અને કેવી રીતે આવી? ચાલો, આ છોડો. જ્યારે પેઈન્ટરનું પેઈન્ટિંગ પૂરું થઈ જાય ત્યારે તેમને પૂછો કે શું સાચે જ તેમને આ પેઈન્ટિંગ સુંદર લાગી રહ્યું છે? જો હા કહે તો તેમને પૂછો કે તે સુંદરતા ક્યાં છે, જરા પોઈન્ટ કરીને અમને બતાવો. તો બિચારાઓનું બધું ગુમાન એમને એમ રહી જશે. એમાં સુંદરતા આવી છે પણ સમયપારની દુનિયામાંથી, અને

તે સ્થાનપારની દુનિયામાં સ્થિત છે. એટલે કોઈ નથી કહી શકતું કે આ પેઈન્ટિંગની સુંદરતા ક્યાં છુપાયેલી પડી છે, કે એમાં સુંદરતા ક્યારે આવી છે.

અને કમાલ જુઓ કે સમયની સાથે આ સુંદર પેઈન્ટિંગ્સની કિંમતો વધતી જ જાય છે. તેની સુંદરતા વધુને વધુ લોકોને આકર્ષિત કરતી જ જાય છે. શું કરે, તે અહેસાસની કૂંખથી પરમધ્યાનની અવસ્થામાં નીકળી હોય છે, એટલે તે મારા વિરુદ્ધ જઈને સમયની સાથે નીખરતી જ જાય છે. ...અને હું મૂક દર્શક બની એની સામે પોતાની હેસિયતનો આ તમાશો જોતો રહી જાઉં છું.

હવે જો તમને સમય અને સ્થાન પરેની આ ત્રીજી દુનિયાનો અંદાજો આવી ગયો હોય તો એ વિશે અન્ય ઉદાહરણો દઈને વિસ્તારથી બતાવું. તમે કહેશો, બતાવો-બતાવો, હવે તો અમે તૈયાર જ નહીં, જાણવા માટે ઉતાવળા પણ થઈ રહ્યા છીએ. તો શરૂઆત મનુષ્યના શરીરથી કરું છું. તમે બધાં જાણતા જ હશો કે એક સમય પછી હું મનુષ્યના શરીરને મૃત કરી દઉં છું. અને આમાં ક્યાંય કોઈ અપવાદ નથી. પરંતુ બુદ્ધ, કૃષ્ણ, જીસસ, મહમ્મદ, મીરા કે સોક્રેટીસ વગેરેને જરા યાદ કરો, મેં અબજો શરીર માર્યા, પણ શું હકીકતમાં આ લોકોને હું મારીને પણ મારી શક્યો છું? ઉલ્ટું સમયની સાથે તેમની ખ્યાતિનો વિસ્તાર જ થયો છે. આજે પણ વિશ્વના ૯૦ ટકા લોકો એમની આસપાસ જ ઘૂમી રહ્યા છે. એ વિચારો કે શું બુદ્ધના પિતા કે પત્નીનું નામ કોઈને યાદ છે? ના. ક્યારેય વિચાર્યું કે આવું કેમ? કેમ કે તે બધા સામાન્ય માણસો હતાં. પરંતુ બુદ્ધ, કૃષ્ણ, જીસસ તે છે જે અહેસાસને પામી ચૂકેલા મનુષ્યો છે. એટલે તેમની ખ્યાતિની તો સમયની સાથે વૃદ્ધિ જ થવાની છે. પરંતુ જરા પૂછો વિજ્ઞાનને, કે હજારો વર્ષોથી તેમની ખ્યાતિ જે આટલી ફેલાતી જઈ રહી છે, તે ક્યાં ફેલાઈ રહી છે? લાવો જરા તમારી લેબોરેટરીના ટેબલ પર, જરા અમને પણ ખબર પડે કે તે ખ્યાતિ કયા રંગની અને આકારની છે. વૈજ્ઞાનિકો કહેશે, માફ કરો ભાઈ. ...આ કયા જગતની વાત લઈ આવ્યાં? ...અને એવું નથી કે માત્ર તેઓની ખ્યાતિ જ રોજ-બરોજ વધતી જાય છે, પણ તેમનાં કરેલાં કામ અને તેમની કહેલી વાતો પણ એટલી જ ઝડપથી ફેલાઈ રહી છે. એટલે, તે પણ સમયની સાથે ફેલાતી અને નીખરતી જાય છે. કૃષ્ણએ કહેલી ભગવદ્‌ગીતાનું આજે મનુષ્યના માનસમાં શું અસ્તિત્વ છે એ કોઈને બતાવવાની જરૂર નથી.

આ જ વાત સુંદર નૃત્યથી લઈને બીથોવન અને મોઝાર્ટની ધૂનો પર પણ લાગુ પડે છે. તે પણ સમયની સાથે નિખરતી જ જાય છે. તેવી જ રીતે કોઈપણ સુંદર ગાયકી કે મધુર ધૂન જે મનુષ્યના પરમધ્યાનની અવસ્થામાં અહેસાસની કૂંખેથી અવતરી છે, બધી સમયની સાથે નિખરતી જ જાય છે. આજ કેમ, હજારો વર્ષ જૂની સુંદર વાર્તાઓ, ભલે તે કોણે કહી કે લખી તેની ખબર પણ ન હોય, પણ એ વાર્તાઓ આજે પણ એટલી જ રોચક

અને સાર્થક લાગે છે. આ જ વાત વિજ્ઞાનની શોધોથી લઈને સ્વાદિષ્ટ વાનગીઓ સુધી બધાં પર લાગુ પડે છે.

જોકે અહીં એ પણ વિચારો કે જીસસ, બુદ્ધ અને કૃષ્ણ જેવાઓની જેમ ભલેને તે બધી વસ્તુઓ પણ અમર થઈ જ ગઈ જે અહેસાસની કૂંખેથી નીકળી હતી, પરંતુ મનુષ્ય જીવન છે તો સમય અને સ્થાનની સાથે, એટલે એમને પણ એમાંથી પસાર થવું જ પડે છે. અને સમય અને સ્થાન પર મારો એકાધિકાર છે. તેમાં અહેસાસની કોઈ દખલગીરી નથી. એટલા માટે ભલે કૃષ્ણનું જીવન કે તેમની કહેલી ભગવદ્ગીતાની સાર્થકતા દિવસે ને દિવસે વધતી જતી હોય, પરંતુ કૃષ્ણની દ્વારિકા પોતાના જમાનામાં ચાહે જેટલી પણ સુંદર રહી હોય, આજે તેનું કોઈ અસ્તિત્વ નથી. દ્વારિકાની જ વાત કેમ કરીએ? કૃષ્ણ પોતે ભલેને એમનાં ચહેરે મહોરે ગમે તેટલાં મનમોહક કેમ ન રહ્યા હોય, પણ આજે એનું પણ કોઈ નામોનિશાન નથી.

કહેવાનું તાત્પર્ય એ કે જે વસ્તુ મારા સ્તર પર હશે, તે ચાહે જેની અને જેવી હશે હું મીટાવીને જ રહીશ. પરંતુ જો અહેસાસની કૂંખે પેદા થઈ હશે, તો તેની તરફ નજર સુદ્ધા કરવાની હું હિંમત નહીં કરી શકું. એટલે મારું તમને નિવેદન છે કે એની પહેલા કે મારા પ્રહારથી તમારું નામોનિશાન મટી જાય, તમે પોતાના અહેસાસમાંથી કોઈ એવી વસ્તુ વહેવા દો જે હંમેશને માટે અમર થઈ જાય.

એકંદરે કહેવાનું તાત્પર્ય એ છે કે આ ત્રીજું વિશ્વ ખૂબ વિશાળ છે. ત્યાંની કોઈપણ વસ્તુ નાશવંત નથી. તમારો તે દુનિયા પર પૂરો અધિકાર પણ છે, અને તમારે તે દુનિયામાં જ રહેવું જોઈએ. આમ પણ આ જ મનુષ્ય જીવનની ગરિમા છે. એટલે, ફરી એકવાર નિવેદન કરું છું કે મારાથી જીવ છોડાવો અને આ નાશવંત દુનિયાથી બહાર નીકળી આવો. પોતાના મૂડના સહારે ચાલીને પોતાના પરમ-ધ્યાનના બળે એક એવું જીવન જીવો જે હંમેશને માટે અમર થઈ જાય. કોઈ એવું કાર્ય કરો જે સમયની સાથે નિખરતું જ જાય. ...બાકી ભીડ તો દર સો વર્ષમાં પાંચસો હજાર કરોડ લોકોની આવતી અને જતી રહે છે. અને આ ભીડમાં રહેવું મનુષ્ય જીવનનું અપમાન છે. આટલું બધુ સમજીને હવે તમે મારા પ્રહારોથી બચતા, મારાથી પરેની દુનિયામાં ચાલ્યા જશો, એવી આશા સાથે હું મારી વાત અહીં સમાપ્ત કરું છું.

ચાલો, મેં એ તો તમને કહ્યું જ છે કે હું ખૂબ જ ઉપદ્રવી અને ચંચળ છું. પરંતુ તમને એ કહેવું તો રહી જ ગયું કે હું ખૂબ મોટો ખેલાડી પણ છું. અને વળી આમ પણ બધાને વ્યસ્ત રાખવા એ મારું જ કામ છે.

હવે અહીં મારા મનમાં સવાલ એ ઊઠી રહ્યો છે કે મેં તો મારા વિશે ઘણું બધું તમને બતાવી દીધું, ...પરંતુ તમે સમજ્યા કેટલું? એટલે તમે મને કેટલી ગહનતાથી સમજ્યા છો, તે સમજવા માટે હું તમને એક ટેસ્ટ-પેપર આપી રહ્યો છું. તેમાં મારા વિશે કહેવાતી કેટલીયે વાતો જે પૂરી રીતે સત્ય છે અને સુંદર શબ્દોમાં પરોવાયેલી છે, હું તેમાંથી કેટલીક વાતો તમને બતાવી રહ્યો છું. તમારે જાતે તેનો વૈજ્ઞાનિક અર્થ સમજવાનો છે.

જોકે આ કોઈ મુશ્કેલ વાત નથી. કેમ કે હું પોતાની કાર્યપ્રણાલીની પૂરી વૈજ્ઞાનિકતા તમને બરાબર સમજાવી ચૂક્યો છું. જો તમે પોતે જ આના વૈજ્ઞાનિક અર્થ કાઢી શક્યા તો સમજી લેજો કે તમે મને સમજી લીધો. અને ન કાઢી શક્યા તો પછી આગળના પાનાં વાંચી લેજો. મેં તેમાં તમને બધી જ વાતોનો સંક્ષેપમાં અર્થ સમજાવ્યો જ છે.

A) સમયથી પહેલા અને કિસ્મતથી વધારે ન મળ્યું છે, ન મળશે.

B) સમય બળવાન, તો ગધા પહેલવાન.

C) યોગ્ય વાત, યોગ્ય સમયે અને યોગ્ય અવસરે કરવામાં આવે તો જ શ્રેષ્ઠ પરિણામ લઈને આવે છે.

D) સમય ઠીક ચાલી રહ્યો હોય તો ખોટો ફેંકાયેલો પાસો પણ સાચો પડી જાય છે.

E) રાજાને રંક અને રંકને રાજા બનાવવો સમયનું જ કામ છે.

F) સમયના પદચિહ્ન પર ચાલવાથી એ માની જ લેજો કે જે થયું સારું થયું, જે થઈ રહ્યું છે તે પણ સારું થઈ રહ્યું છે, અને આગળ ઉપર જે થશે તે પણ સારું જ થશે.

તો હવે તમે કોશિશ કરીને મારી કહેલી વાતોના આધારે આ વાતોનો વૈજ્ઞાનિક અર્થ સમજવાની કોશિશ કરો. ...ના સમજી શકો તો પાનાં પલટીને જોઈ લેજો, ત્યાં મેં તેમના અર્થ સમજાવ્યા જ છે.

A) સમયથી પહેલા અને કિસ્મતથી વધારે ન મળ્યું છે ન મળશે.

આ વાત ટાઈમ અને સ્પેસના ટાઈમિંગ વિશે છે. સમયથી પહેલા એટલે એ સમય પર જ્યારે અનુકુળ પરિસ્થિતિઓ બનીને તૈયાર થઈ ચૂકી હોય છે. અને કિસ્મતથી વધારે એટલે એ જગ્યા પર જ્યાં આ પરિસ્થિતિઓ તૈયાર છે. અને વધારેનો અર્થ છે- પરિસ્થિતિ જેટલું મેળવવાની મંજૂરી આપી રહી છે. સરળ ભાષામાં કહું તો જ્યાં પરિસ્થિતિ બનીને તૈયાર થઈ રહી છે, તે સમય પર જે ત્યાં પહોંચી જાય છે, તે જેટલા માટે પરિસ્થિતિ બનીને તૈયાર છે તેટલું મેળવી લે છે. આ જ વાત ગાંધીજીનાં ઉદાહરણથી સમજાવું તો જો એજ આંદોલન એજ રીતે, ગાંધીજીએ સો વરસ પહેલા કર્યું હોત, તો કોઈ પરિણામ ન આવત. પરિણામ તો માત્ર યોગ્ય સમયે તથા યોગ્ય સ્થળે કરેલા પ્રહારનાં જ આવે છે. એટલે ''યોગ્ય સ્થળે યોગ્ય સમય પર રહો - તો તમને શ્રેષ્ઠ પરિણામ મળશે.''

B) સમય બળવાન, તો ગધેડુંય પહેલવાન.

ચોક્કસપણે અહીં પણ વાત ટાઈમ અને સ્પેસની જ છે. કેટલીએ વાર પરિસ્થિતિઓ એ હદે પડખું ફેરવે છે કે તમારે તમારા નોકરને ત્યાંજ નોકરી કરવાનો સમય આવીને ઊભો રહે છે. ...તો કરી લેવાની. બળવાન તમારો અહંકાર કે દુનિયાદારી નથી, બળવાન સમય જ છે. આજ વાતનો બીજો ગહન અર્થ એ પણ છે કે જે પોતાની બુદ્ધિ ચલાવવી બંધ કરી દુનિયાની નજરમાં ગધેડો બનવા તૈયાર થઈ જાય છે, એટલે કે ચૂપચાપ પોતાના મૂડને શરણે ચાલ્યો જાય છે ...તેનો સમય સ્વતઃ જ બળવાન થઈ જાય છે. કેમ કે બહુ જલ્દી તેની કરપ્ટ થયેલી હાર્ડ-ડિસ્ક પણ ઠીક થઈ જાય છે, અને તેની અંદર મારી ગતિ તીવ્ર પણ થઈ જાય છે. હવે જ્યારે મારી શરણાગતિ સ્વીકારી ચૂકેલા આવા ગધેડાઓનો સમય જ બળવાન થઈ જાય છે, તો તે નિશ્ચિતપણે બહુ જલ્દી વિશ્વ ફલક પર પહેલવાન બનીને ઉપસી પણ આવે છે.

C) ખરી વાત, ખરા સમયે અને ખરા અવસર પર કરવામાં આવે તો જ શ્રેષ્ઠ પરિણામ લાવે છે.

જોકે આ વાત બોલવા માટે જ નથી, કાર્ય અને તેના પરિણામ વિશે પણ એટલી જ સાર્થક છે. અહીં પણ વાત ફરી એકવાર ટાઈમ અને સ્પેસના કોમ્બિનેશનની જ છે. પરંતુ આ વાત જરા અનોખી છે. અનોખી એટલા માટે છે કે અહીં કેટલીયે વાર તમારી સામે એવી મુસીબત આવીને ઉભી થઈ જાય છે કે વાત કહેવાનો સમય તો યોગ્ય હોય છે, પરંતુ પરિસ્થિતિ અનુકુળ નથી જણાતી. એટલે કોઈની ભૂલ તો તમે પકડી લીધી, પરંતુ તે સમયે તે પોતાના ચમચાઓથી ઘેરાઈને બેઠો છે. એટલે કે અવસર તો મળી ગયો છે પરંતુ સ્થિતિ નથી ઊભી થઈ. કેટલીયે વાર ઉંધુ થઈ જાય છે. પરિસ્થિતિ તમને સપોર્ટ કરી રહી હોય છે, પરંતુ સમય યોગ્ય નથી હોતો. અને પ્રાયઃ માણસ અહીં થાપ ખાઈ બેસે છે. બેમાંથી એક સાથ આપતું હોય, તો પણ એ વાત બોલી કાઢે છે કે કાર્ય કરી નાંખે છે. પરંતુ એનો પાસો ઉલ્ટો જ પડી જાય છે. અહીં આવીને માણસે ધીરજ રાખવાની જરૂર હોય છે. કરવું એ જોઈએ કે જ્યાં સુધી સમય અને પરિસ્થિતિ બંને એક સાથે અનુકુળ ન થઈ જાય, ત્યાંસુધી વાત કે કામનું તીર તે છોડે જ નહીં. કેમ કે બંને એક સાથે અનુકુળ થવા પર જ શ્રેષ્ઠ પરિણામ મળી શકે છે.

D) સમય ઠીક ચાલી રહ્યો હોય, તો ખોટો ફેંકાયેલ પાસો પણ સાચો પડી જાય છે.

અહીં એ બતાવી દઉં કે મારા કુચક્રોની જ જેમ, મારા સુચક્રો પણ છે. અને આ વાત સુચક્રોનો આનંદ લઈ રહેલા મનુષ્યો માટે કહેવાઈ છે. સુચક્રોનો અર્થ છે કે હું એ સમયે મનુષ્યનો એવો સાથ આપી રહ્યો છું કે તે જે કરે તે ખરું. એટલે કે તે એ સમયે પોતાની સાથે સમય અને સ્થાનનું એક એવું કોમ્બિનેશન લઈને ફરતો હોય છે કે ત્યાં કંઈપણ અહિતકારક તેની સામે આવવાનું જ નથી હોતું. પછી સમયના એ સુચક્રને પેટ્રોલ પંપ પર પેટ્રોલ ભરનારાને ધીરૂભાઈ અંબાણી બનાવવામાં પણ સમય નથી લાગતો. હા, અહીં માણસે એ પાકું કરી લેવાનું હોય છે કે તે ''સુચક્ર''માં છે કે આ તેની ગેરસમજણ છે. સુચક્રમાં છો, તો ફટાફટ બધું કરી લો. ...દરેક પાસું સીધુ પડશે. અને કુચક્રમાં હો તો ચૂપચાપ બેસી રહો, કુચક્ર ચાલી રહ્યું હોય ત્યારે કોઈ ગમે તેટલા પ્રયત્નો કરી લે, નિષ્ફળ જ થશે.

E) રાજાને રંક અને રંકને રાજા બનાવવું સમયનું જ કામ છે.

અહીં સમય એટલે કે મારા દ્વારા બનાવાતા ''મૂડ'' વિશે કહ્યું છે. અને એ હું સમજાવી જ ચૂક્યો છું કે સતત પોતાના મૂડનો સાથ આપવાવાળો બહુ જલ્દી એક દિવસ

રાજા બની જશે. અને તે જ રીતે પોતાના મૂડનો સાથ ન આપવા બદલ રાજાને પણ રંક બનતા વાર નહીં લાગે. અને એ પણ હું સમજાવી જ ચૂક્યો છું કે એ તમારો મૂડ જ છે જે નક્કી કરે છે કે તમારે કેવા પ્રકારના કે કયા ક્ષેત્રના રાજા બનવાનું છે. અહીં એ પણ સ્પષ્ટતાપૂર્વક સમજી જ લો કે આટલું નક્કી કરવાની સમજ પણ તમારી પાસે અલગથી નથી. આ પણ સંપૂર્ણ રીતે મારા અધિકાર ક્ષેત્રમાં જ આવે છે.

F) સમયના પદચિહ્ન પર ચાલવાથી એ માની જ લેજો કે જે થયું સારું થયું, જે થઈ રહ્યું છે તે પણ સારું થઈ રહ્યું છે, અને આગળ જે થશે તે પણ સારું જ થશે.

આ વાત મારી સંપૂર્ણ શરણાગતિ વિશે કહેવાઈ છે. મારું અને તમારું કોમ્યુનિકેશન તમારા મૂડ થકી જ થાય છે. તમે પોતાના મૂડની શરણગતિ સ્વીકારી લીધી, તો પછી તમારા જીવનમાં જે અહિતકારી છે તે દૂર થતું જશે, અને જે પણ હિતકારી છે તે તમને મળતું જશે. ...એટલે પછી તમારે એક જ વિશ્વાસ રાખવો રહ્યો કે- જે થયું સારું થયું, જે થઈ રહ્યું છે સારું થઈ રહ્યું છે; અને આગળ પણ જે થશે તે સારું જ થશે... અને હકીકતમાં એક સમય પછી, થાય છે પણ એવું જ.